புதிய பொலிவுடன்...

ஏன்? எதற்கு? எப்படி? Part - I

+ அதிசய உலகம்!

சுஜாதா

விகடன் பிரசுரம்

Title :
EAN? ETHARKU? EPPADI? (Volume-I)
© SUJATHA

ISBN : 978-81-89936-09-9

விகடன் பிரசுரம்: 8

நூல் தலைப்பு:
ஏன்? எதற்கு? எப்படி? (பாகம்-I)

நூல் ஆசிரியர்:
© சுஜாதா

முதற்பதிப்பு : **ஜனவரி, 1992**
இருபத்து ஒன்பதாம் பதிப்பு: **ஜனவரி, 2025**

விலை : ₹ **380**

பதிப்பாளர்:
பா.சீனிவாசன்

துறைத் தலைவர்:
எம்.அப்பாஸ் அலி

முதன்மைப் பொறுப்பாசிரியர்:
அ.அன்பழகன்

தலைமை உதவி ஆசிரியர்:
ப.சுப்ரமணி

தலைமை வடிவமைப்பு:
மா.முகமது இம்ரான்

இந்தப் புத்தகத்தின் எந்த ஒரு பகுதியையும் பதிப்பாளரின் எழுத்துபூர்வமான முன் அனுமதி பெறாமல் மறுபிரசுரம் செய்வதோ, அச்சு மற்றும் மின்னணு ஊடகங்களில் மறுபதிப்பு செய்வதோ காப்புரிமைச் சட்டப்படி தடை செய்யப்பட்டதாகும். புத்தக விமரிசனத்துக்கு மட்டும் இந்தப் புத்தகத்திலிருந்து மேற்கோள் காட்ட அனுமதிக்கப்படுகிறது.

விகடன் பிரசுரம்
757, அண்ணா சாலை, சென்னை-600 002.

மொபைல்: 80560 46940 / 95000 68144
Website: http://books.vikatan.com
e-mail: books@vikatan.com

என்னுரை

ஒரு நாள் சுஜாதாவுடன் பேசிக்கொண்டிருந்தபோது, ஜூ.வி-யில் அவர் எழுத்து இன்னமும் இடம்பெறாதது பற்றிப் பேச்சு திரும்பியது. ''ஜூ.வி-யில் தொடர்கதைகள் வெளியிடுவதில்லை என்பதால், வேறு மாதிரி சிந்தித்துச் செயல்படலாம். எனக்கும் புது அனுபவமாக இருக்கும்'' என்றார் சுஜாதா. பிறகு பல ஐடியாக்கள் பற்றிப் பேசியதில் விஞ்ஞானம் பற்றி ஒரு தொடர் ஆரம்பிக்கலாம் என்று முடிவானது. அதுவே கேள்வி - பதிலாக உருவெடுத்தது.

வாசகர்களின் விஞ்ஞானக் கேள்விகளுக்கு இரண்டு ஆண்டுகள் தொடர்ந்து பதில் அளித்தார் சுஜாதா. ஜூ.வி-க்கு ஒரு பிரத்தியேக அணிகலனாக விளங்கியது இப்பகுதி. ''ஒவ்வொரு வாரமும் இப்பகுதிக்காக குறித்த நேரத்தை ஒதுக்கி எத்தனையோ புத்தகங்களைப் படிக்க நேர்ந்தது! லைப்ரரிக்குப் பலமுறை செல்ல வேண்டி வந்தது. சம்பந்தப்பட்ட அறிஞர்களைச் சந்திக்கவேண்டியிருந்தது'' என்று சுஜாதா மனநிறைவோடு ஒருமுறை குறிப்பிட்டிருக்கிறார். இருப்பினும், பதில்களில் சுஜாதாவின் தனி 'டச்', நுட்பமான விஷயங்களை எளிதில் புரியவைத்த எழுத்துத் திறமை ஆகியவையும் சேர்ந்துகொண்டதால் ஜூ.வி-யின் பல லட்சக்கணக்கான வாசகர்களும் ஆர்வத்தோடு இப்பகுதியைப் படித்து ரசித்தார்கள்.

இந்தக் கேள்வி - பதில் பகுதியைத் தொகுத்து ஆங்கிலப் புத்தகங்களுக்கு இணையாக மிகச்சிறப்பான முறையில் புத்தகமாகக் கொண்டு வரவேண்டும் என்று என் எண்ணத்துக்கு வண்ணம் கொடுத்து விசேஷமான விளக்கப் படங்களைத் தேடித் தேடி எடுத்து இந்தப் புத்தகத்துக்கு உருவம் கொடுத்த அசகாய சாதனையைச் செய்தவர் என் மதிப்புக்குரிய மதன். அவருக்கும் புத்தகத்துக்குக் கம்பீரமான அமைப்பை ஏற்படுத்தித் தந்த மணியம் செல்வனுக்கும் என் தனிப் பாராட்டுக்கள்!

தமிழ் வாசகர்கள் மத்தியில் பெரும் வரவேற்பு பெற்ற இந்தப் புத்தகத்தின் ஐந்தாவது பதிப்பில், 'ஜூனியர் போஸ்ட்' பத்திரிகையில் சுஜாதா எழுதிய 'அதிசய உலகம்' கேள்வி - பதில்களையும் தேர்ந்தெடுத்து இணைத்து புதிய பொலிவுடன் சமர்ப்பிப்பதில் பெருமைப்படுகிறேன்.

- எஸ்.பாலசுப்ரமணியன்

முன்னுரை

'ஏன்? எதற்கு? எப்படி? முதலில் ஜுனியர் விகடனில் வாரா வாரம் வந்தபோதும் பின்னர் விகடன் வெளியீடாக நான்கு பதிப்புகளும் திருமகள் நிலையத்தின் விசா வெளியீடாக ஒரு பதிப்பும் வந்து விற்பனையில் ஒரு சாதனையைப் படைத்தபோதும் எனக்கும் நிறைவளித்தது ஒரு எண்ணம் மட்டும்தான். தமிழ் வாசகர்களுக்கு அறிவியலை சுவாரஸ்யமாக நல்ல படங்களுடன் கொஞ்சம் நகைச்சுவை கலந்து கொடுத்தால் நிச்சயம் வாங்கிப் படிப்பார்கள் என்பதே.

அறிவியலை எழுதும்போது சில எச்சரிக்கைகள் தேவைப்படுகின்றன. அறிவியலின் வியப்பை வாசகருடன் பங்கிட்டுக்கொள்வதே அதன் குறிக்கோளாக இருக்க வேண்டும். ஓரளவுக்கு மேல் எளிமைப்படுத்தக்கூடாது. வியப்பும் மர்மமும் கலந்த இந்த அபார இயலின் ஆச்சரியங்களைச் சொல்வதில் நாங்கள் வெற்றி பெற்றிருப்பதற்கு இந்தப் புத்தகம் ஐந்தாம் புதிய பதிப்பாக விகடன் நிறுவனத்தினரிடமிருந்தே வருவது சாட்சி. புதிய பதிப்பில் 'ஏன் எதற்கு எப்படி' கேள்விகளுடன் 'ஜுனியர் போஸ்ட்' பத்திரிகையில் வெளிவந்த 'அதிசய உலகம்' கேள்வி - பதில்களையும் தேர்ந்தெடுத்துச் சேர்த்திருக்கிறோம். வாசகர்கள் இதையும் முன்போல் வரவேற்பார்கள் என்று நம்புகிறேன்.

இந்தப் புத்தகத்தின் வெற்றிக்கு விகடன் ஆசிரியர் எஸ்.பாலசுப்ரமணியன் அவர்களும் மதன் அவர்களும் காரணம். விகடன் நிர்வாகத்தைச் சேர்ந்த பலர் இதற்கு உதவியிருக்கிறார்கள். குறிப்பாக, இளம் இணை மேலாண் இயக்குநர் ஸ்ரீனிவாசன் இந்தப் புதிய பதிப்பைக் கொண்டு வருவதில் அக்கறை காட்டியிருக்கிறார்.

அன்புடன்,

சுஜாதா

சென்னை - மார்ச் 1999.

✉ **ஆர்.ஏ.அமுதன்,** *சென்னை-34.*

✍ **எல்லாக் கேள்விகளுக்குமே உங்களால் பதில் சொல்ல முடியுமா?**

யாராலும் முடியாது. உங்கள் கேள்விகளால் தூண்டப்பட்டு உங்களுடன் சேர்ந்து, அறிவியல் உலகில் நுழைந்து பார்த்து நானும் வியக்கத்தான் முடியும். விஞ்ஞானம் என்பது முழுமையான ஞானம் அல்ல... ஒருவிதமான சிந்திக்கும் முறை. அதன் சாகசம் எல்லாவற்றையும் பற்றிச் சிந்தித்துப் பார்ப்பதே. மேகங்களைப் பற்றி, மழை பொழிவதைப் பற்றி, தொல்காப்பியத்தின் காலத்தைப் பற்றி, குழந்தை பிறப்பதைப் பற்றி, நேற்று சாப்பிட்ட சோறு இன்று எப்படித் தண்ணீர் குழாய் அடிக்கத் தெம்பாக மாறுகிறது என்பது பற்றியெல்லாம் சிந்திக்க வைத்து, பரிசோதனைகள் மூலம் பதில் கண்டுபிடிப்பதுதான் அதன் குறிக்கோள். விஞ்ஞானம் பல 'ஏன்'களுக்குப் பதில் சொன்னாலும் சில 'ஏன்'களுக்கு அதனிடம் பதில் இல்லை. உதாரணம் - சூரியன் ஏன் வட்ட வடிவில் இருக்கிறது. ஏன் முக்கோண வடிவத்தில் இருக்கக்கூடாது?

'எப்படி' என்று கண்டுபிடிப்பதில்தான் விஞ்ஞானத்துக்கு ஆதாரமான பூரிப்பு ஏற்படுகிறது!

ஆகவே, நம்மால் எல்லாவற்றையும் தெரிந்துகொள்ளவே முடியாது. பால் வீதி (*Milky Way*) என்று அழைக்கப்படும் நம்முடைய கேலக்ஸியில் மட்டுமே கோடிக்கணக்கில் நட்சத்திரங்களும் கிரகங்களும் இருக்கின்றன. இப்படிக் கோடிக்கணக்கான கேலக்ஸிகள் இருக்கின்றன. அவையெல்லாவற்றையும் அறிவது மனிதனின் நேற்றைய - இன்றைய - நாளைய - ஏன், மனிதனின் ஒட்டுமொத்தமான சரித்திர காலத்தில் கூடச் சாத்தியமில்லை. பிரபஞ்சத்தின் வடிவத்துக்கு ஏன் போக வேண்டும்? ஒரு கல் உப்பு-ஸோடியம் க்ளோரைடு - அதில் எத்தனை அணுக்கள் இருக்கின்றன தெரியுமா? நூறு கோடி! பொழுது போகவில்லையெனில் ஒன்று என்று எண்ணிக்கையிட்டு அருகே பதினாறு சைபர் போட்டுக் கொள்ளுங்கள். நம் மூளைக்குள் இருக்கும் நியூரான்களின் எண்ணிக்கை அத்தனையும் கணக்கிட்டால்கூட ஒரே ஒரு கல் உப்பை முழுமையாக அறிவதற்குப் போதாது.

ஐஸக் நியூட்டன் (பதினேழாம் நூற்றாண்டு... கால்குலஸ்ஸின் அடிப்படையைக் கண்டுபிடித்தவர், மனித சரித்திரத்திலேயே மிகப் பெரிய விஞ்ஞானி என்று கருதப்படுபவர்) தன் அந்திமக் காலத்தில் சொன்னார்:

"நான் கடற்கரையில் விளையாடும் ஒரு சிறுவன். இங்கே ஒரு கூழாங்கல், அங்கே ஓர் அழகான சங்கு என்று கண்டுபிடித்துப் பெருமிதப்பட்டுக் கொண்டிருக்கையில் எதிரே உண்மை என்ற மாபெரும் சமுத்திரம் இன்னும் கண்டறியப்படாமல் பரவிக் கிடக்கிறது."

பால்வீதி. அம்புக்குறி காட்டும் புள்ளி சூரிய மண்டலம்!

✉ **எம்.ஸ்ரீராம்,** *நெய்வேலி-3.*

✍ **விண்வெளி நகரங்கள் அமைக்க சாத்தியக் கூறுகள் ஏதேனும் உண்டா?**

நிறைய செலவாகும். பூமியில் இடம் போதவில்லையென்றால் முதலில் கடலில் பிளாட்பாரம் அமைத்து அதில் நகரங்களை நிர்மாணிக்க இப்போதே ப்ளான்கள் ரெடி. ஸ்பேஸ் பிளாட்பாரங்கள். ஆராய்ச்சி சாலைகள் அமைத்துச் சில மாதங்களுக்குப் போய் விஞ்ஞானிகள் தங்கிவிட்டு வருவது... இதுதான் நம் சமீப எதிர்கால சாத்தியங்கள்.

✉ **எஸ். சிதம்பரம்,** புதுக்கோட்டை

✍ **வெங்காயம் நறுக்கும்போது கண்ணில் தானாக நீர் பெருகுகிறதே, எப்படிங்க அது?**

வெங்காயம் நறுக்கும்போது வெளிப் படும், சுலபமாக ஆவியாகக்கூடிய (*Volatile*) கெமிக்கல் உங்கள் கண்களைத் தாக்குவ தால் அது எரிச்சல் உண்டாக்க, கண்ணீரால் கண்கள் அலம்பப்படுகிறது. அதன் பெயர் ப்ரொப்பேன்தயால் ஆக்ஸைடு என்றால் கண்ணீர் குறையுமா என்ன?

✉ **கோ.அழகுசுந்தரம்,** தென்காசி.

✍ **சிவப்பு தவிர மற்ற கலரில் ரத்தம் உண்டா?**

இயற்கையில் இருக்கிறது. நம்மோடு ரொம்ப ரொம்ப பழகின கரப்பான் பூச்சிக்குக்கூட வெள்ளை ரத்தம்தான்.

✉ **சு.சக்திவடிவேல்,** செம்பியம்.

✍ **சம்சாரத்திலிருந்து மின்சாரம் எடுக்க முடியுமா? எத்தகைய வாட் கிடைக்கும்?**

இந்தக் கேள்வி எதுகைக்காக இடக்காகவே எழுதப்பட்டிருந்தாலும் சீரியஸாகவே பதில் சொல்கிறேன். சம்சாரம் என்றால் லைஃபா, ஒய்ஃபா? சரி இரண்டிலுமே எத்தனை மின்சாரம் கிடைக்கும் என்று சொல்கிறேன்.

உயிர் மின்சாரம் என்பது ரொம்ப கொஞ்சம்தான். ஈஸிஜி, ஈஈஜி போன்ற வற்றுக்காக அளக்கப்படும் உடல் மின்சாரம் மில்லி வோல்ட்டுகளில் இருக்கும். (மில்லி வோல்ட் என்பது ஒரு வோல்டில் ஆயிரத்தில் ஒரு பாகம். நம் வீட்டு சப்ளை மின்சாரம் 220 வோல்ட்) இந்த உடல் மின்சாரத்திலிருந்து கரண்ட் எடுக்க முடியாது - படுத்துவிடும். ஆனால், குட்டி மின் நிலையமாகவே இயங்கும் மீன் வகைகள் உண்டு. எலெக்ட்ரிக் ஈல், ரே... இப்படி! தென் அமெரிக்க அமேஸான் நதி மீன் வகையான ஈல், உயிரினங்களிலேயே அதிக மின்சாரம் பண்ணுகிறது. எவ்வளவு? சுமார் 600 வோல்ட். ஒரு அடி அடித்தால் ஒரு ஜாக்கிக் குதிரைகூட சுருண்டு விழுந்துவிடும்! மனிதனைப் பொறுத்தவரை 10 அடி தூரத்தில் இருந்தாலே போதும். மின்சாரம் பாய்ந்து மரணம்தான்! (என்ன, சுறாவே தேவலையா?!) இத்தனைக்கும் ஒரு எலெக்ட்ரிக் ஈலின் மின்சாரம் இன்னொரு ஈலை ஒன்றும் செய்வதில்லை என்பதுதான் அதிசயம்!

உங்கள் ஒய்ஃப் டெரிலின் அல்லது நைலான் அணிந்துகொண்டிருக்க, அவருடன் ஸ்கூட்டரில் போனால் அல்லது நடந்துபோனாலே - அவர் உடலில் நாலாயிரம் வோல்ட் வரை ஸ்டாட்டிக் மின்சாரம் சேர்ந்துகொள்ள வாய்ப்பு இருக்கிறது. இந்த மின்சாரத்தைப் பற்றியும் பயப்பட வேண்டாம்.

கரண்ட் வாங்க முடியாது. ராத்திரி புடவையை அவிழ்க்கும்போது, கொஞ்சம் படபடவென்று சத்தம் வரும். அவ்வளவுதான்! சிலசமயம் லேசாக ஷாக் அடிக்கும்.

✉ **பி. பாண்டியன்,** வத்தலகுண்டு.

✍ **மின்சார மோட்டார்களின் திறனை, குதிரைத் திறனுடன் (Horse Power) ஏன் ஒப்பிடுகிறார்கள்?**

ஆரம்ப காலத்தில் மனிதன் எதிரிகளிடமிருந்தும் அபாயங்களில் இருந்தும் தப்பிக்க அவனுக்கு வேகம் தேவையாக இருந்தது. வேகத்துக்கு அண்டை மிருகங்களில் எதைப் பழக்கலாம் என்று பார்த்தான். ஏமாந்த குதிரை அகப்பட்டது. ஆயிரக்கணக்கான வருஷங்களுக்கு முன் மனிதனின் மிக முக்கியமான கண்டுபிடிப்பு 'குதிரைகளைப் பழக்கலாம்' என்பதே. உடன், சக்கரத்தின் கண்டுபிடிப்பும் சேர்ந்துகொள்ள, மனிதன் ஒருவகையில் நாகரிகப்பட்டான். அவன் பயணம் விஸ்தாரம் அடைந்தது. மணிக்கு இருபது மைல் சராசரியாகச் செல்ல முடிந்தது. அதனால் வியாபாரம், பொருளாதாரம், யுத்தம் எல்லாமே விருத்தியடைந்தது. இந்த 'குதிரை டெக்னாலஜி'யிலிருந்து சமீபத்தில்தான் நாம் வெளிப்பட்டிருக்கிறோம். நூறு வருஷம் கூட ஆகவில்லை. அதனால்தான் இந்த குதிரை சக்தி (ஹார்ஸ் பவர்) என்னும் சொற்றொடரை இன்னும் மிச்சம் வைத்துக்கொண்டிருக்கிறோம். முதலில் மோட்டார் வாகனங்களுக்கு இந்தச் சொல் பயன்படுத்தப்பட்டது. அது எலெக்ட்ரிகல் இன்ஜினியரிங்கிலும் ஒட்டிக்கொண்டுவிட்டது. 375 குதிரை சக்தி உள்ள ஒரு இன்ஜின் தோராயமாக 375 குதிரைகளின் இழுப்பு விசை பெற்றிருக்கும். (375 குதிரைகளை எப்படிப் பூட்டுவார்கள்? ஐந்து ஐந்தாகச் சேர்ந்தால் சுமார் ரெண்டு பர்லாங் நீளமிருக்கும். வண்டிக்காரருக்கு முதல் குதிரை தெரியாது. முன்பாரம் பின்பாரமெல்லாம் எப்படி அட்ஜஸ்ட் பண்ணுவாரோ, தெரியவில்லை).

ஒரு குதிரை சக்தி என்பது 746 வாட். அதாவது 100 வாட் பல்பு ஏழரைக்குச் சமம்.

✉ **வி.இந்திரராஜன்,** கோயம்புத்தூர்-12.

✍ **மின்சாரக் கம்பிகளை நாம் தொட்டால் அவுட். ஆனால், காக்கைகள் அவற்றின் மீது 'ஜம்' என்று உட்காருகிறதே?**

ஷாக் அடிக்க மின்சாரம் பாய வேண்டும். ஒரு கம்பியிலிருந்து எர்த்துக்கோ அல்லது கம்பியிலிருந்து கம்பிக்கோ காக்கை உட்காரும்போது எந்த இணைப்பையும் ஏற்படுத்துவதில்லை. நீங்களும் சூப்பர்மேன் மாதிரி ஜிவ்வென்று பறந்து கம்பியில் தொங்கினால் உங்களுக்கு ஒன்றும் ஆகாது.

✉ **கே.சீனுவாசன்,** வைத்தீஸ்வரன் கோயில்.

✍ **ஒருவர் உடம்பில் கைகளையும் காலையும் வெட்டிவிட்டால் மறுபடியும் வளர்வதில்லை. ஆனால், முடியையும் நகத்தையும் வெட்டி விட்டால் திரும்ப வளர்வது ஏன்?**

மனித எலும்பு ஒரு இன்ஜினியரிங் அதிசயம்! அது ஒரு செங்கல்லைவிட முப்பது மடங்கு அதிகம் லோடு தாங்கக் கூடியது. தொடை எலும்பு மட்டும் 3,600 பவுண்டு தாங்கும். இவ்வளவு ஸ்ட்ராங்கான எலும்பு கொடுத்தும் நாம் அவ்வப்போது அதை உடைத்துக் கொள்கிறோம். லேசான விரிசல் என்றால் 'இன்ஃப்ராக்ஷன்' என்பார்கள். எலும்பு உடைந்திருந்தால் 'ஸிம்பிள் ஃப்ராக்ச்சர்'. எலும்பு பல இடங்களில் உடைந்திருந்தால் 'காம்பவுண்டு ஃப்ராக்ச்சர்.'

உடைந்த எலும்பை ரிப்பேர் செய்வது உடைந்த பீங்கான் கோப்பையை ரிப்பேர் செய்வது போலாகும். ஒரு வித்தியாசம் - கோந்து எதுவும் தேவையில்லை. கோந்தை எலும்பில் உள்ள டிஷ்யூ ஸெல்களே உண்டாக்கிக் கொள்கின்றன. எலும்பின் டிஷ்யூவுக்கு இந்த மாதிரி திரும்ப வளரும் சக்தி இருக்கிறது. எலும்பு விரியும்போது அல்லது முறியும்போது அந்த இடத்தைச் சுற்றி உறைந்த ரத்தம், லிம்ஃப் என்று

ஒரு வஸ்து எல்லாம் சூழ்ந்துகொள்கிறது. ஒரு சில மணி நேரங்களில் புது டிஷ்யூ ஸெல்கள் பிறக்கின்றன. மூன்று அல்லது நான்கு தினங்களில் ஒருமித்து உடைந்த இடத்தைப் பூசி மெழுகிவிடுகிறது. மேலும் மேலும் கால்ஷியம் சேர்ந்துகொள்ள அந்த இடம் பலப்படுத்தப்படுகிறது. ஒரு சில மாதங்களில் நார்மல்! உடைந்த இடத்தை பிளாஸ்டர் போட்டு அசங்காமல் வைத்திருந்தால் போதும்... மற்றதைத் தானே பார்த்துக்கொள்கிறது. இது ரிப்பேர். கையை வெட்டுவது, காலை வெட்டுவது போன்ற பாகிஸ்தான் வேலைகள் எல்லாம் எலும்புக்குப் பழக்கமில்லை. இருக்கிற எலும்பையே நீக்கிவிட்டு பல்லி வால் மாதிரி புதுசாக வளர்ந்துகொள் என்றால் அதற்கு ப்ரொக்ராம் கிடையாது.

முடி, நகம் எல்லாம் எலும்பு வகையல்ல, முடி 'ஃபாலிக்கிள்ஸ்' என்று சருமத்தில் உள்ள ஸ்பெஷல் பைகளில் வளர்கிறது. இந்த ஃபாலிக்கிள்களின் எண்ணிக்கை, அதன் பரவல், முடியின் பருமன் எல்லாமே அம்மாவின் வயிற்றிலேயே தீர்மானிக்கப் பட்டுவிட்டவை. சுருட்டை முடிகூட இப்படித்தான் ஆதிகாலத்தில் முடி குளிருக்கு இதமாகத் தேவைப்பட்டது. இப்போது அதன் ஆதிகால உபயோகங்கள் கழன்றுவிட்டன. அதேபோல்தான் நகமும். ஆதிகாலத்தில் இரையைக் கிழித்துக் குதறத் தேவைப்பட்டது. இதற்கும் ஸ்பெஷல் ஸெல் இருக்கிறது. நகம் என்பது சருமத்தின் கெட்டிப் பதிப்புதான். கெராட்டின் என்கிற ப்ரொட்டினால் செய்யப்பட்டது. உடலில் எங்கெங்கே அழுத்தம் அதிகம் ஏற்படுகிறதோ (கை, கால் நுனிகள்) அங்கங்கே நகம் வளர்கிறது. பார்த்தீர்களா?!

✉ **ஐ ரூபன்ராஜ்,** விருதுநகர்.

✍ **லாரியின் பின்புறம் ஒரு நீளச் சங்கிலி தரையைத் தொடும்வண்ணம் இருப்பது ஏன்?**

இது பெரும்பாலும் வெடிமருந்துகள் அல்லது பெட்ரோலியப் பொருள்களை எடுத்துச் செல்லும் லாரிகளில் ஒரு பாதுகாப்புக்காக வைத்திருப்பார்கள். லாரி செல்லும்போது காற்றுடன் உரசுவதால் மின்சாரம் அதில் சேர்ந்துகொள்ள வாய்ப்பு உள்ளது. (*Static electricity*). அதை அவ்வப்போது எர்த் பண்ணுவதற்காக இந்தச் சங்கிலி. ஏராப்ளேனுக்கு கிரஸின் (ஆம்! சுத்தப்படுத்திய கிரஸின்) கொடுக்கும் லாரிகளுக்கு இது ரொம்ப முக்கியம்.

✉ **வை. சாம்பசிவம்,** கோவை-22.

✍ **பாதரச ஆவி விளக்கு (Tube light), சோடியம் ஆவி விளக்கு ஆகியவை எவ்வாறு வேலை செய்கின்றன?**

குழலின் உள்புறச் சுவரில் சீரான கலவை பூசியிருக்கிறார்கள். (கால்ஷியம் டங்ஸ்ட்டேட், ஜிங்க் சல்ஃபைடு, ஸிலிகேட் போன்றவை). சூழலுக்குள் காற்றழுத்தம் நீக்கப்பட்டு பாதரச ஆவி இருக்கும். சூடுபடுத்தி எலக்ட்ரான்களை வெளியேற்ற சூட்டுக்கம்பி (*Filament*) இருக்கும். எலக்ட்ரான்கள் பாதரச ஆவியின்மேல் மோத பாதரச அணுக்களினின்றும் ஒருவிதமான ஒளி கிளம்புகிறது. இது அல்ட்ரா வயலெட் ஒளி. நம் கண்ணுக்குத் தெரியாதது. இந்த 'அல்ட்ரா'வைத் தெரியும்படி மாற்றிக் கொடுக்கத்தான் பூச்சு. அதன்மேல் படும்போது பூசின ரசாயனப் பொருள் ஒளிர்கின்றது. எனவே, மெர்க்குரி விளக்கில் கிடைப்பது சாதாரண பல்ப் போல நேர்முகமான ஒளி இல்லை. அல்ட்ரா வயலெட்டை மாற்றிய ஒளி. முதன்முதலில் பாதரச ஆவி பற்றிக்

கொள்ள அதிகப்படியான வோல்ட்டேஜ் தேவை. இதற்குத்தான் ஸ்டார்ட்டர் சோக் எல்லாம். ஸ்டார்ட்டரில் உள்ள ஒரு பகுதி சூடாகி (பை-மெட்டாலிக் ஸ்ட்ரிப் என்பார்கள் விரிந்து சோக் மூலம் செல்லும் மின்சாரத்தை நிறுத்த சோக் அதை எதிர்க்க வோல்ட்டேஜ் அதிகமாகிப் பற்றிக்கொள்கிறது. பாதரசத்துக்குப் பதிலாக சோடியம் உபயோகித்தால் பவர் அதிகம்.

✉ **எஸ்.ரதி,** சென்னை-13.

✍ **இந்தியா மேப், அமெரிக்கா மேப், ஆஸ்திரேலியா மேப் இப்படியெல்லாம் ஒவ்வொரு நாட்டுக்கும் எப்போது, எப்படி மேப் போட்டார்கள்?**

சரித்திரத்தில் முதல் வரைபடம் 4,000 ஆண்டுகளுக்கு முற்பட்டது. எகிப்திய நாட்டில் நிலப்பிரபுக்கள் தங்கள் நிலத்தின் எல்லைகளைக் குறிப்பிட்டுக் கொள்ளவும், ராஜாக்கள் தங்கள் ராஜ்ய எல்லைகளைக் குறிப்பிடவும் வரைந்து கொண்டார்கள். காகிதத்திலா? இல்லை. களிமண்ணில் வரைந்து சூளையில் சுட்டு, அந்த 'ரெக்கார்டை' ஸ்திரப்படுத்திக் கொண்டார்கள். கொஞ்சம் விஸ்தீரணம் அதிகமாகும்போது அவர்களுக்கு அந்த வரைபடங்களை வரைவதில் சிரமங்கள் ஏற்பட்டன. பூமி உருண்டையாக இருந்ததாலும் நிறைய தூரம் அவர்களால் அளக்கச் சிரமமிருந்தது. இரோடோஸ் தினில் என்கிற (கி.மு.276) கிரேக்கர்

பூமியின் சுற்றளவைக் குத்துமதிப்பாக அளவிட்டார். அவர் கண்டுபிடித்த முறைகளின் மூலம் பூமியில் வடக்கு, தெற்குத் தூரங்களைச் சுலபமாகக் கணக்கிட முடிந்தது. ஏறக்குறைய அதே சமயத்தில் ஹிப்பாக்கஸ் என்பவர் பூமியைக் கடகரேகை, அட்சரேகை எனக் கற்பனைக் கோடுகளால் பிரிக்கலாம் என்று யோசனை கூறினார். கி.பி. இரண்டாம் நூற்றாண்டைச் சேர்ந்த டாலமி, இந்த ரேகைகளில் ஒழுங்காக இடைவெளிவிட்டுச் சுமாராக வரைபடம் வரைந்து எழுதிய பூகோளப் பாடம் கொலம்பஸ் காலம் வரை செல்வாக்குடன் இருந்தது. கொலம்பஸுக்குப் பிறகு மேப்புகளுக்கு நிறைய மவுஸ். 1570-ல் அப்ரஹாம் ஆர்டிலியஸ் ஒரு வரைபடத் தொகுதியைப் பதிப்பித்தார். நவீன வரைபடக் கலையின் தந்தை கெராடஸ் மெர்க்கட்டார். பூகோளத்திலிருக்கும் வளைந்த கோடுகளையெல்லாம் நேராக்கி ஒரு மாதிரி தட்டையாக எல்லோருக்கும் புரியும்படி வரைந்தார்.

இந்த வகை வரைபடங்களில் ஓர் இடத்திலிருந்து மற்றோர் இடம் நேர்கோடாகவும், அதன் திசை காம்பஸ்ஸில் காணப்படும் திசையாகவும் இருக்கும். இந்த வகை வரைபடங்களை ப்ரொஜக்ஷன் என்பார்கள். பல படங்கள் சேர்ந்ததை அட்லஸ் என்றனர்.

வரைபடம் வரைவது திசை. தூரம் இரண்டையும் சிறுகச் சிறுகக் கணக்கிட்டுப் பொறுமையாக வரையவேண்டும். இன்ஜினீயரிங் காலேஜில் பெரும்பாலும் மாணவர்கள் கட் அடிக்கும் வகுப்பு சர்வேயிங். இதில் தியோடோலைட், சங்கிலி, காம்பஸ்ம் டேபிள் டாப் போன்ற சாதனங்களை வைத்துக்கொண்டு சுற்றுப்புறங்களை எப்படி வரைவது என்று சொல்லித் தருகிறார்கள். நம் மத்திய சர்க்காரின் சர்வே ஆஃப் இண்டியா நிறுவனம் அவ்வப்போது நம் இந்திய தேச, மாநில, மாவட்ட மேப்புகளைப் புதுப்பிக்கிறது. இந்த காலங்களில் மேப் வரைவதற்கு நிறைய

விஞ்ஞானம் உதவுகிறது. ஏரியல் சர்வே என்று ஏரோப்ளேனில் பறந்து அங்கம் அங்கமாக போட்டோ எடுத்து அவற்றை ஒட்ட வைப்பார்கள். ஸாட்டிலைட்டுகள் மூலமாகவும் படம் எடுக்கிறார்கள். நவீன தியோடோலைட்டுகளில் லேசர் உபயோகித்து திசை, தூரம் இரண்டையும் ஒரே நேரத்தில் கண்டுபிடிக்க முடிகிறது.

கே.யாமினி, ரங்கம்.

கடிகாரத்தில் இருக்கும் வாட்டர் ப்ஃரூப் எப்படி இயங்குகிறது?

வாட்டர் ப்ரூஃப் என்று தனியாக சமாசாரம் எதுவும் இல்லை. கடிகாரத்துக்குள் தண்ணீர் புகாமலிருக்க கடிகாரத்தை ஸீல் செய்யும் முறையைத் தான் 'வாட்டர் ப்ரூஃப்' என்று சொல்வார்கள். வாட்டர் ப்ரூஃப் என்று யாராவது எதையாவது தனியாகக் காட்டி விற்க முயன்றால், பைக்குள் இரண்டு கைகளையும் போட்டுக்கொண்டு விடுங்கள்... பணத்தை எடுக்காதீர்கள்.

எஸ். கௌஸ் முகைதீன், சென்னை-110.

பிளாட்டினத்தின் தன்மை, உபயோகம்... இதனால் அணிகலன் செய்யமுடியுமா?

பிளாட்டினம் தங்கத்தின் ஏழை அண்ணா. ஏறக்குறைய தங்கத்தின் கனம். ஆனால், பளபளப்பு என்று சொல்லிக் கொள்ளும்படியாக இல்லை. தங்கத்தைவிட மிக அரிதான உலோகம். இந்த 'வெண் தங்கம்'! அரிய தன்மையினால் அதற்கு மதிப்பு உண்டு (அலுமினியம் அரிதாக இருந்த ஒரு காலத்தில் பிரெஞ்சு மன்னர்களுக்கு அலுமினிய நகை என்றால் அப்படி மவுசாம்). அதனால்தான் பிளாட்டினத்தில் அமெரிக்காகாரர்கள் நகை செய்து போட்டுக் கொண்டு அடிக்கடி 'இது பிளாட்டினம்' என்று சொல்லிக் கொள்கிறார்கள். பிளாட்டினத்தின் மின் தடை (*Resistance*) ஸ்டெடியாக இருப்பதால் பிளாட்டினம் ரெஸிஸ்டன்ஸ் தர்மாமீட்டர்களில் உபயோகப்படுகிறது. மற்ற அலங்காரமற்ற உபயோகங்களும் உண்டு.

சந்திரப்பிரியா, குனியமுத்தூர்.

மஞ்சள் காமாலையால் இறந்த என் உறவினர் ஒருவரின் மூக்கிலிருந்து இறந்த பின்பும் ரத்தம் வடிந்துகொண்டிருந்தது. மூச்சு நின்ற பின் ரத்த ஓட்டமும் நின்றுவிடாதா?

ரத்த ஓட்டம் என்பது இதயம் நின்று போய் கொஞ்ச நேரம் கழித்துத்தான் நிற்கிறது. இறந்தபின் எத்தனை மணி நேரம் ரத்தம் உறையாமல் இருக்கும் என்பதைப் பற்றி பல அபிப்பிராயங்கள் உள்ளன. பொதுவாக நான்கு மணி நேரம் உறையாது என்கிறார்கள். சிலர் ஆறிலிருந்து பன்னிரண்டு மணி நேரம் வரைகூட சொல்கிறார்கள். சில தொத்து நோய்களால் இறந்தவர்களுக்குச் சட்டென்று ரத்தம் உறையுமாம். ரத்தம் உறைவதற்கு முன் செத்த பிணத்தைக் கத்தியால் கீறினால் ரத்தம் கசியத்தான் செய்யும்.

கோ.இளங்கோ, சென்னை-5.

துருவங்களில் நிலவும் குளிர்ச்சிக்கும், மலைகளின் உச்சியில் நிலவும் குளிர்ச்சிக்கும் காரணம் என்ன?

துருவங்களின் குளிர்ச்சிக்குக் காரணம், சூரிய விஜயப் பற்றாக்குறை, சூரிய ஒளியின் சாய்வு. மலைகளின் குளிர்ச்சிக்குக்

காரணம், உயரம் அதிகமாக அதிகமாகச் சுற்றியுள்ள காற்றின் அடர்த்திக் கம்மியாகிக் கொண்டே வருகிறது. அதனால் சமுத்திர மட்டத்தில் இருக்கும் அதிக அடர்த்திக் காற்று வாங்கிக் கொள்கிற அளவுக்கு மலைமேல் காற்று மண்டலம் உஷ்ணத்தைக் கிரகித்துக்கொள்ள முடியாது, எனவே குளிர்.

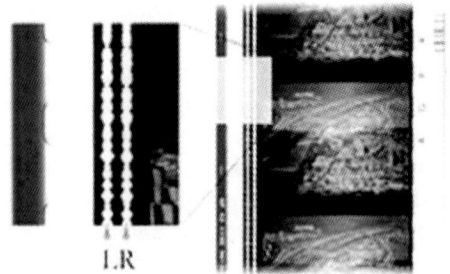

✉ **ஜி.ஞானசேகரன்,** நாகப்பட்டினம்-1.

✍ **சினிமா சவுண்ட் டிராக்கில், சவுண்ட் ரீபுரொடக்ஷன் எவ்வாறு நடைபெறுகிறது?**

சினிமா ஃபிலிமின் பக்கவாட்டில் வெள்ளைக் கீற்றல் போல இருக்குமே அதுதான் சவுண்ட் டிராக். இதன் வழியாக ஒளி பாயும்போது, டிராக்கின் அகலத்துக்கு ஏற்ப ஊடுருவும் ஒளியின் அளவு மாறும். ஒளி வித்தியாசத்தை மின்சார வித்தியாசங்களாக போட்டோ எலெக்ட்ரிக் செல்கள் மூலம் மாற்றி இதைச் சாதாரண ஆம்ப்ளிஃபையர், ஸ்பீக்கரில் கொடுத்தால் ஒலியாக மாறும், எனவே, ஒளி - மின்சாரம் - மின்சாரப் பெருக்கம் - ஒலி. இப்படித்தான் மாறுகிறது. இதில் லேட்டஸ்ட் - டிஜிட்டல் முறை.

Optical Dolby Stereo Soundtrack
(On 35mm Panavision Scope Print)

சவுண்டு ட்ராக்

✉ **என்.சௌந்திரராஜன்,** காஞ்சிபுரம்-2.

✍ **'ஒளியின் வேகத்தை டாக்கியான்களால் மிஞ்ச முடியும்' என்று சொல்கிறார்களே.... டாக்கியான் என்பது என்ன?**

நிஜப் பிரபஞ்சத்தில் ஒளியின் வேகத்தை மிஞ்ச முடியாது என்பது ஐன்ஸ்டீனின் ரிலேட்டிவிடி சிந்தாந்தத்திலிருந்து வரும் கருத்து. இதற்கு மேல் வேகத்தை அனுமானித்துக்கொண்டால் சில அபத்தங்கள் நிகழ்கின்றன. அதாவது, நமக்கு அபத்தங்கள். அவை என்ன? மிஞ்சமுடியும் என்று பேச்சுக்கு வைத்துக் கொண்டால், ஐன்ஸ்டீன் விதிகளின்படி அந்தத் துகளின் எடையும் அளவும் கற்பனை எண்களாகின்றன.

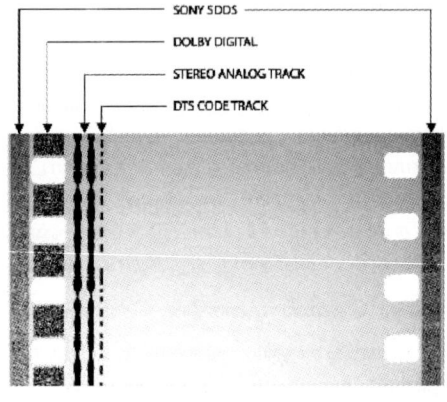

இந்த மாதிரி கற்பனை எடையையும் கற்பனை அளவையும் கொண்ட கற்பனைத் துகள்களைக் கற்பனை பண்ணிப் பார்க்க நமக்குத் தெரிந்த சிந்தனை முறைகள் எதுவுமே இல்லை. நினைத்துக்கூட பார்க்க முடியாதது கிடையாது என்றுதான் எண்ணிக் கொண்டார்கள்.

ஏன் முடியாது என்று 1967-ல் கொலம்பியா பல்கலைக்கழகத்தைச் சேர்ந்த ஜெரால்ட் ஃபெயின்பர்க் என்பவர் 'நான் சொல்கிறேன், இப்படி இருக்கலாம்' என்றார். நம் பிரபஞ்சம் இருக்கிறது, இதில் பற்பல விதிகள் உள்ளன. இந்தப் பிரபஞ்சத்துக்கு எதிர் மறையாக எதிர் விதியாக மற்றொரு பிரபஞ்சம் இருக்கிறதாக வைத்துக் கொள்ளலாம். இதில் டாக்கியான்கள் உலவ முடியும். (டாக்கியான் என்பது அதி வேகத்துக்கு கிரேக்க வார்த்தை). இந்த மறு பிரபஞ்சத்தில் இருக்கும் எல்லாத்

துகள்களுமே நம் ஒளியின் வேகத்துக்கு அப்பால்தான் இருக்கும்; அவசர உலகம்! இங்கே விதிகள் எல்லாம் தலைகீழ். புவி ஈர்ப்புக் கிடையாது. புவி எதிர்ப்புத்தான்! நம் பிரபஞ்சத்தில் ஒரு பொருளின் வேகம் அதிகரிக்க அதிகரிக்க, அதன் சக்தி அதிகமாகிக் கொண்டே வரும். அந்தப் பேட்டையில் அப்படிக் கிடையாது. சோம்பேறிகள் சுறுசுறுப்பானவர்கள். வேகம் குறையக் குறையத்தான் சக்தி அதிகமாகும். நம்மால் ஒளியின் வேகத்தை மிஞ்சவே முடியாது. அவர்களால் ஒளியின் வேகத்துக்குக் கீழே வரவே முடியாது. இப்படி ஒரு பிரபஞ்சத்தை எண்ணிக்கொண்டால், அங்கே மிகுவிசை டாக்கியான்கள் சாத்தியம். இந்த மாதிரி ஒரு பிரபஞ்சம் நிஜமாகவே இருக்கிறதா? சாத்தியம்தான். ஆனால், சாத்தியத்தைச் சத்தியம் என்று சொல்ல சாட்சியம் வேண்டும்! இதுநாள் வரை யாருக்கும் இது அகப்படவில்லை. ஒளியின் வேகத்துக்கு மிஞ்சிச் செல்ல முடிந்தால், 'செரன்கோவ் விளைவு' ஒன்று இருக்கிறது. அதன்படி சின்னதாக நீலத் தீற்றல் தெரியவேண்டும். இந்தத் தீற்றலைத்தான் தேடிக்கொண்டு இருக்கிறார்கள். இது வரை அகப்படவில்லை.

✉ **ஜே.மகேந்திரன்,** பசுமலை.

✍ **மருத்துவக் கல்லூரிகளில் இறந்தவர்கள் உடலைப் பாடம் பண்ணி, கெடாமல் வைத்திருக்கிறார்களே... எப்படி?**

மருத்துவக் கல்லூரிகளில் முழு உடலை வைத்திருக்கிறார்களா, என்ன? அனாட்டமி பாடத்துக்காக்க அங்கே ஒரு கை, இங்கே ஒரு கால், வயிறு, இதயம் என்று பாகம் பாகமாக வைத்திருப்பார்கள். விநோதமான கருக்குழந்தைகளையும் வைத்திருப்பார்கள். உடல் கெட்டுப் போவது பாக்டீரியாவின் தாக்குதலினால். புழு, பூச்சி, பாக்டீரியா இவை ஏதும் அணுகாமல் வைத்துக்கொண்டால் உடல் கெடாமல் பாதுகாக்க முடியும். இதற்கு ஃபார்மலின் போன்ற திரவங்களில் மிதக்கவைப்பார்கள். எகிப்தியர்களுக்கு

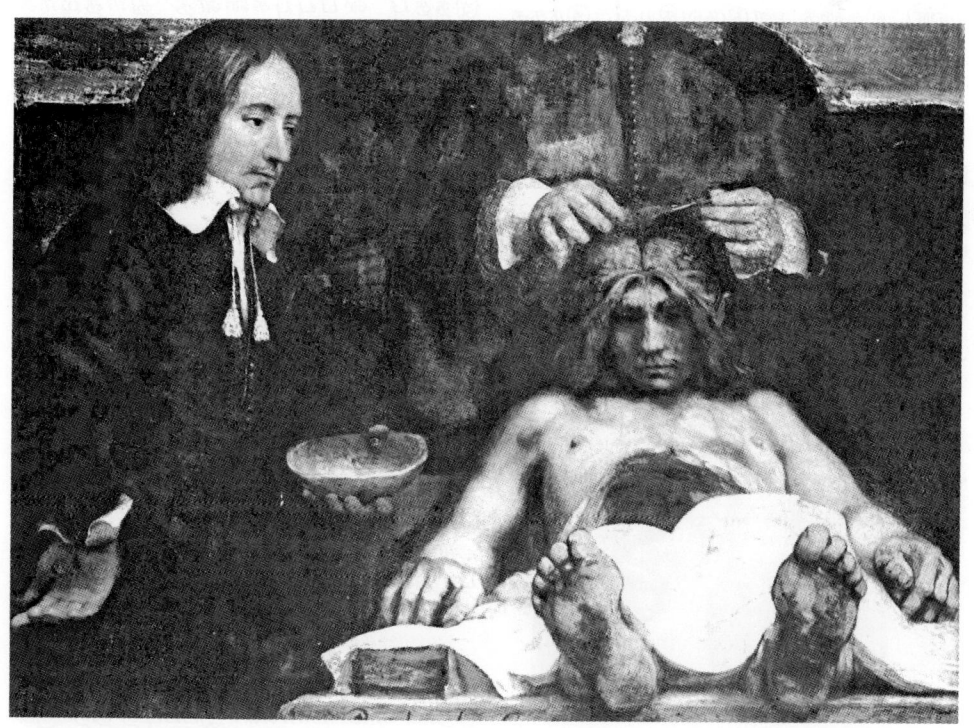

உடலைக் கெடாமல் வைத்திருக்கும் மம்மி ரகசியம் தெரிந்திருந்தது. இரண்டாயிரம் வருஷம் கழித்து அவர்கள் மம்மியாக்கிய உடல்கள் இன்னும் மியூசியங்களில் இருக்கின்றன!

✉ **ஜி.கணேசன்,** திருச்சி-20.

✍ **காலைக் கதிரவனையும், மாலைக் கதிரவனையும் சாதாரணமாகக் காணும் நம் கண்கள், உச்சிக் கதிரவனைக் கண்டால் கூசுகிறதே... அது ஏன்?**

பூமியைச் சுற்றியிருக்கும் காற்று மண்டலம் ஆக்ஸிஜன், நைட்ரஜன் போன்ற பல வாயுக்கள், தூசி, நீராவி போன்றவற்றால் செய்யப்பட்ட ஒரு 'கூலிங் கிளாஸ்' மாதிரி! காலையிலும், மாலையிலும் கதிரவனின் ஒளி இந்தக் காற்று வெளியில் (பக்கவாட்டில்) ஊடுருவ வேண்டிய தூரம் அதிகமாக இருப்பதால், அந்த ஒளி பலவாறு சிதறிப் போகிறது. ஆரஞ்சு, சிவப்பு வகை ஒளி மட்டும் அதிகம் சிதறுவதில்லை. உச்சி வெயிலின்போது சூரிய ஒளி மேலிருந்து நேராகக் காற்று மண்டலத்தை ஊடுருவுகிறது. இந்தத் தூரம் குறைவு. ஆரஞ்சு வர்ணத்தை மட்டும் அனுமதிக்கும் கூலிங் கிளாஸ் நம் காற்று மண்டலம்.

✉ **எஸ்.ஷேக் அப்துல்லா,** கோவை-24.

✍ **அபாய சங்கிலியைப் பிடித்து இழுத்தவுடன் ரயில் எப்படி நிற்கிறது?**

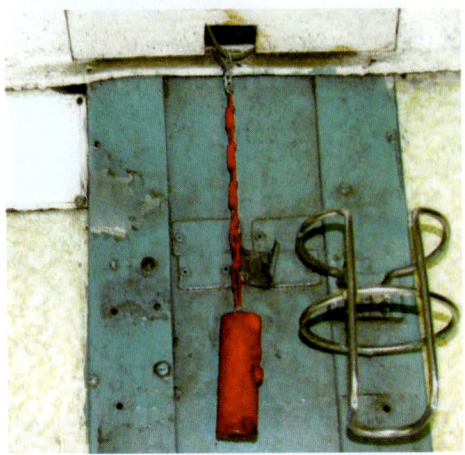

ஒரு ரயிலை நிறுத்த எளிமையான முறை ப்ளாக் ப்ரேக் என்று சொல்வார்கள். உன்னிப்பாக ரயில் சக்கரங்களைக் கவனித்தீர்களானால் விளிம்பில் சின்னதாக இரும்புத் துண்டு தொடுகிறாற்போல் இருக்கும். இதை நெம்புகோல் முறைப்படி சக்கர விளிம்பில் அழுத்த, கையால் சுற்றும் சக்கரம் இருக்கும். திருகத் திருக இதன் அழுத்தம் அதிகமாகிக் கொண்டே வரும்.

பொதுவாக இந்த முறை, ரயில் வண்டியை நிதானமாக நிறுத்தப் பயன்படும் சடன் ப்ரேக்குக்கு இது உதவாது. இதற்கு நியூமாட்டிக் ப்ரேக் வைத்திருக்கிறார்கள். அதில் ஒரு கம்ப்ரெஸர் வைத்துக் காற்றழுத்தத்தைச் சேகரித்து வைப்பார்கள். காற்றழுத்த சிலிண்டரிலிருந்து ஒவ்வொரு பெட்டிக்கும் டிரைவரின் கட்டுப்பாட்டில் மெயின் ப்ரேக் பைப் வழியாகக் காற்றழுத்தம் செல்லும். பெட்டிக்குப் பெட்டி கனெக்ஷன் கொடுக்க ஒஸ் பைப்புகளை நீங்கள் பார்த்திருக்கலாம். இந்தப் பைப்புகளைத் துரிதமாக இணைக்கவல்ல க்விக் ஆக்ஷன் கப்ளிங் சாதனங்கள் உண்டு. எனவே மெயின் டாங்கிலிருந்து காற்றழுத்தம் ஒவ்வொரு பெட்டிக்கும் செல்ல, ஒவ்வொரு பெட்டியிலும் ஆக்ஸிலியரி ரிஸர்வாயர் என்ற தனிப்பட்ட காற்றழுத்த சிலிண்டரில் இருக்கும் காற்றழுத்தமும் மெயின் காற்றழுத்தமும் சமனாக இருக்கச் சாதாரணமாக ப்ரேக் பாதம், விளிம்பில் படாமல் இருக்கும். ப்ரேக் போடும்போது டிரைவர் தன்னுடைய காற்று சப்ளையை பெட்டிகளுக்கு நிறுத்திவிடுகிறார். இதனால் ஒவ்வொரு பெட்டியிலும் இருக்கும் தனிப்பட்ட சிலிண்டர்களில் ஒருபக்கம் காற்றழுத்தம் அதிகமாகி படக்கென்று லீவர் இயங்க, அந்தந்த பெட்டிச் சக்கரங்களின் ப்ரேக் பாதங்கள் விளிம்பை வந்து அழுத்த, வண்டி பட்டென்று நின்றுபோகும்.

அபாயச் சங்கிலித் தொடரை எல்லாம் இழுத்து இணைத்து ஒரு வால்வைத் திறக்க வைப்பார்கள். இப்படித் திறக்கும்

போது, டிரைவர் போட்ட மாதிரி ஓஸ் பைப் தரும் காற்றழுத்த சப்ளையை நிறுத்திவிட, வண்டி பூராவும் இருக்கும் சிலிண்டர்களில் ஒரு பக்கத்தில் லோக்கல் காற்றழுத்தம் அதிகமாகி வண்டி நின்று விடும். இதற்கு வெல்டிங் ஹவுஸ் சிஸ்டம் என்று பெயர். இதைவிட நளினமான நூஸ் நார் ப்ரேக் சிஸ்டமும் சமீபத்தில் உபயோகிக்கிறார்கள். நான் ஒரு தடவை இழுத்துப் பார்த்திருக்கிறேன்.

✉ **ஜெ.சக்ரபாணி,** திருச்சி-14.

✍ **தூக்கம் என்பது மனிதனுக்கு மிகவும் தேவையா..?**

✉ **க.அன்பழகன்,** அம்பகரத்தூர்.

✍ **தூக்கமும் விழிப்பும் எப்படி ஏற்படுகின்றன? நாம் விரும்பும்போது சில நேரங்களில் தூக்கம் வருவதில்லையே, ஏன்?**

✉ **கே.பி.ஆர். உன்னி,** திண்டுக்கல்.

✍ **எனக்கு ஒரு நாளைக்கு எட்டு மணி நேரமாவது தூங்காமல் இருக்க முடியவில்லை, ஏன்?**

✉ **கே.ராஜேந்திரன்,** சென்னை-21.

✍ **என்னுடைய பிரதர் கண்களைத் திறந்து வைத்துக்கொண்டே தூங்குகிறானே, இது எப்படி?**

ஒரு மனிதன் தன் வாழ்நாளில் (அல்பாயுசில் போகாவிட்டால்) சுமார் இருபத்து மூன்று வருஷம் தூங்குகிறான். தூக்கம், உடலும் மூளையும் வளர்வதற்கு, புதுப்பித்துக் கொள்வதற்கு அவகாசம் தருகிறது. பிறந்த குழந்தை சுமார் பதினெட்டு மணி நேரம் தூங்குகிறது. மூன்றிலிருந்து ஐந்து வயது வரை பதினோரு மணி நேரம், அப்புறம் மெல்ல மெல்ல குறைந்தது தினத்துக்குச் சராசரி எட்டு மணி நேரத் தூக்கத்துக்கு செட்டில் ஆகிவிடுகிறோம். இந்த தூக்கத்தையே ரெம் (REM) நான்ரெம் (Non Rem) என்று இரண்டு வகையாகப் பிரித்திருக்கிறார்கள். (ரெம் என்றால் Rapid Eye Movement).

இ.இ.ஜி. (எலெக்ட்ரோ என்ஸெஃபலோ கிராம்) என்றும், மூளையின் சிறிய மின்-அலைகளை அறிந்துகொள்ளும் கருவிகளை வைத்துக்கொண்டும் தூக்கத்தை பார்ட் பார்ட்டாக அலசியிருக்கிறார்கள். நீங்கள் தூங்கத் துவங்கியதும் முதலில் ஆல்ஃபா அலைகள் தெரிகின்றன. செகண்டுக்கு சுமார் பத்து சைக்கிள் அலைகள். அதன்பின் கொஞ்சம் மந்தமான மூன்று சைக்கிள் அலைகள். நடுநடுவே திடுக் திடுக்கென்று ஆல்ஃபா (இதை ஸ்பிண்டில் என்கிறார்கள்). இதற்குப்பின் இ.இ.ஜி.

மறுபடி மாறுகிறது. திடீர் என்று ரொம்ப வேகமான அலைகள் தெரிகின்றன. அதேசமயம் கண்கள் இடமும் வலமுமாக நகர ஆரம்பிக்கின்றன. இதைத்தான் 'ரெம்' என்கிறார்கள். இந்த நிலையில் தான் கனவுகளும் தோன்றுகின்றன. (சமீபத்திய கனவு ஆராய்ச்சியில் 'கனவுகள் தொடர்ந்து நிகழ்கின்றன, 'ரெம்' கனவுகள் கொஞ்சம் பளிச்சென்று ஞாபகமிருக்கின்றன' என்று கண்டுபிடித்திருக்கிறார்கள்.)

மிருகங்களின் தூக்கம், அவற்றின் உயிர் வாழ்தல் தேவையைப் பொறுத்து அட்ஜஸ்ட் ஆகிக்கொள்கிறது. எதிரிகளிடமிருந்து அபாயம் இல்லாதபோதுதான் தூக்கம். இதே பழக்கத்தில்தான் நாம், எதிரிகள் இல்லாவிட்டாலும் ராத்திரி தூங்கப் போகிறோம். இருந்தாலும் நம்மால் ஒரு அளவுதான் நம் தூக்கத்தைக் கட்டுப்படுத்த முடியும். வீம்புக்கு ஏதோ சில நாட்கள் விழித்துக்கொண்டிருக்கலாம். ஆனால், ஒரு அளவுக்குத்தான்! அதற்கப்புறம் நம்மை அறியாமல் பட்டப்பகலில் எத்தனை சத்தத்துக்கு நடுவிலும்கூட, யுத்த களத்தில்கூடத் தூக்கம் நம்மை ஆக்கிரமித்துவிடும். நமக்குள்ளேயே இருக்கும் இரண்டு செயல்பாடுகளுக்கு இடையில் இது ஒரு போராட்டம். ஒரு பக்கம் ஏதாவது அபாயம், சத்தம் வந்தால், 'ஸெரிபரல் கார்ட்டெக்ஸ்' பகுதிக்கு உடனே எச்சரிக்கைத் தந்தி போய் சர்வமும் விழித்துக்கொள்ள ஆணை. இன்னொரு பக்கம் தூக்கம் என்னும் ஒருவிதமான ரசாயன விளைவு. அதிகம் விழித்திருந்தால் நமக்குள் 'ஸெரோடோனின், நோராட்ரினலின்' என்கிற சமாசாரம் அதிகமாகிப் போய் கண்களைச் சுழற்றிவிடும். நாம் விழித்திருப்பது என்பது இந்த இரண்டு செயல்பாடுகளில் எது வெல்கிறது என்பதைப் பொறுத்தது.

தூக்கமில்லாமல் இருப்பது சாத்தியமில்லை என்று பல பேரை வைத்துப் பரிசோதித்துப் பார்த்துத் தெரிந்துகொண்டிருக்கிறார்கள்.

மைக்ரோ ஸ்லீப் என்று ஒரு வகை உண்டு. கே.ராஜேந்திரனின் பிரததரைப் போல சில பேருக்கு மைக்ரோ ஸ்லீப் வரும். சின்ன சின்ன தூக்கத் தீவுகள்; கண்ணைத் திறந்துகொண்டே தூங்குவார்கள். இந்த வேளைகளில் தூக்கத்துக்கு முற்பட்ட செயல் அப்படியே மறந்து போய்விடும். கொஞ்சம் சங்கடம்தான். இந்த மாதிரி மைக்ரோ தூக்கத்தை வேறுவிதமாகவும் உண்டாக்க முடியும். திரும்பத் திரும்ப 'ரொய்ங்' என்று ஒரே சவுண்ட் அல்லது பளிச் பளிச்சென்று ஏற்றி அணைக்கும் விளக்குகளையே பார்த்துக் கொண்டிருத்தல் - இவற்றால் இந்தக் கண் திறந்த தூக்கம் ஏற்படுத்தலாம். வெகுதூரத்துக்கு ஒரே சீரான பாட்டையில் கார் ஓட்டும் டிரைவர்களுக்கு இந்த அபாயம் உண்டு.

தூக்கம் எதற்கு? இதற்குப் பலவிதமான வியாக்கியானங்கள் உள்ளன. 'ரெம்' தூக்கத்தின்போது கனவுகள் அதிகம் தோன்றுவதால் அந்தச் சமயத்தில் மூளை எல்லா கனெக்ஷனும் சரியாக இருக்கிறதா என்று தனக்குத்தானே பழுதுபார்த்துக் கொள்கிறது என்று சொல்கிறார்கள். ரொம்பவும் மந்த புத்திக்காரர்களுக்கு இந்த 'ரெம்' வகைத் தூக்கம் குறைவாம்.

ஆறு மணி நேரமோ, எட்டு மணி நேரமோ - உங்கள் சிஸ்டம் உங்களுக்குத் தேவையான தூக்கத்தை எப்படியாவது பெற்றுக்கொண்டுவிடும்.

மிக அதிக ஆழம் (நமக்குத் தெரிந்த வரை!) - 11,033 மீட்டர்கள்.

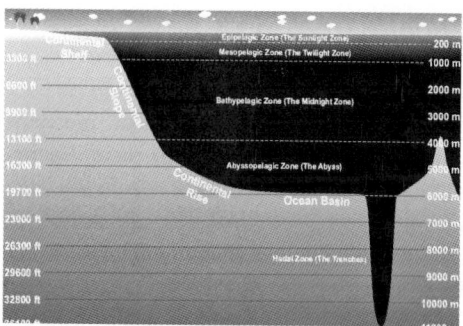

கடல் ஆழத்தின் அடுக்குகள்!

✉ **ஜெய.பிரபாகரன்,** திருச்செங்கோடு.

✍ **கடலுக்கடியில் எப்படி இருக்கும்? மனிதனால் கடலுக்கடியில் எவ்வளவு ஆழம் போகமுடியும்?**

ஒரு உபகரணமும் இல்லாமல் மூச்சை மட்டும் அடக்கிக்கொண்டு கடலுக்கடியில் 285 அடி ஆழம் வரை போயிருக்கிறார் ஒருவர். உலக சாதனை. கூடப் போய் யார் பார்த்தார்கள் என்பீர்கள்? ஒரு கயிற்றில் ஒவ்வொரு அடிக்கும் ஒரு சிலேட்டுப் பலகையைக் கட்டிக் கடலுக்குள் இறக்கிவிட்டார்கள். ஒவ்வொரு சிலேட்டுப் பலகையிலும் கையெழுத்துப் போட்டுவிட்டு வரச் சொன்னார்கள். 285-வது சிலேட்டு வரை கையெழுத்துப் போட்டுவிட்டு ஆசாமி அன்கான்ஷியஸ் ஆனதால் கிடுகிடுவென்று அவரை இழுத்துக் கரையில் போட்டார்கள்.

ஆயிரக்கணக்கான வருஷங்களாகவே கடலுக்கு அடியில் போய்ப் பார்க்க வேண்டும் என்கிற ஆசை மனிதனுக்கு இருந்து வந்திருக்கிறது. கிரேக்கத் தத்துவ மேதை அரிஸ்டாட்டில் கடலுக்கடியில் இருக்கிற விஷயங்களைப் பற்றிச் சுவை யாக எதையோ சொல்லித் தொலைக்க, அவருடைய சிஷ்யர் அலெக்ஸாந்தர் (சுமார் 300 கி.மு-வில்) கண்ணாடியில் பலூன் மாதிரி ஒன்றைப் பண்ணி அதற்குள் உட்கார்ந்துகொண்டு கடலுக்கடியில் கொஞ்ச தூரம் சென்று பார்த்துவிட்டு வந்திருக்கிறார். பிரமாண்டமான திமிங்கிலத்தை வேறு பார்த்தாராம்.

கரையிலிருந்து கடலுக்குள் ஓரிரு மைல் வரை இருப்பது கண்டங்களின் நிஜ எல்லைகள்தான் (கான்டினெண்டல்ஷெல்ஃப்). இதன் சராசரி ஆழம் 600 அடி. பிறகுதான் நிஜக் கடல் ஆரம்பமாகிறது. இந்த கான்டினெண்டல்ஷெல்ஃபில் மட்டும் இருக்கிற கடல்நீர் மூன்று சதவிகிதம்தான். இதற்குப் பிறகு ஆழம் ஒரேயடியாக 'ஜிவ்'வென்று சுமார் 13,000 அடிக்கு இறங்குகிறது. இங்கே இருப்பது Abyss என்று அழைக்கப்படும் பிரமாண்டமான சமவெளிப் பிரதேசம். இதில் ஏகப்பட்ட மலைகள், படுகுழிகள், எரிமலைகள் எல்லாம் உண்டு.

கடலுக்கடியில் போகும்போது சூரிய வெளிச்சம் மங்கலாகிக் கொண்டே வரும். சுமார் நூறடி வரைதான் லேசான வெளிச்சம். அதற்குமேல் இருட்ட ஆரம்பிக்கும். 1,000 அடியிலிருந்து கும்மிருட்டு. உங்கள் கையே உங்களுக்குத் தெரியாது.

ஸ்விட்ஸர்லாந்தைச் சேர்ந்த பிக்கார்ட் என்பவர் நீர்மூழ்கிப் 'படகு' ஒன்றைத் தயாரித்தார். 'கடல் எவ்வளவு ஆழம்தான் இருக்கிறதென்று பார்த்து விடுகிறேன்' என்று சொல்லிவிட்டு 'ட்ரையஸ்ட்' என்னும் அந்தப் படகில் உட்கார்ந்து செங்குத்தாக (23, ஜனவரி 1960) கடலுக்குள் இறங்கினார். நாலு மணி

நேரம் ஆயிற்று. தரை வந்தபாடில்லை. “ஐந்து மைல் பயணம் செய்தாகிவிட்டது. அது பாட்டுக்குப் போய்க்கொண்டே இருக்கிறது.” என்று மேலே தகவல் அனுப்பினார். இறங்கி ஐந்து மணி நேரம் கழித்து, ‘தரையைத் தொட்டுவிட்டேன்’ என்று வயர்லெஸ்ஸில் செய்தி வந்தது. பஸிபிக் கடலுக்கடியில் அவர் இறங்கிய ‘மெரியானா ட்ரெஞ்ச்’ என்ற படுகுழியின் ஆழம் மேலே கரையிலிருந்து 35,808 அடி (சுமார் ஆறேமுக்கால் மைல்). எவரெஸ்ட் 29,028 அடிதான் (சுமார் ஐந்தரை மைல்) பிக்கார்ட் கீழே இருபது நிமிஷங்கள் இருந்தார். இதுவரை கண்டுபிடிக்கப்பட்டதிலேயே கடலில் மிக மிக ஆழமான இடம் இதுவே!

✉ **என்.புஷ்பா,** சென்னை-74.

✍ **ரப்பர் மட்டும் கண்டுபிடிக்கப்படா விட்டால்...?**

இயற்கை நமக்கு அளித்து வரும் பிரமாத பொக்கிஷங்களில் ரப்பரும் ஒன்று. ஆயிரம் வருடங்களுக்கு முன்பே தென் அமெரிக்க சிவப்பிந்தியர்கள் ரப்பர் மரங்களிலிருந்து பாலெடுத்து ரப்பர் பந்து, ரப்பர் செருப்பு, ரப்பர் பாத்திரங்கள் என்றெல்லாம் செய்ய ஆரம்பித்துவிட்டார்கள். ஐரோப்பியர்களிடம்தான் ரப்பர் லேட்டாக அறிமுகம்... பதினாறாம் நூற்றாண்டில்கூட ஐரோப்பியர்களுக்கு ரப்பர் மிகமிகப் புதிய விநோத வஸ்து. 1613-ல் ஜுவான்-டி-டார்குமிடா என்ற ஸ்பானிஷ் எழுத்தாளர் தன் புத்தகத்தில் இந்தியர்கள் ரப்பர் மரங்களிலிருந்து பாலெடுத்து ரப்பர் செய்யும் கலையை ஒரு பேராச்சரியம் போல் விவரித்து எழுதியிருக்கிறார். ரப்பர் இல்லையேல் கார்கள் இல்லை!

✉ **ருக்மணி சண்முகம்,** சேலம்.

✍ **பச்சைத் தண்ணீரில் மூழ்கிக் குளித்தாலும் உடல் நலம் கெடுவதில்லை. ஆனால் மழை நீரில் (சுத்தமானதுதான்) நனைந்துவிட்டால் உடல்நலம் கெட்டுப் போவதேன்?**

மழை நீரில் நனைவதால் உடல் நலம் கெட்டுப் போவதில்லை. வேளை கெட்ட வேளையில் திடீரென்று தொப்பலாக சகலமும் நனைந்துபோவதாலும், வீட்டுக்கு வந்ததும் 'ஆ! எனக்கு ஒண்ணும் ஆகாது' என்று சவடால் பேசிச் சரியாகத் தலை துவட்டிக்கொள்ளாமல் இருப்பதாலும், அஸ்க்!

✉ இரா.ஜானகிராமன், விஜயபுரம்.

✍ நாய்க்கு மனிதனைவிட நன்றி உணர்ச்சி அதிகமாக இருப்பதற்கு விஞ்ஞானபூர்வமான காரணம் ஏதாவது உள்ளதா?

நாய் மனிதனுடன் உறவாட ஆரம்பித்துப் பல்லாயிரக்கணக்கான வருடங்கள் ஆகின்றன என்று சொல்கிறார்கள் (நாய்களிலேயே இருநூறு வகைகள் இருப்பதன் காரணம் இதுதான்). ஆதிமனிதன், குகையில் பெரிய பெரிய மிருகங்களுக்குப் பயந்து வாழ்ந்த காலத்திலிருந்து நாயை மட்டும் உள்ளே சேர்த்திருக்கிறான். அந்த நாட்களிலிருந்து மனிதனுடன் ஒட்டி வாழப் பயின்றிருக்கிறது. ஆரம்ப காலத்தில் மனிதன் வேட்டையாடச் சென்றபோது அவன் பின்னால் தயங்கித் தயங்கிச் சென்றது. அவன் கொன்று விட்டுப்போனது மிச்சம் ஏதாவது கிடைக்குமா என்று. அவன் பின் அதன் உள்ளுணர்வு, 'இந்த ஆசாமியைத் தலைவனாக ஒப்புக்கொண்டால் நாம் பிழைக்க முடியும்' என்று தீர்மானித்தது. அந்த நாட்களிலிருந்தே மனிதனும் நாயை வேட்டைக்கும், சுமை இழுக்கவும், காவல் காக்கவும் பழக்கிவிட்டான். இதெல்லாம் சரித்திர காலத்துக்கு முன்பே... (ஆதிமனிதனின் - கற்கால மனிதனின் குகைகளில் நாய் எலும்புகளைக் கண்டுபிடித்திருக்கிறார்கள்). நன்றி என்று சொல்ல முடியாது. ஒட்டி வாழ்தல் என்றுதான் சொல்லலாம். இன்றைக்கும் நாய்க்குச் சில ஆதிநாள் குணங்கள் இருக்கின்றன. எலும்பை அது புதைப்பதும், படுத்துக் கொள்ளுமுன் மூன்று முறை சுற்றிவிட்டுப் படுப்பதும் ஆதிநாய் குணங்கள்!

✉ எஸ்.பாலசுப்ரமணியன், மதுரை.

✍ ஐஸ் ஏஜ் என்றால் என்ன?

இருபது லட்சம் வருஷங்களுக்கு முன்பிருந்து பத்தாயிரம் வருஷங்களுக்கு முன்வரை ஐஸ் யுகங்கள் என்று சொல்கிறார்கள். அப்போதும் பூமியின் முப்பது சதவிகிதம் ஐஸ்தான். இன்று பத்து சதவிகிதம். அப்போதெல்லாம் எங்கும் ஐஸ் பாளங்கள்! நடுநடுவே கொஞ்சங்கொஞ்சம் ஐஸ் விலகி உஷ்ணமாகச் சில நூறு வருஷங்கள் இருந்ததாகவும் சொல்கிறார்கள்.

✉ குமாரி பூமா வைரமணி, போடிநாயக்கனூர்.

✍ நிலையான இயக்கம் (Perpetual Motion) என்றால் என்ன?

இந்த பர்பச்சுவல் மோஷனை ஆதி நாட்களிலிருந்தே முயற்சி பண்ணிக் கொண்டிருக்கிறார்கள். சதா சுற்றிக் கொண்டிருக்கக்கூடிய சக்கரம் ஒன்றைப் பற்றி 1,500 வருஷங்களுக்கு முந்தைய சம்ஸ்கிருத நூல் ஒன்று சொல்கிறது.

பற்பல விநோத சக்கரங்கள். நீர் இறைக்கும் இயந்திரங்கள் என்று சரித்திரம் பூராவும் இறைந்து கிடக்கின்றன. இந்த இயந்திரங்களின் நோக்கம் எல்லாம் வெளிச் சக்தி எதுவும் இல்லாமல் ஃப்ரீயாக, தானாகவே எப்போதும் ஓடக்கூடிய சாதனத்தைக் கண்டுபிடிப்பதுதான். இந்த இலவசப் புத்தி நம் ரத்தத்தில் ஊறித்தான் இருக்கிறது. ஸம்திங் ஃபார் நத்திங். இதில் பணம் விட்டவர்கள் ஏராளம். ஏமாந்தவர்களும் எத்தனையோ பேர். அமெரிக்காவில் ஜோன்ஸ் என்பவருக்கு இதே தொழில். பார்ப்பச்சுவல் மோஷனுக்கு இருநூறு ஐடியா வைத்திருக்கிறார். பத்தொன்பதாம் நூற்றாண்டில் இங்கிலாந்தில் மட்டும் இந்த மாதிரி மெஷின்களுக்கு 600 பேட்டண்ட்டுகள் (அனுமதி) வழங்கப்பட்டன. பதினைந்தாம் நூற்றாண்டில் லியனார்டோ டாவின்ஸிகூட (மோனாலிஸா) ஒரு மெஷினுக்கு டிஸைன் வரைந்திருக்கிறார். 1659-ல் ஒருவர் 'ஓவர் பாலன்ஸ்டு வீல்' என்று மெஷின் ப்ளானை வரைந்து 'இப்படிச் செய்து பாருங்கள். சதா சுற்றும்'

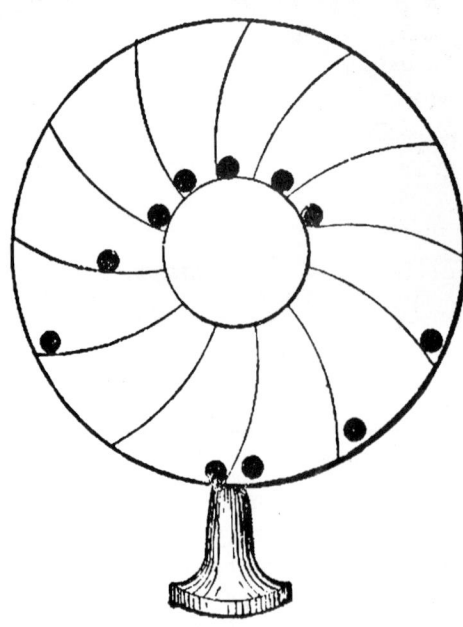

சதா சுற்றும்?

என்றார். பார்த்தால் சுற்றும்போலத்தான் தோன்றியது. செய்து பார்த்தால் 'ஊஹூம் - உருளைகள் ஏகப்பட்ட சத்தம் போட்டதோடு சரி! 1715-ல் ஜெர்மனியில் ஆர்ஃபைரியஸ் என்பவர் பன்னிரண்டடி மரச் சக்கரத்தைப் பொருத்தி 'சதா சுற்றுகிறது பார்' என்று எல்லோரையும் பிரமிக்க வைத்தார். கிட்ட பார்க்கலாமே என்றால் காட்ட மறுத்துவிட்டார். 1813-ல் நியூயார்க்கில் சார்லஸ் ரெட் ஹெஃப்பர் என்பவர் ஒரு தானாக 'சதா சுற்றும் சக்கர'த்தைச் செய்து காட்டினார். ஆனால், மறைமுகமாக பெல்ட் அமைத்து சுவர் வழியாகப் போய் அடுத்த அறையில் ஒரு தாத்தா ரொட்டியை மென்றுகொண்டே கையால் அதை ராட்டை போலச் சுற்றிக் கொண்டிருப்பதைக் கண்டுபிடித்து விட்டார்கள்!

இதுவரை ஒரு மெஷின்கூட உண்மையாக நிரூபிக்கப்படவில்லை. இன்றைய தேதிக்குக்கூட அமெரிக்காவில் ஜான்ஸன் என்பவர் 'விஞ்ஞானிகள் சொல்வதெல்லாம் புருடா. நான் செய்து காட்டுகிறேன். இதோ, இதோ!' என்று பயமுறுத்திக்கொண்டிருக்கிறார். 'நிலையான இயக்கம்' என்பது விஞ்ஞான நியதிகளின்படி சாத்தியமே இல்லை. தெர்மோ டைனமிக்ஸில் இரண்டு விதிகள்தாம் சதி செய்கின்றன!

பிரபஞ்சத்தில் ஒட்டுமொத்தமாக இருக்கும் சக்தி ஒரு அளவு மட்டும்தான். புதிய சக்தியைச் சிருஷ்டிக்கவும் முடியாது. இருக்கிற சக்தியை அழிக்கவும் முடியாது. நம்மால் முடிந்ததெல்லாம் ஒருவித சக்தியை இன்னொருவித சக்தியாக மாற்றலாம் - அவ்வளவுதான். இயந்திரங்கள் யாவும் இந்த மாதிரி சக்தி மாற்றம் செய்யும் சாதனங்கள்தாம். இப்படி மாற்றும்போது கொடுத்த சக்தியை நூறு விகிதம் திரும்பப்பெற முடியாது என்கிறது தெர்மோ டைனமிக்ஸின் இரண்டாவது விதி. கொடுப்பதைவிடக் கிடைப்பது குறைவு என்பது இன்ஷூரன்ஸுக்கு மட்டும் அல்ல; பிரபஞ்ச நியதி.

✉ **எஸ்.பாஸ்பீன் சேவியர் ராஜ்,** கோவை.

✍ **ஃபோட்டான் பற்றி விளக்கவும்.**

ஃபோட்டான் என்பது ஒரு சிறிய ஒளித் துணுகு. எலெக்ட்ரான், ப்ரோட்டான் போல துகள் அல்ல; சின்னதொரு சக்திப் பொட்டலம்.

✉ **எஸ்.பார்த்திபன்,** ஏமலூர்.

✍ **பூமராங் பற்றிக் கொஞ்சம் சொல்லுங்களேன்...**

ஆஸ்திரேலியப் பழங்குடியினர் வேட்டைக்கு உபயோகப்படுத்தும் பூமராங்கில் இரண்டு வகை உண்டு. திரும்பி வரும் வகை, வரா வகை. விஷயம் தெரிந்தவர்கள் எறிந்தால் சுமார் முந்நூறு அடி வரை போய் நூற்றைம்பது அடி வரை உயர்ந்து ஐந்து சுற்றுச் சுற்றிவிட்டு எறிந்தவர் காலடியில் வந்து விழும். இது திரும்பும் வகை. திரும்பா வகையை அறுநூறு அடிவரை கூட எறிய முடியுமாம். பூமராங் ஒரு வளைந்த வாழைப்பழ ஷேப்பில் இருக்கும். அதன் தத்துவம் ஏரோப்ளேன் இறக்கையில் ஏரோஃபாயில் போல. மேலே எறியப்பட்ட 'பூ' சுழலும்போது பக்கவாட்டில் ஒருவிதமாக லிஃப்ட் ஏற்படுகிறது. இந்த லிஃப்ட் பூமராங்கின் மேல்பகுதியில் கீழ்ப் பகுதியைவிட அதிகம். இதனால் அதற்கு ஒரு திருப்பு சக்தி (*Torque*) ஏற்படுகிறது. இந்த திருப்பு சக்தி அதைத் திருப்பிக்கொண்டு வந்து எய்தவர் காலடியில் விட்டுவிடுகிறது.

கி.மு. 14-ம் நூற்றாண்டிலேயே, எகிப்தியர்களை வேட்டையாட இதை உபயோகித்திருக்கிறார்கள் என்பது, பூமராங் எறிவது போன்ற சித்திரங்கள் டூட்டன்கமன் என்ற எகிப்திய மன்னனின் கல்லறையில் வரையப்பட்டிருப்பதிலிருந்து தெரிகிறது. இருப்பினும் ஆஸ்திரேலியப் பழங்குடி மக்கள்தான் பூமராங்கை அதிக அளவில் உபயோகித்தனர். மற்ற சில நாடுகளிலும் இதை உபயோகித்திருக்கிறார்கள் என்று சொன்னாலே ஆஸ்திரேலியர்களுக்குக் கோபம் வந்துவிடுகிறது.

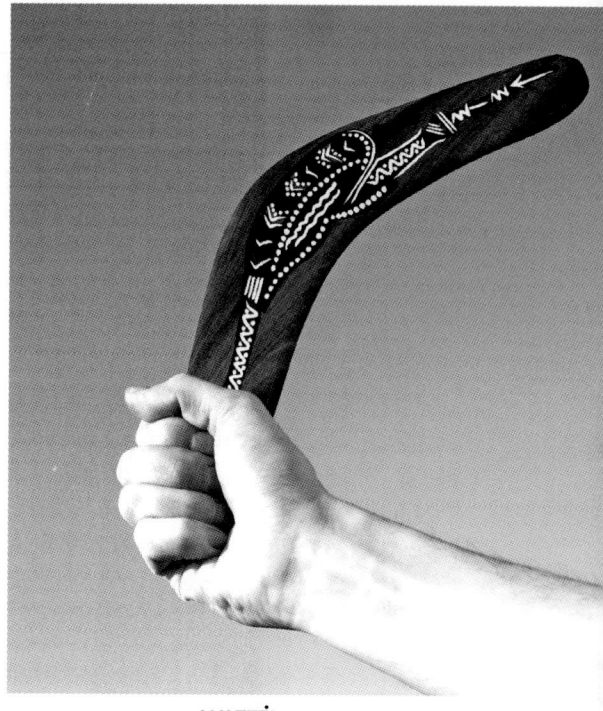

பூமராங்

1970-ல் 'உலக பூமராங் வீசும் போட்டி' நடத்த ஆரம்பித்தார்கள். 1982-ல் பீட்டர் ரஃப் என்பவர் வீசிய பூமராங் 375 அடி தொலைவு (உலக ரெக்கார்ட்) சென்று திரும்பி அவரிடமே அடைக்கலம் புகுந்தது. சிலர் சொன்னபடியெல்லாம் பூமராங் கேட்கும். அதன் நவீன வடிவம் ஃப்ரிஸ்பி (*Frisbee*).

✉ **பிரசன்னா ஜெய்பாலன்,** முடீஸ்.

✍ **நடுக்கடலில் இரண்டு கப்பல்கள் மோதிக் கொண்டதாக எல்லாம் செய்திகள் வருகின்றன. அவ்வளவு பெரிய கடற்பரப்பில்கூட கப்பல் களை மோதிக்கொள்ள வைக்காமல் செலுத்த இயலாதா?**

என்னதான் பெரிய கடலாக இருந்தாலும் கப்பல்கள் பல்வேறு காரணங்களுக்காகக் குறிப்பிட்ட பாட்டைகளில்தான் செல்லும். மூடுபனியின்போது அவ்வாறு மோதிக்கொள்ளச் சாத்தியம் ஏற்படுகிறது. ஆனால், மிக மிக அரிது...

✉ **கே.கணேஷ்,** *பெங்களூர்-2.*

✍ **மழை பெய்வதை அங்குலமாகக் கணக்கிடுகிறார்களே, எப்படி?**

சம பரப்பில் ஒரு பாத்திரத்தில் பெய்த மழையின் உயரத்தை அங்குலக் கணக்கிடுகிறார்கள். இரண்டு அங்குலம் மழையென்றால் அந்தப்பேட்டை முழுவதும் இரண்டங்குல உயரத்துக்கு மழைத் தண்ணீர் நிரம்பியது என்று அர்த்தம்.

✉ **என்.விக்னேஷ்,** *சிதம்பரம்-1.*

✍ **நீர்மூழ்கிக் கப்பல்களினால் தேவையான போது மிதக்கவும் மூழ்கவும் முடிகிறதே, எப்படி?**

நீர்மூழ்கிக் கப்பல்களின் உடலில் அங்கங்கே பாலஸ்ட் டாங்க் என்று சொல்லப்படும் தண்ணீர் தொட்டிகள் வைத்திருப்பார்கள். இந்தத் தொட்டிகளில் செலுத்தப்படும் தண்ணீரை கட்டுப்படுத்தமுடியும். இப்படித் தண்ணீரைத் தொட்டிகளில் நிரப்பியோ, வெளிப்படுத்தியோ சப்மெரீனைக் கடலுக்கடியில் செல்லும் ஆழத்தைக் கட்டுப்படுத்த முடியும். நீண்டநாள் பயணத்தின்போது கொஞ்சங்கொஞ்சமாக கப்பலில் சேர்ந்திருக்கும் உணவுப் பொருட்கள் குறையக் குறைய அந்த எடைக் குறைப்புக்கேற்பக்கூட தொட்டித் தண்ணீரை அட்ஜஸ்ட் பண்ண வேண்டி வரும்.

மேலும் நீர்மூழ்கிக் கப்பல்கள் நகர்ந்து கொண்டிருந்தால்தான் மிதக்க முடியும். நின்றால் மூழ்கிவிடும். நண்பர் நரசய்யா (கடலோடி) இதைக் குறிப்பிட்டார். கப்பல் முன்செல்வதால் ஏரோப்ளேன்போல அதற்கு மேல் நோக்கிய ஒரு லிஃப்ட் கிடைக்கும். அந்த சக்தியும் தண்ணீரில் கனமும் சமனமாகும் ஆழத்தில் கப்பல் மிதந்து செல்லும்.

✉ **என்.ஆர்.வெங்கடேஷ்,** *கடலூர்-2.*

✍ **'மருத்துவ உலகின் தந்தை' என்று ஹிப்போகிரடஸை ஏன், எதற்கு அழைக்கிறார்கள்?**

அவர் காலத்துக்கு முன்பெல்லாம் தலைவலி, ஜுரம், சொறி என்று எது வந்தாலும் 'அது கடவுள் தந்த தண்டனை'

நகர்ந்தால்தான் மிதக்க முடியும்!

என்பது மக்களின் நம்பிக்கை. ஹிப்போகிரடஸ்தான் 'அதெல்லாம் சும்மா... உடம்பின் உள்ளே ஏற்படுகிற கோளாறுகள்தான் நோய்கள்' என்று தெரிவித்தார். சில நோய்களுக்கான ட்ரீட்மெண்டு களையும் செய்ய ஆரம்பித்து விட்டார். இப்போது சொல்லுங்கள்.... அவர் மெடிக்கல் சப்ஜெக்ட்டுக்கு அப்பாதானே?

ஹிப்போகிரடஸ்

✉ *சம்பத்குமார்*, சென்னை-18.
✍ சிகரெட் ஊதினால் 'லங் கான்ஸர்' வரும் என்பது நிரூபிக்கப்பட்டுவிட்டதா?

லங் கான்ஸரைவிட ஹார்ட் அட்டாக்கும் வருகிறதாகச் சொல்கிறார்கள். இதிலெல்லாம் நிரூபணம் என்பது ஸ்டாட்டிஸ்டிக்ஸ்தான். சிகரெட் குடிப்பவர்களுக்கு கான்ஸரும், இதய நோய்களும் வருவதற்கு, சிகரெட் குடிக்காதவர்களைவிட சாத்தியக்கூறு அதிகம் என்று நிரூபித்திருக்கிறார்கள். இதனால் சிகரெட் குடிக்காதவர்களுக்கு வியாதி வராது என்றும், குடிக்கிறவர்களுக்கு வந்தே தீரும் என்றும் உத்தரவாதமில்லை. குடிக்காமல் இருப்பது நல்லது.

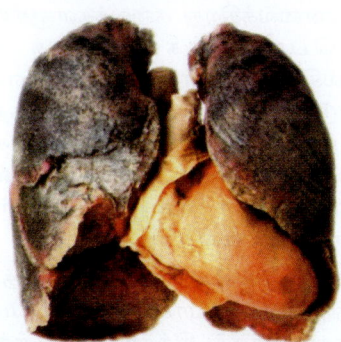
பாழடைந்த நுரையீரல்

✉ *கே.பார்த்தசாரதி*, தஞ்சாவூர்.
✍ மழை நீர் ஒரே கம்பியாக விழாமல் துளித் துளியாக வானத்திலிருந்து விழுவது ஏன்?

மழை உருவாகும் விதத்தைக் கவனிக்க வேண்டும். மழை என்பது ஒரு கூட்டு முயற்சி. சூரியன், பூமி, காற்று மண்டலம் மூன்றும் தேவை. சூரியன் பூமியைச் சூடாக்க, ஈரப் பிரதேசங்களின் நீர் ஆவியாகி விடுகிறது.

மேலே நோக்கிச் செல்லும் உஷ்ணக் காற்று, ஆவியையும் இழுத்துச் செல்ல, மேலே செல்லச் செல்லக் குளிரடைகிறது. ஆவியில் உள்ள நீர் விடுபட்டு மேகமாகிறது. மேகங்களுக்குள் சின்னச் சின்ன நீர்த்துளிகள் சேர்ந்து சேர்ந்து பெரிய நீர்த்துளியாகி, அதன் கனம் அதிகமாகி மேல்நோக்கிய காற்றோட்டத்தையும் மீறி கீழே விழும்படி குண்டாகிவிட விளைவது ஒரு மழைத்துளி! அடுத்த மழைத்துளி அதற்கு அடுத்துப் பிறந்து உருவானது தனியானது.

✉ *என்.நிர்மலா*, தூத்துக்குடி.
✍ டெட்-ஸீயைப் பற்றி விளக்கமாகக் கூற முடியுமா?

விநோதமான கடல் பரப்பு. பல மில்லியன் வருஷங்களுக்கு முன்பு இன்றைக்கு இருப்பதைவிட 1,400 அடி அதிக உயரத்திலிருந்ததாம். அப்போது அதில் ஜீவராசிகள் இருந்தனவாம். மெல்ல காய்ந்து போய் பெரும் பகுதி ஆவியாகிப் போய் உலர்ந்து சுருங்கிக் குறுகி இப்போதைய சைஸ் அதனால் டெட்-ஸீயில் உப்பு சதவிகிதம் மிக அதிகம். ஸோ, குதித்தால் மூழ்க மாட்டீர்கள்... மிதப்பீர்கள். செத்த கடலில் 23-லிருந்து 25 சதவிகிதம் கூடவே மக்னீஸியம். க்ளோரைடா, வாயில் வைத்தால் உடனே உவ்வே! தண்ணீரும் வழவழவென்று இருக்கும் (கால்ஷியம் குளோரைடு). ஜார்டன் நதி அதில் பாய்கிறது. அதில் வரும் மீன்கள் எல்லாம் இறந்து போகின்றன. இக்கடலில் எந்த ஜீவராசியும் பிழைக்க முடியாது. எனவே டெட்-ஸீ.

✉ **கே.ஜி.எஃப். பழனிச்சாமி,** *பெங்களூர்-10.*

✍ **பறவைகள் முட்டையிடுகின்றன; பிராணிகள் குட்டி போடுகின்றன. ஏன் இந்த மாற்றம்?**

பரிணாம வளர்ச்சியில் கொஞ்சம் எளிய முந்தின ஜந்துக்கள் எல்லாம் முட்டை. பிற்பட்ட கொஞ்சம் முன்னேறிய பரிணாம ஏணியில் உயர்ந்த ஜந்துக்கள் எல்லாம் குட்டி! உலகின் மிகப்பெரிய முட்டை நெருப்புக்கோழி வெளியே தள்ளுவது!

✉ **ஆர்.மனோகரன்,** *தூத்துக்குடி.*

✍ **நாம் இரவில் பயணம் செய்யும்போது எதிரில் வரும் பிராணிகளின் கண்கள் ஒளி பட்டுப் பளீரிடுவது போல நம் கண்கள் பளிச்சிடுவதில்லையே, ஏன்?**

பிராணிகளின் கண் திரையின் பின்புறம் டாப்பிட்டம் என்று ஒரு கண்ணாடி இருக்கிறது. அதுதான் எதிர் வெளிச்சத்தை, உங்கள் ஹெட்லைட் வெளிச்சத்தைப் பிரதிபலிக்கிறது. நமக்கு இந்தத் திரை இல்லை. பரிணாம வளர்ச்சியில் தேவை யில்லாமல் போயிருக்கலாம்.

ஒளி கண்கள்...

✉ **தேவிப்ரியன்,** *தொரவல்லூர்.*

✍ **குண்டலினி சக்தி, சித்தர்கள், யோகிகள்... விளக்கவும்.**

குண்டலினி என்பது நமக்குள் வயிற்றுக்கு அருகேயோ எங்கேயோ உறங்கிக்கொண்டிருக்கும் சக்திப் பிழம்பு. அதை யோகாசனப் பயிற்சிகள் மூலம் கட்டுப்படுத்தி மேலே கொண்டு போய், என்ன என்னவோ செய்ய முடியும் என்கிறார்கள். பயிற்சிகள் பயங்கரமானவை. எனவே உறங்கட்டும் என்று என் குண்டலினியை விட்டு விட்டேன். சித்தர்கள் பதினெட்டு பேர் ('பூனைக் கண்ணர்' என்று ஒரு எகிப்தியரும் பட்டியலில் உண்டு). இவர்கள் கால நிலை பற்றி ஆதாரபூர்வமான செய்திகள் எதுவும் இல்லை. சிவவாக்கியர் ஒன்பதாம் நூற்றாண்டு என்கிறார்கள். ஆனால், பொதுவாகச் சித்தர் பாடல்களின் தமிழின் எளிமையைப் பார்த்தால் இவர்கள் யாவரும் பிற்காலத்தவர்கள் என்று எண்ணவைக்கிறது. கலைக்களஞ்சியத்தில் தெ.பொ.மீ., 'கடவுளைக் காண முயல்கிறவர்களைப் பக்தர்கள் என்றும், கண்டு தெளிந்தவர்களைச் சித்தர்கள் என்றும் தேவாரம் பிரித்துக் கூறும். 'மிஸ்டிக்ஸ்' என்கிற ஆங்கிலச் சொல்லுக்கு ஈடாக சித்தர் என்னும் சொல்லைக் குறிக்கலாம்' என்றார்.

சிவவாக்கியர், பட்டினத்தார், பத்திரகிரியார் பாடல்களைப் படிக்கும் போது, இந்தச் சித்தர்களின் தத்துவம் அனுஷ்டானங்களுக்கும் உருவ வழிபாட்டுக்கும் ஆசாரங்களுக்கும் சாதிகளுக்கும் ஒரு விதமாக எதிர்ப்புத் தெரிவிக்கும் வகையில் எழுந்த தத்துவம் என்று தெரிகிறது. எப்படியோ - சித்தர்

பாடல்கள் சில மிக அருமையானவை. (உ-ம். சிவவாக்கிய என் ஃபேவரைட்)

சிட்டர்ஓது வேதமும் சிறந்த ஆகமங்களும்
நட்ட காரணங்களும் நவின்ற மெய்மை நூல்களும்
கட்டிவைத்த போதகம் கதைக்குகந்த பித்தெலாம்
பொட்டதாய் முடிந்ததே பிரானையான் அறிந்தபின்.'

கீதையின் விரிவான வரையறையின்படி பார்த்தால் எதையேனும் முழுமூச்சாக அடைபவர் - அடைய முயற்சிப்பவர் எல்லோருமே யோகிகள்.

✉ **ஏ.ஆனந்தராஜன்,** *காட்டூர்.*

✍ **அணு ஆயுதங்களின் நச்சுத்தன்மையை நீக்கி அழித்திட இயலுமா? (போபாலில் எம்.ஐ.சி. வாயுவை விஷம் நீக்கியதுபோல)**

அணு ஆயுதங்களின் உள்ளே உள்ள ரேடியோ ஆக்டிவ் கதிர்வீசும் சமாசாரங்களை உடனடியாகக் கொல்வது கஷ்டம். அவற்றை வெடிக்கவிடாமல் வைத்திருக்கலாம். ஆனால், அவற்றின் கதிர்வீச்சை அணைக்க ஆயிரக்கணக்கான வருஷங்கள் ஆகும். நிறையத் தேள்களை மடியில் கட்டி வைத்துக்கொண்டிருக்கிறோம். அணு ஆயுதங்களை உற்பத்தி செய்ததைப் போன்ற பொறுப்பற்ற செயல் மனித சரித்திரத்தில் இல்லை.

✉ **இரா.ஓம்பிரகாஷ்,** *குன்னூர்.*

✍ **கப்பல், பஸ் போன்ற பயணங்களின்போது சிலருக்கு மட்டும் வாந்தி வருவது ஏன்?**

பயணத்தின் ஆட்டத்தினால் காதுகளுக்குள் இருக்கும் 'பாலன்ஸ்' மெக்கானிஸம் தடைப்பட்டு ஒரு விதமாக விழுவதுபோல உணர்ச்சி ஏற்பட்டுத் தலைசுற்றல், மயக்கம் ஏற்படுகிறது.

✉ **பாலகுமாரன்,** *சென்னை-14.*

✍ **கனவில் நாம் உணரும் காலம் - நிகழ்வில் மணித்துளியாய் பிரிந்திருந்த காலம் - நல்ல உறக்கத்துக்குப் பிறகு காலம் நழுவியதே தெரியாத திடுக்கிடும் நேரம்... இந்தச் சிக்கல்கள் எதனால்?**

காலம் என்பதைத் தனிப்பட்டு யாராலும் அறுதியிட முடியாது. தனிப்பட்ட காலம் என்பதே கிடையாது. யோசித்துப் பாருங்கள். சம்பவங்கள் இல்லாமல், இடங்களே இல்லாமல் காலம் என்று தனித்து ஒன்று இருக்க முடியுமா? நாம் 'காலம்' என்று சொல்லிக் கொள்வதெல்லாம் - கால இடைவெளிகளையே. எதாவது ஒன்று நிகழ்ந்தால்தான் காலம் நிஜமாகிறது. மனித உணர்வில் நிகழும் காலப் பிரக்ஞை நம்பகமானதல்ல. அதனாலதான் விஞ்ஞானிகள் கால இடைவெளியான செகண்டை அறுதியிடும்போது, மனிதனின் மேல் நம்பிக்கையில்லாமல், ஒரு திடப் பொருளின், ஒரு அணுவைச் சுற்றி வட்டமிடும் எலெக்ட்ரான் ஒரு வட்டத்திலிருந்து மற்றொரு வட்டத்துக்குத் தாவும்போது வெளிப்படும் சக்தியின் அலைவரிசை எண்ணிக்கையை வைத்து அறுதியிட்டிருக்கிறார்கள். ஸீஸியம் என்னும் தனிமத்தின் அணுவிலிருந்து

வெளிப்படும் இந்த ஸ்திரமான சக்தி வெளிப்பாட்டை கணக்கிட்டு 'அணு கடிகாரம்' (*Atomic clock*) அமைத்திருக்கிறார்கள். இதுதான் விஞ்ஞானத்தைப் பொறுத்தவரையில் அசையாத கால இடைவெளி. அசையாத காலம் என்பது ஒருவேளை மரணமாக இருக்கலாம்.

✉ **எம்.ஷர்புதீன்,** தோப்புத்துறை.

✍ புயல் பற்றி அறிவிப்பு தருபவர்கள் அதை எவ்வாறு கணிக்கின்றனர்?

அனிமா மீட்டர் என்று காற்றின் வேகத்தை அளக்கும் கருவியிருக்கிறது. அது சுற்றும் வேகத்தைக் கொண்டு கணிக்கிறார்கள். நான்கு கிண்ணிகள் சுற்ற, சுற்றும் வேகத்துக்கு ஏற்ப லேசான மின்சாரம் உற்பத்தியாகி... அதை அளக்கிறார்கள்.

✉ **துவாரகநாத்,** சென்னை-*25*.

✍ மிருகங்களுக்கு V.D.யின் பாதிப்பு கிடையாதா?

இல்லை. வி.டி என்பது மிருகங்கள் போல் பழகும் மனிதர்களுக்கு 'ரிசர்வ்" செய்யப்பட்டுள்ளது.

✉ **ந.இரவிச்சந்திரன்,** மதுரை-*20*.

✍ டெலக்ஸ் எப்படி வேலை செய்கிறது?

டெலக்ஸ் என்பது டெலிபிரிண்டர் என்னும் தொலை அச்சு இயந்திரத்தின் மூலம் அனுப்பும் செய்தி. டெலக்ஸில் ஒவ்வொரு எழுத்துக்கும் ஒரு சங்கேதம் வைத்திருப்பார்கள். இதை 'பாடாட் கோடு' என்பார்கள் (கண்டுபிடித்தவருக்கு ஏற்ப). கட்டுக்கட கட்டுக்கட தந்தி சங்கேதம்போல இதில் ஒவ்வொரு எழுத்துக்கும் ஐந்து சங்கேதக் குறிகள். இதைக் கம்பி மூலம், ரேடியோ மூலம் ஒரு நிமிஷத்துக்கு நூறு வார்த்தை வேகத்தில் அனுப்ப முடியும். ஒவ்வோர் எழுத்தை அனுப்பும் போதும் ஓர் ஆரம்ப சங்கேதம் வரும். எழுத்து முடிந்ததற்கும் சங்கேதம் உண்டு. 'ஸ்டார்ட்-ஸ்டாப் சிஸ்டம்' என்பார்கள் இதை.

✉ **எஸ்.சம்பத்குமார்,** சென்னை-*5*.

✍ ஆப்பிரிக்காவில் மனித ரத்தம் உறிஞ்சும் செடிகள் இருக்கிறதாமே? உண்மையா?

மனித ரத்தம் உறிஞ்சும் செடிகள் இல்லை. ஆனால், பூச்சியை மயக்கிச் சாப்பிடும் செடிகள் உண்டு. மூன்று வகை செடிகள். பிட்சர் (ஜாடி) செடி போர்னியோ ஆசியப் பகுதிகளில் வளர்வது.

செக்கச் செவேல் என்று பார்டர் போட்ட பூ நடுவே இனிப்பான தேன். அதைக் குடிக்கப் பூச்சி உட்கார, பூ பானையின் வாய் போல இருக்க... விளிம்பில் உட்கார்ந்த பூச்சி கோவிந்தா! வழுக்கி வழுக்கி உள்ளே சென்று தேன் குடித்துக்கொண்டே அதில் முங்கிச் சந்தோஷமாகச் சிரித்துக்கொண்டே செத்துப் போகும். ஸன் ட்யூ என்கிற மலருக்கு லேசாக தேன் தோய்த்த பிசிரி பிசிர் முடிகள். பூச்சி உட்கார்ந்ததும் ஒட்டிக் கொள்ள... ரெண்டு நாள் தவித்துச் செத்துப் போகும்.

அமெரிக்க கரோலைனா மாகாணத்தில் உள்ள வினஸ் ஃப்ளை ட்ராப் என்பது எத்தன். எல்லா இதழ்களையும் விரித்து அழகாகக் காத்திருக்கும். பூச்சி உட்கார்ந்தவுடனே படக்கென்று எல்லா இதழ்களும் மூடிக்கொண்டு விடும். உள்ளே ஜீரணமானதும் மறுபடி இதழ்களைத் திறக்கும்!

பூச்சி சாப்பிடும் செடிகள்...

✉ **டி.ராஜேந்திரன்,** திருப்பூர்-4.

✍ **மெழுகுவத்தியின் நெருப்பு கோனிக்கல் வடிவில் எரிவது எதனால்?**

ரொம்ப சுருக்கமாகச் சொல்ல வேண்டுமென்றால் திரி எரியும்போது மெழுகு உருக, வெப்பக் காற்று *Flame*-ஐ அமுக்கிக் கொண்டு மேலே எழுகிறது. அதே சமயம் நுழையும் ஆக்ஸிஜன் திரியைத் தொடர்ந்து எரிய வைக்கிறது. கொஞ்சம் ஆக்ஸிஜன் உதவியோடு விண்வெளியில் மெழுகுவத்தியைப் பற்றவைத்தால் பந்து ஷேப்பில் எரியும்! காரணம், சூடான காற்று மேலே கிளம்புவதில்லை. சில விநாடிகளில், இருக்கிற ஆக்ஸிஜன் க்ளோஸ் ஆகிவிடுவதால் நெருப்பு அணைவதைப் போலத் தோன்றினாலும் ஸ்லோ ரேடியேஷன் காரணமாக ஹீட் வெகுநேரம் அங்கேயே சஞ்சரிக்கும். மறுபடி மெழுகுவத்தியை எரிய வைக்க தீக்குச்சி வேண்டாம். கொஞ்சம் ஆக்ஸிஜன் அடித்தால் போதும்!

✉ **ந.இரவிச்சந்திரன்,** மதுரை-20.

✍ **மோட்டார் வாகனங்களில் பயன்படுத்தக்கூடிய பெட்ரோலுக்கும் விமானத்தில் பயன்படுத்தக்கூடிய வெள்ளைநிற பெட்ரோலுக்கும் என்ன வித்தியாசம்?**

விமானங்களில் தற்போது பெட்ரோல் பயன்படுத்துவதே இல்லை - சில பயிற்சி விமானங்கள், பழைய டகோட்டாக்கள் தவிர, பெட்ரோல் சுலபத்தில் தீப்பற்றிக்

கொள்வதால் விமான விபத்தில் சிக்கிக்கொள்கிறவர்களுக்குச் சற்றேனும் பிழைக்க சான்ஸே இல்லையென்ற நிலை காரணமாக அதிகம் பற்றிக் கொள்ளாத திரவத்தைப் பயன்படுத்தினால் என்ன என்று விஞ்ஞானிகள் யோசித்தார்கள். ஐம்பதுகளில் கொண்டுவரப்பட்ட இந்த மாற்றம் நவீன விமான இயலில் மிக மகத்தான மாற்றம்! இதனால் ஆயிரக்கணக்கான பயணிகள் தப்பித்திருக்கிறார்கள். இன்றைய நவீன

விமானத்தில் உபயோகப்படுத்தப்படுவது என்ன தெரியுமோ? சுத்தமான கெரோஸின் ஆயில் - கிருஷ்ணாயில்!

✉ **பி.துரைசாமி,** *ராசிபுரம்.*

✍ **'உணவு உட்கொள்ளும்போது புரையேறினால் யாராவது நம்மை நினைத்துக் கொள்கிறார்கள்'. 'இடது கண், வலது கண் துடித்தால் கெட்டது, நல்லது' என்கிறார்களே, விளக்கம் தேவை!**

உங்கள் மனைவியை (கல்யாணம் ஆகிவிட்டதா? இல்லை, உங்கள் சிநேகிதியை) பக்கத்து வீட்டில் அல்லது பக்கத்துத் தெருவில் ஒரு வீட்டில் உட்காரவைத்து, தொடர்ந்து உங்களையே நினைத்துக் கொண்டிருக்கச் சொல்லுங்கள். இங்கே நீங்கள் ஏதாவது சாப்பிடுங்கள், புரையேறுகிறதா என்று பார்த்து விடுங்களேன்! இம்மாதிரி நம்பிக்கைகள் எல்லாம் வாழ்க்கையில் சின்னச் சின்ன சுவாரஸ்யங்களையும் சந்தோஷங்களையும் சம்பாஷணை சாத்தியங்களையும் ஏற்படுத்தும் நோக்கத்தில் ஏற்பட்டவை.

'வழுத்தினாள் தும்மினே னாக அழித்தழுதாள்
யாருள்ளித் தும்மினீர் என்று'

வள்ளுவர் காலத்தில் புரைக்குப் பதில் தும்மல்!

கண்கள் (வலதோ, இடதோ) ஜாஸ்தி துடித்தால் உடனே டாக்டரைப் பார்க்கவும்.

✉ **டி.வி.தங்கவேலு,** *துடுப்பதி.*

✍ **ஃபாரன்ஸிக் சயின்ஸ் எப்படி, எப்போது, யாரால் கண்டுபிடிக்கப்பட்டது?**

ஃபாரன்ஸிக் என்றால் 'சட்ட மன்றத்துடன் சம்பந்தப்பட்ட' என்று பொருள். ஃபாரன்ஸிக் சயின்ஸ் என்பது சட்டம், குற்றம் சம்பந்தப்பட்டு உபயோகிக்கப்படும் விஞ்ஞானம். இதில் ஃபாரன்ஸிக் கெமிஸ்ட்ரி, ஃபாரன்ஸிக் மெடிஸின் (மெடிக்கல் ஜூரிஸ்புடன்ஸ்) எல்லாமே அடக்கம். இதனால் இது இன்ன தேதியில், இன்னாரால் கண்டு பிடிக்கப்பட்டது என்று சொல்வது கஷ்டம். ஃபாரன்ஸிக் என்ற வார்த்தை இங்கிலீஷ் பாஷையில் முதன் முதல் 1659-ல் உபயோகப்படுத்தப்பட்டாலும் கி.பி. 700-ல் புராதன அஸீரியாவில் விரல் ரேகைகள் மூலம் அடையாளம் கண்டுபிடிக்கும்

முறையைப் பயன்படுத்தியிருக்கிறார்கள். சீனாவில் போலீஸ் பதின்மூன்றாம் நூற்றாண்டிலிருந்து இம்முறையை உபயோகித்திருக்கிறது. இந்தியாவில் சர் வில்லியம் ஹெர்ஷல் என்ற ஐ.ஸி.எஸ். ஆபீஸர் 1858-ல் ஆள் மாறாட்டத்தைத் தவிர்ப்பதற்காக விரல் ரேகை முறையைப் பயன்படுத்தியதாகத் தெரிகிறது. ஆனால், இந்த முறையை ஒழுங்குப்படுத்திக் குற்றவாளிகளைக் கண்டுபிடிக்கும்படி செய்தவர் சர் ஃப்ரான்ஸிஸ் கால்டன் என்பவர். இங்கிலாந்தில் சட்டப்படி இந்த முறை நடைமுறைக்கு வந்தது 1895-ல். கால்டனின் முறையை சர் எட்வர்ட் ஹென்றி என்பவர் சற்றே மாற்றி இம்முறைதான் இன்று உலகெங்கும் பிரபலம்.

ரத்தத்தை க்ரூப்பாகப் பிரிக்கிற முறையைக் கண்டுபிடித்தவர் லாண்ஸ்டைனர் என்கிறவர். 1901-ல் மனித ரத்தத்தை வெவ்வேறு வகைகளாகப் பிரிப்பதைப் பற்றிய ஆராய்ச்சிக் கட்டுரையை அவர் பதிப்பித்தார்.

ஆகமொத்தத்தில் ஃப்ரான்ஸிக் சயின்ஸ், நூற்றாண்டின் ஆரம்பத்திலிருந்து துவங்கியது என்று குத்துமதிப்பாகச் சொல்லலாம்.

✉ **சி.நிர்மலா,** பாண்டிச்சேரி.

✍ **கண்ணாடியை (Glass) முதலில் கண்டுபிடித்தவர் யார்? இந்தக் கண்ணாடி தயாரிப்பில் இப்போதைய வியக்கத்தக்க முன்னேற்றம் என்ன?**

குறிப்பாக யார் என்று சொல்ல முடியவில்லை. மணலும் சோடாவும் பொட்டாஷூம் சுண்ணாம்புச்சத்தும் எல்லா நாடுகளிலும் இருக்கின்றன. இவற்றை ஒன்றுசேர்த்து உருக்கினால் ஏற்படும் கண்ணாடியை எந்த நாட்டிலும் கண்டுபிடித்திருக்க முடியும். புராதன ஃபோனிஷியர்கள் சிரியாவில் ஒரு நதிக்கரையில் கற்களை அமைத்துக் கெட்டிலை சுடப் பண்ண அடுப்பு வைத்தபோது அந்த அடுப்புக் கல்லில் இருந்த ஸோடியம் சத்து உருகிக்

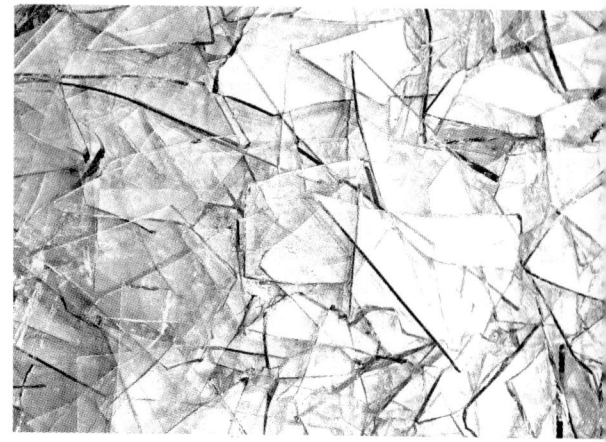

கண்ணாடித் திரவமாக வழிந்ததாக ஒரு கதை உண்டு. புருடாவாகவும் இருக்கலாம். எகிப்திய சமாதிகளில் கண்ணாடிப் பொருள்கள் இருந்தது என்னவோ நிஜம்தான் (கி.மு. 7000). இவை சிரியாவிலிருந்து வந்திருக்கலாம். 1500 கி.மு-வில் எகிப்தியர்கள் கண்ணாடி பண்ணிக் கொண்டிருந்திருக்கிறார்கள். ஆனால், ஊதி ஊதிக் கண்ணாடிக் குடுவைகள் தயாரிப்பது ஃபோனிஷிய கண்டுபிடிப்பு. கிறிஸ்து பிறப்புக்குச் சற்று முன்தான் ரோமானியர்கள் கண்ணாடி நிபுணர்கள்.

இன்றைய தினம் கண்ணாடியில் மிக முக்கியக் கண்டுபிடிப்பு ஃபைபர் க்ளாஸ் என்ற நூல் இழை போன்ற கண்ணாடிக் குழாய். இதன் மூலம் ஆயிரக்கணக்கான கம்ப்யூட்டர் செய்திகளை அனுப்புகிறார்கள். ஃபைபர் ஆப்டிக்ஸைட் பற்றி ஒரு புத்தகமே எழுதலாம்.

✉ **மாசன்,** திண்டுக்கல்.

✍ **புல்லட் புரூஃப் ஆடைகள் எதனால் செய்யப்படுகின்றன? எவ்வாறு அதிவேக புல்லட்டுகளைத் தடுக்கின்றன?**

புராதன கால கனமான கவசங்கள் எல்லாம் போய் இப்போது புல்லட் புரூஃப் உடைகளை ஃபேஷனுக்கேற்றபடி தயாரிக்கிறார்கள். பிரிட்டிஷ் கம்பெனிகள் எட்டு இதில் போட்டி போடுகின்றன.

கண்ணாடி இழை போன்ற ஒருவித உலோக இழையில் நெருக்கி வலை வலையாகப் பின்னப்பட்ட ஆடை. கனமே கிடையாது. பக்கத்திலிருந்து இயக்கப்படும் மெஷின் கன்னின் புல்லட்டைக்கூட ஊடுருவ விடாத உடைகள் தயார்.

ரீகன், எலிஸபெத், பல உலகப் பெருந்தலைகள், ஹாலிவுட் நட்சத்திரங்கள் என்று நிறைய பேர் டிஸைன் டிஸைனாக புல்லட் புரூஃப் ஆடைகளை அணிகிறார்கள்...

✉ **ஆர்.ஜெயகுமார்,** சென்னை-33.

✍ **பைனாகுலர், டெலஸ்கோப் எதுவும் இல்லாமல் வெறும் கண்களால் எவ்வளவு தூரம் பார்க்க முடியும்?**

குறுக்கே மகாலஷ்மி கபே, பல்லவன், அலங்கார வளைவு.. இதெல்லாம் இல்லாமல் நாம் நிம்மதியாக பீச்சுக்குப் போய் விடுவோம். சரியா? இப்போது கடலுக்கு அருகில் நின்றுகொண்டு பாருங்கள். வானமும் சமுத்திரமும் சேருகிறதல்லவா? Horizon - அது சுமார் இரண்டரை மைல் தூரம். நீங்கள் உயரத்துக்குப் போகப் போக இன்னும் தொலைவு பார்க்கலாம் - பூமி உருண்டையென்பதால் 20 அடி உயரத்திலிருந்து உங்களால் பார்க்க

முடியும் தூரம் 6 மைல். 300 அடி உயர மாடியிலிருந்து நீங்கள் பார்ப்பது 23 மைல். 3,500 அடி உயர மலையுச்சியிலிருந்து பார்க்கிறீர்களா? Horizon-ஆக இப்படி! அண்ணாந்துவிட்டால் கதையே வேறு! சுமார் இரண்டு லட்சத்து நாற்பதாயிரம் மைல் (விமானத்திலிருந்து) சுமார் 165 மைல் தொலைவு பார்க்க முடியும். சுமார் இரண்டு லட்சத்து நாற்பதாயிரம் மைல் தொலைவில் உள்ள சந்திரனைப் பார்க்க முடியும். அதோ, அந்த நட்சத்திரம்? அது கோடிக்கணக்கான மைல் தொலைவு சாமி..! அதற்காக ரொம்ப அலட்டிக்கொள்ள வேண்டாம். காரணம், உங்கள் பார்வையின் சக்தி நீங்கள் பார்க்கிற வஸ்துவிலிருந்து வரும் ஒளியைப் பொறுத்தது; நடுவில் இருக்கும் மீடியத்தைப் பொறுத்தது. வெளிச்சமில்லாவிட்டால் தடவ வேண்டியதுதான்! லண்டனில் பனிப்படலம் சூழ்ந்துகொள்ளும்போது, பகல் பன்னிரண்டு மணிக்கு நீங்கள் பிடிக்கும் சிகரெட் முனையே உங்கள் கண்களுக்குத் தெரியாது!

✉ **பி.ஆர்.அய்யாக்கண்ணு,** பாதூர்-606 115.

✍ **புதைகுழிகளைப் பற்றிக் கொஞ்சம் சொல்லுங்களேன்.. அவை எப்படி உண்டாகின்றன? அவற்றின் ஆழம், ஈர்ப்பு சக்திக்குக் காரணம் என்ன? அவற்றை ஒழிக்கவே முடியாதா?**

புதைகுழிகளைப் பற்றிய பயமும் மூட நம்பிக்கைகளும்தான் அதிகம் (உள்ளே போனா உறிஞ்சிவிடுமாம்...). புதைகுழி என்பது என்ன? தொள தொள மணல்! தண்ணீருடன் கலந்த மணல்! சாதாரண மணல் பரப்புக்கும் அதற்கும் தோற்றத்தில் வித்தியாசம் இல்லை. ஆனால், கொஞ்சங்கூட லோடு தாங்காது!

புதைகுழி என்பது நதிமுகங்களிலும் கரைகளிலும் பொதுவாகக் காணப்படும்... அடித்தளத்தில் கெட்டியான களிமண்பரப்பு இருக்கையில் அதன்மேல் நீர்ப்பரப்புக் கசியாமல் பாதுகாக்கப்படுகிறது. இந்த நீர், ஆற்று நீராக அல்லது சுரந்த நீராக இருக்கலாம்.

புதைமணலின் துகள்களின் வடிவமும் வேறு மாதிரி. ஒரு மாதிரி உருண்டையாக இருக்கும் (சாதாரண மணல்துகள் கோணாமாணா)... இம்மாதிரி உருண்டையான மணல்துகள்களின் இடையில் நீர் புகுந்து அவற்றை மேலே தூக்க, மெதப்புக்கு வலுவான பரப்புபோல இருக்கும். ஆனால், வெயிட் தாங்காமல் வழுக்கும். பாசாங்குப் பரப்பு.

புதைகுழியில் கால் வைத்தவர்கள் உடனே கோவிந்தா என்பதெல்லாம் பொய். ரொம்ப மெல்லத்தான் கோவிந்தா! கொஞ்சம் பதற்றப்படாமல் இருந்தால், புதைகுழியில் பெரும்பாலும் நீராக இருப்பதால் மூழ்காமல் மிதக்க முடியும்.

புதைகுழியில் அடுத்த முறை கால் வைக்கும்போது மிஸ்டர் அய்யாக்கண்ணு, பதறாதீர்கள்! மெல்ல மெல்ல, கையைக் காலை அடித்துக் கொள்ளாமல், நகருங்கள்... புதைமணல் உங்களைச் சூழ்ந்ததும் உங்களைத் தூக்கிவிடத் துவங்கும். உதவி வரும் வரை காத்திருந்து காப்பாற்றப்பட்டு உங்களைத் தள்ளியவனை உசிதப்படி பழிதீர்த்துக் கொள்ளுங்கள்.

✉ **ஆர்.சிவராஜ்,** லால்குடி.

✍ **அபரிதமான விஞ்ஞான வளர்ச்சி அழிவைத் தராதா?**

தராது. ஆனால், பொறுப்பில்லாத விஞ்ஞான வளர்ச்சி நிச்சயம். அழிவைத் தரும். இன்றைக்கு மனிதன் தன் சமுதாயத்தையே அழித்துவிடும் அளவுக்கு அணு ஆயுதங்களைச் சேர்த்து வைத்திருக்கிறான். அணுசக்தி விஞ்ஞானம் என்பது ஒரு விதமான குடிசைத்தொழில் போல ஆகிவிட்டது. இந்த ஞானம் பரவலாகக் கிடைக்கிறது. கொஞ்சம் செலவழித்தால் சில புத்திசாலித்தனமான காலேஜ் மாணவர்கள் சேர்ந்து ஓர் அணுகுண்டு வெடிக்க முடியும். அந்த அளவுக்கு இந்த ஞானம் பரவியுள்ளது. இதேபோல பல விதங்களிலும் பொறுப்பில்லாத வளர்ச்சியால் மிகப் பல அபாயங்கள் ஏற்பட்டுள்ளன. அகஸ்மாத்தாக அமெரிக்காவில் ஒன்று கண்டுபிடித்தார்கள். 'ஏரோஸால்' என்று மருந்தும் செகண்டுமாக 'புஸ்' அடித்துக்கொள்கிறார்களே, இது அந்த தேசத்தில் ஏராளமாக அலங்காரப் பொருட்களில் பயன்படுத்துகிறார்கள். இதில் உபயோகப்படுத்தப்படும் ஹாலோ கார்பன்கள் ரொம்ப நாள் நம்மைச் சுற்றிலும் விலகவே விலகாமல் ஸ்ட்ரேடோஸ்ஃபியர் என்று சொல்லப்படும் பூமியில் மேற்பகுதிக்கு மெதுவாகச் சென்று அங்கிருக்கும் 'ஓஸோன்' என்னும் வாயுவைச் சாப்பிட்டு விடுகிறது. இதனால் நம் பூமிக்கு வரும் சூரிய வெளிச்சத்துக்கு பில்டர் போய் விடுகிறது. விளைவு: அல்ட்ராவயலெட் வெளிச்சம் நம் மேல் அதிகம் பட ஒருவகையான தோல் கான்ஸர் அதிகரிக்கிறது. இது மட்டும் அல்ல... சூரிய வெளிச்சத்தில் அல்ட்ராவயலெட் அதிகரித்தால் பற்பல சின்னச் சின்ன நன்மை செய்யும்

பாக்டீரியாக்களெல்லாம் செத்துப்போய் நம்முடைய உணவுச் சக்கரமே (*Food Cycle*) பாதிக்கப்பட்டு அதனால் என்ன விளைவுகள் ஏற்படும் என்று சொல்ல முடியாதபடி இருக்கிறது. இப்போதுதான் அந்த ஹாலோகார்பன்களைத் தடை செய்திருக்கிறார்கள். (டூபாண்ட் என்னும் மஹா கம்பெனிக்கு இதில் ஏக அக்கறை) ஆனால், அவை சாதாரண ரெஃப்ரிஜிரேட்டரில்கூட இன்னும் உபயோகப்படுகின்றன. இதைத்தான் பொறுப்பில்லாத முன்னேற்றம் என்கிறேன். மருத்துவத் துறையில் கார்ட்டிஸோன்கள். அவை சஞ்சீவிதான். ஆனால், கார்ட்டிஸோன் தொடர்ந்து எடுத்துக் கொண்ட ஒரு பையனை சமீபத்தில் பார்த்தேன். பயமாக இருந்தது. மாமா மாதிரி முகமெல்லாம் வீங்கி, குரலுக்கு நாற்பது வயசாகி... எட்டு வயதுப் பையன்!

ஆண்டுக்கு கால் அங்குலம்...

✉ **எஸ்.அருளானந்தம்,** காரைக்கால்.

✍ **பைசா நகரத்து சாய்கோபுரம் சாய்ந்திருப்பினும் கீழே விழாமல் இருப்பதன் காரணம் என்ன?**

இத்தாலியில், பைசா நகரில் ஒரு கதீட்ரல் கட்டினார்கள். அருகிலேயே சர்ச் மணியடிக்கக் கட்டப்பட்ட கோபுரம் (முழுக்க சலவைக் கல்). கடைசியில் ‘பைசா டவர்’ என்று புகழ்பெற்று விட்டது. (சரியாகக் கட்டப்படாததால்!) 1173-ல் மூன்று மாடிகள் கட்டின உடனேயே கட்டடம் சாய ஆரம்பித்துவிட்டது. ஒரு பக்கத்தில் நிலத்துக்கடியில் மண் லூஸாக இருந்ததுதான் காரணம். உடனே பயந்து போய் வேலைகளை நிறுத்தி வைத்தார்கள் - நூறு ஆண்டுகளுக்கு! அதற்குப் பிறகு ஆயிரத்துக்கு மேற்பட்ட ஆர்க்கிடெக்குகள் ‘விழாமல் தொடர்ந்து கட்ட முடியும்’ என்று அரசுக்குத் திட்டம் தீட்டி அனுப்பினார்கள். அவர்கள் ப்ளான்களின் அடிப்படையில் எட்டு மாடிகள் வரை கட்டப்பட்டன. கலிலியோவும் மாடியேறி விதவிதமான சைஸ்களில் கற்களைக் கீழே போட்டுப் புவிஈர்ப்பு பற்றிச் சோதனைகள் செய்தார். ஆனால், பைசா கோபுரம் தொடர்ந்து சாய்கிறது என்று தெரிய வந்தது. அஸ்திவாரத்தைப் பலப்படுத்த புதுவகையில் சிமெண்ட் தயாரித்து ‘இன்ஜெக்ட்’ பண்ணியும் பலனில்லை. ஆண்டுக்குக் கால் அங்குலம் வீதம் படுஸ்லோமோஷனில் சாய்ந்துகொண்டிருக்கிறது. பல ஆண்டுகள் கழித்து ஒரு நாள் விழுந்து விடுமாம். உங்கள் அவசரத்துக்கு இப்போது உடனே விழாது. காரணம் - சென்டர் ஆஃப் கிராவிட்டி சார்! புவி ஈர்ப்புத்தானத்திலிருந்து செங்குத்தாகக் கோடு வரைந்தால் அது கோபுரத்தின் பேஸ் - அடிப்பரப்பளவுக்குள் - விழுவதால் கோபுரம் இன்னும் நிற்கிறது. பெங்களூர் மகாலட்சுமி லே அவுட் கோயில் பெரிய அனுமாரும் அப்படியே. தஞ்சாவூர் பொம்மையும் அப்படியே.

✉ **ஆர்.கல்பகம்,** *சென்னை-28.*

✍ **ஒரு முடியை மட்டும் வைத்துக்கொண்டு அதற்கு உரியவரின் அங்க லட்சணங்களைப் பற்றி புட்டுப் புட்டு வைப்பது சாத்தியமா?**

அங்க லட்சணங்களைக் கூறுவது சாத்தியமில்லை. முடியை மைக்ராஸ்கோப் மூலம் பார்த்து அலசி மற்றோரு முடி சாம்பிளுடன் ஒப்பிட்டு இரண்டு ஒரே ஆசாமியுடையதா என்று சொல்ல முடியும்.

✉ **ஏ.பி.மாரியப்பன்,** *சேலம்.*

✍ **காந்தம் ஏன் இரும்பை மட்டும் கவர்கிறது?**

✉ **பி.தாமோதரன்,** *சென்னை-14.*

✍ **காந்தங்கள் எப்போதும் வடதுருவத்தையும், தென்துருவத்தையும் மட்டுமே காட்டுகின்றன.. மற்ற இரு திசைகளையும் காட்டுவதில்லை, ஏனோ?**

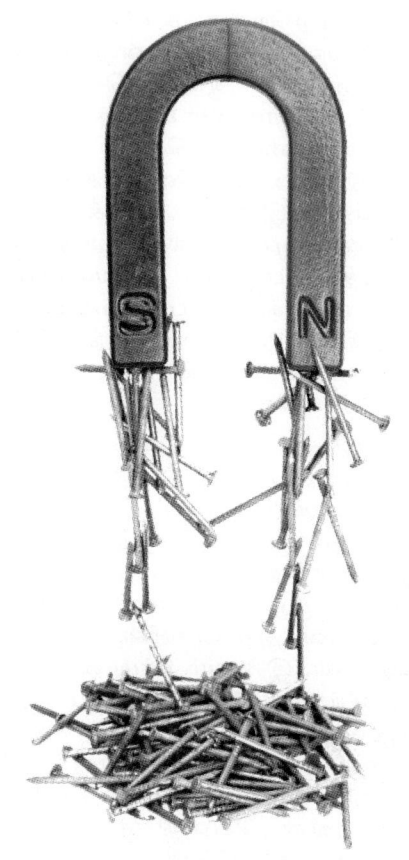

காந்த சக்தி என்பதே பொருள்களின் ஆதாரமான மின் அமைப்பால் விளைவது. எல்லாப் பொருள்களும் அணுக் கட்டடத்துக்குள் போனால் உட்கருவும் அதைச் சுற்றிக்கொண்டிருக்கும் எலெக்ட்ரான்களுமாக அமைந்திருக்கின்றன. எலெக்ட்ரான் என்பது ஒரு சின்ன மின்துகள். இது சுழலும்போது அதன் விளைவாக காந்த சக்தி ஏற்பட்டுத்தான் ஆகவேண்டும். மின்சக்தியும் காந்த சக்தியும் இணை பிரியாதவை. எங்கெங்கே மின்சாரம் நகர்கிறதோ, அங்கங்கே காந்த சக்தி ஏற்படுகிறது. இவ்வாறாக அணுக் கட்டடத்தில் சுற்றிக் கொண்டிருக்கும் எலெக்ட்ரான்கள், சுற்றிக்கொண்டிருக்கும் அச்சை நோக்கி ஒரு காந்த சக்தியை ஏற்படுத்துகின்றன. எலெக்ட்ரான்கள் உட்கருவைச் சுற்றுவது மட்டுமின்றி தமக்குத் தாமே வேறு சுற்றிக்கொள்கின்றன. இதை ஸ்பின் என்பார்கள். இந்தத் தனக்குத்தான் சுழற்சியாலும் காந்த சக்தி விளைவுகள் உண்டு. இவ்விரு காந்த சக்திகளும் ஒத்துப் போகும்போது, ஒரே திசையை நோக்கியிருக்கும்போது, இணையாக இருக்கும்போது, இந்த மின்காந்த

விளைவு கோஷ்டி சேர்ந்துகொண்டு அந்த அணுவே ஒரு குட்டி காந்தமாகிறது. எலெக்ட்ரான்கள் சுழலும் திசைகள் இதற்கு ஒத்துப்போக வேண்டும். உதாரணமாக ஹீலியம் அணு அதன் உட்கருவைச் சுற்றிவர இரண்டு எலெக்ட்ரான் வைத்துக் கொண்டிருக்கிறது. ஒன்று வலப்பக்கம் சுழல்கிறது. மற்றது இடப்பக்கம். அவற்றின் 'ஸ்பின்'னும் எதிர் எதிர். இதனால் ஹீலியம் அணுவின் எலெக்ட்ரான் சுழற்சிகளால் உபரியாக காந்த சக்தி எதுவும் ஏற்படுவதில்லை. ஹீலியம் அணு காந்தப்படி ந்யூட்ரல்.

மற்ற எல்லாத் தனிமங்களைவிட இரும்பில் கணிசமாக உபரி காந்த சக்தி உள்ளது. அதன் ஒவ்வோர் அணுவும் ஒரு காந்தம். அதன் அணுக்கட்டடம் சீரானது. அதனால் இரும்பு அணுவுக்கு

அருகில் மற்றொரு காந்தத்தைக் கொண்டு வந்தால் படக்கென்று அதன் காந்த அணுக்கள் ஆர்டர் கொடுத்த ஸோல்ஜர்கள்போல ஒரே சீராகத் தம்மை அமைத்துக்கொண்டுவிடுகின்றன. அதன் காந்த சக்தி மிக அதிகமாகிவிடும். சுருங்கச் சொன்னால், இரும்பு அணுக்களின் ஒருமித்த ஒத்துழைப்பினால்தான் அதற்குக் காந்த சக்தி ஏற்படுகிறது. இவ்வகையில் கோபால்ட், நிக்கல் போன்றவையும் இந்த சக்தி கொண்டவை. காந்தத்தில் வடதுருவம், தென்துருவம் எல்லாம் சம்பிரதாயங்களே.

பூமி ஒரு மஹா காந்தம். பூமிக்கு எப்படி காந்தசக்திவந்ததுஎன்பதைப்பற்றிஇன்னும் ஆராய்ச்சி செய்துகொண்டிருக்கிறார்கள். பூமியின் சுழற்சியினால் இது ஏற்படு கிறது என்கிறார்கள். இல்லை, பூமியைச் சூழ்ந்திருக்கும் அயன மண்டலத்தின் அயான்களின் விளைவு என்கிறார்கள். இன்னும் தீர்மானமாகத் தெரியவில்லை. இருந்தும் பூமிக்கு வடக்கு தெற்காக ஒரு காந்த சக்தி இருக்கிறது. (இந்த வியாக்கியானத்தில் உபயோகப்படும் போரின் (Bohr) மாடல் நவீன பௌதிகத்தின்படி செல்லுபடியாகாதெனினும் காந்த சக்தியை விளக்க சௌகரியமான மாடல்).

குட்டி காந்தத்தை தொங்கவிடும்போது பூமியின் வடக்கு - தெற்கான காந்தத்துடன் இணையாக இருந்தால்தான் இரண்டுக்கும் பிணக்குக் குறைவாக இருக்கும். திரும்ப முயற்சித்தால் பூமியின் காந்தம் எங்கே நகர்கிறாய் என்று அதை இழுத்து நேராக்கும். எனவே பூமியின் வடகாந்தத் துருவத்தை நோக்கும் முனையை காந்தத்தின் வடதுருவம் என்றும் சொல்கிறார்கள். கொஞ்சம் யோசித்துப் பார்த்தால் பூமி ஒரு தலைகீழ் காந்தம் என்று தெரியவரும். எல்லாமே எலெக்ட்ரான்களின் சுழற்சியால்தான்!

✉ ஜி.தௌலத், பரங்கிப்பேட்டை.

☞ மாமிச உணவு விஞ்ஞானபூர்வமாக நல்ல உணவா?

ஆம். சரியான அளவில் இருந்தால் மாமிசத்தில் இருக்கும் புரோட்டீன்கள்தாம் முக்கியம். நம் உடலுக்குத் தேவைப்பட்ட அமினோ அமிலங்களை இந்த புரோட்டீன்களிலிருந்து நாம் தயாரித்துக் கொள்கிறோம். மாமிச உணவு நம் உடலுக்குத் தேவையான அத்தனை புரோட்டீன்களையும் தருகிறது. முழுமையான உணவுதான். சைவத்தில் சோயாபீன்ஸைத் தவிர மற்றவை யாவும் முழுமையற்ற உணவுகள் என்கிறார்கள். புரோட்டீன் போதாது. நான் அசைவ உணவு உண்பதில்லை. என்ன போச்சு, எனக்குள் ஒன்றிரண்டு அமினோ அமிலங்கள் இல்லாவிட்டால் என்ன?

✉ என்.மோகனசுந்தரம், பொள்ளாச்சி.

☞ சூரிய நமஸ்காரம் செய்வதனால் என்ன பயன்?

அதிகமாக நமஸ்காரம் பண்ணினால் அதில் உள்ள அல்ட்ராவயலெட் கதிர்களின் தாக்குதலால் சருமத்துக்குத் தேமல் வந்துவிடும். சூரிய நமஸ்காரம் என்பதைப் பற்றி பல பேர் பலதும் சொல்கிறார்கள். வெறுமனே சூரியனின் திசையை நோக்கிவிட்டு வணங்குவதில் எதும் உபத்திரவம் இல்லை. சூரியனை நேராகப் பார்ப்பது கண்ணுக்குக் கெடுதி. சூரியனுக்கு முன் தண்டால் எடுப்பது அதிகாலையில் நல்லது.... பகலிலோ, பசி வேளையிலோ நல்லதல்ல.

✉ **வி.எஸ்.அனந்தராமன்,** காரைக்குடி.

காலயந்திரம் என்று ஒன்றைத் தயாரிக்க முடியுமா என்ன? இதன் மூலம் குந்தவை பிராட்டியாரைக்கூட குசலம் விசாரிக்கலாம் என்கிறார்களே, உண்மையா?

கால எந்திரம் என்பது சாத்தியமில்லை. எல்லோருக்குமே கடந்த காலத்துக்கு மீண்டும் செல்ல ஓர் ஆசை உண்டு. இதனால்தான் கால எந்திரங்கள் கற்பனைக் கதைகளில் மிகவும் பிரசித்தமாகியுள்ளன.

✉ **ஆ.தியாகராஜன்,** சென்னை-12.

மனித இனப்பெருக்கத்தில் நமது நாடு முன்னோடியாக இருக்கக் காரணமென்ன?

இனப்பெருக்கம் தற்போதைய ஜனத்தொகையைப் பொறுத்தது. மால்துஸின் சித்தாந்தப்படி பெருக்க விதிகள் பயங்கரமானவை. நம் நாட்டில் பொழுதுபோக்குக் குறைவு, இருட்டு அதிகம். படிப்பு குறைவு. எல்லாம்தான் காரணம். படித்தவர்களுக்குக் குடும்பக் கட்டுப்பாடு பிரசாரமே தேவையில்லை.

✉ **ஆர்.சித்ரா,** சென்னை-23.

கால்குலேட்டரில் நினைவில் வைத்துக் கொள்ளும் பகுதி எந்தப் பொருளால் ஆனது? அது எப்படி எண்களை நினைவில் வைத்துக் கொள்கிறது?

ராண்டம் ஆக்ஸஸ் மெமோரி என்று சிலிக்கனிலான சின்ன சில்லு. அது உங்கள் செய்தியை 1.0 என்கிற பைனரி இருநிலை வடிவத்துக்கு மாற்றிக்கொண்டு, அதனுள் இருக்கும் நுட்பமான ஸ்விட்சுகளில் லேசான மின்சாரம் போகும்போது 1, போகாதபோது 0 இப்படி சேகரித்து வைத்துக்கொள்கிறது.

✉ **இரா.பாலு,** திருவள்ளூர்.

ஒவ்வொரு மனிதனின் தலையெழுத்தும் முன்பே தீர்மானிக்கப்பட்டு அவை நவக் கிரகங்களின் மூலம் செயல்படுத்தப்படு கின்றன என்று கூறும் ஜோதிடக் கலைஞர்களின் தத்துவத்தை ஒப்புக்கொள்கிறீர்களா? ஜோதிடக் கலையைப் பற்றி உங்கள் கருத்து என்ன?

தொடுகுறி சாஸ்திரம், கிளி ஜோஸ்யம், பங்களா லாட்ஜ் பாமிஸ்ட், 'கிரகம் படுத்தும்' என்று சொல்லும் 'பாலத்து ஜோஸ்யர்கள்' போன்ற வியாபாரக்காரர்களை எல்லாம் ஒருபுறம் ஒதுக்கிவிட்டு, இந்த சாஸ்திரத்தின் அடிப்படைச் சிந்தனையை யோசித்துப் பார்த்தால் வசீகரமாகத்தான் இருக்கிறது. அந்தச் சிந்தனை என்ன? ஒரு குழந்தை பிறக்கும்போது, அதன் முதல் மூச்சு, வடிவம் பெற்று அது உலகத்தில் ஓர் உயிராகப் பிரவேசிக்கும்போது விண்வெளியிலும் ஒரு பிரத்தியேகமான நிகழ்ச்சி நிகழ்கிறது என்கிறார்கள். அந்த நிகழ்ச்சி என்ன? கிரகங்களின் நிலை. இது நிஜமாகவே பிரத்தியேகமானதா? ஆம். என்னதான் கிரகங்கள் சுற்றிச் சுற்றி ஒரே இடத்துக்குத் திரும்பி வந்தாலும் அவற்றின் இயக்கங்களில் சின்னச் சின்ன

வித்தியாசங்கள், ப்ரிஸெஷன் அது இது என்று இருக்கத்தான் செய்கின்றன. ஆகவே, ஓர் உயிரின் பிறப்பும் கிரக நிலையும் மிகவும் தனிப்பட்ட நிகழ்ச்சிகள். அதனால் இரண்டுக்கும் சம்பந்தம் இருக்கிறது என்று சொல்கிறது சோதிட சாஸ்திரம்.

எல்லா அறிவையும் 'உடலுக்குள் உள்' 'உடலுக்கு வெளியே' என்று பிரித்து விடுகிறது விஞ்ஞானம். ஆனால், சோதிடம் அப்படிச் செய்வதில்லை. நம் உடலும் அதற்கு நிகழும் நிகழ்ச்சிகளும் இந்த விண்வெளியின் அங்கம்தான் என்று சொல்கிறது. இப்படி நம்மை இந்த விண்வெளியின் அங்கங்களாகச் சேர்த்துக் கொண்டுவிட்டால் நமக்குள்ளே மிக அருகில் இருக்கும் நம் இதயமோ, லிவரோ நம்மைக் கட்டுப்படுத்துவதுபோல தூரத்தில் இருக்கும் கிரகங்களும் நம்மைக் கட்டுப்படுத்த முடியும். இதை வேறுவிதமாகச் சொன்னால் விண்வெளி, அதன் கிரகங்களின் இயக்கங்கள் இவற்றுடன் உயிர்களின் இயக்கத்தையும் சேர்த்துக்கொண்டு எல்லாவற்றையும் முழுமையாக (*Holistic*) பார்க்கிறது இந்த சாஸ்திரம்.

உயிர் வாழ்வுக்கு ஒருவிதமான பிரபஞ்சத்தனம் கொடுப்பதுதான் இந்த வாதத்தில் என்னைக் கவர்கிறது! பௌதிகத்தில் இந்த 'அப்ரோச்' கிடையாது.

சோதிடத்தில் (ஹோமியோபதி போல) என்ன ட்ரபிள் என்றால், விஷயம் தெரிந்தவர்கள் மிகக் குறைவு. *Statistics* மேல் நம்பிக்கை வைத்துக்கொண்டு கதை பண்ணுகிறவர்கள்தாம் அதிகம்!

✉ **சா.கருணாகரன்,** செஞ்சி.

✍ **அக்குபங்க்சர் முறையில் வியாதிகள் குணமடைவது குறித்து விளக்கம் தேவை.**

அக்குபங்க்சர் (அக்கு என்றால் ஊசி, பங்க்சர் என்றால் பங்க்சர்) 2600 கி.மு-விலிருந்தே சீனாவில் இருந்திருக்கிறதாம். பேரரசர் ஹுவாங் டி காலத்தில் யாரோ அம்பு குத்துப்பட்ட சோல்ஜர் படக்கென்று 'என் தலைவலி சரியாகிவிட்டது' என்று சொன்னதிலிருந்து புறப்பட்டதாம். இந்த முறைக்கும் சீன தத்துவ ஞானத்துக்கும் சம்பந்தம் உண்டு. பிரபஞ்சம் முழுவதுமே 'யின், யாங்' என்று நல்லதும் கெட்டது மாகப் பிரிந்திருக்கிறது என்று தாவிஸம் சொல்கிறது. மனிதன் பிரபஞ்சத்தின் அம்சம்தானே! அதனால் அவன் உடலுக்குள்ளும் 'யின்'னும் 'யாங்'கும் இருக்கிறது. அக்குபங்க்சர் வைத்தியர் இவற்றுக்கிடையில் இருக்கும் சமனம் கலந்திருப்பதைச் சாமர்த்தியமாக பல்ஸ் பிடித்துப் பார்த்து அறிந்து, அவை இரண்டையும் சமனப்படுத்துகிறாராம். அங்குபங்க்சர் வைத்தியமுறை ஆளைத்தான் கவனிக்கிறது. வியாதியை அல்ல. நம் உடம்பில் ஒருவிதமான மின்சார சக்தி சுழல்கிறதாம். இந்தச் சக்தியின்

அதிகப்படியையோ, குறைவையோ அட்ஜஸ்ட் பண்ணுகிறார்களாம். எப்படி? உடலில் பன்னிரண்டு பாதைகள், ரேகைகள் உள்ளன. இந்தப் பன்னிரண்டு ரேகைகளில் சுமார் 900 ஊசிக் குத்து இடங்கள் உள்ளன. ஒவ்வொன்றும் சுமார் ஓர் அங்குலத்தில் பத்து பாகம். எங்கே குத்த வேண்டும் என்று விதிமுறைகள் எல்லாம் உண்டு. இந்த இடங்களில் மெல்லிய எவர்சில்வர் ஊசிகளை நாசூக்காகக் குத்துவார்கள். (முன்பெல்லாம் எலும்பு, பீங்கான், தங்க, வெள்ளி ஊசிகள்) குத்தின் ஆழத்தையும் வேகத்தையும் தக்கபடி மாற்றுவார்கள். இவ்வாறு செய்து உடலின் மின்சக்தியின் போக்கையும், உபரியையும் கட்டுப்படுத்தி வியாதியைக் குணப்படுத்துகிறார்களாம்.

சமகாலத்தில் அங்குபங்க்சரை அனஸ்தீஸியாவுக்கும்கூட உபயோகிக்கிறார்கள். எங்கே குத்த வேண்டும் என்று தெரிந்து, இரண்டு இன்ச் ஆழம் வரை கூடக் குத்துகிறார்கள். வலியே தெரியாதாம். 1971-ல் சீனாவில் இம்மாதிரி ஊசி மட்டும் குத்தி ஒரு பெண்மணியின் இதயத்தை டாக்டர் கையில் தனியாக எடுத்துக் காட்டியதாக 'நியூயார்க் டைம்ஸ்' ஆசிரியர் ஸெய்முர் டாப்பிங் சத்தியம் பண்ணுகிறார். பார்க்கிறவர்களுக்குத்தான் கொஞ்சம் மயக்கம் வந்ததாம் (இதயம் இழந்தவள் ஆரஞ்சு ஜூஸ் குடித்துக் கொண்டிருந்தாளாம்!). 'அக்கு' எப்படி வேலை செய்கிறது என்பது பற்றி மருத்துவ ரீதியில் சரியான காரணம் இன்னும் கிடைக்கவில்லை (ரஷ்யாவில் ஆயிரம் குத்தூசிக்காரர்கள் இருக்கிறார்கள்). குறிப்பாக, சீனாவில் சின்ன வயசில் காதில் டாமேஜ் ஏற்பட்டுச் செவிடானவர்களைத் தொண்ணூறு சதவிகிதம் சரியாக்கிவிட்டார்களாம். சில மூலிகை வைத்தியங்களும் கலந்து பைத்தியம் கூடத் தெளிவாகிறதாம். ஊசிக் குத்தால் நரம்புகளின் மூலம் செல்லும் வலிச் செய்திகளை நிறுத்துகிறார்கள் என்று ஒரு கொள்கை உள்ளது.

எது எப்படியோ, என்னைப் பொறுத்தவரையில் சீனாக்கார டாக்டருடைய பின்குஷனாக இருப்பதில் சற்றுத் தயக்கம்தான்.

✉ **பி.நளினாதேவி,** திண்டுக்கல்-3.

✍ **அண்டத்தின் வடிவம் குறித்து உங்கள் கருத்து என்ன?**

விஞ்ஞானிகள் இன்றைய தேதிக்கு நம்பும் '*BIG BANG*' சித்தாந்தம் உண்மையென்றால், அண்டத்தின் வடிவம் மொத்தம் 2,500 கோடி ஒளி வருஷங்கள்! ஒரு ஒளி வருஷம் என்பது ஒளி, ஒரு வருஷத்தில் கடக்கும் தூரம். ஒளியின் வேகம் ஒரு செகண்டுக்கு 1,86,282 மைல்! இத்தனை பெரிய அண்டத்தை விட்டுவிட்டு ஒரு பாக்டீரியாவைப் பார்ப்போம். உலகத்தில் உள்ள அத்தனை உயிரினங்களும் தனிப்பிறவிகளாம். காஷ்லண்டு என்பவர் ஆராய்ச்சிக் கட்டுரையின்படி ஒரே வகையைச் சேர்ந்த ஒரு பாக்டீரியா கிருமி மற்றதைப் போல இருப்பதில்லையாம். அவற்றுக்கு ஒரு விதமான தனித்தன்மை - இன்டிவிஜுவாலிடி உள்ளதாம். ஒன்று

கிழக்கே நீந்தினால் மற்றது மேற்கு!

✉ **கே.விநாயகம்,** ஈரோடு.

✍ **அஞ்சு வருஷங்களுக்கு முன்னாடி 'கால்குலேட்டர்'னா 'அம்மாடியோவ்!'னு இருந்தது. இப்போது என்னிடம் இரண்டு கால்குலேட்டர்கள் இருக்கின்றன. தினந் தோறும் நிறைய 'யூஸ்' பண்ணுகிறேன்! அதுபோல, கம்ப்யூட்டரும் எந்த அளவுக்கு உபயோகப்படுத்தப்படும்?**

✉ **ப.செல்வராஜ்,** காங்கயம்.

✍ **தேர்டு ஜெனரேஷன் கம்ப்யூட்டர், ஃபோர்த் ஜெனரேஷன் கம்ப்யூட்டர் என்றெல்லாம் சொல்கிறார்களே, என்ன அர்த்தம்?**

✉ **ஏ.ஹரிதாஸ்,** அச்சம்பாளையம்.

✍ **என்ன பெரிய கம்ப்யூட்டர்? மனித மூளையைவிட கம்ப்யூட்டரின் சக்தி உயர்ந்ததோ?**

1647-ல் ப்ளெய்ஸ் பாஸ்கல் என்ற பிரெஞ்சுக்காரர் உலகின் முதல் கூட்டல் போடும் இயந்திரத்தைச் செய்தபோது, கம்ப்யூட்டர் யுகம் துவங்கியது என்று சொல்லலாம். பிறகு 1791-ல் பிறந்த ஜீனியஸ் சார்லஸ் பாபேஜ் உருவாக்கிய கம்ப்யூட்டர் தயாரிப்புக்கு பிரிட்டிஷ் அரசின் உதவி கிடைக்கவில்லை. 1944-ல் ஹோவர்ட் அய்க்கன், முதல் டிஜிட்டல் கம்ப்யூட்டரை

மன்னிக்கணும்.. ஒரு சின்ன நியூஸ்... 1-ம் தேதியிலிருந்து உங்க எல்லோருக்கும் பதிலா, சின்னதா குட்டியா சிலிக்கான் சதுரம் ஒண்ணைக் கொண்டுவரப்போறோம்...!

உருவாக்கினார். சைஸ் கொஞ்சம் பெரிசு. 51 அடி நீளம், 8 அடி உயரம்!

கம்ப்யூட்டரின் முதல் ஜெனரேஷன் அல்லது தலைமுறை 1942-லிருந்து 1959 வரை என்று சொல்லலாம். இந்த நாட்களில் கம்ப்யூட்டரில் வால்வுகளை உபயோகித்தார்கள். (பழைய ரேடியோக்களுக்கு வால்வுகளை இன்றும் பார்க்கலாம்!) பெரிசாக இருந்தன. ரொம்ப சூடாக இருந்தன. அவ்வளவு நம்பகமாக வேலை செய்யவில்லை.

இரண்டாவது தலைமுறை 1959-லிருந்து 1965 வரை என்று சொல்லலாம். வால்வுகளுக்குப் பதில் ட்ரான்ஸிஸ்டர் என்னும் சிறிய ஜெர்மோனியம் அல்லது சிலிக்கன் துண்டத்தை உபயோகப் படுத்தினார்கள். இவை அளவில் கொஞ்சம் சிறிது. கூடவே திறமை அதிகம்.

மூன்றாவது தலைமுறை 1965-லிருந்து 1970 வரை... இவற்றில் ட்ரான்ஸிஸ்டர் களைவிடச் சிறிய 'இண்டெக்ரெட்டட் சர்க்யூட்' இணைப்புக்களைப் பயன் படுத்தினார்கள். இவற்றை ஐஸி என்று சொல்வார்கள். மூன்றாவது சந்ததி கம்ப்யூட்டர்களில் இந்த ஐஸி இணைப்புக்கள் ஒவ்வொன்றிலும் பத்து அல்லது நூற்றுக்கணக்கான ட்ரான்ஸிஸ்டர்களை நுட்பமாக அமைத்து இணைத்தார்கள். கம்ப்யூட்டருடன் தொடர்புகொள்வதற்கு டெலிவிஷன் போன்ற டெர்மினல்களை உபயோகித்தார்கள். டெலிபோன் கம்பிகள் வழியாக கம்ப்யூட்டர்களுடன் தொடர்புகொள்ள ஆரம்பித்தார்கள்.

கம்ப்யூட்டரின் ஞாபக சக்தி அதிகமாயிற்று. கணக்கிடும் வேகமும் அதிகமாயிற்று. நான்காவது தலைமுறை 1970-லிருந்து துவங்கி இன்றுவரை! பத்துப் பதினைந்து வருஷங்களில் கம்ப்யூட்டர் இயலில் பிரமிக்கத்தக்க முன்னேற்றங்கள் ஏற்பட்டிருக்கின்றன. ஐஸிக்கள் மிக நெருக்கமாகி எல்.எஸ்.ஐ. (Large Scale Integration) என்று சொல்லப்படும் புதிய முறைகளில் உருவாகி ஒரு சிலிக்கன் சதுரத்துக்குள் பல்லாயிரக்கணக்கான

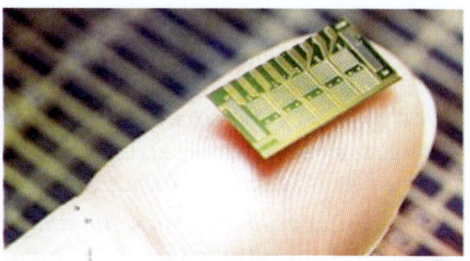

விரல் நுனியில்...

சார்லஸ் பாபேஜ் உருவாக்கிய இன்றைய கம்ப்யூட்டரின் முன்னோடி!

ட்ரான்ஸிஸ்டர்களை நுட்பமாக அமைத்து, 1944-ல் ஓர் அறை முழுவதும் அடைத்துக் கொண்டிருந்த பதினெட்டாயிரம் வால்வு கம்ப்யூட்டர் இன்று உள்ளங்கையில் அடங்கிவிட்டது! (கால்குலேட்டர்கள் இந்த வகையில் எல்.எஸ்.ஐ-யின் விளைவுதான்.)

கம்ப்யூட்டரின் விலையும் மடமடவென்று சரிந்தது. அதன் சக்தியோ பன்மடங்கு அதிகரித்துக்கொண்டே போனது. ஞாபக சக்தியும் கூட. இந்த

தலைமுறையின் அபார முன்னேற்றத்தைச் சமாளிக்க கம்ப்யூட்டர் ஆசாமிகளே திணறிக்கொண்டு இருக்கிறார்கள். 1975-ல் மார்க்கெட்டுக்கு வந்த பிறகு கோடிக்கணக்கில் Home கம்ப்யூட்டர்கள் அமெரிக்காவில் விற்றாகிவிட்டன!

கம்ப்யூட்டர்களில் ப்ரொக்ராம் எழுதும் கலை மிகவும் எளிதாகி விட்டாலும், அதைப் புதிய புதிய துறைகளில் பயன்படுத்த கம்ப்யூட்டர் இயல் தெரிந்தவர்கள் ஏராளமாகத் தேவைப் படுகிறார்கள். கம்ப்யூட்டர் இயல் போகும் வேகத்தில் இந்த நூற்றாண்டின் இறுதியில் கம்ப்யூட்டரை உபயோகப்படுத்தாத துறையே இருக்காது என்று சொல்லலாம்.

கம்ப்யூட்டர் விலை குறைந்த அளவுக்கு இன்றைய தினம் மற்ற பொருள்களும் விலை குறைந்திருந்தால் இன்றைக்கு ஒரு நல்ல சாப்பாடு ஒன்பது பைசாவுக்கும், ஒரு பாலியஸ்டர் ஸூட் ஆறு ரூபாய் நாற்பத்தொன்பது பைசாவுக்கும், ஒரு கார் இருநூறு ரூபாய்க்கும், உலகைச் சுற்றி வர ஏரோப்ளேன் டிக்கெட் முப்பது ரூபாய்க்கும், நாலு பெட்ரூம் வீடு 3,500 ரூபாய்க்கும் கிடைக்க வேண்டும்! கம்ப்யூட்டர் அளவுக்கு விமானத் துறை முன்னேறியிருந்தால் ஒரு போயிங் விமானம் ஐயாயிரம் ரூபாய்க்குக் கிடைக்கும். அது 20 லிட்டர் பெட்ரோலில் இருபதே நிமிஷத்தில் உலகைச் சுற்றிவர வேண்டும்!

இன்றைய தேதிக்கு சில நூறு டாலருக்கு அமெரிக்காவில் பர்ஸனல் கம்ப்யூட்டர் கிடைக்கிறது. இன்று இந்த குட்டி கம்ப்யூட்டர்கள் செய்யாத வேலை இல்லை. ஆராய்ச்சியில், கல்வியில், தொழில்துறையில், எங்கும் எங்கும் மேல்நாடுகளில் கம்ப்யூட்டர்கள்தான். நம் நாட்டிலேயே இன்று கம்ப்யூட்டர்கள் தயாரிக்கும் நாற்பது நிறுவனங்கள் இருக்கின்றன. தமிழ்நாட்டின் சின்னச் சின்ன நகரங்களில்கூட கம்ப்யூட்டர்கள் நுழையத் துவங்கிவிட்டன. இந்தப் புரட்சியில் நாம் மேல்நாடுகளிலிருந்து சுமார் எட்டு, பத்து வருஷங்கள்தான் பின்தங்கியிருக்கிறோம்!

சரி...! மனிதமூளை..?! கம்ப்யூட்டர்களை விட மனித மூளை மிகவும் சிக்கலானது. தலைக்குள் அது இருக்கிற சைஸுக்கு மூளை ரொம்ப நுட்பமானது. மூன்று பவுண்டு எடை. உள்ளே கோடிக்கணக்கில் செய்திகளைத் தாங்கிச் செல்லும் நியூரான்கள். இப்படி படு பிஸியாக இருக்கும் மூளையின் மர்மத்தை இன்னும் நம் விஞ்ஞானிகள் முழுதும் புரிந்து கொள்ளவில்லை.

✉ **ஆர்.உமாசங்கர்,** பண்ருட்டி.

✍ **பரீட்சை முடிவுகளைப் பார்த்துவிட்டு, சில பேர் 'அதான்... கம்ப்யூட்டர் மிஸ்டேக்...!' என்று சிம்பிளாகச் சொல்லிவிடுகிறார்களே... உண்மையிலேயே கம்ப்யூட்டர் தப்பு செய்யுமா? அல்லது ப்ரோக்ராமர் செய்யும் தவறா?**

பரீட்சையில் தேர்ச்சி பெற்றால் தவறு என்று யாரும் சொல்லமாட்டார்கள். அப்போது கம்ப்யூட்டரைப் புகழ்வார்கள். தவறிவிட்டால்தான் பழி வரும். ப்ரோக்ராமில் தவறு இருப்பது மிக அரிது. இந்த பரீட்சை ப்ரோக்ராம்கள் எல்லாம் ரொம்ப எளிமையானவை. அதை நன்றாக நிரூபித்துவிட்டுத்தான் ஓட்டுவார்கள். தவறு நிகழ்வது கம்ப்யூட்டருக்குச் செய்தி (டேட்டா) கொடுக்கும்போது: பஞ்ச் கார்டிலோ, டெர்மினலிலோ அவற்றை கம்ப்யூட்டருக்குள்ளே கொடுக்கும்போது மனிதத் தவறுகள் நிகழலாம். அமெரிக்காவில் இதையும் குறைக்கத்தான் 'ந்யூடைப்!' கேள்விகளுக்குச் சரியான விடைகளை

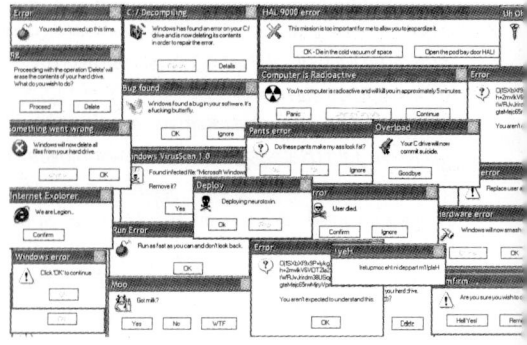

நான்கு அல்லது ஐந்து கட்டங்களில் ஒன்றை கறுப்பு பென்சிலால் நிரப்பச் சொல்லிவிட்டால் விடைத்தாளை *Marked card sensor* என்கிற சாதனத்தின் மூலம் கம்ப்யூட்டர் நேராகப் படித்து மார்க் போட்டுவிடும்.

✉ **மு.இராசமூர்த்தி,** *கோவை-1.*

✍ கம்ப்யூட்டர்களில் இப்போது செமிகண்டக்டர்களைவிட திறமை வாய்ந்த கேலியம் செலினைட்கள் வந்திருக்கிறதாமே... அதைப்பற்றிச் சிறிது...

கேலியம் செலினைடு இல்லை. கேலியம் ஆர்ஸனைடு. இதுவும் செமிகண்டக்டர்தான். சிலிக்கனுக்குப் பதில் அதை உபயோகிக்கலாமா என்று ஒரு கோஷ்டி பணத்தைக் கொட்டிக்கொண்டிருக்கிறது. ஸாட்டிலைட் செய்தித் தொடர்புகளுக்கான மிக்ஸர் என்கிற சாதனத்தில் கேலியம் ஆர்ஸனைடு பயன்படுத்தப்படுகிறது. கேலியம் ஆர்ஸனைடைக் கொண்டு உற்பத்தி செய்யப்படும் 'கேட்'டுகள் சிலிக்கனைவிட அதிவேகத்தில் திறந்து மூடுகின்றன. இருந்தும் கம்ப்யூட்டரில் சிலிக்கனை விரட்டுவதற்கு கேலிய்யம் இன்னும் தேற வேண்டும்.

✉ **சுஜாதாப்ரியன்,** *தஞ்சை-7.*

✍ மனித மூளையில் சிந்தனைத் திறன் ஞாபக சக்தியை அடக்கும் பகுதியான Frontal Lobe-ஐ நீக்கிவிட்டு கம்ப்யூட்டரைப் பொருத்தி அவனை அதிபுத்திசாலியாக்குவது சாத்தியமா?

அமெரிக்காவில் டிஃபென்ஸ் அட்வான்ஸ்ட் ரிஸர்ச் ப்ராஜக்ட் ஏஜென்ஸி (*DARPA*) என்கிற குழுவினர் இந்த இன்டெலிஜென்ஸ் ஆம்ப்ளிஃபயர் வேலையெல்லாம் செய்துகொண்டிருக்கிறார்கள். கம்ப்யூட்டருக்கும் மூளைக்கும் கனெக்ஷன் பண்ண முடியுமா என்று பரிசோதித்துக்கொண்டிருக்கிறார்கள். கம்ப்யூட்டரின் ஆதாரம் ஒரு சிலிக்கன் கிறிஸ்டல்; எளிமையான அணுக்கட்டட அமைப்பு.

நம்முடைய நரம்பு ஸெல்கள் கோலாய்டு என்னும் மிகச் சிக்கலான மாலிக்யூஸ் அமைப்புகளால் ஆனவை. கம்ப்யூட்டர் ரொம்ப வேகம். நரம்புச் செய்தியை இதோடு ஒப்பிட்டால் ரொம்ப ஸ்லோ. இந்த மந்தத்தை மூளை பல காரியங்களை ஒரே சமயத்தில் செய்து (பாரலல் ப்ராஸஸிங் என்று சொல்வார்கள்) சமாளிக்கிறது. இரண்டுக்கும் செய்தி வடிவம் ஒரு மாதிரி இரு நிலை பைனரிதான். இருந்தும் மூளையின் செய்திப் பரிமாற்ற முறைகளைப் பற்றித் தெரிந்துகொள்ள வேண்டியது எத்தனையோ இருக்கிறது. ஜப்பானிய ஐந்தாம் தலைமுறை கம்ப்யூட்டரை மூளையின் மாடலில் செய்கிறார்கள். அங்கங்கே சில அமெச்சூர் தைரியக்காரர்கள் மூளையுடன் நேராக *Hi Fi* ஆம்ப்ளிஃபயரின் மின்சாரத் துடிப்புகளை இணைத்து ந்யூரோஃபோன் ஏதோ பண்ணி காதின் உதவி இல்லாமலேயே பாட்டுக் கேட்கிறது என்று சொல்கிறார்கள். இந்த முறையில் முதலில் பரிசோதனை செய்த ஃப்ளானகன் இப்போது மகரிஷிகள் பின்னால் அலைந்துகொண்டிருக்கிறார். தீர்மானமாக ஏதும் செய்யவில்லை. என்னை இணைத்துக்கொள்ளச் சொன்னால் நான் மாட்டேன்.

✉ **எஸ்.ரவி,** *மதுரை.*

✍ ஆனானப்பட்ட மூளையே வெயிலில் அலையும்போது கம்ப்யூட்டர்கள் மட்டும் ஏன்

குளிர்சாதனம் பொருத்தப்பட்ட அறைகளில் அமைக்கப்படுகின்றன?

வெயிலில் அலைந்தாலும் மூளை நம் மண்டைக்குள் எவ்வளவு பாதுகாப்பாக இருக்கிறது! தலைமயிர், அப்புறம் மண்டை ஓடு. அதற்குள் ஷாக் அப்ஸார்பர் போல ஒரு திரவத்தில் இருட்டில் ஜம்மென்று மிதந்துகொண்டிருக்கிறது. கொஞ்சம் டெம்பரேச்சர் அதிகமானால் வியர்த்து விறுவிறுத்து அதைக் குறைப்பதற்கான தர்மோஸ்டாட் மெக்கானிஸத்தைக் கட்டுப்படுத்துவதே நம்முடைய மூளை தானே! இதைவிட என்ன பெரிய ஏஸி?

கம்ப்யூட்டருக்கு ஏஸி தேவையாக இருப்பது முக்கியமாக அதன் டிஸ்க் எனப்படும் ஞாபக சக்தி தரும் காந்தத் தட்டுகளுக்காக. இவற்றில் கம்ப்யூட்டரின் செய்திகளை மெல்லிய காற்று மெத்தை களில் மிதந்துகொண்டு எழுதும் இயக்கங்கள் நுட்பமானவை. தூசு பட்டுவிட்டால் கெட்டுப்போக வாய்ப்பு இருக்கிறது. சமீபத்தில் வந்திருக்கும் வின்செஸ்டர் என்கிற தட்டுகளை சீல் பண்ணியே கொடுக்கிறார்கள். அதனால், நவீன கம்ப்யூட்டர்கள் பலவற்றுக்கு ஏஸி தேவை இல்லை. இந்தியாவில் வோல்ட்டேஜ் ரெகுலேட்டர், யு.பி.எஸ். இரண்டும் நிச்சயம் தேவை.

சிப்ஸ்... மைக்ரோ சிப்ஸ்...

✉ **எம்.பழனியப்பன்,** சேலம்-6.

✍ **சிலர் தனக்குத்தானே பேசிக்கொண்டு நடந்துபோகிறார்கள். இது எதனால்?**

மனசுக்குள் வைத்திருக்கும் இச்சை களுக்கும், குறைகளுக்கும் வடிகால்கள் என்றுதான் மனோதத்துவ நிபுணர்கள் சொல்கிறார்கள். இந்த அவசர உலகத்தில் கேட்பவர்கள் அரிதாகிக் கொண்டிருக்கிறார்கள். ஒவ்வொரு மனிதனுக்கும் சொல்லிக்கொள்ள வேண்டிய விஷயங்கள் நிறையவே இருக்கின்றன. யாரும் அகப்படவில்லை. தனக்குள்ளேயே சொல்லிக்கொள்கிறான். செக்காவ் எழுதிய அருமையான சிறுகதை ஒன்று இருக்கிறது. குதிரை வண்டிக்காரன் தன் மகன் இறந்துபோன துக்கத்தைப் பலரிடம் சொல்ல முயற்சி செய்கிறான். எல்லோருக்கும் அவசரம்... அவரவர் கவலைகள். யாரும் அவனைப் பொருட்படுத்துவதில்லை. கடைசியில் தன் குதிரையிடம் கழுத்தைச் சொறிந்துகொண்டு தன் சோகத்தை விவரமாகச் சொல்கிறான். நம்மிடம் குதிரைகள்கூட இல்லை!

✉ **எஸ்.அமுதன்,** காந்திகிராமம்.

✍ **பாடிக் கொண்டிருக்கும் டிரான்சிஸ்டருக்குப் பக்கத்தில், கால்குலேட்டரை உபயோகித்தால் டிரான்சிஸ்டர் ரொம்பக் கோபமாகக் கத்துகிறதே, ஏன்?**

கால்குலேட்டருக்குள் இருக்கும் சமாசாரங்களை இயக்க அதற்குள் ஒரு கிறிஸ்டல் அல்லது துடிப்பலைகளை ஏற்படுத்தும் ஆஸிலேட்டர் இருக்கும். இந்த ஆஸிலேட்டர் எழுப்பும் அலைகள் சதுர அலைகள். இந்தச் சதுர அலைகளை அலசிப் பார்த்தால் அதில் ஏராளமான மற்ற மின் அலைகளும் கலந்திருக்கும். கால்குலேட்டரே ஒரு குட்டி ரேடியோ டிரான்ஸ்மிட்டர் மாதிரி. அதன்

பாதிப்புத்தான் (பேசுகிற கால்குலேட்டர் வந்திருக்கிறதே, பார்த்திருக்கிறீர்களா... ஜமீன் கேட்டிருக்கிறீர்களா?)

✉ **ஆர்.கயல்விழி,** மதுரை.

✍ **விளையாட்டுப் போட்டிகளில் உபயோகப் படுத்தப்படும் எலெக்ட்ரானிக்ஸ் ஸ்கோர் போர்டு எப்படி இயங்குகிறது?**

இவற்றில் எல்லாம் ஆதாரமாக டாட் மாட்ரிக்ஸ் (*Dot Matrix*) என்கிற வகை எழுத்துக்களை உபயோகிக்கிறார்கள். போர்டு பூரா பல்ப் பல்பாக இருக்கும். அவற்றை ஏழுக்கு அஞ்சு, ஒன்பதுக்கு ஏழு, பதினொன்றுக்கு ஒன்பது என்று நீண்ட சதுரங்களாகப் பிரித்து வைத்து, 'கயல்விழி' என்று உங்கள் பெயர் எழுத வேண்டும். (சின்னப் பிள்ளையிலிருந்தே இந்தப் பெயர்தானா?) என்றால் 'க'வுக்கு உண்டான விளக்குகளை முதல் சதுரத்திலும் 'ய'வுக்கு உண்டானதை இரண்டாவது சதுரத்திலும் 'ஆன்' பண்ணுவார்கள். இதற்கு ஸ்விட்ச் போட ஆளை வைத்து அணைத்து ஏற்றிக் கொண்டிருந்தால் அடுத்த ஏஷியாட் வந்துவிடும். எனவே கம்ப்யூட்டர் உபயோகிக்கிறார்கள். குட்டி கம்ப்யூட்டர்களே போதும். இதே வகையில் கிராஃபிக்ஸ் முறையில் படமெல்லாம்கூட வரையலாம். இந்த சாதனத்தை எலெக்ட்ரானிக்ஸ் படிக்கும் இன்ஜீனியரிங் மாணவர்களாலேயே செய்யமுடியும்.

✉ **எம்.ஞானசம்பந்தம்,** கோயம்புத்தூர்.

✍ **கம்ப்யூட்டர்களைவிடப் பரபரப்பாகப் பேசப்பட்டு வரும் ரோபாட்டுகள் எப்படி இயங்குகின்றன?**

ரோபாட்டுகள் கம்ப்யூட்டர் இயலின் ஒரு பகுதி என்றுதான் சொல்ல வேண்டும். சமீபத்தில் கண்டுபிடிக்கப்பட்ட 'மைக்ரோ கம்ப்யூட்டர்' என்ற குட்டி கம்ப்யூட்டர்களின் தயவால் இயங்கும் ரோபாட்டை இயந்திர மனிதன் என்று கற்பனை பண்ணிக்கொள்ளாதீர்கள். இயந்திரக் கரங்கள் தாம் (*Robotic Arms*) இப்போது ரொம்ப பிரபலம். ரோபாட்டுகள் இப்போது ஜப்பானில் அதிக அளவில் மோட்டார் கார் தொழிற்சாலைகளில் பயன்படுகின்றன.

ரிவெட் அடிக்கின்றன. வெல்டிங் செய்கின்றன. பெயிண்ட் அடிக்கின்றன. பாகங்களைப் பொருத்துகின்றன. பாகங்களை அடையாளம் கண்டுகொண்டு பிரித்து வைக்கின்றன. ரோபாட்டின் கண்கள் டெலிவிஷன் காமிரா ஆப்டிகல் ஸென்ஸர். அவற்றைச் செலுத்துபவை ஸ்டெப்பர் மோட்டார்கள் அல்லது ஹைட்ராலிக் சாதனங்கள். 'ஸ்டார் வார்ஸ்' மாதிரி ரோபாட்டுகள் மனித வடிவில்தான் இருக்கவேண்டும் என்ற தேவையில்லை. சில ரோபாட்டுகள் நூறு வார்த்தை வரை பேசும். சில ரோபாட்டுகள் சொன்ன பேச்சைத் திரும்பச் சொல்லும். ஆணைகளைக் கேட்கும். பெரும்பாலான ரோபாட்டுகள் திரும்பத் திரும்ப ஒரே காரியத்தைச் செய்பவையே. அவற்றுக்கு ஓவர் டைம். தொழிற்சங்கமெல்லாம் இல்லை. ரோபாட் என்ற வார்த்தை, செக் மொழியில் கார்ல் சாபெக் என்பவர்

சுமார் ஐம்பது ஆண்டுகளுக்கு முன்னால் எழுதிய நாடகத்தில் உபயோகித்த வார்த்தை.

✉ **ஆர்.உமா,** மன்னார்குடி.

✍ **சாதகப்பறவை என்னும் பறவையினம் மழை நீரை மட்டுமே உண்டு வாழும் என்று சொல்லப்படுகிறதே, இது சாத்தியமா?**

மழை நீரில் ஒரு பறவையினத்தை உயிர் வாழவைப்பதற்கு எந்தவிதச் சத்தும் இல்லை.

✉ **ஆர்.டி.ராஜன்,** தஞ்சாவூர்.

✍ **'கண்ணால் காண்பதே மெய்' என்கிறார்களே... எவ்வளவு தூரம் அதை நம்பலாம்?**

மாடியில் நிற்கிறீர்கள். தெருவில் பத்மநாபன் போகிறார். அவருடைய நடையை அல்லது தலையின் 'ஷேப்'பை மட்டும் வைத்துக்கொண்டே, "யோவ், பத்பநாபன்!" என்று உடனே கூப்பிட்டு, "எங்க இந்தப் பக்கம்?" என்று கேட்பீர்கள். ஒரு மாதம் கழித்து நீங்கள் ஏதோ ஆபீஸ் காரியமாக அமெரிக்கா போகிறீர்கள். அங்கே ஏதோ கட்டடத்திலிருந்து பராக்குப் பார்த்துக்கொண்டிருக்கும்போது, பத்மநாபன் முழுசாக எதிரில் போகிறார். அவரை அங்கே உங்களால் உடனே அடையாளம் கண்டுகொள்ள முடியாது. காரணம், நீங்கள் அந்த இடத்தில் 'பத்பநாப பிம்பத்தை' எதிர்பார்க்கவில்லை!

கண்ணால் காண்பதை மூளை உடனே அடையாளம் கண்டுபிடிப்பதைப் பற்றி விஞ்ஞானிகள் இன்னும் சரிவரத் தெரிந்து கொள்ளவில்லையென்றுதான் சொல்ல வேண்டும்.

1964-ம் வருஷத்திலிருந்து இன்ஜினீயர்கள் சிலரிடம் 'ப்ளிவெட்' என்ற ஒரு வேடிக்கைச் சித்திரம் புழங்கத் துவங்கிப் பிரபலமாயிற்று. இந்த வளைவுக்கு இரண்டு காலா, மூன்றா?

மற்றொரு குழப்பம் பார்வையில் - அதாவது நாம் எதைப் பார்க்கிறோம் என்பதில்.

பெட்டியின் பக்கவாட்டில் ஊர்ந்து கொண்டிருக்கும் பூச்சி, கொஞ்சம் கண்ணைச் சிலுப்பிவிட்டுப் பார்த்தால் சட்டென்று பெட்டிக்குள் தரையில் உட்கார்ந்திருக்கும். (முடியவில்லையா, பெட்டியின் பின்பக்க மூலையையே பார்த்துக் கொண்டிருங்கள். அது உங்களுக்கு அருகில் இருப்பதாக நினைத்துக் கொள்ளுங்கள்... சட்டென்று பூச்சி உள்ளே போய்விடும்.)

எனவே, கண்ணால் காண்பதெல்லாம் மெய்யில்லை!

✉ **குமாரி ஜெயா,** *பம்பாய்-24.*

✍ **ஒளியின் வேகம், ஒலியின் வேகத்தைவிட பன்மடங்கு கூடுதல் என்பது எல்லோருக்கும் தெரிந்த விஷயம். ஆனால், டி.வி-யை 'ஆன்' செய்தவுடன் முதலில் ஒலிதானே கேட்கிறது...?**

டி.வி. ஆன்டென்னாவுக்கு வரும் வரை ஒலி, ஒளி இரண்டுமே காரியர் குதிரை ஏறி ஒரே சமயத்தில்தான் வருகிறது. பாட்டு, பேச்சு ஒரு விதமான பண்பேற்றத்திலும் (*Modulation*) நம் வீட்டை வந்து சேர்கின்றன. உங்கள் வீட்டு செட்டில் ஒலியும் ஒளியும் பிரிக்கப்பட்டு தனித்தனியாக ஒன்று ஸ்பீக்கருக்கும், மற்றொன்று பிக்ச்சர் ட்யூப் என்று சொல்லப்படும் திரைக்கும் போகின்றன. டி.வி-யை ஆன் செய்ததும் இந்த பிக்ச்சர் ட்யூபில் உள்ள எலெக்ட்ரான்களை வெளிப்படுத்துவதற்குச் சூடேற்ற ஃபிலமெண்ட் இருக்கிறது. இந்தக் கம்பி சூடாக ஒரு அரை நிமிஷம் ஆகும். சூடாகி எலெக்ட்ரான்களை வெளிப்படுத்தி அந்த எலெக்ட்ரான் பிம்பம் ஒளிக்கோலம் போடும். ஒலியைப் பொறுத்தவரையில் அது டிரான்ஸிஸ்டர்கள் மூலம் பெருக்கப் பட்டு உடனே ஸ்பீக்கரை வந்தடைவதால் டிரான்ஸிஸ்டர்களுக்கு இந்தச் சூடேற்றம் தேவையில்லை. அதனால் முதலில் ஒலி, அப்புறம் ஒளி.

✉ **கா.ராமச்சந்திரன்,** *திருச்சி-20.*

✍ **ப்ரிகாக்னிஷன் என்றால் என்ன?**

✉ **தி.ரா.சிவக்குமாரன்,** *திருச்சி-14.*

✍ **ஒருநாள் நான் உறங்கிக்கொண்டிருந்த போது திடீரென்று மின்விசிறி நின்று போனதால் விழிப்பு ஏற்பட்டு அந்தக் கணமே மின்விசிறி**

ப்ரி காக்னிஷன்...

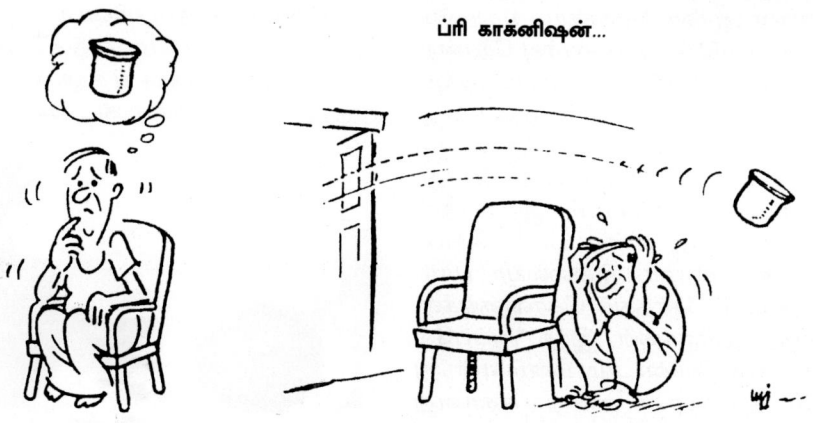

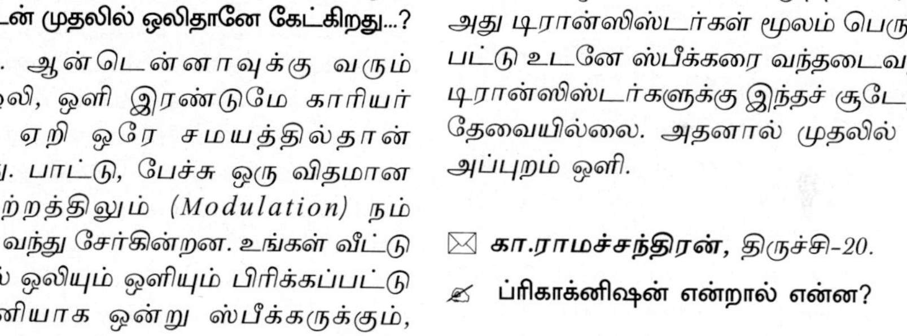

விழப்போகிறது என்று ஒரு விநோத எண்ணம் ஏற்பட்டு நகர்ந்த மறு விநாடி மின்விசிறி விழுந்துவிட்டது, இது எதனால்?

✉ **இந்திரா சௌந்தர்ராஜன்,** சேலம்.

✍ **என் வாழ்க்கையில் நிறைய சம்பவங்கள் இதற்கு முன் நிகழ்ந்தவை போலவே தோன்றுகிறது. உதாரணமாக கம்பெனியில் இயந்திரத்தில் டை கிரைண்ட் செய்து கொண்டிருக்கும்போது பெல்லட் நவுமும் என்று தோன்றுகிறது. உடனே அது நழுவி விழுந்து சிதறியது. பெரிய அதிகாரி முன் டெலிபோன் அரற்றும் என்று மனத்தில் பட்சி சொல்கிறது - அரற்றுகிறது, ஏன்? எப்படி?**

நல்ல காலமாக மின்விசிறி விழா விட்டாலும் எனக்கும் சில வேளைகளில் மெலிதான முன்உணர்வு - ப்ரிகாக்னிஷன் தோன்றியிருக்கிறது. ஏதோ மெட்டை என் மனைவி பாடப் போகிறாள் என்று நினைத்துக்கொள்வேன். பாடுவாள்! உங்கள் டெலிபோன் சம்பவமும், கிரைண்டர் சம்பவமும் இந்த வகைதான்! இந்த மாதிரி நிகழ்வதையெல்லாம் ஈ.எஸ்.பி. - புலன்களுக்கு அப்பாற்பட்ட உணர்வுகள் என்று வகைப்படுத்தி ஒரு கோஷ்டியே ஜல்லியடித்துக் கொண்டிருக்கிறது. இந்த மாதிரி சம்பவங்கள் எல்லாமே நிகழ்வதில்லை என்று நான் சொல்ல வரவில்லை. நண்பர் சிவக்குமாரன் ரொம்ப லக்கி. அது அப்படி நிகழ்ந்திருக்கலாம். ஆனால், உங்களுக்கு இதைப் பற்றிய உண்மையான விஞ்ஞான ரீதியிலான ஆர்வம் இருந்தால் எத்தனை முறை இம்மாதிரி முன்உணர்வு தோன்றி அது நடக்காமல் இருந்தது என்பதையும் குறிப்பு வைத்துக்கொள்வீர்கள் இ.சௌந்தர்ராஜன்!... அடுத்த முறை அம்மாதிரி எச்சரிக்கை வரும்போது, உடனே ஒரு நண்பரிடம் 'இம்மாதிரி நடக்கப்போகிறது என்று பட்சி சொல் கிறது... நடக்கிறதா, இல்லையா பார்' என்று சாட்சி சேர்த்துக் கொள்ளுங்கள். நடக்கிறதா பாருங்கள். இந்த 'அப்பவே நினைச்சேன்' வேண்டாம்! மனம் என்பது மிகவும் சிக்கலான ஒன்று. எதாவது நினைப்புகள் அதற்கு ஏற்பட்டுக் கொண்டே இருக்கின்றன. சில சமயம் நல்ல எண்ணங்கள், சில சமயம் விபத்துக்கள் பற்றிய விபரீத எண்ணங்கள். கோடிக்கணக்கான மனிதர்கள் இருக்கிறார்கள். கோடிக்கணக்கான எண்ணங்கள், கோடிக்கணக்கான சம்பவங்கள். இவற்றில் சில சம்பவங்கள், முற்பட்ட சில எண்ணங்களுடன் ஒத்துப்போவது எதிர்பார்க்கக்கூடியதே. இந்த மாதிரி தற்செயலாக நிகழும் நிகழ்ச்சிப் பொருத்தம் - 'கோயின்ஸிடன்ஸ்' - ஸ்டாடிஸ்டிகல் விதிகளின்படி எங்காவது யாருக்காவது நிகழ்ந்துகொண்டுதான் இருக்கும். இதில் சிக்கல் என்னவென்றால், எல்லோரும் இந்த மாதிரி பலித்ததைத்தான் ஞாபகம் வைத்துக்கொள்கிறார்களே தவிர, இந்த மாதிரி தோன்றி பலிக்காததை - *Misses* - சுலபத்தில் மறந்துவிடுகிறார்கள். உத்தரப் பிரதேஷ் லாட்டரிக்குப் பத்து ரூபாய் டிக்கெட் எடுக்கும்போது, எனக்கு மின்சார அதிர்ச்சிபோல ஒரு ஜில்லிப்பு ஏற்பட்டு 'பரிசு விழப் போகிறது' என்று உள்ளுக்குள் ஒரு பட்சி சொன்னது - ஒரு ப்ரிகாக்னிஷன் ஏற்பட்டிருக்கிறது! பார்க்கலாம்.... கோடி ரூபாய் சில்லறையை வைத்துக் கொண்டு என்ன செய்வதென்று ஒரே கவலையாக இருக்கிறது!

✉ **துரை. பால்ராஜ்,** கோவை-12.

✍ **முட்டையிலிருந்து கோழியா, அல்லது கோழியிலிருந்து முட்டையா?**

பரிணாம தத்துவத்தின்படி முட்டை, கோழி எல்லாமே எத்தனையோ மில்லியன் வருஷங்களுக்கு முன் சாதாரண அணுக்கள் கடற்கரையருகில்

வானவில்

மின்னல் அடித்து மின்சாரத்தால் ஒன்று சேர்ந்து முதல் உயிரணுவாகி அதிலிருந்து படிப்படியாகி மாறி மாறி வந்த அற்புதம்!

✉ **டி.அங்கப்பன்,** ஈரோடு.

வண்ணம் (Colour) என்பது என்ன? வண்ணங்கள் நம் கண்களுக்குத் தோன்றும் மாயத் தோற்றமா?

வண்ணம் கண்ணுக்குள் ஏற்படும் தோற்றம் தான். மாய பிஸினஸ் எல்லாம் வேண்டாம். சூரிய வெளிச்சத்தை முப்பட்டைக் கண்ணாடி மூலம் செலுத்தினால் அது நிறமாலையாக *(Spectrum)* பிரிவதைப் பார்த்திருப்பீர்கள். வானவில் இந்த மாதிரி பிரிந்த மாலைதான். இவையெல்லாம் என்ன? வெறும் அலைவரிசைதான். 'அலை' என்பது செகண்டுக்கு இத்தனை துடிப்பு. ரேடியோ, டெலிவிஷன், டிரான்ஸ்மிட்டர்களிலிருந்து வெளிப்படுவதும் அலைதான். உஷ்ணமும் ஒரு அலைதான். எக்ஸ்ரே கதிர்கள்கூட அலையே. எல்லாவற்றையும் பொதுவாக ரேடியேஷன் என்று சொல்வார்கள். எல்லா ரேடியேஷனும் ஒரு வகையில் வண்ணங்கள்தாம். ஆனால், நம்மால் பார்க்க முடியாத வண்ணங்கள். ஒளி அலைகளுக்கும், ரேடியோ அலைகளுக்கும் வித்தியாசம் அலை நீளத்தில்தான். ஒளி அலைகள் மிகவும் நெருக்கமானவை. ரேடியோ அலைகள் மிகவும் விஸ்தாரம். ரேடியோ அலைகள் மீட்டர், சென்டி மீட்டர் கணக்கில் இருக்கும். ஒளி அலைகள் ஆங்ஸ்ட்ராம் யூனிட் கணக்கில் இருக்கும் (ஆங்ஸ்ட்ராங் யூனிட் என்பது ஒரு மீட்டரில் ஆயிரம் கோடி பாகம்). சிவப்பு, பச்சை, மஞ்சள் எல்லா வண்ணங்களும் இந்த அலை நீளவேறுபாடுகள்தாம். (உதாரணமாக, சிவப்பு என்பது சுமார் 6,500 ஆங்ஸ்ட்ராம். நீலம் என்பது 4,500) இப்போது நீங்கள் சிவப்புச் சட்டை போட்டிருக்கிறீர்கள் என்றால், உங்கள் சட்டைத் துணியில் சேர்க்கப்பட்டிருக்கும் சாயம் சூரிய ஒளியில் இருக்கும் சிவப்பு அலைகளை மட்டும் பிரதிபலித்துவிட்டு மற்ற எல்லாவற்றையும் ஏப்பம் விட்டு விடுகிறது. (சிவப்பு சட்டையைக் குழல் விளக்கில் பாருங்கள், நிறம் மாறிவிடும்.) வண்ண ஒளி எப்படி வெளிப்படுகிறது? இது அணுக் கருவுக்குள் இருக்கும் எலெக்ட்ரான்கள் கட்சி மாறும்போது வெளிப்படும் ஃபோட்டான்களின் வேலை.

✉ **கே.சாந்தா,** கடலூர்-3.

✍ **ஐஸோடோப்புகளை எளிய முறையில் விளக்குங்களேன்...**

எளிமையாக விளக்கவேண்டும் என்றால் ஐஸோடோப் என்கிற வார்த்தைக்கு அர்த்தத்தை முதலில் பார்க்கலாம். ‘ஐஸோ’ என்றால் ‘ஒரே’ அல்லது ‘அதே’. ‘டோப்பாஸ்’ என்றால் இடம். அதே இடம். 1869-ல் ரஷ்யாவைச் சேர்ந்த மெண்டலிவ், அவரறிந்த தனிமங்களையெல்லாம், கரி, இரும்பு, பாஸ்பரஸ், தங்கம் போன்ற தனிமங்களையெல்லாம் அவற்றின் ரசாயன குணத்தை வைத்துக் கொண்டு ஒரு பிரத்தியேகமான பட்டியலில் அமைத்தார். இதை பீரியாடிக் டேபிள் என்பார்கள். கண்டுபிடித்து சுமார் முப்பது ஆண்டுகள் வரை இந்தப் பட்டியல் முறைப்படி எல்லாத் தனிமங்களையும் வசதியாக வகைப்படுத்த முடிந்தது. அதை வைத்துக்கொண்டு இன்னும் கண்டுபிடிக்கப்படாத சில தனிமங்களைப் பற்றியும் யூகித்து அறிந்துகொள்ள முடிந்தது. நூற்றாண்டின் இறுதியில் சில தனிமங்களுக்கு இந்த விந்தைப் பட்டியலில் இடம் கொடுக்க முடியாமல் தவித்தார்கள். அவற்றுக்கு ஓர் இடம் கொடுக்கவேண்டும். ஆனால், அவற்றின் மற்ற குணங்கள் தோதுப்பட்டு வரவில்லை. உதாரணம், அவற்றின் அணு எடை. உதாரணமாக நியான் என்றால் மூன்று வகை நியான் இருக்கிறது. 20, 21, 22 என்று. 20 தான் பெரும்பான்மை. 21, 22 பாசாங்கு நியான்கள். 1913-ல் ஃப்ரெட்ரிக் ஸாடி என்பவர் இந்தச் சிக்கலைத் தீர்த்து வைத்தார். அவர் சொன்னது - இந்த அணுக்களின் கனத்துக்குக் காரணம், அவற்றின் உட்கருவில் இருக்கும் நியூட்ரான்களின் எண்ணிக்கை அதிகமாக இருப்பதால்தான் என்றார். ப்ரொட்டான்களின் எண்ணிக்கை மாறினால்தான் தனிமங்களின் ரசாயன குணாதிசயங்கள் மாறும். நியூட்ரான்களை அதிகப்படுத்தினால் எடை மட்டும் அதிகம் ஆகும். இந்த வகை பாசாங்கு கன அணுக்களை ஐஸோடோப்புகள் என்று அவரே பெயர் சூட்டினார். பீரியாடிக் டேபிளில் ஒரே இடம். இவை இயற்கையாகவும் நிகழ்கின்றன. செயற்கை முறையிலும் இவற்றைத் தயாரிக்கலாம். சுருக்கமாகச் சொன்னால் ஐஸோடோப் என்பது பார்க்க ஒரே மாதிரியான, சற்றே கனமான இரட்டைச் சோதரன் அணு.

✉ **நஸியா ஹாலீத் ஷரீஃப்,** கோவை-23.

✍ **கையெழுத்தை வைத்து ஆணா, பெண்ணா - அவர்களது மனநிலை என்று எல்லாவற்றையும் சொல்லிவிட சான்ஸ் இருக்கிறதா?**

சுமாராக முடியும். பொதுவாக, பெண்களின் கையெழுத்து செங்குத்தாகவோ, இடப் பக்கம் சற்றே சாய்ந்தோ இருக்கும். ஆண்களின் கையெழுத்து வலப்பக்கம் சாய்ந்து இருக்கும். கையெழுத்தை வைத்துக்கொண்டு மனநிலையை அறிவது ரொம்ப கஷ்டம். ஆனால், சில குணாதிசயங்களை அறியமுடியும். ஆண், பெண் இரு பாலாருக்குமே உதாரணமாக வார்த்தைகளின் இடையில் அதிகமாக இடைவெளி விட்டிருந்தால் அந்த ஆள் செலவாளி, எழுத்துக்களுக்குப் புள்ளி

வைக்கும்போது புள்ளி தள்ளியிருந்தால் கவனமற்றவர். குறுக்கிக் குறுக்கி எழுதினால் சிக்கனக்காரர். கையெழுத்துச் சிறகடித்துப் பறந்தால் கற்பனை வளமுள்ளவர் அல்லது ஆர்ட்டிஸ்ட். இப்படி சில பொது விதிகள் இருக்கின்றன. பெரும்பாலான கேஸ்களில் பலிக்கும்.

✉ **திருமகள் வெங்கடேஷ்,** *மைசூர்-2.*

✍ **மரங்கள் - மழை ரிலேஷன்ஷிப்பை விளக்கவும்.**

அடர்த்தியான மரங்கள் இருந்தால் அதன் சுற்றுப்புரம் உஷ்ணம் குறைந்து இருக்கும். ஈரம் அதிகமிருக்கும். இது வான்மண்டலத்தில் காற்றோட்டத்தைப் பாதித்து, ஆவியாகிவிட்ட நீர் மறுபடி நீர்த் துளியாகி மழை பெய்ய உதவும். மழை நிறைய பெய்தால் மரங்கள் நிறைய... மரங்கள் நிறைய இருந்தால் மழைபெய்ய... இது ஒரு குட்டிச் சக்கரம். நீலகிரிப் பிரதேசத்தில் மர அடர்த்தி 47 சதவிகிதத்திலிருந்து 36-க்குக் குறைந்ததில், அந்தப் பிரதேசத்தில் மழையும் குறைந்து விட்டது. பழநி மலைப் பிரதேசத்தில் மர அடர்த்தி உள்ள இடத்தில் மழை பெய்யும் அளவுக்கு அருகே ஒரு கி.மீ. தூரத்தில் இருக்கும் சமவெளியில் மழை இல்லை!

✉ **ஜி.சதாசிவம்,** *நெல்லை-1.*

✍ **ஆர்க்கமிடீஸ் வழியை 'ஆழ அமுக்கி முகக்கினும் ஆழ்கடல் நீர்' என்ற பாடலில் ஔவையார் பல ஆண்டுகளுக்கு முன்பே விளக்கியுள்ளதாக ஓர் ஆராய்ச்சிப் பாடத்தில் படித்தேன்... இதுபோல உங்களுக்குத் தெரிந்தது ஏதாவது...**

தமிழ் இலக்கியங்களில் பற்பல இடங்களில் விஞ்ஞான சாயல் இருப்பதைப் பார்க்கலாம். நான் முன்பு குறிப்பிட்டிருந்த கம்பர் பாட்டு ஒரு உதாரணம்... கம்பரே 'சாணிலும் உளன் அணுவைச் சதகூறிட்டகோணிலும் உளன்' என்ற வரியில் அணுவைப் பிளப்பதைப் பற்றிக் குறிப்பிட்டிருக்கிறார். இதனால் கம்பருக்கு அணுகுண்டைப் பற்றித் தெரியும் என்று சொல்ல முடியுமா?

பட்டினப்பாலையில் டவுன் பிளானிங்கைக் காணலாம். திருக்குறளில் மானேஜ்மெண்ட் முறைகளைக் காணலாம். குறுந்தொகைப் பாடல்களில் சைக்காலஜி இருக்கிறது. சீவக சிந்தாமணியில் குறிப்பிட்டிருக்கும் மயிற்பொறி ஒரு வகை ரோபாட் என்று சொல்லலாம். ஏன், டி.வி. கூட சீ.சி-யில் இருக்கிறது. சிறையிலிருந்து தப்பிய சீவகன் எங்கிருக்கிறானோ என்று கவலைப்படுகின்ற நந்தட்டன் முதலானோருக்குக் காந்தருவத்தை 'மதிமுகம்' என்கிற விஞ்சையைப் பயன்படுத்தி "பயப்படாதே! சீவகன் கனகமாலையின் தலையைத் தடவிக் கொண்டிருக்கிறான்... இதோ தெரிகிறது."

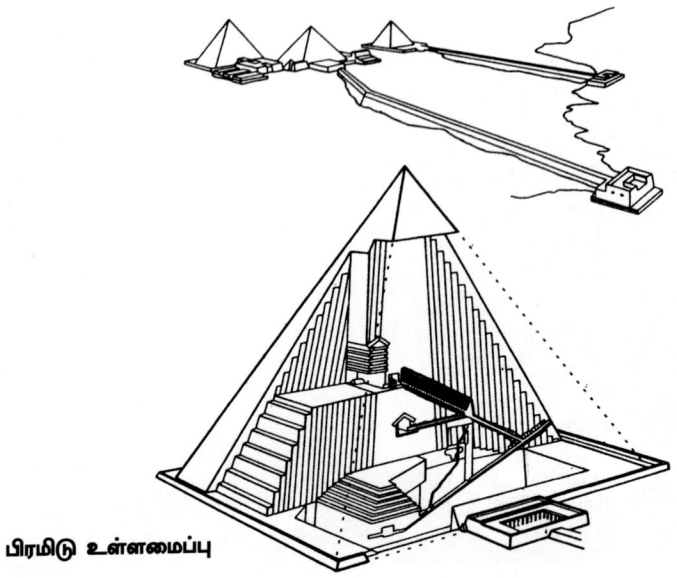

பிரமிடு உள்ளமைப்பு

என்று டெலிவிஷன் போலப் பார்த்துச் சொல்கிறாள். தாயுமானவர் பாடல் ஒன்றில் ரிலேட்டிவிடியே சாடை காட்டுகிறது.

இவையெல்லாம் அந்தந்த புலவர்களின் கற்பனைத் திறனுக்குத்தான் உதாரணம். ஆனால் நம் இலக்கியங்களில் உண்மையான, விஞ்ஞான முறைப்படி ஆப்ஸர்வேஷன் இருக்கும் வரிகள்தாம் என்னை ஆச்சரியத்தில் ஆழ்த்துகின்றன. சங்கப் பாடல்களிலிருந்து முக்கூடற்பள்ளு வரை இதற்கு நிறைய உதாரணங்கள் சொல்லலாம். ஒரு வியப்பளிக்கும் உதாரணம் - ஆண்டாளின் திருப்பாவையில் 13-ம் பாடலில் இருக்கும் ஆஸ்ட்ரானமி!

'பிள்ளைகள் எல்லாரும் பாவைக் களம்புக்கார்.
வெள்ளி எழுந்து வியாழம் உறங்கிற்று
புள்ளும் சிலம்பினகாண் போதரிக் கண்ணினாய்'

என்ற அடிகளில் வெள்ளி எழுந்து வியாழன் உறங்குவது வானத்தில் கொஞ்சம் அரிதான நிகழ்ச்சி! இதை ஆராய்ச்சி செய்து பலரை விசாரித்து மகாவித்வான் மு.ராகவையங்கார் தன் 'ஆழ்வார்கள் காலநிலை' என்கிற நூலில் ஆண்டாளின் காலத்தை கி.பி. 885 என்று குறிப்பிட்டிருக்கிறார். ஆண்டாள் குறிப்பிடும் அந்த தினம் கி.பி. 885 நவம்பர் காலை மணி 5-8.

.☒ **சு.பாண்டியன்,** பட்டிவீரன்பட்டி.

✍ **பிரமிடுகள் பற்றிச் சுவையான விளக்கம்?**

பிரமிடு என்பது கிரேக்க வார்த்தை ஆதிகாலத்து கிரேக்கப் பயணிகள் எகிப்தில் ராஜாக்களின் விநோத சமாதிகளைப் பார்த்தபோது, அதன் ஷேப் அவர்கள் சாப்பிடும் பிராமிஸ் என்கிற கேக் போல இருந்ததால் பிரமிடு என்று பெயர் வந்தது.

எகிப்தில் நைல் நதியில் அவ்வப்போது வெள்ளம் வந்து விடுவதால் அவரவர் நில எல்லைகள் அழிந்துபோய்விட்டதால் திரும்பத் திரும்ப நிலத்தை அளந்து கோடுபோட வேண்டியிருந்தது. இந்தப் பழக்கத்தால் ஆதிகால எகிப்தியர்கள் ஜியோமெட்ரி (நில அளவு என்பதுதான்

ஒரிஜினலாக இதற்குப் பெயர்)யில் விற்பன்னர்களானார்கள். இதனால் ஏற்பட்டது பிரமிடு கட்டும் திறமை. கி.மு. 3,000.... இம்ஹோ தெப் என்கிற ஆசாமி, ஜோஸர் என்கிற ஃபரோவா மன்னனுக்குக் கட்டியதுதான் முதல் பிரமிடு.

பிரமிடுகளைப் பற்றி நிறைய விநோத, மூட நம்பிக்கைகள் உண்டு. பிரமிடைத் தோண்டியவர் யாருமே

உருப்பட்டதில்லையென்று இன்றைக்குக் கூட நம்பிக்கைகள் உள்ளன. ஒரு புத்தகமே எழுதியிருக்கிறார்கள்.

✉ **எஸ்.அருளானந்தம்,** காரைக்கால்.

✍ **தட்டச்சு இயந்திரத்தில் A, B, C, D, E... என்று இல்லாமல் A,S,D,F,G... இருக்கிறதே... இதற்குக் காரணம் என்ன?**

முதலில் வியாபார ரீதியாக தட்டச்சு இயந்திரம் அமெரிக்காவில் 1874-ல் செய்யப்பட்டது. ஷோல்ஸ் என்பவர் கொடுத்த ஐடியாவில் ரெமிங்டன் இயந்திரம். இயந்திரத்தின் எழுத்து அமைப்பு - அதிகப்படியாக உபயோகிக்கப்படும் எழுத்துக்கள் சுலபமாக அடையும்படி - அடிக்கும்படி இருக்கவேண்டும் என்கிற குறிக்கோளில் அமைந்ததால் - ஏ, பி, ஸி, டி, வரிசைப்படி இல்லை. இந்த கீபோர்டை க்யூவெர்ட்டி கீ போர்டு என்பார்கள். சமீபத்தில் 'இந்த அமைப்பைக்கூட இன்னும் கொஞ்சம் மாற்றலாம்.... இன்னும் தட்டும் வேகம் அதிகரிக்கலாம்' என்று ஒரு ரிப்போர்ட் வந்தது. கோடிக்கணக்கான இயந்திரங்களை மாற்றுவதற்கு அதிகச் செலவாகும் என்று திட்டம் கைவிடப் பட்டது. கம்ப்யூட்டர் வந்த பிறகு எந்த எழுத்து எங்கிருந்தால் என்ன?

✉ **சிதம்பர செல்வராசன்,** கோட்டூர்.

✍ **இன்றைய அறிவியல் யுகத்தில் பூமியில் 24 மணி நேரமும் பகல் போல சூரிய ஒளி பெற ஆராய்ச்சி எதுவும் நடைபெறுகிறதா?**

பகல் போல வெளிச்சம் பெறுவது என்பது இயலாத காரியம். ஆனால், மிகப் பிரகாசமான வெள்ள வெளிச்சத்தை ஸோடியம் வேப்பர் போன்ற சில பிரத்தியேகமான விளக்குகளால் ஏற்படுத்த ஆராய்ச்சி செய்து வருகிறார்கள் - ஆலந்து தேச பிலிப்ஸ்காரர்கள் இதில் விற்பன்னர்கள். உங்கள் கோட்டூர் முழுவதற்கும் ஒரு பல்பு போதும். கொஞ்சம் விலையாகும் (சில லட்சம்!).

✉ **டி.சுந்தரவடிவேல்,** சென்னை-80.

✍ **'நாட்டிக்கல்' மைல் என்றால் என்ன?**

நம் சாதாரண மைலைவிட சற்று அதிகம் (6080 அடி). இது கப்பல் பயணத்துக்கு முதலில் பயன்பட்டது. இலத்தீன் மொழியில் 'நாட்டிகோஸ்' என்றால் மாலுமி. கப்பலின் வேகத்தை 'நாட்ஸ்' என்று சொல்வார்கள் (ஒரு மணிக்கு இத்தனை நாட்டிக்கல் மைல் என்பதன் சுருக்கம்). இதே அளவுதான் ஏரோப்ளேன் சவாரிக்கும் உபயோகப்படுகிறது. ஒரிஜினலாகப் பார்த்தால் பூமத்திய ரேகையில் கிழக்கு மேற்காக ஒரு டிகிரி இடைவெளி என்பது 60 நாட்டிக்கல் மைல் தூரம்.

✉ **ஏ.சுதர்சன்,** திருப்பூர்-2.

✍ **சாதா தூக்கம், காம்போஸ் தூக்கம் - ஒப்பிடுக.**

காம்போஸ் என்பது ட்ராங்க்விலைஸர். இது ஒரு விதமான டென்ஷனைக் குறைக்கவல்லது. அதனால் தூக்கம் வரும். 'கார்டினால்' போன்ற பார்பிட்யூரேட்டுகள்தான் ஆளை அடிக்கக்கூடியவை. சாதா தூக்கம் உடல் கேட்டு எடுத்துக் கொள்வது. மாத்திரைத் தூக்கம் நாமாக விரும்பி முழுங்குவது. என்னைப் பொறுத்தவரையில் சில வேதாந்தப் புத்தகங்களே எனக்கு காம்போஸ்!

✉ **பி.சம்பத்குமார்,** கோடம்பாக்கம்.

✍ **முதல் லைட்ஹவுஸைக் கட்டியது யார்? (கொத்தனார் என்று பதில் சொல்லக்கூடாது!)**

கொத்தனார்தான் சார்! சுமார் கி.மு. 280-ல் எகிப்திய மன்னர் (Pharos) அலெக்ஸாண்ட்ரியா துறைமுகத்தில் எகிப்திய கொத்தனார்கள் உதவியுடன் 400 அடி உயர லைட் ஹவுஸைக் கட்டினார்கள். வெளிச்சம் உபயம் - விறகுகள்.

இது ஏழு (அழிந்துபோன) அற்புதங்களில் ஒன்றாகக் கருதப்பட்டது.

16-ம் நூற்றாண்டில் கப்பல்கள் டிராஃபிக் அதிகமாகிவிட்டது. ஐரோப்பாவில் நிறைய லைட்ஹவுஸ்கள் கட்டப்பட்டன. வெளிச்சம் - ஆயில் லேம்ப் - ராட்சத மெழுகுவர்த்திகள். 1716-ல் தான் முதல் அமெரிக்க லைட் ஹவுஸ் - பாஸ்டன் நகருக்கு அருகில். முதன்முதலில் (1862-ம் ஆண்டு) வெளிச்சத்துக்கு மின்சாரத்தை உபயோகித்த பெருமை பிரிட்டிஷ்காரர்களுக்கே.... எலெக்ட்ரிக் கார்பன் ஆர்க் விளக்கை உபயோகித்து அமெரிக்காவில் உள்ள மார்டன் லைட்ஹவுஸ்களில் லேட்டஸ்ட்டாக 'மெர்க்குரி ஆர்க் லேம்ப்'களை உபயோகிக்க ஆரம்பித்திருக்கிறார்கள்.

✉ **தாயு.சிவகுமார்,** சேலம்-3.

✍ **திரைப்படங்களில் கார் போன்ற வாகனங்கள் செல்லுவதாகக் காட்டும்போது, அதன் சக்கரங்கள் பின்புறமாகச் சுழல்வது போல் தெரிகிறதே, ஏன்? (இல்லை, என்ன கண் கோளாறா?)**

உங்கள் கண்ணில் கோளாறு இல்லை. எல்லோருக்குமே அப்படித்தான். காரணம் ஒருவிதமான ஸ்ட்ரோபோஸ்பிக் எஃபெக்ட். நமக்கெதிரே நிகழ்வதையெல்லாம் நம் கண்கள் என்னும் காமிரா ஒரு 'மூவி'யாகப் பார்க்கிறது. கண் 'காமிரா'வில் வேறெந்த காமிராவுக்கும் இல்லாத ஒரு அற்புதம் - ஷட்டர்

கிடையாது. திரையில் 'மூவி' என்று காட்டப்படுவது ஒரு இல்யூஷனே! அதாவது, ஒரு செகண்டுக்கு 24 படங்களை - ஸ்டில் படங்களை - தொடர்ந்து ஓட்டி மூவி என்கிற 'மாயை'யை உண்டாக்குகிறார்கள். மாட்டு வண்டியோ, குதிரை வண்டியோ வேகம் பிடித்து ஓடுவதைக் காட்டும்போது அதன் சக்கரத்தில் ஒரு ஆரம் இருக்கும் இடத்துக்கு அடுத்த ஆரம் ஒரு செகண்டில் இருபத்துநாலு பாகத்துக்குள் வந்துவிட்டால் சக்கரம் சுற்றாமலேயே இருப்பதுபோலத் தோன்றும். வண்டி ஓடுவது பார்க்க வேடிக்கையாக இருக்கும். இஷ்டமில்லாத நாய்க்குட்டியைக் குளிப்பாட்ட அழைத்துச் செல்கிறாற்போல தரையைத் தேய்த்துக்கொண்டு ஓடுவதுபோல் தோன்றும். வண்டிச் சக்கரத்தின் வேகம் இன்னும் அதிகமாகும்போது சக்கரம் பின்நோக்கிச் சுற்றுவதைப் போலத் தோன்றும். காமிரா ஷட்டரைப் போல உங்கள் கண்களை வேகமாக (ஒரு செகண்டுக்கு 24 முறை) மூடி மூடித் திறந்து பார்க்க முடிந்தால் நிஜமாகவே தெருவில் வேகமாக ஓடும் வண்டிச் சக்கரம் பின்னோக்கிப் போவதுபோல இருக்கும்! இரண்டு டேபிள் ஃபேன்களை ஒன்றன் பின் ஒன்றாக வைத்துவிட்டு முன்னால் உள்ள ஃபேன் வழியாக, பின்னால் இருக்கும் ஃபேனின் வேகத்தைக் குறைத்துக் கூட்டிப் பாருங்கள். அது பின்னோக்கிச் சுற்றுவதுபோல இருக்கும். முதல் ஃபேன் உங்கள் பார்வைக்கு 'ஷட்டர்' போடுவதுதான் காரணம்!

✉ **எம்.ரவிச்சந்திரன்,** மாமண்டூர்.

✍ **'ஐஸ்கிரீம்' என்பது லேட்டஸ்ட்டான விஷயம்தானே?**

அப்படியெல்லாம் 'கூலா'கச் சொல்லி விட முடியாது. ரோமானியர்களே ஐஸ்கிரீமை பண்ணிச் சாப்பிட்டிருக் கிறார்கள். ஆனால், பாவம் அதற்கு ரொம்பச் சிரமப்பட்டதாகக் கேள்வி.

அடிமைகளைக் குதிரைகளுடன் மலையுச்சிக்கு அனுப்பி, அங்கே படிந்து கிடக்கும் பனிப்பாறைகளை வெட்டி எடுத்துக்கொண்டு படுவேகமாக வரச் சொல்லிவிட்டு அதற்குள் அரண்மனையில் பழங்களையும் தேனையும் கலந்து ஒருவித ஜாம் ரெடி பண்ணி வைத்து, ஐஸ்கட்டிகள் வந்து இறங்கியவுடன் ஜாம் ஜாமென்று கலந்து ஐஸ்கிரீம் சாப்பிட்டிருக்கிறார்கள்... ஒயினையும் சேர்த்துக் கொள்வதுண்டு.

✉ **பொன். சித்தன்,** பொன்னமராவதி.

✍ **லேசர் பற்றி விளக்கவும்.**

லேசர். *Light Amplification by Stimulated Emission of Radiation* என்பதன் முதல் எழுத்துச் சுருக்கம். லேசர் என்பது கொஞ்சம் ஸ்பெஷலான ஒளிக்கற்றை. சாதாரண ஒளியைவிட நுட்பமான சீரான ஒளி.

பூமியிலிருந்து சாதாரண ஒளியை வைத்துப் பிரகாசமான 'ஸ்பாட்' வைத்து சந்திரன்மேல் அடிக்கிறார்கள் என்று வைத்துக் கொள்ளுங்கள். என்னதான் லென்ஸ் வைத்து சாதாரண ஒளியைச் சீர்ப்படுத்தினாலும் சந்திரனுக்குப் போய்ச் சேரும்போது அந்த ஒளி பரவி (Dispersion)

ஸ்பாட் சந்திரனைவிடப் பத்து மடங்கு பெரிதாகிவிடும். இதையே லேசர் ஒளியை வைத்துக்கொண்டு செய்தால், சந்திரன்மேல் அந்த ஸ்பாட் சுமார் ஆறு கிலோ மீட்டர்தான் பரவும். இங்கிருந்து சந்திரனுக்கு தூரம் மூணு லட்சத்து எண்பத்து நாலாயிரத்து நானூறு கிலோ மீட்டர், குறுக்களவு 3,476 கிலோ மீட்டர்.

லேசருக்கு ஐடியா கொடுத்தவர் சார்லஸ் டவுன்ஸ் என்கிற அமெரிக்கர். 1953-ல் மேஸர் என்று ஒன்று செய்தார். ரஷ்யாவில் பஸோவ், ப்ரொக்கரோவ் இந்த ஆராய்ச்சியில் முக்கியமானவர்கள். மூவருக்கும் நோபல் பரிசு கிடைத்தது. அதிலிருந்து 1960-ல் தியோடர் ஹெரால்ட் மெய்மன் என்பவர் முதல் லேசர் செய்தார்.

லேசர் ஒளியை ஒருமித்த ஒளி என்று சொல்வார்கள். (Coherent) இதை எப்படி உண்டாக்குகிறார்கள்? சில பொருள்களின் அணு அமைப்புகளோடு கூடிய எலெக்ட்ரான்களை ஒருவிதமான பரபரப்புக்கு உள்ளாக்குவார்கள். இப்படிச் செய்வதற்கு 'பம்ப்பிங்' என்று சொல்வார்கள். அணுக் கருவைச் சுற்றிலும் குறிப்பிட்ட வட்டங்களில் நிம்மதியாகச் சுற்றிக் கொண்டிருக்கும் எலெக்ட்ரான்களைச் சீண்டிவிட்டு அவற்றுக்குக் கொஞ்சம் லஞ்சமாகச் சக்தி கொடுத்து கட்சி மாறச் சொல்லி வேறு வட்டத்துக்கு மாற்றிவிடுவதுதான் இந்த 'பம்ப்பிங்'.

இந்த வகை எலெக்ட்ரான்கள் புதிய வட்டங்களில் நிம்மதி இல்லாமல் 'எப்படா தாய்க் கட்சிக்குப் போகப் போகிறோம்?' என்று தவித்துக்கொண்டிருக்கும். அவ்வாறு திரும்பிச் செல்லும்போது வாங்கின சக்தியைத் திரும்பக் கொடுத்துவிட வேண்டும். 'இந்தாப்பா ஒரு ஃபோட்டான் திருப்பிக் கொடுத்துவிட்டுப் பழைய கட்சிக்குப் போ!' என்று வெளியிலிருந்து யாராவது அதற்கு வாங்கினச் சக்தியைச் சரியாகக் கொடுத்துவிட்டால் உடனே தாய்க்கட்சிக்கு ஓடிவிடும். இதைப் பார்த்து, கட்சி மாறின மற்ற எலெக்ட்ரான்களும் தைரியம் பெற்று 'நானும் போய்டறேம்பா' என்று ஒரு கோஷ்டியாகப் புறப்பட, ஒவ்வொரு எலெக்ட்ரானும் தாய் வட்டம் திரும்பும்போது, ஒரு ஃபோட்டானை வெளிப்படுத்த - இதை ஸ்டிமுலேடட் எமிஷன் என்று சொல்வார்கள். ஃபோட்டான் என்பது ஒளித் துணுக்கு. இந்த வகையில் ஒரு ஒளிக்கற்றை உருவாகிறது. இந்த ஒளி மிகச் சீரானது. ஒரே வண்ணம் கொண்டது. மிக அதிக சக்தி வாய்ந்ததாகவும் இருக்கும். ஒரு சதுர சென்டி மீட்டருக்கு ஆயிரம் மெகாவாட்கூட சக்திகொண்ட புள்ளி வெளிச்சம். லென்ஸ் வழியாகக் குவிக்கப்பட்ட சாதாரண ஒளியைவிடப் பன்மடங்கு அதிக சக்தி வாய்ந்த மிக நுட்பமான, ஒரே வண்ண ஒளிப் புள்ளி.

ஒரு லேசர் ஒளிக்கற்றையைக் கொண்டு இரும்பைச் சுலபமாகத் துளைக்கலாம். ரூபி என்ற சிவப்பு ஸ்படிகம் இருக்கிறது. இதை வைத்துக் கொண்டு லேசர் குழாய்கள் செய்கிறார்கள். கார்பன்-டை-ஆக்ஸைடு, ஹீலியம்-நியான் போன்ற வாயுக்களையும் குழாய்களில் அடைத்து லேசர் ஒளி உண்டாக்குகிறார்கள்.

லேசர் ஒளியால் வானத்தில் ராக்கெட், ப்ளேன் பறந்து கொண்டிருந்தால் அதை சுட்டு வீழ்த்த முடியுமா என்று முதலில் ரஷ்யாவும் அமெரிக்காவும் ஆராய்ச்சிப் பண்ணிப் பார்த்தன. அமெரிக்கா ஓர் ஆயுதத்தைக்கூட தயாரித்துவிட்டதாகக் கேள்வி. இருந்தும், இந்த மாதிரி பயங்கர ஆயுதங்களுக்கு வேண்டிய அதிக சக்தியை அவர்களால் இதுவரை உண்டாக்க முடியவில்லை. எனவே, லேசருக்கு நல்லவேளையாக சமாதான உபயோகங்கள்தான் அதிகம். ஸர்ஜன்களுக்கு லேசர் கற்றைகள் நுட்பமான ஆபரேஷன்களுக்குப் பயன்படுகின்றன. கண்ணுக்குள் இருக்கும் சில ரத்தக் கட்டிகளைக் கரைப்பதற்கு லேசர் உபயோகிக்கிறார்கள். 'லேசர் ரேஞ்ச் ஃபைண்டர்' என்ற ஒரு சாதனத்தால் நுட்பமானத் தூரங்களை அளக்க முடியும். இதிலுள்ள லேசர் ஒளிக்கற்றையின் மூலம் தூரத்தில் ஒரு பொருளைப் பார்த்தாலே போதும். அது எவ்வளவு தூரம் என்று கணக்கிட்டுச் சொல்லிவிடும். லேசரைச் செய்தித் தொடர்புக்கும் உபயோகிக்கிறார்கள். ஹோலோகிராம் என்னும் முப்பரிமாண பிம்பங்கள் அமைக்கின்றனர். இப்போது கிராமபோன் தட்டுக்கள் போன்ற விடியோ டிஸ்க் எல்லாம்கூட வருகின்றன. இதில் லேசர்தான் பயன்படுகின்றன. லேசர் படம் வரைகிறது. கம்ப்யூட்டர் செய்தித் தொடர்புக்கு ஃபைபர் ஆப்டிக்ஸில் லேசர் ஒளியைப் பயன்படுத்துகிறார்கள்.

✉ **லலிதா ஸ்ரீனிவாசன்,** நாகப்பட்டினம்.

✍ **இன்னும் 25 வருடம் கழித்துப் போக்குவரத்துத் துறையில் ஏற்படப் போகும் வியக்கத்தகும் விந்தைகளைச் சற்று விளக்கிக் கூறுகிறீர்களா?**

தற்போது சிலிக்கன் நாகரிகம் போகிற போக்கில் இருபத்தைந்து வருஷத்துக்கு அப்பால் என்ன என்பதை ஹேஷ்யம் சொல்வது மிகவும் கடினம்.

இருந்தும் ஃபாஸில் ஃப்யூவல் என்று சொல்லப்படும் பூமிக்கடி பெட்ரோலியம் போன்றவற்றுக்கு எண்ணெய்க் கிணறுகள் காலியாகப் போவதை எதிர்பார்த்து எதிர்காலப் போக்குவரத்துக்காக இரண்டு வகைகளில் மாற்று எரிபொருள்களைத் தேடுகிறார்கள். மின்சக்தி அல்லது சோதனைச் சாலையில் உண்டாக்கக்கூடிய சில எளிய ரசாயனப் பொருள்களைக் கொண்டு எதிர்காலத்தை ஓட்ட விரும்புகிறார்கள். சூரிய ஒளியைச் சேகரிப்பதிலும் கவனம் செலுத்துகிறார்கள். ஆர் என் ஏ, டி என் ஏ ஸிந்தஸிஸ் போகிற போக்கைப் பார்த்தால் பெட்ரோல் பண்ணும் பாக்டீரியாக்கள் உண்டுபண்ணினாலும்

ஆச்சரியமில்லை. சூரிய ஒளியைச் சேகரித்து வைக்கும் தாவரங்களின் போட்டோ ஸிந்தஸிஸிலும் ரகசியம் உள்ளது. ஸூப்பர் கண்டக்டிவிட்டி ஆராய்ச்சி போகிற தினுசில் 'காந்த மெத்தை' ரயில்கள் அடுத்த நூற்றாண்டில் வரும் என்கிறார்கள். சூரிய சக்தி வண்டிகளும் வரலாம்.

✉ **கே.நரசிம்மன்,** திருவையாறு.

✍ **பழங்காலத்தில் புஷ்பக விமானங்கள் உண்மையிலேயே இருந்ததற்கான சாத்தியக் கூறுகள் உள்ளதா?**

எரிக் வான் டானிக்கென்னின் 'சாரியட் ஆஃப் தி காட்ஸ்' படித்துப் பார்த்தால் மஹாபாரதத்தில் குறிப்பிடப்பட்டிருக்கும் சில ஆயுதங்கள் அணு ஆயுதங்களாம். ராமாயணத்தில் சொல்லப்பட்டிருக்கும் விமானம் ராக்கெட் சக்தியால் இயங்கியிருக்கலாமாம்! விமானம் ரொம்ப தூள் கிளப்பியதாகவும், ஏகப்பட்ட சப்தம் போட்டதாகவும் வால்மீகியில் சொல்லியிருப்பது என்னவோ உண்மை. பார்க்கப்போனால், கம்பராமாயணத்தில் ராவணன் சீதையைக் கடத்திச் சென்ற கலத்தினால் கொஞ்ச தூரம் தரையில் சக்கர அடையாளங்கள் இருந்து படக்கென்று அடையாளம் மறைந்துபோவதைச் சொல்லியிருக்கிறார். நவீன விமானத்தின் 'டேக் ஆஃப் போல!

ஜடாயு உயிர்நீத்த படலத்தில் 78-வது பாட்டு! ராம லட்சுமணர்கள் வருகிறார்கள்... பர்ணசாலை இருந்த இடம் காலி! ஒரு 'தேர்' போன அடையாளம் தெரிகிறது.... *track marks....* அதைத் தொடர்ந்து போகிறார்கள். ஓர் இடத்தில் சக்கரங்களின் அடையாளம் திடீரென்று ஒரு திருப்பம் திரும்பி, பிறகு படக்கென்று காணாமல் போகிறது! விண்ணை நோக்கிக் கிளம்பியதான நினைப்பு வரும்படி ஒரு காட்சி....

'மண்ணின் மேலவன் தேர் சென்ற சுவடெலாமாய்ந்து விண்ணின் ஓங்கிய தொருநிலை... மெய்யுற...'

- என்பது கம்பர் பாட்டு! ஆனால், இந்த சாஸ்திரம் எல்லாம் அந்தக் காலத்தில் நிச்சயம் இருந்ததாகச் சொல்ல மற்ற சாட்சியங்கள் போதவில்லை. சாட்சியம்,

ஆதாரம் இல்லாத விஷயங்களை விஞ்ஞானிகள் ஏற்றுக் கொள்வதில்லை சார். ஒரே பிடிவாதம்!

✉ **டி.கே.முருகன்,** சேலம்-1.

✍ **நல்ல பால் பாயிண்ட் பேனா ரீஃபில் இந்தியாவில் தயாரிக்கவேமாட்டார்களா?**

தயாரிக்கிறார்களே! கொஞ்சம் விலை அதிகம். அவ்வளவுதான். பால்பாயிண்டைப் பற்றிச் சில விவரங்கள்: அதில் இருக்கும் மசி ஸ்பிரிட் அல்லது எண்ணெயில் கரைக்கப்பட்ட பசை. நுனியில் இருக்கும் சிறிய குண்டு (பால்) ஒரு மில்லி மீட்டர் அளவுள்ளது. எஃகினால் ஆனது (சில சமயம் செயற்கை சஃபையர்). எழுதும்போது இங்க் பசை நுனியில் இருக்கும். சற்றே அகன்ற பாகத்துக்கு அதன் கனத்தினால் இறங்கி, அங்கே உள்ள குண்டினால் கட்டுப்படுத்தப்பட்டு பேப்பரில் படிகிறது. எழுதாதபோது குண்டு, நுனியை அடைத்துப் பசை உலராமல் பாதுகாக்கிறது. பால்பாயிண்டால் எழுதும்போது பேனா கீழ் வாகாக இருக்க வேண்டியது அவசியம். மற்றவர் முதுகிலோ, மேல் நோக்கியோ எழுதினால் ஸ்டிரைக் பண்ணும். சல்லிசாகக் கிடைக்கிறது என்று எட்டணாவுக்கும் நாலணாவுக்கும் வாங்கினால் கொட்டும். சட்டை பாழ்!

✉ **கே.ராஜ்குமார்,** சென்னை-82.

✍ **'பை' = 22/7 எப்படிங்க வந்தது?**

22/7 என்பது 'பை'க்கு ஒரு விதமான குத்துமதிப்புத்தான். ஆர்க்கிமிடீஸ் இதை முதலில் உபயோகித்தார். ஒரு வட்டத்தின் சுற்றளவுக்கும், அதன் விட்டத்துக்கும் உள்ள விகிதம்தான் 'பை'. இதை நம்முடைய எண் முறையில் குறிப்பிடச் சரியான எண்கள் இல்லை. அதனால் கிரேக்க மொழி எழுத்தான 'பை'யை உபயோகித்தார்கள். *Squaring the circle* என்பது நூற்றாண்டு கணக்காகப் பாச்சா காட்டி வருகிறது. கிட்டக் கிட்டத்தான் 'பை'யின் மதிப்பைச் சொல்ல முடியும். பொட்டில் அடித்தாற்போலச் சொல்ல முடியாது. சாக்ரடீஸ் காலத்து ஆன்ட்டிஃபோனிலிருந்து நம் இந்தியக் கணித நூல்கள் வரை பை பையாக ஏகப்பட்ட மதிப்பீடுகள் உள்ளன.

✉ **ஜி.உமா,** கடலூர்-2.

✍ **டார்க் கலர் டிரஸ் அணிந்துகொள்வது நல்லதா, கெட்டதா?**

டார்க் கலர் உடைகளை குளிர் காலத்தில் அணிந்துகொள்ளவும். லைட் கலர் உடைகளை விடக் கதகதப்பாக இருக்கும்!

✉ **ஏ.எஸ்.பத்மஜா,** சென்னை-2.

✍ **ஆம்பர் என்றால் என்ன?**

ஆம்பர் என்பது அரக்கு. ஒரு மாதிரி மஞ்சளான பாதிக் கண்ணாடி போன்ற வஸ்து. அதைத் தனித்தனியாக மணி மாலையாக ஆதிகாலத்தில் பண்ணிப் போட்டுக்கொண்டிருந்தார்கள். அரக்கு எப்படி உருவானது என்பது வினோதமான விஷயம். ஆதி நாட்களில் பைன் மரங்களிலிருந்து கசிந்த கோந்து போன்ற வஸ்து கொஞ்சங்கொஞ்சமாகப் பூமியில் சேர்ந்துகொண்டு கட்டியாகி, நாட்பட நாட்பட பூமிக்கு அடியில் போய் லட்சக்கணக்கான வருஷங்கள் கீழே இருந்து இன்று 'ஆம்ப'ராகத் தோண்டியெடுக்கப்படும் பொருள். புகைபிடிக்கும் பைப்புகளிலும் ஆபரணங் களிலும் உபயோகப்படுகிறது. ஆம்பரைப் பட்டுத் துணியால் தேய்த்தால் மின்சார சார்ஜ் ஏறிக்கொள்ளும். எலெக்ட்ரான்கள் என்கிற கிரேக்க வார்த்தைக்கு ஆம்பர் என்பதுதான் ஒரிஜினல் அர்த்தம்.

✉ **தெ.குமரவேல், என்.கே.செல்வராஜ்,** வெள்ளக்கோயில்.

✍ **தாம்பூலம் தரிப்பது எந்த வகையில் தாம்பத்ய உறவுக்கு உதவுகிறது?**

நான் படித்தவரை தாம்பூலம் தரிப்பது ஜீரண சக்திக்குத்தான் உதவுகிறது. அதனுடன் சேர்க்கப்படும் சில சேர்க்கைகள் - ஜாதிக்காய் போன்ற வற்றுக்கு ஏதாவது மன்மதத்தனம் இருக்கலாம். தாம்பூலம் மடித்துக் கொடுக்கும் கரமும், சிவக்கும் உதடுகளும், அதைத் தொடரும் பேச்சும் தாம்பத்ய உறவுக்கு ஏதுவாகலாம்!

ஐயோ... வெத்தலை பாக்கு மேலே பழியா?!

✉ **பி.ரவிசங்கர்,** கள்ளக்குறிச்சி.

✍ **காபி, டீ போன்ற வெப்பமான பொருள்களி லிருந்து ஆவி வெளிப்படுகிறது. சரி, ஆனால், குளிர்ச்சியாக உள்ள பனிக்கட்டியிலிருந்தும் ஆவி வெளிப்படுகிறதே?**

பனிக்கட்டிக்கு அருகே இருக்கும் காற்றில் ஈர அடர்த்தி அதிகமிருக்கும். பனிக்கட்டிக்கும் அதன் சுற்றுப்புறத்துக்கும் உள்ள உஷ்ண வித்தியாசத்தால் வெளிப் படும் நீர்த்துளிகள் மிக நுட்பமான தூசுத் துகள்களில் ஒட்டிக்கொண்டு ஆவி வடிவம் பெறுகிறது. இரண்டும் நீராவிதான்.

✉ **என்.எஸ்.ரமேஷ்,** வளவனூர்.

✍ **வெற்று டம்ளரைக் காதுகளில் கவிழ்த்தால் ஒருவித ஒலி வருகிறதே, அதற்குக் காரணம் என்ன?**

வெற்று டம்ளரைச் சுற்றியுள்ள காற்றில் இருக்கும் லேசான சப்த அலைகள் அதனுள்ளிருக்கும் காற்றை லேசாகச் சலனப்படுத்தும்போது ஒருவிதமான சுருதிகூட்டல் நிகழ்ந்து (Resonance) உள்ளே ஒருவிதமான ஹுங்காரம் பலப்படுத்தப்படுகிறது. சங்கைக் காதில் வைத்துப் பார்த்தால் கேட்கும் அலை ஓசையும் இந்த வகைப்பட்டதே!

✉ **பாலாஜி மாணிக்கம்,** பொள்ளாச்சி.

✍ **எலெக்ட்ரானிக் டைப்ரைட்டரைப் பயன்படுத்துவதன் அனுகூலம் என்ன?**

அச்சு போன்ற எழுத்துக்கள்... பிழை திருத்தம் சுலபம்... சுமார் ஒரு பக்கம் ஞாபகம் வைத்துக்கொள்ளும். டைப்

அடிக்க காரேஜை நகர்த்த மோட்டார் உதவுவதால் அதில் சிரமம் இருக்காது. இப்போதெல்லாம் இவை வழக்கொழிந்து போய் DTP லேசர் பிரிண்டர் வந்து விட்டதே!

✉ **எஸ்.வெங்கட்ராகவன்,** பாளையங்கோட்டை.

✍ **'காண்டாக்ட் லென்ஸ்' பற்றி சில வார்த்தைகள் ப்ளீஸ்?**

மூக்குக் கண்ணாடி போட்டுக்கொள்ள விரும்பாதவர்கள் கண்ணோடு கண் ஒட்டியிருக்குமாறு மெலிதான இந்தக் கண்ணாடி லென்ஸ்களை அணிய முடிகிறது. சாதாரணக் கண்ணாடி முறையில் திருத்தக்கூடிய எல்லா கேஸுக்கும் இப்போது காண்டாக்ட் லென்ஸ் போட முடிகிறது. போன நூற்றாண்டின் இறுதியிலிருந்தே துவங்கியது இந்தச் சாதனம். முதலில் கண்ணாடியில் இந்த ஒட்டு லென்ஸ் பண்ணிக் கொண்டிருந்தார்கள். இப்போது ப்ளாஸ்டிக் வந்துவிட்டது. கொஞ்சம் பழக வேண்டும். லென்ஸை மிகச் சுத்தமாக வைத்திருக்க வேண்டும்.

✉ **எம்.சுப்ரமணி,** திருவனந்தபுரம்.

✍ **அலர்ஜி என்றால் என்ன?**

அலர்ஜி என்பது விசித்திரமான 'வியாதி'. மைக்ரோப், பாக்டீரியா, வைரஸ் போன்ற எந்தக் கிருமி அரக்கனுக்கும் இதோடு சம்பந்தமில்லை. இந்த வியாதிக்கு இப்படி ஒரு பெயரை (இந்த நூற்றாண்டின் ஆரம்பத்தில்) சூட்டியவர் டாக்டர் க்ளெமன்ஸ் ஃப்ரெய்ஹர் வான் பிர்க்யூட் என்பவர் (ஒருத்தர்தான்).

நம் உடலுக்குள் தற்காப்புக்கு இம்யூன் சிஸ்டம் இருக்கிறதல்லவா? சில பேர் விஷயத்தில் திடீரென்று இந்த சிஸ்டத்துக்கு கிறுக்குப் பிடித்து விடுகிறது. உடலுக்குள் நுழையும் கிருமிகளை எதிர்ப்பதற்காக இருக்கும் இந்த சிஸ்டம், ஏதோ காரணத்தால் சாதுவான விஷயங்கள் உடலில் நுழைந்தாலும்

சரியாகக் கவனிக்காமல், தவறுதலாக ரியாக்ட் செய்ய ஆரம்பிக்கிறது. இதுதான் அலர்ஜி. ஆகவே கத்தரிக்காய் அலர்ஜி ஏற்படுத்தினால், அதைக் குற்றம் சொல்லிப் பயனில்லை. நீங்கள்தான் கத்திரிக்காயோடு ஒத்துப் போகமாட்டேன் என்கிறீர்கள்.

அலர்ஜி என்றால் உடனே ஜலதோஷம், தும்மல், மூச்சுத் திணறல், சொறி, கொப்பளங்கள் இதெல்லாம் அல்லது இதில் ஏதாவதொன்று - ஆஜர்! நாள் பூரா நாம் எத்தனையோ விஷயங்களை முகர்ந்துகொண்டும், விழுங்கிக்கொண்டுமிருப்பதால் அலர்ஜிக்குக் காரணம் எது என்று

கண்டுபிடிப்பது கொஞ்சம் பேஜாரான விஷயம். ஆகவே பேஷண்ட் - டாக்டர் இருவரையுமே குழப்புகிற வியாதி இது. அலர்ஜிக்குக் காரணம் எது என்று தெரிந்தால் அதைக் கிட்டே நெருங்கவிடாமல் ஒதுக்கிவிடலாம். தெரியாவிட்டால்தான் பிரச்னை. ஆஸ்துமாவை எடுத்துக்கொள்ளுங்கள்... நாற்பது சதவிகிதம் அலர்ஜிதான் வில்லன். பயங்கர அலர்ஜிகளும் உண்டு. உதாரணம் - 'அனாபைலாக்டிக் ஷாக்'. இதில் திடீரென்று உடலின் 'டிஷ்யூ'க்களெல்லாம் வீங்க ஆரம்பிக்கும்/ இதைத் தொடர்ந்து வயிற்றுத் தசைகளில் துடிக்கும்படியான வலி. தொண்டைக் குழாய் வீங்கி நெருக்க ஆரம்பிக்கும். மூச்சுத் திணறல்... பிளட்

பிரஷர் தொபுகடீர்...! உடனே பெரிய அளவில் சிகிச்சை ஆரம்பிக்காவிட்டால் மரணம் சம்பவிக்கலாம். இந்த டைப் அலர்ஜிக்குச் சில வகை மீன்கள், பூச்சிக்கடி, பெனிசிலின் காரணமாக இருக்கின்றன.

ஸ்கின் டெஸ்ட் செய்துகொள்வதன் மூலம் சில கேஸ்களில் அலர்ஜிக்குக் காரணம் கண்டுபிடிக்கிறார்கள். இந்த டெஸ்ட்டில் பொதுவாக அலர்ஜி ஏற்படுத்தக்கூடிய பொருள்களின் கருப்பொருளைக் கையில் ஊசி மூலம் ஒவ்வொன்றாகத் துளியூண்டு ஏற்றி, எது ரியாக்ஷன் ஏற்படுத்துகிறது என்று பொறுமையாக 'உறுமீன்' வரை காத்திருக்க வேண்டும். இந்த முறை அவ்வளவு நிச்சயமானதல்ல. இப்போது உலகெங்கும் அலர்ஜியைப் பற்றி ஆராய்ச்சிகள் நடந்து கொண்டிருக்கின்றன.

புதுப்புது 'அலர்ஜி எதிர்ப்பு' மருந்துகள் கண்டுபிடித்துக் கொண்டிருக்கிறார்கள். பிரிட்டனைச் சேர்ந்த ஹின்ச் கிளிஃப் என்பவர், முகர்வதால் ஏற்படும் அலர்ஜியைத் தடுக்க ஒரு பிளாஸ்டிக் 'பானை'யைத் தயாரித்திருக்கிறார். உள்ளே ஒரு குட்டி ஃபேன் பொருத்தப்பட்ட இதைத் தலையில் கவிழ்த்துக் கொண்டால் ஃபில்டர் செய்யப்பட்ட க்ளீன் காற்றைச் சுவாசிக்கலாம்.

அலர்ஜியைத் தூண்டிவிடுவது உடலுக்குள் இருக்கும் ஆராக்கிடோனிக் ஆஸிட் என்னும் கெமிக்கல்தான் என்று கண்டுபிடித்து விட்டதாக ஒரு செய்தியை அண்மையில் படித்தவுடன் மூச்சடைப்பு, தும்மல் கொஞ்சம் குறைந்திருப்பதைப் போலத் தோன்றுகிறது!

✉ **சி.ஏ.ஹமீத்,** *சென்னை-82.*

✍ **தேன் ஏன் கெட்டுப்போவதில்லை?**

தேனீ மலர்களிலிருந்து சேகரிக்கும் தேனை அப்படியே வைத்துக் கொள்ளுவதில்லை. வீட்டுக்குச் செல்லும்போது அதற்கென்றே ஸ்பெஷலாக வயிற்றுக்குள் ஒரு பை வைத்திருக்கிறது, அதில் தான்

கொண்டுபோகிறது. வயிற்றிலிருந்து இந்தப் பையைப் பிரிக்கக் குட்டியாக வால்வு இருக்கிறது. சமூகத்துக்கு வேண்டியதைச் சொந்தமாகச் சாப்பிட்டுவிடாமல் பாதுகாக்க! இந்தப் பையில் இருக்கையில் பூந்தேன் சில ரசாயன மாறுதல்களுக்கு உள்ளாகிறது. அதிலிருக்கும் சர்க்கரை வகைகள் மாறுகின்றன. தேன் இந்த மாறுதலுக்குப் பின் தேன்கூட்டில் சேகரித்து வைக்கப்படுகிறது. கூட்டின் சூடும் காற்றோட்டமும் சேர்த்துக் கொண்டு தேன் இறுகுகிறது. அதில் இருக்கும் ஈரம், தண்ணீர் பெரும்பாலும் நீக்கப்பட்டு விடுகிறது. இந்த விதத்தில் பழுத்து, நீர் நீக்கப்படுவதாலும் ரசாயன வகையில் தேனீயின் வயிற்றில் மாற்றம் ஏற்படுவதாலும் தேன் ரொம்ப நாள் கெடாமல் இருக்கிறது.

✉ **காசி.ராஜகோபாலன்,** *தஞ்சை மாவட்டம்.*

✍ **கற்பூர வாசனை கழுதைக்கு எட்டாது என்கிறார்களே... மற்ற பிராணிகளுக்காவது..?**

✉ **-என்.எஸ். ரேவதி** *சென்னை.*

✍ **கற்பூரம் என்பது என்ன?**

முதலில் கற்பூரம், அப்புறம் கழுதை, கற்பூரம் - லாரல் என்கிற (சீனா, ஜப்பானில்

'பூனைமீன்'

அதிகமாகக் கிடைக்கக்கூடிய) மரத்தை முதிர்ந்த வுடன் வெட்டித் துண்டாக்கி வாணலியில் போட்டுச் சுடவைத்து, அதிலிருந்து புறப்படும் ஆவியைக் குளிர வைத்துப் படிய வைத்தால் கிடைக்கும் அழுக்கு மஞ்சள் நிற வஸ்து. அதைச் சுத்தப்படுத்தி வில்லைகளாக்குகிறார்கள். பழந்தமிழ் நூல்களிலும் கற்பூரம் குறிப்பிடப்பட்டிருக்கிறது.

'கருப்பூரம் நாறுமோ, கமலப்பூ நாறுமோ'

-ஆண்டாள்.

ரசிக்கத் தெரியாதவர் முன்னிலையில் கலைப்பொருட்களை வைத்துப் பிரயோசனமில்லை என்கிற அர்த்தம் பொதிந்த மோனைக்காக அமைக்கப்பட்ட பழமொழிகளையெல்லாம் அப்படியே உண்மை என்று எடுத்துக்கொள்ளாதீர்கள்.

பிராணிகளுக்கு வாசனை என்பது 'ஃபிரமோன்ஸ்' என்கிற கெமிக்கலைப் பொறுத்தது. அவற்றுக்கு வாசனை இரண்டு விஷயங்களுக்கு முக்கியம் - உணவு, செக்ஸ், பெண் விட்டில் பூச்சி 'நான் வீட்டில் இருக்கிறேன்' என்று தெரிவிக்க, 'பாம்பிகோல்' என்னும் சங்கதியை ஒரு சின்ன ஸ்ப்ரே அடிக்கிறது. அந்த ஸ்பிரேயில் ஒரு அணுக்கூட்டம், மாலிக்யூல் போதும். ஒரு மைலுக்கப்பாலுள்ள ஆண் பூச்சி சிலிர்த்துக்கொண்டு உடனே இறகைக்கைகளைத் தீட்டிக் கொண்டு அந்த திசை நோக்கிப் பறக்கும்.

ஒரு விட்டில் பூச்சி தனக்குள் இருக்கும் அத்தனை 'பாம்பிகோலை'யும் ஒரே சமயத்தில் புஸ் அடித்தால் அதை நோக்கி ஒரு டிரிலியன் ஆண் பூச்சிகள் வரும் என்று கணக்கிட்டிருக்கிறார்கள். மீன்கள் 'யார் ராமசாமி, யார் ரங்கசாமி' என்று தனித்தனி மீன்களை அடையாளம் கண்டுபிடிக்க இந்த வாசனை ஃபிரமோன்களை உபயோகப்படுத்துகின்றன. 'பூனைமீன்' என்கிற வகையில் தலைவன் என்று ஒன்று தேர்ந்தெடுக்கப்படும். அதற்குத் தலைமைப் பதவி இருக்கும்வரை வாசனையே வேறுவிதமாக இருக்குமாம். பதவி இழந்துவிட்டால் வாசனை மாறிவிடும்! இவ்வகையில் மிருகங்கள், பறவைகள் எல்லாவற்றுக்குமே வாசனை உணர்ச்சி அதனதன் உணவு, உயிர் வாழ்தல், செக்ஸ், தேவைக்கேற்ப அமைந்துள்ளது. யோசித்துப் பார்த்தால் நமக்கும் அப்படித்தானே?

✉ **பி.எஸ்.பாலசுப்ரமணியம்,** விழுப்புரம்.

✍ **முழுதும் இரும்பிலான அறையிலிருந்து ஓர் எலி தப்ப வாய்ப்புள்ளது என்று க்வாண்டம் மெக்கானிக்ஸ் கூறுவதை விவரிக்க முடியுமா?**

இதை விவரிக்க எனர்ஜி லெவல் ப்ராபபிலிட்டி அலைகள் என்று ரொம்ப ஆழமாகப் போகவேண்டும். இந்தப் பகுதியின் நோக்கம் பெரும்பாலானவர்களுக்குப் புரியும்படியாக அறிவியலை விளக்குவது. அதனால் க்வாண்டம் மெக்கானிக்ஸில் உள்ள சுவையான 'முரண்பாடுகளைப்' பற்றி மட்டும் சொல்கிறேன். அணு அளவுக்கு நுட்பமாகப் பார்த்தால் எந்தப் பொருளுக்கும் இரட்டை நிலை இருக்கிறது. ஒரு பக்கம் பார்த்தால் அது துகள்களாக இருக்கிறது. மற்றொரு தினுசில் பார்த்தால் அலைகளாக! துகள் என்பது என்ன? *Particles...* அலை என்பது எல்லா

இடத்திலும் பரவியிருக்கும் ஒரு நிலை. எப்படி ஒரே சமயத்தில் ஒரு பொருள் ஒரு இடத்திலும் எல்லா இடத்திலும் இருக்க முடியும் என்பதுதான் க்வாண்டம் மெக்கானிக்ஸின் ஆதாரமான முரண்பாடு. அதனால் ஒரு துகள் என்பது இந்த இடத்தில் இருக்கிறது என்று நிச்சயமாகச் சொல்லமுடியாது. இந்த இடத்தில் இருப்பதற்கு சாத்தியக்கூறுகள் *Probability* அதிகம் என்று தான் சொல்ல முடியும். உதாரணத்துக்கு பாலசுப்பிரமணியம் விழுப்புரத்தில் முழுசாக இருந்தாலும் க்வாண்டம் மெக்கானிக்ஸ்படி நீங்கள் அங்கே இல்லாமல்

பிரபஞ்சம் முழுவதும் பரவியிருக்க மிகச் சிறிய சாத்தியக்கூறு உள்ளது. ஆனால், நடைமுறையில் பாலசுப்பிரமணியம், விழுப்புரத்தில் இருப்பதன் சாத்தியக்கூறுதான் அதிகம். அதேபோலத் தான் உம் எலியும். அதை இரும்பு அறைக்குள் நீங்கள் தீர்மானமாக அடைத்தாலும் க்வாண்டம் மெக்கானிக்ஸின் தத்துவப்படி எலியின் உடம்பில் உள்ள ப்ரோட்டான் எலெக்ட்ரான் அத்தனை துகள்களும் இரும்பு அறைக்கு வெளியே வேறு இடங்களில் இருக்க சாத்தியங்கள் இருப்பதால் முழு எலி வெளியேயும் இருக்கலாம்!

லாட்டரி விழுகிற மாதிரி கோடியில் ஒரு சான்ஸ் என்று வைத்துக் கொள்ளுங்களேன். *Oppen Heimer* சொல்வதைப் பாருங்கள்.

‘எலெக்ட்ரான் ஒரே இடத்தில் நிலைத்து இருக்கிறதா என்று கேட்கிறீர்களா? இல்லை, சரி, அது மாறுகிறதா என்று கேட்டால் அதுவும் இல்லை...’

நியூக்ளியர் விஞ்ஞானிகளின் பிரபஞ்ச உண்மை என்பது இந்த மாதிரி எதிர்மறைகளுக்கெல்லாம் அப்பாற்பட்டது; அதெல்லாம் நம் சிந்தனையின் தேக்கங்கள் என்கிறார்கள்.

‘அது நகர்கிறது. அது நகரவில்லை.
அது தூரத்தில் உள்ளது.
அது அருகேயும் உள்ளது.
அது உள்ளே இருக்கிறது.
வெளியேயும் இருக்கிறது’

என்று ஈசோ உபனிஷத்தில் சொல்லியிருப்பது முற்றிலும் க்வாண்டம் மெக்கானிக்ஸுக்குப் பொருந்துகிறது!

✉ **சு.மீனாட்சிசுந்தரம்,** வியாசர்பாடி.

✍ **நாம் முதுமை அடையும்போது உயரத்தில் குறைந்துவிடுகிறோம் என்பது உண்மையா?**

குறைவதில்லை... குன்றிவிடுகிறோம். மெல்ல மெல்ல முதுமை நம்மை மேற்கொள்ளும்போது முக்கியமாக, முதுகெலும்புத் தொடர் வளைவதால் உயரம் குன்றுகிறோம்.

✉ **ஆர்.பிரகாஷ்,** சென்னை.

✍ **பட்டனுக்குப் போட்டியாக இந்த ‘ஜிப்’பை யார் முதலில் கண்டுபிடித்தது?**

1891-ல் ஒயிட் கூம் எல். ஹட்ஸன் என்னும் அமெரிக்க மெக்கானிகல் இன்ஜினீயர் ஆரம்பத்தில் ஷூக்களில் உபயோகப்படுத்தலாமே என்றுதான் நினைத்தார் அவர்... பட்டன்களைக் கழட்ட டைம் அதிகமாயிற்று என்பதால் பிறகு 'பாண்ட்'களிலும் உபயோகப் படுத்த ஆரம்பித்தார். ஆனால், ஹட்ஸன் கண்டுபிடித்த 'ஜிப்'புகள் அவ்வளவாகச் சரிப்பட்டு வரவில்லை. உபயோகித்தவர்கள் 'என்னாய்யா இது, கழண்டு போயிடுதே!' என்றார்கள். பிறகு 1913-ல் ஸண்ட்பேக் என்னும் ஸ்வீடிஷ் இன்ஜினியர், கச்சிதமாக 'ஜிப்'களை உருவாக்கும் மெஷினைத் தயாரித்தவுடன் பிரச்னை தீர்ந்தது!

✉ **ஜே.சிவகுமார்,** நாகப்பட்டினம்-1.

✍ **பறவைகள் தங்கள் இறக்கைகளை வைத்துக்கொண்டு பறப்பதுபோல் மனிதனால் முடியாதா?**

டாவின்ஸியின் காலத்திலிருந்தே இந்த முயற்சிகள் நடந்து வந்திருக்கின்றன. மனிதனின் பறக்கும் முயற்சிகள் இரண்டு விதம். ஒன்று சிவகுமார் சொன்னதுபோல இறக்கையை இரண்டு கைகளிலும் கட்டிக்கொண்டு ஒரு கட்டடத்தின் மாடிக்குப் போய்த் தைரியமாகக் குதித்து 'டபக்கா டபக்கா' என்று அடித்துக் கொண்டு பறக்க முயன்றது. இம்முறையில் மனிதன் சுமார் இருபது அடியிலிருந்து ஒரு செகண்டு 'பறந்து' விட்டு 'தொபால்' என்று விழுந்தான். முட்டி, மண்டை முதலியன பெயர்ந்தன. இரண்டாவது வகை ஏரோப்ளேன். க்ளைடர் போல் இறக்கை வைத்த இயந்திரம் அமைத்துக்கொண்டு அதற்குத் தேவையான லிஃப்ட் - தூக்கும் சக்தியை மனித யத்தனத்தால் உண்டாக்க முற்பட்டது. இந்த முறையில் கொஞ்சம் வெற்றி கண்டிருக்கிறான். அதாவது தூக்குவதற்கு சைக்கிள் பெடல் அல்லது துடுப்பு போல அமைத்து 'விரக் விரக்' என்று அதை இயக்கி நாக்கு உலருவதற்குள் சுமார் அம்பது கெஜ தூரம் கொஞ்சம் உயரத்தில் 1961-ல் பறந்து காட்டிவிட்டார்கள். இதற்காக ரொம்ப லேசான ஏரோப்ளேன் இறக்கை. அதன் அகலம் 60-லிருந்து 120 அடி. மிகவும் ஆரோக்கியமான விளையாட்டு வீரனாலேயே முந்நூறு அடிக்கு மேல் பறக்க முடியவில்லை. சமீபத்தில் மனித சக்தியால் ஆரம்பத்தில் கொஞ்சம் தூக்கல் பெற்று, அதன்பின் தர்மல் கரண்ட்ஸ் என்று சொல்லப்படும் மேல் நோக்கிச் செல்லும் காற்றைப் பிடித்துக்கொண்டு உயரம் அதிகம் பெற்று, மேலே மேலே போய் ஸெயில் ப்ளேன் அல்லது க்ளைடர் போல நிறைய நேரம் பறப்பதில்தான் ஆர்வம் அதிகம் செலுத்துகிறார்கள் Hang glidingம் பிரசித்தம்.

✉ **எஸ்.ரமேஷ்,** சென்னை-2.

✍ **காஷன் ஏர்பிரேக் என்று வாகனங்களில் எழுதப்பட்டுள்ளது. ஏர்பிரேக் என்றால்**

என்ன? அது எவ்வாறு செயல்படுகிறது? பிரேக்குகளில் எத்தனை வகைகள் உள்ளன?

பெரும்பாலும் லாரிகளில் இருக்கும் ஏர் பிரேக்குகளில் காற்றை அழுத்தத்தில் வைத்திருக்க ஒரு கம்ப்ரஸர் இருக்கும். காற்றழுத்தத்தின் மூலம் சக்கரங்களின் பிரேக் பாதங்களை இயக்க வைப்பது; முன்பெல்லாம் இதற்கு ஹைட்ராலிக்ஸ் முறைப்படி பிரத்தியேக எண்ணெய் உபயோகித்தார்கள். இப்போது காற்று.

✉ **பி.டி.சிதம்பர சூர்யநாராயணன்,** பெரியகுளம்.

✍ **இரும்பைத் தங்கமாக மாற்ற முடியும் என ரஷ்ய ஆராய்ச்சியாளர்கள் கூறுகிறார்களே...?**

இந்தப் புதிய அல்க்கெமியில் இரும்பு அணுவுக்குள் இருக்கும் ப்ரொட்டான், ந்யூட்ரான் எண்ணிக்கைகளை மாற்றி தங்கத்தின் கணக்குக்குக் கொண்டு வந்துவிட்டால் முடியும். இதற்கு பார்ட்டிக்கிள் ஆக்ஸலரேட்டர்களுக்கு ஆகும் செலவினங்கள் தங்கத்தின் விலையைவிட பன்மடங்கு அதிகம். அதனால் இதை வியாபார ரீதியாகக் கடைபிடிப்பதில்லை. நவீன அணு விஞ்ஞானத்தில் எதையும் எதாகவும் மாற்றமுடியும்.

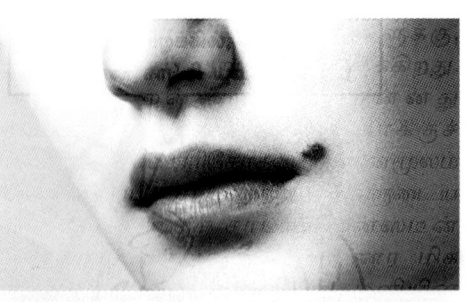

✉ **கே.கருணாநிதி,** பெரிய சேவலை.

✍ **மனித உடல்களில் காணப்படும் மச்சங்களினால் உடலுக்கு நன்மை ஏதாவது உண்டா? கண் பார்வை படாத இடத்தில் மச்சம் இருந்தால் அதிர்ஷ்டம் என்கிறார்களே?**

மச்சங்கள் தப்பாக செய்தி பெற்று வளர்ந்துவிட்ட உபத்திரவமில்லாத ஸெல்கள், அவற்றில் நன்மை ஏதும் கிடையாது. மச்சம் திடீரென்று பெரிசானால் மட்டும் டாக்டரைப் பார்க்கவும். எவ்வளவு மச்சங்கள் இருந்தாலும் அதிர்ஷ்டமெல்லாம் ஒன்றும் கிடையாது. பொழுது போக வில்லையென்றால் மனைவியை தொட்டுத்தொட்டு எண்ணச் சொல்ல லாம். கண் பார்வை படாத இடத்தில் மச்சம் இருந்தால் எஸ்.எஸ்.எல்.ஸி புத்தகத்துக்குக்கூட உபயோகமில்லை.

✉ **எஸ்.டி.ராஜன்,** ஆறுமுகனேரி.

✍ **மனிதன் குளிக்கும் பழக்கம் ஆதாம் ஏவாள் காலத்திலிருந்தே இருக்கிறதா? குளிப்பதால் பலன் உண்டா?**

அறுதியிட்டுச் சொல்ல முடியவில்லை. குளியல் என்பது நாலாம் நூற்றாண்டி லேயே பிரபல்யமாக இருந்திருக்கிறது. ரோமாபுரியில் 3,000 பேர் ஒரே சமயத்தில் குளிக்கக்கூடிய அளவுக்கு ஒரு பிரமாண்டமான பொதுக் குளியல் அரங்கம் (தனித்தனி அறைகளுடன்) இருந்திருப்பதைத் தொல்பொருள் ஆய்வாளர்கள் கண்டுபிடித்திருக்கிறார்கள். அவையெல்லாம் டயோகிளிடன் (கி.பி. 305), காரகலா (கி.பி. 217) போன்ற ரோமானியப் பேரரசர்கள்

கட்டியிருப்பார்கள் என்று யூகிக்கிறார்கள். பண்டைய சாம்ராஜ்யங்களில் பலர் குளியல் வசதியுடன் வாழ்ந்திருப்பதற்கு நிறைய ஆதாரங்கள் இருக்கின்றன.

✉ **வி.அரவிந்த்,** நாகர்கோவில்.

✍ **பேப்பரில் போடுகிறார்களே 'வயர் போட்டோ' என்று, அப்படி என்றால் என்ன?**

டெலிபோன் கம்பிகள் மூலம் அனுப்பப்படும் செய்தி போட்டோவை வயர் போட்டோ என்பர். போட்டோவின் கறுப்பு வெளுப்பு தராதரங்களை மின்சார தராதரங்களாக மாற்றி டெலிபோன் கம்பிமூலம் அனுப்புவார்கள். இந்த முனையில் மின்சாரத்தை மறுபடி வெளிச்ச வித்தியாசங்களாக மாற்றி போட்டோ போல டெவலப் செய்வார்கள். அச்சாக போட்டோ விழும்!

✉ **ஜே.மதன்மோகன்,** திருச்சி-18.

✍ **சூரியனில் உள்ள தீப்பிழம்புகள் 1000 கிலோ மீட்டர் வரும் என்கிறார்களே, அது உண்மையா. விளக்கிக் கூறுங்கள்.**

ஒரு ஆயிரமா? ஸ்கைலாபிலிருந்து பார்த்தபோது 1973-ல் அறுநூறாயிரம் கிலோ மீட்டர் உயரத்துக்கு ஒரு விசிறல் பார்த்தார்கள்! இவற்றை ஸோலார் ப்ராமினன்ஸ் என்பார்கள். சாதாரணமாகவே இந்தப் பெரிய நெருப்பு வீச்சுகளின் நீளம் நானூறாயிரம் கிலோ மீட்டர்கள்! (பூமிக்கும் சந்திரனுக்கும் இடையே உள்ள தூரம் 3,84,000 கி.மீ.!) ராட்சத ஆர்ச்சுகள் போல சூரிய விளிம்பில் தெரியும் இவை முழுவதும் எரியும் வாயு... ஸ்பிக்யூல்ஸ் என்று 15,000 கிலோமீட்டருக்கு எரிவாயு ஊற்றும். இவற்றால் சூரியனின் விளிம்பு சதா ஒரு எரியும் காடு போலத்தான் இருக்கும்.

சூரியனின் மேற்பரப்பில் கறுப்புப் புள்ளிகளாகத் தெரியும் ஒவ்வொன்றும் பிரமாண்டமான அக்கினிப் பள்ளங்கள்! (ஸன் ஸ்பாட்) இந்தக் குழிகள் தாராளமாக நாலைந்து பூமிகளைக் கோலி போல உள்ளே தள்ளும் அளவுக்குப் பெரிசு!'

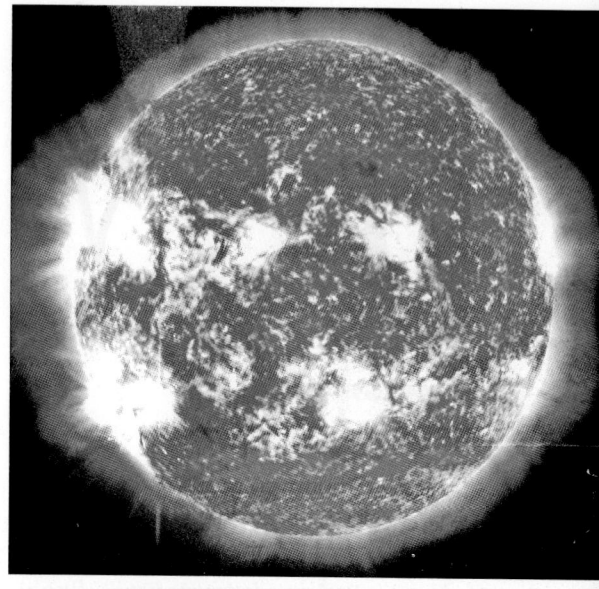

சூரியனின் நெருப்பு வீச்சு...

பை தி வே சூரியனை நேரில் பார்க்கவே பார்க்காதீர்கள். டெலஸ்கோப், பைனாகுலர் எது வழியாகவும் நேராகப் பார்க்கவே கூடாது! கண் அவுட். ஒரு காகிதத்தில் அட்டையின் மேல் பிம்பம் விழச் செய்து மறைமுகமாகத்தான் பார்க்க வேண்டும்.

✉ **ஏ.ஹரிஹர்ர்ரன்,** அச்சம்பாளையம்.

✍ **'ஸ்டெதாஸ்கோப்' - விவரங்கள் ப்ளீஸ்...**

ரேனே தேபைல் ஹைசிந்த் லேனேக் (ஒரே பெயர்தான்!) என்ற பிரெஞ்சு டாக்டர்தான் 1816-ல் ஸ்டெதாஸ்கோப்பை முதல் முதலில் தயாரித்தவர். அவர் தயாரித்து உபயோகப்படுத்திய ஸ்டெதாஸ்கோப் ஓர் அடி நீளமுள்ள மெல்லிசான மரக்குழல்தான்! தெருவில் போய்க்கொண்டிருந்தபோது சின்னப் பசங்கள் மரக்குழாய் ஒன்றில் போன் பேசுவதுபோல் விளையாடியதைப் பார்த்து உற்சாகம் பெற்ற லேனேக், வீட்டுக்கு வந்து ஸ்டெத்தை ரெடி பண்ணிவிட்டார். (அதற்கு முன்பு பெண்களின் மார்பில் காது வைத்து இதயத்துடிப்பை டாக்டர்கள் கேட்டார்கள்).

ஸ்டெதாஸ்கோப்... முதன் முதலில்!

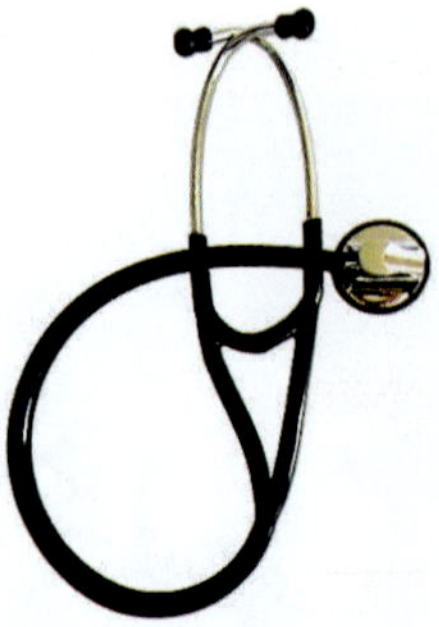

லேட்டஸ்ட்!

நோயின் காரணமாக உடம்பு வெளியிடுகிற அந்நிய சப்தங்களை உன்னிப்பாகக் கேட்டு ஆராய்ந்து, அதற்கேற்றபடி சிகிச்சை செய்வது எப்படி என்று லேனேக் எழுதியுள்ள மருத்துவப் புத்தகம் - *De l'ausculation mediate* - மிகவும் பாப்புலர்.

ஆஸ்குல்டேஷன் (*Auscultation*) என்பது உடலுக்குள் கேட்கிற சத்தங்களை அறிவது, இதை வைத்துத்தான் நவீன கால 'ஸ்டெத்'களையும் தயாரிக்கிறார்கள்.

1855-ல் டாக்டர் சேமென் என்பவர் ஸ்டெத்துக்கு (தற்சமயம் இருப்பதுபோல) ஒரு டிசைஸன் செய்துகொடுத்தார்.

நவீன ஸ்டெதாஸ்கோப்பில் இரண்டு காதுகளுக்கும் கேட்கும்படியான ஒலிமானிகள் ஒரு நீண்ட ரப்பர் குழாயில், 'செஸ்ட் பீஸ்' எனப்படும் ஒரு உலோக வட்டத்துடன் இணைக்கப்பட்டிருக்கும். 'செஸ்ட் பீஸை' மார்பில் வைத்துப் பார்க்கையில் உள்உடல் ஒலிகளை 'செஸ்ட் பீஸ்' துல்லியமாக வாங்கி ஒலிமானிகள் வழியாக டாக்டரின் காதுகளுக்குச் சொல்கிறது. லேட்டஸ்ட் ஸ்டெத்தில் மென்மையான ஒலிகளுக்கு ஒரு செஸ்ட் பீஸூம், அதிவேக ஒலி அலைகளை வாங்கிக்கொள்ள இன்னொரு செஸ்ட் பீஸூம் உண்டு.

ஸ்டெதாஸ்கோப் - நோயின் தன்மையை உணர உபயோகமாகும் கருவி. உணர்வதும், பிறகு குணப்படுத்துவதும் டாக்டரின் கையில்தான் இருக்கிறது!

✉ **நஸியா ஹாலீத் ஷரீப்,** கோவை-23.

✍ **பில்லி, சூனியம் இதெல்லாம் விஞ்ஞான பூர்வமாகச் சாத்தியமா?**

✉ **து.முருகானந்தம்,** திருப்பாச்சேத்தி.

✍ **இறந்த ஒருவரின் ஆவி, மற்றொருவரின் உடலில் புகுந்துகொள்ள முடியுமா?**

✉ **வி.சந்திரசேகரன்,** வீரவாக்கியம்.

✍ **மறுபிறப்பு உண்டா?**

பில்லிசூனியம் பற்றியெல்லாம் இந்திய மொழிகளில் ஏகப்பட்ட புத்தகங்கள் உள்ளன. படிக்கச் சுவாரஸ்யமாகவே இருக்கின்றன. அனைத்தும் 'வாமாசாரம்' என்று சொல்லப்படும் தந்த்ர சாஸ்திரம். அதர்வன வேதங்களைச் சார்ந்து எழுதப்பட்டவை.

அங்கங்கே பகவதி, முத்துக்கருப்பன் என்று கிராம தேவதைகள்... காவு வாங்குவது... பலி இதெல்லாம் வருகின்றன. என்னிடம் பல பேர் 'சூனியம் வைத்ததால் புடவை திடீர் என்று பற்றி எரிகிறது. கல் மழை பொழிகிறது' என்றெல்லாம் சொல்லியிருக்கிறார்கள். நுட்பமாக விசாரித்துப் பார்த்தால் அவர்கள் சொந்தமாக எதுவும் பார்த்ததில்லை. பார்த்தவர்களைப் பார்த்திருக்கிறார்கள் என்றுதான் தெரிகிறது!

நான் எந்த வகை பில்லி சூனியத்தையும் பார்த்ததில்லை. ஆவி சமாசாரம் வேறே. ஆவிகளைப் பார்த்ததாக ரொம்ப சின்ஸியராக மரியாதைப்பட்ட பல பேர் என்னிடம் சொல்லியிருக்கிறார்கள். துல்லியமான வர்ணனைகளும் தந்திருக்கிறார்கள். அவர்கள் எல்லாம் பொய் சொல்லமாட்டார்கள். அவர்களை நம்பலாம் என்றுதான் தோன்றுகிறது. ஆர்.எஸ்.ப்ளான்ஸ் என்னும் பாதிரியார் ஆஸ்திரேலியாவில் ஒரு காட்டு வழியே காரில் போய்க்கொண்டிருந்தபோது, அவர் கண்ணில் ஒரு ஆவிபட்டது. பரபரப்புடன் அதைப் படம் எடுத்தார். இன்னொன்று 'ப்ரௌன்லேடி' என்று அழைக்கப்படும் இங்கிலாந்து நாட்டு ஆவி,

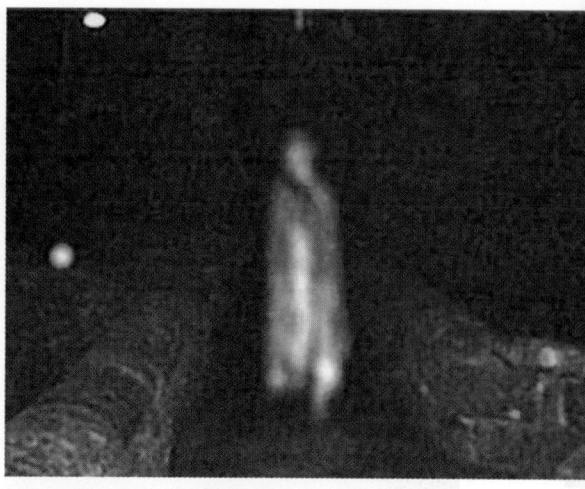

பேய்...?

பல ஆண்டுகளாக ரேன்ஹாம்ஹால் என்ற கட்டடத்தில் உலவிக் கொண்டிருப்பது. அதற்காகவே காத்திருந்து படம் எடுத்தார் ஒரு பத்திரிகை நிருபர். புகைப்பட நிபுணர்கள் இரண்டு படங்களிலும் டபிள் எக்ஸ்போஷர் 'ட்ரிக்' எதுவும் இல்லை என்று ஓகே பண்ணிவிட்டார்கள்! நாம் என்ன சொல்ல?!

நம்முடைய ஹிந்து நம்பிக்கைகளின்படி உடலிலிருந்து வேறுபட்டு உயிர் நடமாடச் சாத்தியம் இருக்கிறது.

ஏதோ ஒரு வகையில் ஏறக்குறைய எல்லா மதங்களும் இந்த வகையில் 'ஆத்மா'க்களைப் பற்றிப் பேசுகின்றன. குறைந்தபட்சம் பேய் பிசாசுகளுக்காவது அவை இடம் அளிக்கின்றன. பைபிளில் பல இடங்களில் பேய்கள் விரட்டப்படுகின்றன. மார்க் 16:17, 16:18-ல் என் பெயரால் பேய்களை ஓட்டுவர். புதியமொழிகளைப் பேசுவர். பாம்புகளைக் கையால் பிடிப்பர். கொல்லும் நஞ்சைக் குடித்தாலும் அது அவர்களுக்குத் தீங்கிழைக்காது' என்று இயேசுபிரான் சொல்வதாக வருகிறது.

பேய் பிசாசெல்லாம் இருப்பதாக விஞ்ஞான முறைப்படி நிரூபிப்பது ரொம்ப கஷ்டம். ஆனால், இவற்றை மனோதத்துவ ரீதியில் சிலர் அலசியிருக்கிறார்கள். இவற்றை ஒருவிதமான 'ஹலுஸினேஷன்' - உருவெளித் தோற்றம் - என்கிறார்கள். பார்க்கிறவன் தன் எதிரில் ஃபிஸிகலாக இல்லாத ஒன்றைத் தன் மூளையில் உள்ள கண் பார்வைக்கான பிரதேசங்களில் ஏற்படும் சலனங்கள் மூலம் முழுமையான காட்சிகளாகப் பார்க்கக்கூடும். சமீபத்திய ஆராய்ச்சிகளின்படி மூளையில் அந்தந்தப் பிரதேசங்களில் சின்ன சின்ன எலெக்ட்ரிக் மின்சார ஊசிகளால் தொட்டு புதிய

புதிய வாசனைகளையும் காட்சிகளையும் சம்பந்தப்பட்டவருக்கு உண்டாக்க முடியும் என்பதை நிரூபித்திருக்கிறார்கள்.

டிர்ரல் என்பவர் இந்த சைக்காலஜி சமாசாரத்துடன் 'டெலிபதி' என்னும் மற்றொரு சந்தேகத்துக்குரிய இயலைச் சேர்த்து நான்கு விதமான பிசாசுகளை வகைப்படுத்துகிறார். முதலாவது - ஒயிட் ஃபீல்டில் இருக்கும் பாபாவை பரோடாவில் என் வீட்டு பூஜை அறையில் பார்த்தேன். இரண்டாவது வகை - துயர கேஸ்கள். மிக நெருங்கியவர்கள் இறந்துபோன அந்த விநாடி இன்னொரு இடத்தில் வருவது. மூன்றாவதாக இது இரண்டுக்கும் இல்லாமல் சும்மா வந்துவிட்டுப் போகும் வேலையில்லாத பிசாசுகள். நான்காவது - சில கட்டடங்களில் ஆஸ்பத்திரிகளில், பழைய கோட்டைகளில் மட்டும் உலாத்திக்கொண்டிருக்கும் வகை.

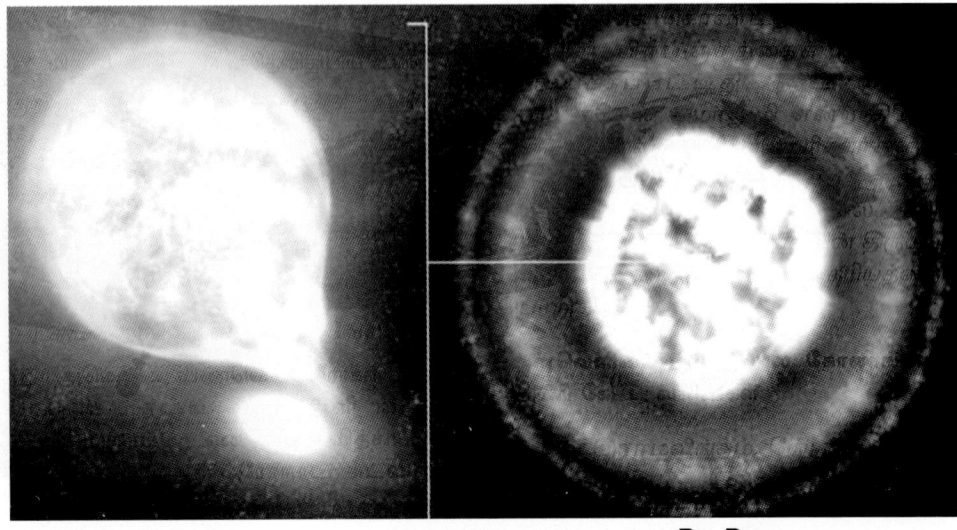
Big Bang

பம்பாயில் ஒரு டெலிபோன் எக்ஸ்சேஞ்ச் கட்டிக் கொண்டிருக்கையில் சில கட்டடத் தொழிலாளர்கள் விபத்தில் இறந்துபோனார்களாம். கட்டடம் முடிந்ததும் அவர்களது ஆவிகள் கட்டடத்தைச் சுற்றுவதாகவும், லிஃப்ட் எல்லாம் யாரும் கூப்பிடாமல் திடீர் திடீரென்று தானாகவே மாடிக்கும் கீழுக்கும் லோல்படுவதாகவும் அதனால் அங்கே நைட் ஷிஃப்ட்டுக்குப் போகவே பல பேர் பயப்படுவதாகவும் என் சகோதரன் சொன்னான். இந்த வகை ஆவிகளும் உண்டு.

எனக்கென்னவோ எல்லாமே மனபிம்பங்கள் என்றுதான் தோன்று கிறது. உங்கள் உடலிலிருந்து உங்கள் இயக்கத்திலிருந்து தனிப்பட்டு உங்கள் நினைவுகள் மட்டும் தனித்து இயங்க முடியும் என்பது பல பேருக்குத் தெரிந்திருக்கலாம். மத்தியானம் தூங்கும்போது பலருக்கு 'அமுக்குவான்' வருமே - கைகால்களை நகர்த்த வேண்டும் என்ற ஆசை இருக்கும், நகர்த்த முடியாது. கண்ணைத் திறக்க வேண்டும்போல இருக்கும். திறக்க முடியாது. அமுக்குவானுக்கு ரொம்ப சிம்பிளான காரணம் இருக்கிறது. Sleep Paralysis! தூங்கி எழுந்திருக்கும்போது, நம்முடைய உணர்வும் (கான்ஷியஸ்னஸ்) நம்முடைய உடலைக் கட்டுப்படுத்தும் மோட்டார் கண்ட்ரோல்களும் சேர்ந்தாற்போலத் தான் எழுந்திருக்க வேண்டும். சில சமயம் கான்ஷியஸ்னஸ் ஒரு செகண்டு, இரண்டு செகண்டு முந்திக் கொண்டு விடுகிறது! அதுதான் இந்த அமுக்குவான் அவஸ்தை. இதையே சில

பேர் 'என்னுடைய உயிர், பாடியிலிருந்து விடுபட்டு மேலே மிதப்பதை நான் பார்த்தேன்' என்று கொஞ்சம் பெரிசு பண்ணிவிடுகிறார்கள். மனம் என்பது ரொம்ப விசித்திரமானது!

✉ ஆர்.ராமலிங்கம், கோவை-1.

✍ கோடிக்கணக்கான நட்சத்திரங்கள், சூரியன், சந்திரனுக்கெல்லாம் ஏதாவது 'மூலம்' உண்டு என்றால், அந்த 'மூலம்' எப்படித் தோன்றியது?

நவீன பௌதிகம் சிருஷ்டியின் முதல் கணங்களைப் பற்றி காஸ்மலாஜியில் சொல்கிறது. ஒருவிதமான 'பரமாணு' மிக மிக ஆதி நாட்களில் வெடித்து (Big Bang) மொத்தச் சக்தியும் விண்வெளியில் பரவியிருக்கிறது என்று சொல்கிறார்கள். அதற்குப் பல பௌதிக ஆதாரங்களைக் காட்டுகிறார்கள். ஆதியோடு அநாதி

காலத்தில் சிருஷ்டியின் மிக முதல் கணங்களை, செகண்டுகளை - ஏன், முதல் மில்லி செகண்டுவரை சொல்லியிருக்கிறார்கள். ஆனால், அதற்கு முன் என்ன? எப்படி அந்த ஆதி அணு முதலில் வந்தது என்று கேட்ட பின் விஞ்ஞானம் அம்பேல்தான். சூன்யம்தான் என்கிறார்கள்.

✉ **சி.ஜெ.ராஜாராம்,** மயிலாப்பூர்.

✍ **பிரமாண்டமான கடல் அலைகள் என்று கேள்விப்படுகிறோம். அதிகபட்சம் கடல் அலையால் எவ்வளவு உயரத்துக்குப் போக முடியும்?**

அலைகள் வீச, கடல் மட்டத்தின் மீது வீசும் காற்று, கடலுக்கடியில் நிகழும் பூகம்பம், எரிமலை, சூரியன், சந்திரன் இப்படிப் பல காரணங்கள் உண்டு. இதில் ரொம்பப் பயங்கரம் கடலுக்கடியில் பூகம்பத்தினால் ஏற்படும் ஸுநாமி (*Tsunami*) என்கிற அலைதான். 'ஸுநாமி' என்றால் ஜப்பானிய மொழியில் 'துறைமுக அலை' என்று பொருள். இந்த 'விஸ்வரூப' அலையின் வேகத்தை ஜெட் விமானத்துடன் ஒப்பிடலாம். (மணிக்கு சுமார் 400 அல்லது 500 மைல்).

1883-ம் ஆண்டு இந்தோனேஷியா அருகில் கடலுக்கடியில் ஏற்பட்ட பூகம்பத்தினால் கிளம்பிய சுமார் 100 அடி உயர 'ஸுநாமி' அலை ஜாவா, சுமத்திராவுக்குள் புகுந்து 36,000 பேரை ஜஸ்ட் லைக் தட் - குளோஸ் செய்தது. இதுவரை ஸுநாமி அலையின் மிக அதிகபட்ச உயரம் 220 அடியாம். அதாவது, எல்.ஐ.சி. கட்டடத்தை விட உயரம். இதைப் பார்க்க நேர்ந்தால் பயத்திலேயே உயிர் போய்விடும் என்று தோன்றுகிறது!

✉ **பி.வி.சாமிநாதன்,** மதுரை-11.

✍ **உடலை உறைய வைத்துப் பல ஆண்டுகள் கழித்து மறுபடியும் உயிர் தர முடியுமா?**

முடிந்தால் எகிப்திய மம்மிகளுக்கு உயிர் தந்து எத்தனையோ விஷயங்கள் தெரிந்துகொள்ளலாமே! சாவு என்பது நாம் நினைத்துக் கொண்டிருப்பதுபோல சட்டென்று 'ஸ்டன்' ஆக நிகழும்

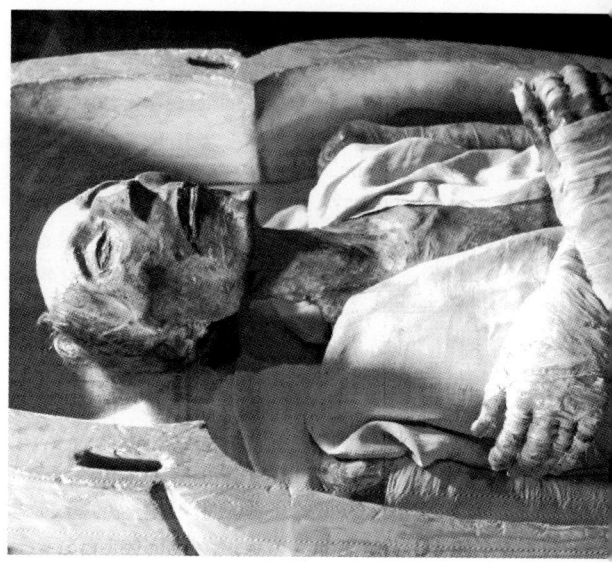

எகிப்திய மம்மி

நிகழ்ச்சி அல்ல. நம் உடலின் செல்கள் படிப்படியாகத்தான் இறந்து போகின்றன. விருப்பப்பட்டால் அவற்றில் சிலவற்றை, உடல் இறந்து பல மணி நேரம் கழித்துப் பிரித்தெடுத்து, அந்த செல்களுக்கான சூழ்நிலையை அமைத்து மறுபடி உயிர் கொடுத்து வளர்க்கலாம். செத்தவன் நிஜமாகவே செத்து 'அவன் ஆத்மா சாந்தி அடைவதாக' என்று சொல்வதற்கு, நுணுக்கமாகப் பார்த்தால், சில தினங்கள் ஆகும். அதுவரை அவன் உடலின் ஏதோ ஒரு கோடியில் ஏதாவது ஒரு செல் இன்னும் *Boss* இறக்கவில்லை என்றுதான் நினைத்துக் கொண்டிருக்கும். ஆனால், பல வருஷங்கள் கழித்து ஒரு ஆசாமியை உயிர் பிழைக்க வைப்பது என்பது சாத்தியமில்லாத காரியம். காரணம், இன்னும் உடலின் பற்பல பாகங்களின் முழுச் செயல்பாடுகளையும் (குறிப்பாக மூளை) பற்றி விஞ்ஞானம் சரியாகத் தெரிந்துகொள்ளவில்லை. 'கார்டியாக் அரெஸ்ட்'டில் இதயம் பரிபூரணமாக நின்றுபோனவர்களைச் சில நிமிஷங்கள், ஏன் சில மணி நேரம் கழித்து உயிர்ப்பித்திருக்கிறார்கள். ('லாஸரஸ் ஸிண்ட்ரோம்' என்று இதற்குப் பெயர்கூட வைத்திருக்கிறார்கள்).

✉ **வி.சுந்தர்,** திருமங்கலம்.

✍ **நாய்க்கடிக்கு என்ன வைத்தியம் செய்தாலும் (நாட்டு வைத்தியம் அல்லது ஆங்கில வைத்தியம்) மயானக் கரைக்குச் சென்று பிணவாடை பிடித்து வரவேண்டுமாமே, உண்மையா?**

பிணவாடை பிடித்துவிட்டு அங்கேயே படுத்துக்கொள்ளச் சொல்லுங்கள். செலவு மிச்சம்! நாய்க்கடிக்கு உடனே உடனே செய்யவேண்டியதெல்லாம் காட்டரைஸேஷன். அதன்பின் அதற்கான மருந்து ஊசியைத் தொடங்க வேண்டியதுதான்.

✉ **எஸ்.சம்பத்குமார்,** சென்னை-5.

✍ **ஸ்டீரியோ என்றால் என்ன?**

ஸ்டீரியோ என்றால் பரிமாணம். ஸ்டீரியோஸ்கோப் விஷன் என்பது முப்பரிமாண பிம்பம். ஸ்டீரியோ என்னும் வார்த்தை பொதுவாக பரிமாணத்துக்கு உபயோகப்படுகிறது. நமக்கு இரண்டு கண்களும் காதுகளும் இருப்பது இவ்வகையில் பரிமாணத்தைக் கண்டு உணர்ந்து கொள்வதற்கே. ஸ்டீரியோ இசையில் இடம் - வலம், இரண்டு மைக் வைத்து, இரண்டு தனிப்பட்ட ட்ராக்குகளில் இசையைப் பதிவு செய்து, அவற்றைத் திரும்ப அளிக்கும்போதும் தனித்தனி ஆம்ப்ளிஃபையர், தனித்தனி ஸ்பீக்கரில் கொடுப்பார்கள். இதனால் இசையில் ஒருவிதமான 'டெப்த்' கிடைக்கும். குறிப்பாக, தாள வாத்தியம் கச்சேரியில்! இப்போது *surround sound* எல்லாம் வந்து ஒரு பெரிய ஹாலை ஒரு சிறிய அறைக்குள் தரமுடியும்.

✉ **எம்.எஸ்.வைத்தியநாதன்,** சென்னை-23.

✍ **கிணறுகள் தோண்டப்பட்டு முடிவு பெறும்போது வட்ட வடிவமாகவே அமைக்கிறார்கள். ஏன் சதுரமாக அமைக்கக்கூடாது?**

தோண்டப்பட்ட கிணறுகளை நான்கு பக்கத்திலும் இறுக்கிக் கலைப்பது சுற்றுப்பட்ட மண்ணின், கல்லின் கனம்தான். கிணற்றின் ஷேப் வட்ட வடிவத்தில் அமைந்தால் இந்த இறுக்கத்தைத் தாங்கிக்கொள்ளும் திறமை அதிகமாகிறது. எப்போதும் ஆர்ச் வளைவுக்கு லோடு தாங்கும் சக்தி அதிகம். நீங்கள் பழைய கட்டடங்கள், மண்டபங்கள், பழங்காலத்துப் பாலங்கள் எல்லாவற்றிலும் ஆர்ச்சுகளைப் பார்த்திருக்கலாம். கிணறு என்பது இரண்டு அரை வட்ட 'ஆர்ச்'சுகள் சேர்ந்தது. *Horizontal Arch.*

ஆர்ச்சின் சக்தியை அறிந்துகொள்ள ஒரு சின்னப் பரிசோதனை: மூன்று டம்ளர்கள், ஒரு காகிதம் எடுத்துக்கொள்ளுங்கள். மேலே படத்தில் இருப்பதுபோல, இரண்டு டம்ளர்கள் மீது பாலம்போல பேப்பரை வைத்து அதன்மீது, நடுவில் மூன்றாவது டம்ளரை நிற்க வையுங்கள் பார்க்கலாம். அசடு வழிவீர்கள்! அதே பேப்பரை இரண்டாவது படத்தில் இருப்பதுபோல விசிறி ஸ்டைலில் மடித்துக்கொள்ளுங்கள். பிறகு ட்ரை பண்ணுங்க. வெற்றி நிச்சயம். எங்கிருந்து சார் திடீரென்று பேப்பருக்கு அத்தனை சக்தி வந்தது? அதுதான் 'ஆர்ச்'சின் ரகசியம்!

✉ **சி.ஏ.ஹமித,** சென்னை-82.

✍ **பறவைகள் மோதி விமானம் சேதமடைவதாகக் கூறுகிறார்களே, அது எப்படி?**

விமானம் பறக்கும் உயரங்களில் பறவைகளின் தொல்லை இல்லை. விமானம் இறங்கும்போது, ஏறும்போதும் விமான நிலையங்களின் அருகில்தான்

இந்தத் தொல்லை அதிகம். 90 சதவிகித 'பறவை மோதல்கள்' 1,500 அடிக்குள்தான் நிகழ்கின்றன.

லண்டனில் ஹீத்ரோ விமான நிலையத்தில் பறவைகளைப் பயமுறுத்து வதற்காகவே 21 பேர் குழு ஒன்று உண்டு!

பறவை மோதினாலும் உடையாத 'விண்ட் ஸ்கிரீன்'களை இப்போது உலகெங்கும் விமானங்களில் பொருத்த ஆரம்பித்திருக்கிறார்கள்! நாலு பவுண்டு எடையுள்ள பறவையாக இருக்கலாம். ஆனால், மோதல் நிகழ்வது 300, 400 மைல் வேகத்திலல்லவா?

பம்பாய், டெல்லி, போன்ற விமான நிலையங்களில் அருகிலிருக்கும் இடங்களில் கண்ட கண்ட கழிசடைகள், தோலுரிக்கப்பட்ட மாடுகள், தொழிற்சாலைக் கழிவுப் பொருட்கள் இவை எல்லாம் கொட்டிக் கிடப்பதால் பருந்துகளும், பிணம் தின்னிக் கழுகுகளும் நிறையவே வட்டமிடுகின்றன. இவை, ஏறி இறங்கும் விமானங்களின் மேல் மோதும்போது குறிப்பாக, அதன் ஜெட் இன்ஜினின் சுழற்சிக்குள் மாட்டிக் கொண்டுவிட்டால் விமானம் அதிகமாகச் சேதமடைய வாய்ப்பு இருக்கிறது. சமீபத்தில் நூற்றாண்டு விழா கொண்டாடிய இந்திய இயற்கை சரித்திரக் கழகம் இதைப்பற்றி ஆராய்ச்சி செய்து கொண்டிருக்கிறது. பறவை பிரச்னை இருக்கட்டும்... மலேஷிய, பிரேஸில் இன்னும் சில ஆப்பிரிக்க நாடுகளில் சில

சமயங்களில் Instrument Panel-லிருந்து பாம்புகள் தலை நீட்டியிருக்கின்றன!

✉ கா.பாஸ்கரன், பெங்களூர்.

✎ திருமணத்தின்போது அம்மி மிதித்து, அருந்ததி பார்த்தல் என்று ஒரு பழக்கம் இருக்கிறது. குறிப்பாக அருந்ததி என்ற நட்சத்திரத்தைப் பார்ப்பதற்கும், அம்மிக்கும் அருந்ததிக்கும் சம்பந்தம் என்ன என்பது பற்றியும் விஞ்ஞானரீதியாக காரணம் ஏதேனும் உண்டா?

அம்மி மிதிப்பதற்கு, 'ஓ பெண்ணே, நீ இந்தக் கல்லில் ஏறு... சம்சாரத்தில் துன்பம் ஏற்பட்டால் இந்தக் கல் போல அசையாமல் இரு. இடர் நேரிட்டால் சகித்துக் கொள்' என்று அர்த்தம். துருவனையும் அருந்ததியையும் பெண்ணுக்குக் காட்டும்போது கூறும் மந்திரத்தின் கருத்து 'துருவனே, அழிவில்லாத பதவி பெற்றவனே, மற்ற நட்சத்திரங்களுக்கு அச்சுபோல இருப்பவனே, இவளை சத்ருக்கள் பாதையில்லாமல் ஸ்திரமாக இருக்கச் செய்யும்' என்றும் சப்தரிஷிகளின் பத்தினிகளான கிருத்திகைகளில் உத்தமி அருந்ததி... அவள் தரிசனத்தால் இவள் கற்பினாலும் பாக்கியத்தாலும் விருத்தியடையட்டும் என்றும் சொல்கிறது.

விவாஹ மந்திரங்கள் பலவற்றில் - அது எந்த மதமாக இருந்தாலும், இம்மாதிரி நல்ல எண்ணமும் வாழ்த்துக்களும்தான் இருக்கும். ஆனால், பகல் வேளையில் அருந்ததியையும் துருவ நட்சத்திரத்தையும்

காட்டும் அபத்தம் இந்த அவசர உலகத்துக்கு நாம் செய்துகொண்ட காம்ப்ரமைஸ்.

✉ **ஜி.மரகதராஜா,** திருமங்கலம்.

✍ **மனித இனத்தைத் தவிர மற்ற எந்த உயிரினங்களெல்லாம் தற்கொலை செய்து கொள்கின்றன?**

சில பறவைகள், சில திமிங்கல வகைகள்... மனிதன் இயற்கையில் செய்யும் மாற்றங்களால் கோஷ்டியாக, ஆச்சரியகரமாகத் தற்கொலை செய்துகொள்கின்றன.

✉ **எம்.சித்தார்த்தன்,** சென்னை-43.

✍ **என்ன சார் இது... உங்கள் விஞ்ஞானத்திலே ஜலதோஷத்துக்கு வைத்தியமே கிடையாதா?**

ஜலதோஷம் என்பது பாக்டீரியாவை விட நுட்பமான கிருமியைவிடச் சிறுமி. வைரஸ்ஸின் தாக்குதலால் ஏற்படுகிறது. டெம்பரேச்சர் அதிகம் இருந்தால் இந்த வைரஸ் பிழைக்காது. மூக்கில் மேலும்,

கீழும் புஸ் புஸ் என்ற காற்றுச் செல்கிறதல்லவா? வைரஸ் வளர்வதற்கு அந்த இடம் சௌகரியமாக ஏர்-கண்டிஷனாக இருப்பதால் சளி பிடிக்கிறது.

ஜலதோஷத்துக்கு மனித சரித்திர ஆரம்ப காலங்களிலிருந்தே மருந்து சொல்லி வந்திருக்கிறார்கள். ரோமாபுரியின் தத்துவஞானி பிளினி ஒரு குதிரையின் மூக்கை முகர்ந்து முத்தமிட்டால் ஜலதோஷம் பட்டென்று போய்விடும் என்றார்.

உள்ளிப்பூண்டு, எலுமிச்சை, தேன் இவற்றைக் கலந்து சாப்பிட்டால் பறக்கும் என்பர் சிலர். ஒரு மஞ்சளை எரித்துப் புகையை முகர்ந்து பார் என்பர். வால்மிளகை ஊசி முனையில் கோத்துப் பற்றவைத்துப் புகைபிடித்துப் பார் என்பர். இப்படி வீட்டுக்கு வீடு வைத்தியம் உண்டு. பிராந்தி சாப்பிட்டால் போதும் என்பர். உடனே வாந்தி வரும்வரை பிராந்தி சாப்பிடுவார்கள். ஊஹூம்!

'அலர்ஜி' வகை ஜலதோஷம் வந்தால் ஆன்ட்டி ஹிஸ்டமைன்களை உட்கொண்டால் நல்ல தூக்கம் வரும். ஜலதோஷத்துக்கு விஞ்ஞானிகளின் லேட்டஸ்ட் மருந்து ரொம்ப சிம்பிள். நீராவி! இதற்காக ரைனோதெர்ம் என்று குட்டியாக ஒரு மெஷினே பண்ணியிருக்கிறார்கள். ஒரு டைப்ரைட்டர் அளவுக்கு இருக்கிறது. அதிலிருந்து இரண்டு ட்யூப் வருகிறது. அதை மூக்குக்கு ஒன்றாகத் திணித்துக்கொண்டு மெஷினை இயக்கினால் சுமார் 109 டிகிரி ஃபாரன்ஹைட்டில் நீராவி அடிக்கும். தாங்கிக் கொள்ளக்கூடிய சூடு என்று சொல்கிறார்கள். இப்படி இந்த அவையை அரைமணி நேரம் மூக்கு வழியாகப் பிடித்து வாய் வழியாக விடவேண்டும். அப்புறம் இரண்டு, மூன்று மணி நேரம் இடைவெளி விட்டு மறுபடி! இவ்வாறு இரண்டு, மூன்று தடவை செய்தால் 'ஜிக்கோ' என்று ஜ.தோ. பறந்து போய்விடும் என்று சத்தியம் பண்ணுகிறார்கள். இந்தச் சிகிச்சையின் நோக்கம் வைரஸ்ஸைச் சூடு பண்ணியே கொலைபண்ணி விடுவது! எப்படியோ ஜலதோஷம் விலகினால் சரி!

✉ **இரா.கிருஷ்ணகுமார்,** தருமபுரி.

✍ **உலக அதிசயங்கள் என '8' அதிசயங்கள் உலகில் உள்ளன. அவை எவ்வாறு, ஏன் அமைக்கப்பட்டன?**

தாஜ்மகால், சீனா சுவர் போன்ற சமகாலத்து அதிசயங்கள் எல்லோருக்கும் தெரியும். பழைய காலத்து அதிசயங்களைப் பற்றிச் சொல்கிறேன். மொத்தம் ஏழில் இன்றைக்கு இருப்பது ஒன்றே.

ஒன்றுதான். மற்ற ஆறும் அழிந்துபோய் விட்டன. இன்றைக்கு மிச்சமிருக்கும் ஒரே ஓர் அதிசயம் சியாப்ஸ் மன்னனின் பிரமிடு. எகிப்தில் 5,000 வருஷங்களுக்கு முன்பு கட்டியது. இரண்டாவது அதிசயம் பாபிலோன் சுவர்கள். அதன்மீது தொங்கும் தோட்டம்...! கி.மு. 600-ல் கட்டிய 335 அடி உயர செங்கல் சுவர் இன்று குப்பையாகக்

கிடக்கிறது. மூன்றாம் அதிசயம் கிரேக்கக் கடவுள் ஜீயஸுக்குச் சிலை. ஃபிடியாஸ் என்கிற கிரேக்கச் சிற்பி செய்தது. 40 அடி உயரச் சிலை. தங்க ஆடைகள், தங்க உடல், மாணிக்கக் கண்கள். அட்ரஸ் இல்லாமல் காணாமற் போய்விட்டது. பார்த்தால் சொல்லவும்.

நான்காம் அதிசயம், டயானா தேவதைக்குக் கோயில் - எஃபிசியஸ் என்னும் இடத்தில் (தற்கால துருக்கியில்) 60 அடி உயரத் தூண் விதானங்கள் கொண்டு மிகச் சிறப்பான கலைப் பொருட்கள் கொண்டு, அந்தக் கோயில் கி.பி. 262-ல் படையெடுப்பின்போது எரிக்கப்பட்டது.

ஐந்தாவது கி.மு. 353-ல் இறந்துபோன ராஜாவின் சமாதி. மிக அதிகப் பொருட்செலவில் பிரமாதமாகக் கட்டிய இந்தச் சமாதி இன்று இல்லை. ஆனால், சமாதிகளுக்கு மஸோலியம் என்ற பெயர் நிலைத்துவிட்டது. ஆறாவது அதிசயம் - ரோட்ஸ் தீவில் நின்ற 105 அடி வெண்கலச் சிலை. ஹீலியாஸ் என்னும் சூரியக் கடவுளின் சிலை 224 கி.மு. இப்போது சுண்டுவிரல்கூட இல்லை.

ஏழாவது, எகிப்திய கடற்கரையில் ஃபரோஸ் தீவில் 283-ல் கி.மு.வில் கட்டப்பட்ட கலங்கரை விளக்கம். 600 அடி உயரம். 1,500 வருஷம் ஒளிவீசிய கலங்கரை விளக்கம். ஒரு பூகம்பத்தில் அழிந்தது. அது எப்படி இருந்திருக்கும் என்று ஒரு ஐடியா வரைந்து வைத்திருக்கிறார்கள்.

எட்டாவது, மாறவே மாறாத, தீரவே

ஹீலியாஸ் கடவுள்...

தீராத அதிசயம் ஒரு குழந்தையின் புன்னகை (படம் தேவையா என்ன?!).

✉ **எம்.கே.ரவிச்சந்திரன்,** ஐயம்பேட்டை.

✍ **மின்சாரம் மனித உடலைத் தாக்கும்போது உடலில் என்ன மாறுதல் ஏற்பட்டு உயிரை இழக்கிறோம்? நம் உடல் எவ்வளவு வோல்டேஜ் ஏ.ஸி., டி.ஸி. தாங்கும் சக்தி படைத்தது? சமீபத்தில் யுகோ நாட்டில் ஓர் இளைஞர் 10 ஆயிரம் வோல்ட்டேஜில் உள்ள மின்சார நாற்காலியில் உட்கார்ந்து சாதனை படைத்திருக்கிறாராமே?**

இது வோல்ட்டேஜ் சமாசாரமில்லை. கரண்ட். ஒரு காரில் நீங்கள் சவாரி செய்துவிட்டு இறங்கும்போது, டெரிலின் அணிந்திருந்தீர்கள் எனில் உங்கள் உடலில் சுமார் 15,000 வோல்ட் வரை மின் ஆற்றல் சேர்ந்துகொள்ள வாய்ப்பு இருக்கிறது.

டயானா கோயில்...

ஜீயஸ்...

கலங்கரை விளக்கம்...

இது உபத்திரவமில்லாத வோல்ட்டேஜ் - இதனால் கரண்ட் செலுத்தமுடியாது. அதே சமயம் இருபத்து நாலு வோல்ட்டில் மண்டையைப் போட்டவர் இருக்கிறார் என்று ஒரு ரஷ்யப் புத்தகம் சொல்கிறது!

நம் உடலில் பாயும் கரண்ட்டினால்தான், மின்சாரப் போக்கினால்தான் விபத்துக்கள் ஏற்படுகின்றன. கரண்ட் அடித்துச் சாவது என்பது சூழ்நிலையைப் பொறுத்தது. சாதாரணமாக நம்முடைய சருமத்துக்கு மின்தடை (*Resistance*) இருக்கிறது. கரண்ட் சமாசாரங்களைத் தொடும்போது, முதலில் நம் உடலில், மேலாகத்தான், சருமம் மூலமாகத்தான் மின்சாரம் பாய்கிறது. உலர்ந்த சருமத்தின் மின்தடை 500 ஆயிரம் ஓம் (*Ohm*) இருக்கும். அதாவது மின்சாரத்துக்குத் தடை அதிகம் இருக்கும். அதே சருமம் ஈரமாக இருந்தால் (குளிக்கும்போது) ஆயிரம் ஓமுக்குக் குறைகிறது. இப்போது நம் உடலில் சருமத்தின் மூலம் அதிகப்படியான மின்சாரம் பாய வாய்ப்பு இருக்கிறது. நம் உடலுக்கு மற்றொரு மின்தடை இருக்கிறது. உள் மின்தடை (*Internal Resistance*). இது ரொம்ப குறைவு. நூறிலிருந்து ஐநூறு ஓம் வரை இருக்கும். இப்போது ஒரு கரண்ட் கம்பியை நாம் தொடும்போது என்ன ஆகிறது என்று பார்க்கலாம். முதலில் சருமம் வழியாகத்தான் மின்சாரம் பாய்கிறது. நம் வீட்டு மின்சாரத்தின் வோல்ட்டேஜ் சக்தி 220 வோல்ட்டு. உலர்ந்த சருமமாக இருந்தால் நம்முள் ஒரு சில மில்லியாம்பியர் கரண்ட் பாயும். சருமம் வழியாக. இந்த அளவு மரண அளவில்லை. கொஞ்சம் வலிக்கும். ஆனால், கையை எடுக்க முடியும். பெரும்பாலும் நாம் எல்லோரும் வாங்கியிருப்போமே அந்த ஷாக் இந்த வகைதான். இதே பல்வேறு காரணங்களுக்காக நம் சரும

மின்தடை குறைந்துபோய், சற்று அதிக அளவு கரண்ட் பாய்கிறது என்றால் என்ன ஆகிறது... முப்பது மில்லி ஆம்பியர் கரண்ட் பாய்ந்தால் கொஞ்சம் மூச்சுத் திணறும். எழுபது மில்லியில் ஆரம்பிக்கிறது வினை. தொடுவதால் தசைநார்கள் சட்டென்று குறுகிப்போய்... கரண்ட் கம்பியிலிருந்து விடுபடுவது கஷ்டம். தொடர்ந்து கரண்ட் சருமத்தைத் துளைத்துக்கொண்டு நம்முடைய உள் உடல் வழியாகப் பாயத் துவங்கி மளமளவென்று கரண்ட் அதிகரிக்கும். எழுபதிலிருந்து நூறு மில்லி ஆம்பியரில் நம்முடைய இதயம் - ஃபிப்ரிலேஷன் என்று சொல்வார்கள் - படபடவென்று கட்டுப்பாடில்லாமல் அடித்துக் கொள்ள ஆரம்பிக்க... கொஞ்ச நேரத்தில் ஆள் காலி. எழுபதிலிருந்து நூறு வரைதான் மிக ஆபத்தான கட்டம். மிக அதிக கரண்ட்டில் - ஆச்சரியம் - பிழைக்க வாய்ப்பு இருக்கிறது. மிக அதிகமாக இதயத்தின் ஊடே கரண்ட் பாய்ந்தால் அது படக்கென்று நின்று போய்விடும். கரண்ட்டை நீக்கிவிட்டு மணிக்கணக்காக

உலகம் இறக்கிறது... (உயில்கூட எழுதாமல்!)

அந்த ஆசாமிக்குச் செயற்கைச் சுவாசப் பயிற்சிவிடாமல் கொடுத்தால் பிழைத்துக் கொள்வான். என் சக இன்ஜினியர் ஒருத்தர் இப்படி அதிக கரண்ட் அடித்து மயங்கி சுவாசம் நின்றுபோய் மூன்று மணி நேரம் செயற்கை சுவாசம் கொடுக்கப்பட்டு மன்றாடிய பிறகு பிழைத்தெழுந்ததை நான் பார்த்திருக்கிறேன்.

அமெரிக்காவில் சில மாநிலங்களில் மின்சார மரண தண்டனை அளிக்கிறார்கள். இரண்டு ஒயர்கள் கால்களுக்கு, ஒன்று தலைக்கு - 2,000 வோட்கள். (முதல் எலெக்ட்ரிக் சேர் 1890-ல் நியூயார்க் நகரில் உபயோகிக்க ஆரம்பித்தார்கள். 73 ஆண்டுகளில் 696 பேரை க்ளோஸ் செய்துவிட்டு ரிடையர் ஆகிவிட்டது). சில குறிப்புகள்: எந்த எலெக்ட்ரிக் சாதனத்துக்கும் ஒழுங்காக த்ரீ பின் அமைத்துச் சொருகுங்கள். குளியலறையில் எலெக்ட்ரிக் சமாசாரங்கள் இருந்தால் என்னதான் 'எர்த்' பண்ணியிருந்தாலும், அணைக்காமல் தொடவே தொடாதீர்கள். பிளக்கைப் பிடுங்கி விடுவது உத்தமம். எந்த ஸ்விட்சைப் போட்டாலும் ஒரு விரலால் போடுங்கள். கையை எடுத்துவிட முடியும். இம்மர்ஷன் ஹீட்டர் என்பது ரொம்ப அபாயகரமான சமாசாரம். அதனுடன் வம்பே வேண்டாம். மின்சாரத்துடன் அதிகம் புழங்குகிறவர்கள் செயற்கை சுவாசம் கொடுக்கும் எளிய முதல் உதவி முறையைத் தெரிந்து வைத்துக்கொள்ள வேண்டியது மிக மிக அவசியம்.

✉ **ஏ.எஸ்.ஜே.நிவாஸ்ம்** தக்கலை.

✍ **உலகின் இறுதி நாள் எப்படி இருக்கும்?**

இதைப்பற்றி ஏகப்பட்ட தியரிகள் இருக்கின்றன. ஒரு கட்சி 'குளிர்ந்தே செத்துப் போவோம்.... இருட்டில் செத்துப் போவோம்' என்கிறது. மற்றொரு கட்சி 'உஷ்ணத்திலேயே பொரியப்போகிறோம்' என்கிறது. நல்லவேளை, இரண்டு கட்சியும் கடைசி நாளைக் கோடிக்கணக்கான வருஷங்கள் தள்ளிப் போட்டிருப்பதால் உலகின் இறுதி நாள் நம்மைப் பொறுத்த வரையில் நம் இறுதி நாள்தான்..

✉ **எஸ்.ஆதிமூலம்,** ஆச்சாள்புரம்.

✍ **வெளிநாட்டிலிருந்து வந்துள்ள டூ-இன்-ஒன் ரிக்கார்டர்களிலுள்ள ரேடியோவில் 'எஃப் எம்.' (F.M.) என்ற ஓர் அலை வரிசை உள்ளது. அது என்ன?**

✉ **கே.மந்திரகுமார்,** திருநெல்வேலி.

✍ **ரேடியோவில் எஃப் .எம். (F.M). பாண்ட் உபயோகபடுத்துவது எப்படி?**

எஃப்.எம். என்றால் *Frequency Modulation*. 'பண்பலை' என்று சென்னை ரேடியோக்காரர்கள் பொருந்தாத, ஆனால் அழகான பெயர் வைத்திருக்கிறார்கள். பெரும்பாலான இந்திய ரேடியோ ஸ்டேஷன்கள் ஏ.எம். (*Amplitude Modulation*) வகைப்பட்டவை. 'மாடுலேஷன்' என்றால் பண்பேற்றம் என்று சொல்லலாம். (பண்பலையைவிடப் பொருத்தம்தான்). இது என்ன என்று பார்க்கலாம். சென்னையில் ஸ்டூடியோவில் பாடுவது ஆச்சாள்புரத்தில் கேட்க வேண்டும் என்றால் சும்மா கத்திப் பாடிப் பிரயோசனமில்லையல்லவா? அதனால் என்ன பண்ணுகிறார்களென்றால், பாட்டை மின் அலைகளாக மாற்றி 'காரியர்' என்கிற ரேடியோ வேகக் குதிரை' மேல் ஏற்றி அனுப்புகிறார்கள். இதுதான் 'மாடுலேஷன்'. இப்படி அனுப்புவதில் இரண்டு முறைகள் உள்ளன. ஏ.எம்., எஃப். எம். என்று. ஏ.எம். என்பது அப்படியே ரேடியோ அலைகளின் முதுகில் பாட்டு அலைகளை ஏற்றி அனுப்புவது. எஃப். எம். என்பது ரேடியோ அலைகளுக்குள் பாட்டைக் கொஞ்சம் ஒளித்து வைத்து அனுப்புவது. இப்படி அனுப்பினால் பாட்டு அதிகம் அடிபடாமல் போய்ச் சேரும். கேட்பதற்கு டக்கராக இருக்கும்.

எஃப்.எம். ஒலிபரப்பு நம் நாட்டில் சென்னை, பம்பாய் போன்ற பிரதான நகரங்களில் மட்டும்தான் இருக்கிறது. இந்த எஃப்.எம்-க்கு உபயோகப்படுத்தும் வி.எச். எஃப். அலைவரிசைகள் அதிக தூரம் செல்லமுடியாது. உங்களிடம் இருக்கும் வெளிநாட்டு செட் திருநெல்வேலியிலும் ஆச்சாள்புரத்திலும் வேஸ்ட். சென்னைக்கு எடுத்து வந்தால் ஒரு ஸ்டேஷன் கேட்கும். மேல்நாட்டில் எஃப்.எம். நிலையங்கள் ஏராளம். அங்கேயெல்லாம் 'ப்ளேயிங் கார்டு' சைஸில் எஃப்.எம். பாக்கெட் ஸ்டீரியோவெல்லாம் கூடவந்துவிட்டது.

உங்கள் ரேடியோவில் இருக்கும் எஃப்.எம்.-முக்கு மற்றொரு உபயோகம் உள்ளது. எஃப்.எம்.-மைக் என்று ஒன்று விற்கிறார்கள். (அதுவும் வெளிநாட்டில் செய்வதுதான்). பர்மா பஜாரில் கிடைக்கும். அதை வாங்கி பாட்டரி போட்டு ஹலோ ஹலோ சொல்லி உங்கள் எஃப்.எம். பாண்டில் தேடினால், உங்கள் அந்த ஹலோ கேட்கும். உங்களுக்கு ரேடியோவில் பாட ஒரே சான்ஸ்! மெல்லிசை நிகழ்ச்சிகள், நாடகங்களிலும் இந்த எஃப்.எம். மைக் பயன்படுகின்றன.

✉ **எம்.ரவிச்சந்திரன்,** மாமண்டூர்.

✍ **கொள்ளையடித்த இடத்தில் கிடைக்கும் திருடனின் கைரேகையை எப்படி பிரிண்ட் போடுகிறார்கள்?**

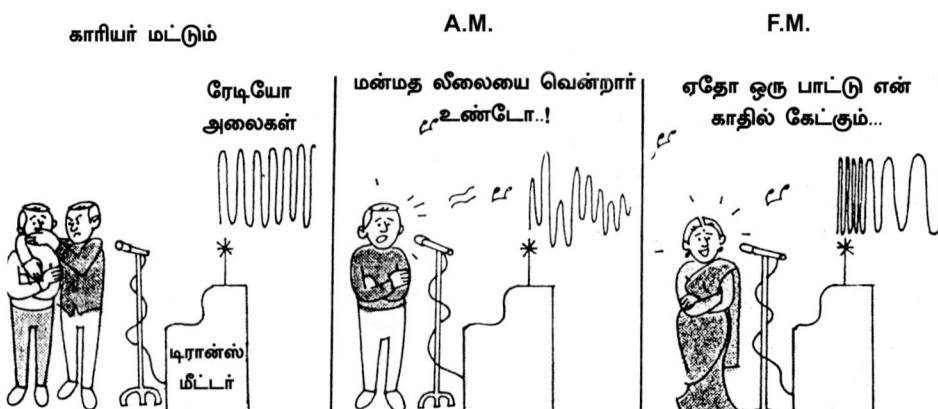

லேசான பவுடர் அடித்தால் மிக மெல்லிய ரேகைகள்கூடத் தெளிவாகும். அவ்விடத்தில் கவனமாகத் தடவினால் வெளிப்படும் கண்ணாடியில் அல்லது கரியநிறப் பொருள்களின்மேல் ரேகை பட்டிருந்தால் பழுப்பான பவுடர், மக்னீஸியம் கார்பனேட், ஃபெர்ரிக் ஆக்ஸைடு போன்றவற்றை உபயோகிப்பார்கள். பாலீஷ், வார்னீஷ் உள்ள பளபள பொருட்களுக்கு அலுமினியம் பவுடர், மரம், பேப்பர், துணி போன்றவற்றில் பதிந்த ரேகைகளை வெளிப்படுத்த ஸில்வர் நைட்ரேட்டில் நனைத்து, ஸோடியம் தையோஸல்ஃபைட்டில் ஸ்திரப்படுத்துவார்கள். அயோடின் ஆஸ்மியம் டெட்ராக்ஸைடு ஆவியடிப்பார்கள். ஜப்பானியர்கள் ஃபார்மால்டிஹைடு ஆவியில் கொஞ்சம் ரேடியோ கார்பன் கலந்து உபயோகிக்கிறார்கள். எலெக்ட்ரான் ஆட்டோ ரேடியோகிராஃபி, ஸ்கானிங் எலெக்ட்ரான் மைக்ராஸ்கோப் போன்ற சாதனங்களையும் தற்காலத்தில் பயன்படுத்துகிறார்கள். கெமிஸ்ட்ரியும் பிஸிக்ஸும் சேர்ந்து எங்கேயாவது ஒரு பிசிறு இருந்தால்கூட கண்டுபிடிக்கக்கூடிய சாதனங்கள் போலீஸிடம் இருக்கின்றன..

✉ **சி.நடராஜன்,** ஆயக்காரன்புலம்.

✍ **பனி மனிதர்கள் எப்படிப்பட்டவர்கள்? அவர்களின் உருவ அமைப்பும் செயல்களும் கொடூரமானவை என்று பல செய்திகள் வருவதை நம்பலாமா அல்லது எல்லாம் பொய்யான செய்திகளா?**

பனி மனிதர்கள் உண்மையில் இருக்கிறார்களா என்பது சந்தேகமான விஷயம். இமயமலை ஏறிய சில பேர் 'பனி மனிதனைப் பார்த்தோம்... துரத்திக்கொண்டு ஓடினோம்.... மறைந்துவிட்டான்...' என்கிற லெவலில் அளந்துகொண்டிருக்கிறார்கள். ஒருவர் தான் எடுத்த போட்டோவையே காட்டினார். அதை சோதனை செய்து 'ரீல்' என்று சொல்லிவிட்டார்கள்.

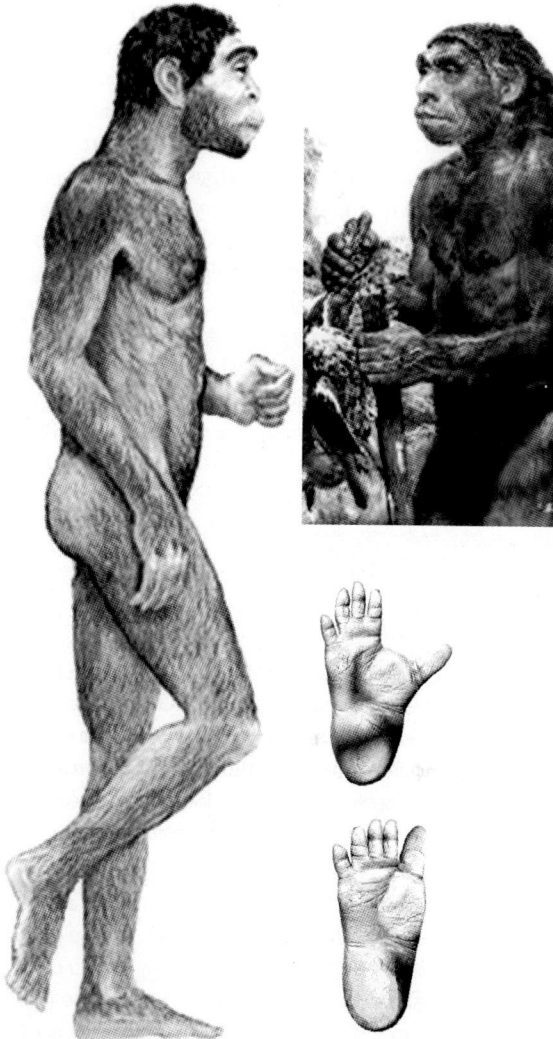

பனி மனிதன்

ஒரு சிலர் பனி மனிதனின் காலடிகள் பனியில் பதிந்திருந்ததைப் பார்த்ததாகச் சொல்கிறார்கள். *1951*-ல் இமயம் ஏறிய ஒரு பிரிட்டிஷ்காரர் (பெயர்: எரிக் ஷிப்டன்) நேபாள எல்லைப் பக்கமாகப் பனி மனிதனின் பிரமாண்டப் பாதச் சுவடுகளைப் பார்த்து அசந்துபோய் அவற்றை அப்படியே போட்டோ எடுத்திருக்கிறார். ஆனால், அவர்கூடப் பனி மனிதனை நேராகப் பார்க்கவில்லையாம்!

பனி மனிதர்களைப் பற்றி தனி மனிதர்கள் நிறையக் கதைகள் சொல்கிறார்கள். மலையில் கிடைக்கும் பழங்கள், கிழங்குகள் இவைதான் பனி மனிதனின் வழக்கமான மெனுவாம்! யாராவது மலையேறும் கோஷ்டி முகாமிட்டிருந்தால் அந்தக் கூடாரத்துக்குள் இரவு நேரங்களில் பனி மனிதன் புகுந்து உணவுப் பொருட்களைத் திருடிச் செல்வது உண்டாம். அப்படி ஒரு காம்ப்பில் புகுந்து சாக்லெட்டைக்கூட திருடிக் கொண்டுபோயிருப்பதாகச் சொல்கிறார்கள். சுவாரஸ்யம் - ஏழு அடி உயரத்தோடு ஆஜானுபாகுவாய் 'உலாத்துகிற' பனி மனிதன் ரொம்ப 'ஷை' டைப்பாம்! இப்படிப்பட்ட செய்திகள் யாவுமே கொஞ்சம் பொய் கலந்தவைதான்!

✉ **பி.ராவின்ஸ்,** மேட்டூர் அணை.

✍ **விளம்பரங்களில் வருவதுபோல் எக்ஸ்ரே க்ளாஸ் (X-Ray Glass) என்ற கண்ணாடியை நாம் அணிந்துகொண்டு மற்றவர்களைக் காணும்போது அவர்களின் உடல் ஆடையில்லாமல் வெறும் உடலாகத் தெரியும் என்பது உண்மைதானா?**

விளம்பரத்தில் வந்ததா? இந்த மாதிரி கண்ணாடியெல்லாம் ஜேம்ஸ்பாண்ட் படங்களிலும் பி.ராவின்ஸின் கனவிலும் தான் சாத்தியம். விஞ்ஞானப்படி சாத்தியமில்லை. ஆனால், ராணுவங்களில் உபயோகிக்கப்படும் நைட் விஷன் எக்யூப்மெண்ட் என்பது இன்ஃப்ரா ரெட் கதிர்களினால் இயங்குகிறது. இன்ஃப்ரா ரெட் என்பது உஷ்ண அலைகள். எல்லா வஸ்துக்களும் லேசான உஷ்ண அலைகளை வெளிப்படுத்துகின்றன. இந்த உஷ்ண அலைகளைப் பெரிதுபடுத்திப் பிம்பமாகக் காட்டும் இமேஜ் கன்வர்ட்டர்களை உபயோகப்படுத்தி பைனாகுலர்கள் செய்திருக்கிறார்கள். (நம் பி.இ.எல்-லில்கூடச் செய்கிறோம்). இதன் மூலம் பார்த்தால் நல்ல இருட்டில்கூட ஆள் நடமாடுவது, டாங்கிகளின் ஓட்டம் எல்லாம் ஒரு மாதிரி ஷேப்பாகத்

தெரியும். இந்தோ-பாக் எல்லையிலும் பயன்படுகிறது. மெக்ஸிகோவிலிருந்து வேலை தேடி, சட்ட விரோதமாக யு.எஸ். எல்லையை இரவில் தாண்டுபவர்கள் அதிகம். இவர்களை மடக்க அமெரிக்க போலீஸ் படை இந்தக் கண்ணாடிகளை அணிகிறது. ஒரு ஆள் படுத்திருந்து விலகிப் போய்விட்டால்கூட, அந்த ஆளின் வடிவம் சோபாவில் கொஞ்ச நேரம் தெரியும். அவர் விட்டுப் போன உஷ்ணம்!

✉ **கே.கலியன்,** புதுவண்ணை.

✍ **இடதுகை பழக்கத்துக்கு என்ன காரணம்? இடதுகைக்காரர்கள் திறமைசாலிகளா?**

இடதுகைப் பழக்கம் உள்ள குழந்தைகளைப் பற்றி பெற்றோர்கள் ரொம்பக் கவலைப்படத் தேவையில்லை. அதைத் திருத்த முயற்சி செய்யவேண்டாம். விட்டுவிடவும். மொத்த ஜனத்தொகையில் சுமார் நான்கு சதவிகிதம் இடது கைக்காரர்கள். சில பெரிய ஆள்களெல்லாம் இடது கைக்காரர்கள். லியனார்டோ டாவின்சி, மைக்கல் ஆஞ்செலோ, கார்லைல், ரெக்ஸ் ஹாரிஸன், சாப்ளின், ட்ரூமென், ஜெரால்ட் ஃபோர்டு, ஜிம்மிகானர்ஸ்,

ஜுடி கார்லண்ட்... ம்.. கொலைகாரன் ஜாக்-தி-ரிப்பர்...!

இருந்தும், நாம் வாழ்வது வலதுகை உலகத்தில்தான். கதவுக்குமிழ்கள், திருப்புளிகள், பூட்டுக்கள், மோட்டார்கார்கள், சங்கீத வாத்தியங்கள் - எல்லாமே வலது கைக்காரருக்கென்று டிஸைன் செய்யப்பட்டவை. இடது கைக்காரர்கள் சற்றுச் சிரமப்பட்டாலும் பழகிக்கொள்கிறார்கள்.

இடதுகைப் பழக்கத்துக்குச் சரியான காரணம் இன்னும் தெரிய வில்லை. ஒரு தியரி சொல்கிறேன். நம் உடல் இடம், வலம் என்று பார்த்தால் சற்று வித்தியாசப்படுகிறது. கண்ணாடியில் பாருங்கள் - முகத்தின் வலதும் இடதும் ஒன்றே போல் இருப்பதில்லை. காலின் சக்தி, பாதத்தின் சைஸ் இவற்றில் எல்லாம் கொஞ்சம் இடது வலது பாகங்கள் வெவ்வேறு செயல்பாடுகளைக் கவனிக்கின்றன. பெரும்பாலும் மூளையின் இடது பாகம்தான் அதிகம் பவர் உள்ளது என்கிறார்கள். மூளையிலிருந்து வரும் செய்திகள் கழுத்தருகில் தடம் மாறி, மூளை யின் இடது பக்கச் செய்திகள் உடலின் வலது பக்கத்துக்குப் போகிறது.

நாம் படிப்பது, எழுதுவது, பேசுவது, வேலை செய்வது எல்லா ஆணைகளும் மூளையின் இடது பக்கத்திலிருந்து வருகின்றன. அதனால்தான் நம்மில் பெரும்பாலோர் வலதுகைப் பழக்கக்காரர்களாக இருக்கிறோம். இடதுகைப் பழக்கக்காரர்களுக்கு மூளையின் வலது பாகம் அதிக சக்தி வாய்ந்தது என்கிறார்கள். அதனால்தான் நொட்டாங் கை - ஸாரி, இடதுகை. அதற்காக அவர்களுக்குக் கூடுதல் திறமை என்று எதுவும் இருப்பதாகச் செய்தியில்லை.

✉ **ராஜராஜன்,** தூத்துக்குடி-5.

✍ **லைடிடெக்டர் (பொய் சொல்வதைக் கண்டுபிடிக்கும் கருவி) எப்படி பொய்களைக் கண்டுபிடிக்கிறது?**

லை டிடெக்டர்

லைடிடெக்டர், பொய் பேசும்போது பதற்றத்தினால் உங்கள் உடலில் மின் தடையில் ஏற்படும் மாறுதல்களை, இதயத் துடிப்புகளின் மாறுதல்களை வைத்துக் கொண்டு பொய் என்கிறது. கோர்ட்டில் செல்லாது. தற்காலத்துக்கு தேவை ட்ரூத் டிடெக்டர்!

✉ **அ.அப்துல் ரஸாக்,** கூத்தாநல்லூர்.

✍ **ஓர் இடத்திலிருந்து மற்றோர் இடத்துக்கு தந்தி மூலம் செய்து அனுப்பும் 'கட் கடா' சங்கேதச் சங்கதியை விளக்குங்களேன்...**

சாம்யுவெல் மோர்ஸ் என்கிற அமெரிக்கர் கண்டுபிடித்த சங்கேத முறை இது. 1843-ல் அமெரிக்க அரசாங்கத்தால் ஏற்றுக் கொள்ளப்பட்ட இந்தத் தந்தி முறை, ஆங்கில எழுத்துக்களை 'கட்டுக்கடா' என்கிற இரு தட்டல்களின் வெவ்வேறு சாத்திய வகைகளில் அமைத்து, அத்தனை எழுத்துக்களையும் தந்தி மூலம் அனுப்பும் முறை இன்றும் உபயோகத்தில் இருந்து வருகிறது. உதாரணமாக ஏ என்றால் 'கட் கட்டு' பி என்றால் 'கட்டுக் கடகடகட', ஸி என்றால் 'கட்டிப் பிடி கட்டிப் பிடி...' ஸாரி, கட்டுக் கட கட்டுக் கட... இப்படி ஒவ்வோர் எழுத்துக்கும் இடைவெளிவிட்டு வார்த்தைகளுக்கு இடையே இன்னும் கொஞ்சம் அதிகம் இடைவெளி தந்து கொஞ்சம் பழகிவிட்ட தந்தி சிப்பந்திகள், இந்தச் சங்கேதத்தில் விளையாடுவார்கள். ஜோக் அடித்துக் கொண்டு சிரித்துக் கொள்வார்கள். தற்காலத்தில் மோர்ஸ் கோடு அவ்வளவு அதிகம்புழக்கத்தில் இல்லை.

மோர்ஸ்

டெலிபிரிண்டர்களுக்கென்று 'படாபட்' கோடு வந்துவிட்டது. கம்ப்யூட்டர்களுக்கு 'ஆஸ்கி' என்று ஒரு சங்கேத முறை!

✉ **கே.முரளிகிருஷ்ணன்,** மதுரை.

✍ **விரல் ரேகையைக் கைநாட்டா உபயோக்கிறாங்களே சாமி... அது என்ன, அவ்வளவு நிச்சயமான சாட்சியங்களா?**

உலகில் வசிக்கும் ஒவ்வொருவரும் வெவ்வேறு விதமான விரல் ரேகைகளைக் கொண்டிருக்கிறார்கள்.

ஏன்? உங்களுடைய ஒவ்வொரு விரல் ரேகையும்கூட ஒவ்வொரு மாதிரிதான்! இப்போது உலகில் சுமார் நானூறு கோடி மக்கள் இருப்பதால், வெவ்வேறு விதமான நாலாயிரம் கோடி விரல் ரேகை கணக்கெடுக்கலாம். விரல் ரேகை *Exclusive* என்பதை 2,000 ஆண்டுகளுக்கு முன்பே சீனர்கள் புரிந்துகொண்டுவிட்டார்கள். ஆகவே, முக்கியமான டாகுமெண்டுகளுக்குப் புத்திசாலியான சீன அரசர்கள் கைநாட்டுத்தான் போட்டார்கள்! ரேகைகளை வைத்து கிரிமினல்களைக் கண்டுபிடிப்பது வழக்கத்துக்கு வந்தது 19-ம் நூற்றாண்டில்தான்!

✉ **ஆர்.ஜம்புநாதன்,** திருத்துறைப்பூண்டி.

✍ **தோண்டி எடுக்கப்பட்ட உயிரினங்களின் எலும்புகளை ஆராய்ந்து, அவை லட்சக் கணக்கான வருடங்களுக்கு முந்தியவை என்று விஞ்ஞானிகள் கண்டுபிடிப்பது எப்படி?**

✉ **இரா.வெங்கடசுப்பிரமணியன்,** சென்னை-33.

✍ Carbon dating' பற்றி கொஞ்சம்... ப்ளீஸ்!

தொல்பொருள்களின் வயதைக் கண்டுபிடிக்க இப்போது மிகப் பரவலான விஞ்ஞான முறைகளைப் பயன்படுத்துகிறார்கள். இந்த முறைகளைப் பற்றி ஒரு புத்தகமே எழுதலாம்.

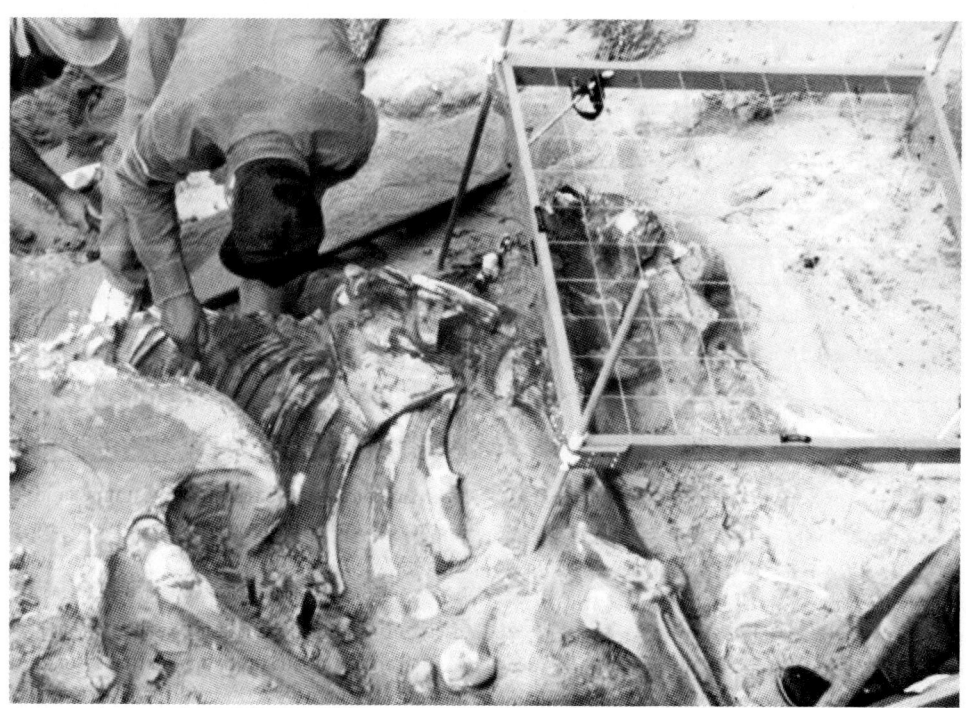

சுருக்கமாகச் சில முறைகளையும், விளக்கமாக இரு முறைகளையும் சொல்கிறேன். ஸ்ட்ராட்டிகிராபி என்கிற முறையில் பூமியைத் தோண்டத் தோண்ட பழசு என்பது தான் ஆதாரமான விஷயம். நாகரிகங்கள் ஒன்றன் மேல் ஒன்று படிகின்றன. இதை 'சூப்பர் இம்பொஸிஷன்' என்பார்கள். எனவே, தோண்டப்பட்ட பொருள் எவ்வளவு ஆழத்தில் கிடைத்தது என்பதை வைத்து அதன் காலத்தை மதிப்பிடுவார்கள். அடுத்த முறை 'ஆர்ட்டிஃபாக்ட்ஸ்' - செய்பொருள்கள், ஒரு இடத்தில் தோண்டும்போது காசு கிடைத்தால் அந்தக் காசை வைத்துக்கொண்டு காலத்தைக்

கண்டுபிடிக்கலாம். அதுபோல் இரும்பு ஆயுதங்கள், கல் ஆயுதங்கள் இவற்றை வைத்துக்கொண்டு அந்த இடத்தின் தொன்மையைக் கணக்கிடுவது. இதில் ஸீரியேஷன் வரிசைப்படுத்துவதும் இருக்கிறது. மண் பானைகள் கொஞ்சங்கொஞ்சமாக டிஸைன் மாறுவதை வைத்துக்கொண்டு, மற்றொரு இடத்தில் அதே வகை டிஸைன் மண்பாண்டம் கிடைத்தால் அதன் காலத்தை மதிப்பிடமுடியும். இதையெல்லாம் 'ரிலேட்டிவ் க்ரொனாலஜி' என்று வகைப்படுத்துவார்கள்.

இதில் ஆப்ஸிடியன் ஹைட்ரேஷன் என்பது முக்கியமான முறை. ஆப்ஸிடியன் என்று ஒரு வகை கண்ணாடிக் கல் உண்டு. அது பழங்காலத்தில் ஆயுதங்களுக்கு மிகவும் பயன்பட்டது. இந்தக் கல்லினுள் பொதிந்திருக்கும் மைக்ராஸ்கோப் மூலம் மதிப்பிட்டுக் காலத்தைக் கணக்குப் பார்க்கும் முறை இது.

க்ரோனோமெட்ரிக் டேட்டிங் என்று மற்றொரு துறையில் ஏராளமான முறைகள் இருக்கின்றன. பொட்டாசியம் ஆர்கான் முறை. ஃப்ளூரின் நைட்ரஜன் முறை... ஜம்புநாதன் குறிப்பிட்டிருக்கும் எலும்புகளை ஆராய்வதற்கு இது பயன்படுகிறது. புதைக்கப்பட்ட எலும்புகளும் பற்களும் மெல்ல தரையின் அடி ஈரத்திலிருந்து

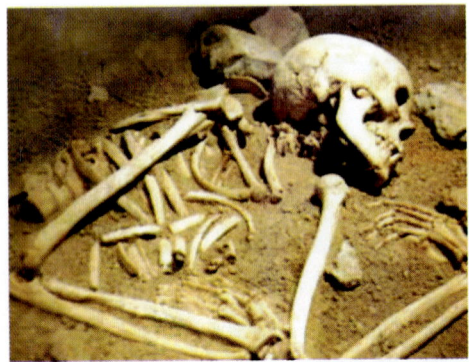

ஃப்ளூரின் வகை வாயுவை உள் வாங்கிக்கொண்டு அவற்றிலிருக்கும் பாஸ்பேட் சக்தி ஃப்ளூரினுடன் சேர்ந்து ப்ளூரொபேட்டைட்டாக மாறுகிறது. எத்தனை நாள் பூமிக்கு அடியில் புதைந்திருக்கிறதோ அதற்கேற்ப அந்த எலும்பில் உள்ள இந்த ஃப்ளூரின் சக்தி கொஞ்சங்கொஞ்சமாக அதிகமாகிறது. இதன் அளவை எக்ஸ்ரே க்ரிஸ்டலோக்ராஃபி என்னும் முறையால் அளவிட முடியும். இதிலிருந்து அதை எலும்பு எத்தனை ஆயிரம் வருஷங்கள் பூமிக்கு அடியில் புதைந்திருந்தது என்பதைக் கணக்கிடமுடியும். இங்கிலாந்துக்கருகில் பில்ட் டவுன் என்னும் கிராமத்தின் அருகில் கண்டுபிடிக்கப்பட்ட ஒரு மண்டையோட்டை முதலில் ரொம்ப ரொம்ப பழசு என்று சொல்லிக்கொண்டார்கள் (ப்ளிஸ்டொஸின் யுகம், ஒண்ணரைக் கோடி வருஷத்துக்கு முந்தியது என்று சொன்னார்கள்). இது மற்ற சாட்சியங்களுடன் கொஞ்சம் உதைத்தது. பிரிட்டிஷ் ம்யூஸியத்தைச் சேர்ந்த கென்னத் ஓக்லி என்பவர் அதன் ஃப்ளூரின் அளவை மதிப்பிட்டு 'அம்பது வருஷமாக விஞ்ஞானிகள் நம்பிக் கொண்டிருந்தது தப்பு, எல்லாம் ரீல், பில்ட் டவுன் மண்டையோடு ஒரு ஃபோர்ஜரி' என்று கண்டுபிடித்தார்.

ரேடியோ கார்பன் டேட்டிங் என்பது ஒன்று. விஞ்ஞானபூர்வமான முறை இது. 1949-ல் வில்லியர்ட் லிபி என்பவரால் முதலில் சொல்லப்பட்டது. இதற்காக லிபிக்கு (1960-ல்) நோபெல் பரிசு கிடைத்தது. இது தொல்பொருள் ஆராய்ச்சி உலகில் ஒரு பெரும் பரபரப்பை ஏற்படுத்தியது. இந்த முறை இப்போது பிரபலமான ஆராய்ச்சியாளர்களால் ஒப்புக்கொள்ளப்பட்டுவிட்ட, ஒரு பொருளின் பழமையைக் கண்டுபிடிக்கும் முறை.

நம் விண்வெளியில் இருக்கும் காஸ்மிக் கதிர்களில் இருக்கும் நியூட்ரான்கள் காற்று மண்டலத்தில் இருக்கும் நைட்ரஜனைத் தாக்கும்போது, சில நைட்ரஜன் அணுக்களில் புகுந்து அதன் உட்கரு கொஞ்சம் கனமாகி கார்பன்-14 அல்லது ரேடியோ கார்பனாக மாறுகிறது. இந்த ரேடியோ கார்பன் ஒரு எலெக்ட்ரானை இழந்தால் சாதாரண நைட்ரஜன் அணுவாகத் திரும்ப மாறுகிறது. இந்த கார்பன்-14ஐ ஐஸோடோப் என்று சொல்வார்கள். இந்த ஐஸோடோப் ரசாயன மாற்றங்களைப் பொறுத்தவரையில் சாதாரணக் கரி அணுவைப் போலத்தான் நடந்துகொள்ளும். கரி அணுக்கள் போட்டோஸிந்தஸிஸ் முறையின் மூலம், சூரிய ஒளிச்சேர்க்கை மூலம் எல்லாத் தாவரங்களிலும் புகுந்துகொள்கின்றன. தாவரம் உயிருடன் இருக்கும் வரைக்கும் அதனுள் இருக்கும் கார்பன்-14 அணுக்களின் அளவு ஒரே சீராக இருக்கும்.

அதாவது அது காற்றிலிருந்து வாங்கும் கார்பனும் அது வெளிப்படுத்தும் கார்பனும் ஒரே விகிதத்தில் இருக்கும். தாவரம் செத்ததும் அதற்குள் மேற்கொண்டு ரேடியோ கார்பன் புகமுடியாது. எனவே, அதிலுள்ள ரேடியோ கார்பன் கொஞ்சங்கொஞ்சமாகக் குறைய ஆரம்பிக்கும். 5,568 வருஷங்களில் பாதியாகிவிடும். பதினோராயிரம் வருஷங்களில் கால் பாகம். இப்படி ரேடியோ கார்பன் சாதாரண கார்பனாக மாறிக்கொண்டே வரும். எனவே, அகழ்ந்தெடுக்கப்பட்ட தாவர சம்பந்தப்பட்ட பொருட்களில் (கரி, எரிந்த எலும்பு, சிப்பி, தலைமுடி,

கடல் நீர்மட்டம் இறக்கம்... **ஏற்றம்...**

தோல், மரம்) போன்றவற்றில் இருக்கும் கார்பன்-14 அளவை - துல்லியமாக மதிப்பிட்டால் அந்தப் பொருளின் தொன்மை தெரியும்.... எத்தனை வருஷங்கள் என்பது தெரியும். இந்த முறையில் 50 ஆயிரம், 60 ஆயிரம் வருஷங்கள் தொன்மை வரை சுலபமாகக் கண்டுபிடிக்கலாம். அதற்கப்புறம் ரேடியோ கார்பன் அளவு மிகக் குறைந்து விடுகிறது. அளவெடுப்பது கஷ்டம். இதுபோல மேலும் பல முறைகள் இருக்கின்றன. இந்தியாவில் ரேடியோ கார்பன் டேட்டிங் வசதிகள் நகரங்களில் உள்ளன..

✉ **பி.அக்பர்,** பம்பாய்-17.

✍ **கடலில் Low tide, High tide ஏன் ஏற்படுகிறது? இவை ஏற்படும்போது நீர் எங்கு சென்று மறைகிறது?**

எங்கும் சென்று விடவில்லை. ஒரு இடத்தில் *Low tide* என்றால் இன்னொரு இடத்தில் *High tide*. கடலில் நீர்மட்டத்தில் ஏற்ற இறக்கங்கள் ஏற்படுவது சந்திரனின் ஈர்ப்பு விசையால். பூமியின் ஸாட்டிலைட்டான சந்திரனுக்கும் பூமிக்கும் ஒரு பரஸ்பரம் ஈர்ப்பு சக்தி உண்டு. பூமியின் பெரும்பகுதி - ஆறில் ஐந்து பாகம் - கடல்தான். சந்திரனை நோக்கி இருக்கும் கடல் பகுதிகள் அதிகம் கவரப்படுகிறது. அதனால் சமுத்திரப்பரப்பில் ஒரு வீக்கம் ஏற்படுகிறது. சந்திரனின் ஈர்ப்பு சக்தியும், பூமி - சந்திரனின் சுழற்சியும் சேர்ந்துகொள்வதன் விளைவே இந்த வீக்கத்துக்குக் காரணம். சூரியன் அதிக தூரத்தில் இருப்பதால் (சந்திரனைவிட 390 மடங்கு தொலைவு) அதன் பாதிப்பு அதிகமில்லையெனினும் சூரிய, சந்திரர்கள் ஒரே நேர்கோட்டில் இருக்கும் அமாவாசை, பௌர்ணமியின்போது அலைகளின் இயக்கம் அதிகமாக இருப்பதைக் கண்டிருப்பீர்கள். கடலில் ஏற்படும் ஏற்ற, இறக்கங்களைக் கரையின் சரிவும், ஜல விளிம்பும் கிட்ட வந்தோ, தள்ளிச் சென்றோ சமாளிக்கிறது. உள்ளே வரும் அலைகள் கொஞ்சம் குறுகலான பகுதிக்குள் நுழையும்போதுதான் நீர்மட்டம் அதிகமாகும். கனடாவுக்கு அருகில் ஃபண்டி விரிகுடாவில் 70 அடிவரை நீர்மட்டம் உயரும். பூமிக்கு நடுவில் மாட்டிக்கொண்ட மெடிட்டரேனியன் கடலில் இரண்டடிக்குமேல் நீர்மட்டம் அதிகமாவதில்லை.

✉ **எம்.ராஜேந்திரன்,** லால்குடி.

✍ **ஆகாய விமானத்துக்கும் ஹெலிகாப்டர் விமானத்துக்கும் உள்ள வேறுபாடுகள் என்னென்ன?**

பார்த்தாலே தெரியும்... விமானத்துக்கு அசையாத இறக்கை. ஹெலிகாப்டருக்குத் தலையில் சுற்றும் சக்கரம். வாலில் ஒரு குட்டிச் சக்கரம் ஸ்டெபிலைஸர் என்று. விமானம் மேலே செல்ல தரையில் கொஞ்ச தூரம் ஓடி குறைந்தபட்ச வேகம் பெற்றால்தான் மேல்நோக்கி ஜிவ்! விமானம் முன்னே செல்வதை

நிறுத்திவிட்டால் 'தொபக்கடீர்'. ஏனெனில் முன் செல்லும் வேகத்தால்தான் எதிர்க் காற்று அதன்இறக்கையைத் தழுவ இறக்கையின் ஷேப்பினால் 'லிஃப்ட்' என்று மேல் நோக்கிய தூக்கல் ஏற்படுகிறது. ஆகவே, விமானம் முன்னோக்கிச் சென்றே ஆகவேண்டும். ஹெலிகாப்டருக்கு அப்படியில்லை. அதன் மண்டைச் சக்கரம் சுழல்வதால், சக்கரத் துடுப்புகளின் அமைப்பால் ஒரு மேல்நோக்கிய தூக்கலும் முன்னோக்கிய தள்ளலும் ஏற்படுகிறது. இதை ஏர்-ஸ்குரூ என்பார்கள். அதற்கு ஓடுபாதை தேவையில்லை. வானத்தில் சுதந்திரமாக நிற்கலாம்.

✉ **ஆ.ராமமூர்த்தி,** மேட்டூர் அணை.

✍ **அஸ்காரிஸின் (கொக்கிப்புழு) இன உயிரிகள் ஏன் உடலின் பல பாகங்களுக்கும் சுற்றுலா போகின்றன?**

உடலின் பல பாகங்களுக்குச் சுற்றுலா போவதாகத் தெரியவில்லை. இந்தப் புழு வகைகளை இனம் பிரிக்க விஞ்ஞானிகள் திண்டாடிக் கொண்டிருக்கிறார்கள். பொதுவாக எலும்பு இல்லாத வயிற்றால் ஊறக்கூடிய, தலைப்பாகம் என்று ஒரு முனை உள்ள, இடம் வலமாகச் சரிபாதியாகப் பிரிக்கவல்ல வகையைச் சேர்ந்த புழுக்கள் என்று சொல்கிறார்கள். கலர் பழுப்பு, பச்சை, சிவப்பு, நீளம் கண்ணுக்கே தெரியாததிலிருந்து நாறப்பது அடிவரை! கொக்கிப்புழு, கயிற்றுப்புழு, வட்டப்புழு இவையெல்லாவற்றையும் 'ஃப்ளாட் வோர்ம்' (*Flat worm*) என்கிற வகையில் சேர்க்கிறார்கள். இவையெல்லாம் ஆண், பெண் இரண்டும் ஒரே உடலில், சில தனியே ஜீவிக்கக்கூடியவை. சில பாரஸைட்டுகள் (உயிர் வாழ வேறொன்றின் உடல் வேண்டும்). டேப் வோர்ம் நம் வயிற்றில் ஜீவிக்கக்கூடியது. அதிகபட்சம் நீளம் - 80 அடி! கொக்கிப்புழுவும் வயிற்றில் இருந்துகொண்டு அவ்வப்போது வயிற்றின் சுவரைக் கொத்தி ரத்தத்தை ஒரு நக்கு நக்கிக் கொள்ளும். பயங்கர அனீமியா வரும். தண்ணீரில் நம் உடலில் புகுந்துகொள்ளும் புழு இருக்கிறது. கினிவோர்ம் என்பார்கள். இது உள்ளே போய் தோலுக்கடியில் செட்டில் ஆகிவிடும். ஜுரம் வரும். வீக்கம் ஏற்படும். அதைக் குச்சியில் சுற்றி வெளியே எடுத்தால் சுமார் ஒரு மீட்டர் வரை 'தொடரும்' என்று வந்துகொண்டே இருக்கும். அப்புறம் கொல்லைப் பக்கம் போகும்போது ஞமஞம என்னும்....

புழுக்களைப் பற்றி எழுதினால் கோபித்துக் கொள்வீர்கள்... எதற்கு வம்பு? மண் தின்னாதீர்கள். கை நகங்களைச் சுத்தமாக வைத்துக் கொண்டிருங்கள். அழுக்கான குளங்களில் காலை விடாதீர்கள். எதையும் சுத்தப்படுத்திவிட்டுச் சாப்பிடுங்கள். புழுவால் தொந்தரவு இல்லை. மனிதப் புழுக்களைத் தவிர!

✉ **ஜெ.ராஜாராம்,** *சென்னை-4.*

✍ **குரங்கிலிருந்து மனிதன் வந்தான் என்று இருப்பின் குரங்கே இல்லாமலிருந்தால் மனிதன் தோன்றியிருக்கமாட்டானா?**

"வேறொரு பரிணாம வளர்ச்சியின் மூலம் 'மனிதன்' தோன்றி யிருப்பான். Mammals இல்லையென்றால் Reptiles" என்கிறார்கள் சில விஞ்ஞானிகள். உதாரணமாக, ஸ்டெனோனிகோஸாரஸ் இனீக்வாலிஸ் (உஸ், அப்பாடா!) என்னும் டினோஸர் இனம் 65 மில்லியன் ஆண்டுகளுக்கு முன்பு அழிந்துபோகாமல் இருந்திருந் தால் அந்த மிருகத்திலிருந்து கொஞ்சங்கொஞ்சமாக 'மனிதன்' தோன்றியிருப்பான் என்று கனடாவைச் சேர்ந்த இரு விஞ்ஞானிகள் கருத்துத் தெரிவித்திருக்கிறார்கள். இப்படி மனிதன் தோன்றியிருந்தால் அவன் பார்க்க எப்படி இருந்திருப்பான் என்றும் ஒரு ஐடியா கொடுத்திருக் கிறார்கள். கனடாவின் நேஷனல் மியூசியத்தில் இதை மாடலாக வைத்திருக்கிறார்கள். குரங்குக்கு நன்றி சொல்லத் தோன்றுகிறதா?

✉ **என்.புஷ்பா,** *கோவை-18.*

✍ **ஐஸ் பிரதேசக் கடல்களில்கூட திமிங்கலங்கள், சுறாவெல்லாம் இருக்குமா?**

மிக மிகக் குளிரான ஆர்ட்டிக் பிரதேசத்திலேயே வெள்ளை வெளேர் திமிங்கலங்கள் இருக்கின்றன! இவற்றின் பெரிய பிரச்னை, திடீர் திடீரென்று தட்பவெப்பநிலை மாற்றத்தால் கடல்நீர் ஐஸ்கட்டியாக உறைந்துபோவதுதான்.

சமீபத்தில்கூட ஆர்ட்டிக் பிரதேச பெர்ரிங் கடலில் சில ஆயிரம் திமிங்கலங்கள் நீந்திக்கொண்டிருக்க... திடீரென்று அந்த ஏரியா முழுக்கக் குளிரெடுத்துக் கடல்நீர் சில்லிட்டு ஐஸ்பாறைகளாக மாற ஆரம்பித்தது... பதறிப்போன திமிங்கலங்கள் எல்லாம் ஒட்டுமொத்தமாக ஒரே இடத்தில் வந்துசேர... பாவம், அவற்றை வேலிபோல் சுற்றிக் கொண்டது கடினமான பனிப்பாறை!

தப்பிக்க வழியில்லாமல் தவித்தன திமிங்கலங்கள். அருகே உள்ள கடற்கரை மீனவர்கள் 'நல்ல வேட்டை' என்று ஸ்பாட்டுக்கு விரைந்தார்கள்.

ஆனால், குழந்தை குட்டிகளுடன் ஆயிரக்கணக்கில் திமிங்கலங்கள் மூச்சுத் திணறிக் கொண்டிருந்ததைப் பார்த்து மனசு இளகிவிட்டது அவர்களுக்கு. ரஷ்ய கப்பற்படைக்கு விவரம் தெரிவிக்கப்பட்டது. காப்பாற்ற போர்க்கப்பல்கள் வரும்வரை (ஏறத்தாழ இரண்டு மாதங்கள்!) அந்தத் திமிங்கலங்களை விருந்தாளிகள்போல் எண்ணி உபசரித்தார்கள்.

கப்பல்கள் வந்து ஐஸ்கட்டியை உடைத்து, பாறைகளுக்கிடையே ஒரு கால்வாய் வெட்டிய பிறகும் திமிங்கலங்கள் இருந்த இடத்தை விட்டு நகரவில்லை - பயம்தான் காரணம்!

கடல்நீர் மீண்டும் மீண்டும் உறைந்து ஐஸ் பாறையாகிக் கொண்டிருக்கிறது... என்ன செய்வதென்று யாருக்கும் புரியவில்லை. கடைசியாக கப்பல் ஊழியர் ஒருவர் வெஸ்டர்ன் இசையை ஒலிபரப்பிக் கொண்டு கால்வாய் வழியாகக் கப்பலை ஓட்டிக்கொண்டு போக... திமிங்கலங்கள் அம்மா பின்னால் போகும் குழந்தைகள் போலக் கப்பலைப் பின்தொடர்ந்தன.... தப்பித்தன...

(திமிங்கலங்களுக்கு இசையின் மீது அப்படி ஒரு நாட்டம்!).

✉ **ஆர்.சித்ரா,** சென்னை-23.

✍ **ஒரு ஆங்கிலப் படத்தில் திமிங்கலத்தைப் பழக்கி விளையாடச் செய்வதைப் பார்த்தேன். என்ன திமிங்கலம் அது?**

முதுகு கறுப்பாகவும், வயிறு வெள்ளையாகவும் தானே இருந்தது? அது கில்லர் திமிங்கலம் (*Killer Whale*) - டால்ஃபின் குடும்பம். சுறாவே பயப்படுகிற பிராணி - எக்கச்சக்க வேகம் (35 M.P.H.). படு கூர்மையான 44 பற்கள். சில சமயம் நாற்பது, ஐம்பது கில்லர் திமிங்கலங்கள் கடலில் பேரணி நடத்தும். எதிர்ப்படுகிற சுறா, டால்ஃபின், ஸீல், பெங்குவின் எல்லாம் குளோஸ். சில சமயம் உலகிலேயே மிகப் பிரமாண்டமான பிராணியான நீலத் திமிங்கலத்தையே கில்லர் திமிங்கலங்கள் சூழ்ந்து கபளீகரம் செய்துவிடும். கடலில் கூட்டமாகச் செல்லும்போது 'கீச்கீச்'சென்று (78 ஆர்.பி.எம். ரிக்கார்டு மாதிரி) கோரஸாகப் பாடிக் கொண்டே செல்லும். சுறாவே பயப்படுகிற இந்த கில்லர் திமிங்கலம் ஏனோ மனிதனுக்கு ஆபத்து ஏற்படுத்துவதில்லை. இதை நாய் மாதிரி பழக்கக்கூட முடியும். அமெரிக்காவில் இந்தத் திமிங்கலத்தை வைத்துக்கொண்டு சர்க்கஸ் காட்டுவதைத்தான் நீங்கள்

பார்த்திருப்பீர்கள். பல்டியெல்லாம் அடிக்கும். மணியடித்தால் குளத்திலிருந்து கிளம்பி மேலே இருபது அடி உயரம் பாய்ந்து ட்ரெயினர் நீட்டும் மீனை (மட்டும்) கவ்விக் கொண்டு பல்டியடிக்கும். ரொம்ப சமத்து.

✉ **என்.உதயசிங்,** தாராபுரம்.

✍ **விண்வெளி வீரர்கள் உணவுக்குப் பதில் மாத்திரைகளைச் சாப்பிடுவதுபோல் பூமியில் உள்ளவர்களும் மாத்திரைகளைச் சாப்பிடப் பழகிக்கொண்டால் உணவுப் பஞ்சம் குறையுமல்லவா? இது சாத்தியமா?**

உணவுப் பஞ்சம் குறைய இது வழியில்லை. ஏனெனில் இந்த மாத்திரைகள் தயாரிக்க முதலில் உணவுப் பண்டங்கள் வேண்டும். அவற்றைப் பற்பல விதங்களில் சின்னதாக்கிக் கொடுக்கிறார்கள். காரணம், விண்வெளிப் பயணத்தில் பத்ரிநாத் யாத்திரை ஸ்பெஷல் போல் தனியாக ஒரு சமையல் வண்டியே எடுத்துப் போக முடியாது. வேளா வேளைக்கு அரைத்துப் போடக் கல்லுரல் எல்லாம் கிடையாது. விண்வெளிக்கலத்தில் உணவுப் பொருள்கள் சேகரித்து வைக்க அதிக இடமில்லை. அதனால்தான் சுருக்கி மாத்திரையாக அனுப்புகிறார்கள். மாத்திரையாக ஆக்குவதற்குச் செலவும் அதிகமாகும்.

✉ **ஆர்.கே.வசந்தி,** பாளையங்கோட்டை.

✍ **விமானம் தீப்பிடித்தாலும் எரிந்து கருகாத 'கறுப்புப் பெட்டி'யை (Black Box) பற்றி விளக்குங்களேன்...**

'ப்ளாக் பாக்ஸ்' என்னும் பேழையைக் கண்டுபிடித்து முப்பது ஆண்டுகளுக்கு மேலாகின்றன. உண்மையில் இதன் நிறம் ஆரஞ்சு அல்லது மஞ்சள். இருப்பினும் 'ப்ளாக் பாக்ஸ்' என்றுதான் அழைக்கிறார்கள். விமான விபத்துகளில் யாரும் பிழைப்பதில்லை. விபத்து நடந்ததன் காரணத்தைக் கண்டுபிடிக்க வேண்டும். அதற்காக இவை - மிக வலுவான பேழைகள். என்னதான் தீயோ, அதிர்ச்சியோ தாக்காத பேழைகள்,

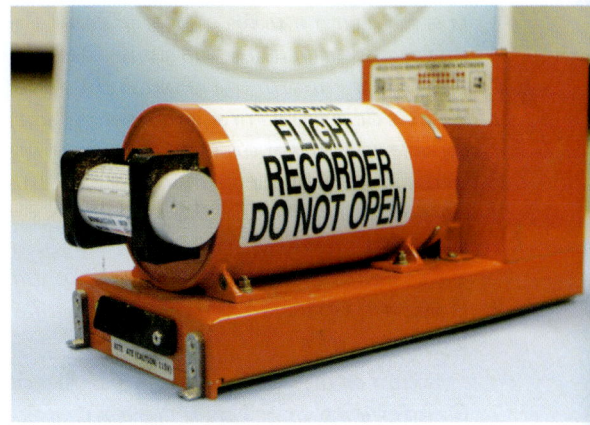

பிளாக்(!) பாக்ஸ்...

ஏகப்பட்ட எலெக்ட்ரானிக்ஸ் அதில். விமானத்தின் முக்கியமான மீட்டர் ரீடிங்குகள், வேகம், உயரம் போன்ற விவரங்கள், விமானத்தின் உள்ளே பைலட்டுக்கும் சகாக்களுக்கும் நிகழ்ந்த பேச்சு வார்த்தைகள், பூமி நிலையங்களுடன் கொண்ட தொடர்புகள் - எல்லாவற்றையும் ரிக்கார்டு பண்ணிக் கொண்டிருக்கும். விபத்து நிகழ்ந்தால் இந்தப் பெட்டியைத் தேடியெடுத்து, அதில் பதிந்துள்ளதை ஓட்டிப் பார்த்தால் விமான விபத்தின் காரணம் தெரியவரும்.

✉ **எஸ்.ஷேக் தாவூது,** கோவை-27.

✍ **விமான தளம் எப்படி அமைக்கிறார்கள்? எதாவது ஸ்பெஷாலிடி உண்டா? ரன்-வே பற்றியும் கொஞ்சம் சொல்லுங்கள்.**

உண்டு. சர்வதேச சிவில் விமானப் போக்குவரத்துக் கழகம் என்று ஒன்று உள்ளது. அது விமான தளம் அமைக்கும் விதிகள் அனைத்தையும் புத்தகமாக வெளியிட்டிருக்கிறது. ரன்-வேயின் நீள அகலம், சரிவு, விமானநிலையத்தின் பெயரை எங்கே எழுத வேண்டும், எத்தனை பெரிதாக எங்கெல்லாம் விளக்குப் போடவேண்டும், என்னென்ன வசதிகள் வேண்டும் என்று விவரமான புத்தகம்.

ரன்-வே மெயின்டனன்ஸ் என்பது ஸ்பெஷலான விஷயம். ராத்திரி

பகல் பாராமல், அதற்கென்றே வடிவமைக்கப்பட்ட வாக்வம் க்ளினர் வேன்கள் மூலம் தூய்மைப்படுத்திக் கொண்டேயிருப்பார்கள். சின்ன இரும்பு ஆணிகூட விமான விபத்துக்கு வழிவகுத்து விடலாம். இப்படித்தான் ஒரு சமயம் அடிஸ்அபபா விமானநிலையத்திலிருந்து கிளம்பிய கிழக்கு ஆப்பிரிக்க விமானத்தின் சக்கரக்காலில் சின்ன முள் குத்தி டயர் பங்க்ச்சர், தொடர்ந்து தரையில் மோதிச் சிதறியது அந்த

விமானம். ஜெட் விமானங்கள் வெளியிடுகிற எண்ணெய் புகைகூட ரன்-வேயில் அழுக்காகப் படிந்து ப்ளேனுக்கு வழுக்கும். க்ளினிங் அவசியம்.

ரன்-வேக்களுக்கு இருபுறமும் அமைக்கிற பிரகாசமான பல்புகளின் உயிர்த்துடிப்பு திடகாத்திரமாக 160 மைல் வேகத்துடன் 260 டன் எடையுடனும் வந்திறங்கும் பிரமாண்ட விமானங்கள் வெளியிடும் அதிர்ச்சியைத் தாங்கக் கூடியதாக இருக்க வேண்டும்.. விளக்குகள் கொஞ்சம் இருட்டடிப்புச் செய்தாலும்கூட ப்ளேன்-கிராஷ்தான்!

லண்டன் ஹி-த்ரு விமானநிலையத்தின் மூன்று ரன்-வேக்களும் மகா நீளம். அவற்றில் இரண்டு பாதைகள் 12,000 அடி

நீளம். மினி ப்ளேன்களுக்காக 7,700 அடி நீளப் பாதை ஒன்று கொசுறு.

மழமழவென்று கான்க்ரீட் தரையாக இருக்கும் விமான ஓடு பாதைகள் விமானநிலையங்களின் இதயம். இந்த விஷயத்தில் நம் டெல்லி பாலம் விமானநிலையம் ‘ஹார்ட்-பேஷண்ட்!.

✉ **என்.ரமேஷ்,** சென்னை-90.

✍ **மலர்களில் வாசனை வருவது எப்படி? அதுவும் வெவ்வேறு மலர்களுக்கு எப்படி வெவ்வேறு வாசனை?**

மலருக்கு வாசனை அதன் இதழ்களில் இருக்கும் சில எண்ணெய்ச் சத்துக்களால்

ரன்வே...

வருகிறது. செடி அல்லது மரம் வளரும்போது. இந்த எண்ணெய்ப் பொருள்கள் உருவாகின்றன. இந்த எண்ணெய்களை ரசாயனப்படி அலசிப் பார்த்தால் மிகவும் சிக்கலான அமைப்பைக் கொண்டவை.

சில சந்தர்ப்பங்களில் இந்த எண்ணெய்ப் பொருள்கள் சுயமாகவே அமைப்பில் கொஞ்சம் எளிமைப்பட்டு சுலபமாக ஆவியாகிவிடக்கூடிய சங்கதிகளாக மாறுகின்றன. அப்போது மலரிலிருந்து வாசனை வீசுகிறது. ஒரு மலரின் வாசனை அதன் ஆதார எண்ணெய்களின் கலவையைப் பொறுத்திருக்கிறது. வெவ்வேறு கலவைகள் - வெவ்வேறு வாசனைகள். இந்த வகை எண்ணெய்ப் பொருள்கள் மலரில் மட்டும் அல்லாமல் இலை, பட்டை, வேர், ஏன் விதையில்கூட இருக்கின்றன. ஆரஞ்சு, எலுமிச்சம் பழங்களில், யூகலிப்டஸ் இலையில் பாதம் விதையில்கூட வாசனை உண்டு. இந்த எண்ணெய்களை அலசிப் பார்த்து அவற்றைச் செயற்கை முறையாகச் செய்யவும் முடிகிறது. என்ன இருந்தாலும் ஒரிஜினல் போல் முடிவதில்லை.

✉ **வி.ச.கிருஷ்ணரத்னம்,** காட்டாங்குளத்தூர்.

✍ **வைரக் கற்களில் சில தீயசக்தி கொண்டவை என்கிறார்கள். விஞ்ஞானபூர்வமாய் உண்மையா?**

வைரம் என்பது 'கிரிஸ்டலைஸ்' ஆகியிருக்கும் கரி. அவ்வளவுதான். அதற்கு மதிப்பு அதன் அணுவின் ஒழுங்கான கட்டட அமைப்பினால், ஒளியைப் பிரதிபலிக்கும் பிரகாசத்தினால் வந்தது. உலகிலேயே மிக மிக உறுதியானது வைரம்தான். காலத்தால் அழியாதது. நிஜமாகவே வைரத்தை வைரத்தால்தான் அறுக்கலாம். வைரத்தை முதன்முதலில் தோண்டியெடுத்து (கி.மு. 200) அதன் பெருமையைப் புரிந்துகொண்டவர்கள் இந்தியர்கள்தான். வைரக் கற்களால் ஏற்படும் தீமைகள் பொதுவாக பெரும் செல்வத்தால் ஏற்படும் தீமைகளைப் போலத்தான்.

விலை சுமார் 30 கோடி ரூபாய்...

✉ **ப.ஜீவானந்தம்,** தொட்டாம்பாளையம்.

✍ **என்ன சார், வைரத்தைப் பொடி செஞ்சு சாப்பிட்டா உயிர் போகும்கிறாங்களே... எப்படி சார்?**

வைரம் வெறும் கரிதான்... ஆனால், வலிமை உள்ளது. அதில் விஷம் ஏதும் இல்லை. பொடி பண்ணுவதே கஷ்டம். பொடி பண்ணிச் சாப்பிட்டால் கண்ணாடித் துண்டுகளை முழுங்குவது போல உள்ளே கீறி ரத்தம் கசிந்து இறந்தால்தான் உண்டு. எதற்கு இத்தனை விலை உயர்ந்த சாவு!

✉ **வி.ராஜாராமன்,** ராசிபுரம்.

✍ **"நாமெல்லாம் நினைத்துக் கொண்டிருந்தது போல இந்தப் பிரபஞ்சம் என்பது நாலாபக்கமும் முடிவில்லாமல் போய்க்கொண்டிருப்பது அல்ல... இதற்காகத் திட்டமான எல்லைகள் உண்டு" என்கிறார் ஐன்ஸ்டீன். அப்படியானால் இதற்கு வெளியே என்ன இருக்கிறது? ஏதாவது இருக்கிறது என்றால் அதுவும் யுனிவர்ஸ் என்பதில் அடங்கிவிடாதோ?!**

'ரொம்ப விநோதம் இதுதான்!' என்கிறாள் ஆலிஸ்

ஐன்ஸ்டைனின் ஜெனரல் தியரி ஆஃப் ரிலேட்டிவிட்டியில் வருகிறது. இந்தச் சித்தாந்தம் 'விண்வெளி என்பது முடிவற்றதல்ல. அது வளைந்திருக்கிறது' என்று ஐன்ஸ்டைன் சொன்னதை மனதில் உருவாக்குவது சிரமம்தான். சூனியத்தை வளைப்பதாவது? இதைப் புரிந்துகொள்ள மாம்பலத்திலிருந்து மயிலாப்பூருக்கு நெளிந்து நெளிந்து போகும் ஒரே ஒரு பாதை மட்டும் இருப்பதாக வைத்துக்கொள்ளுங்கள், வேறு பாதையே கிடையாது. இந்தப் பாதையில் ஒருவர் நடந்துசெல்கிறார். இதை உங்களால் கற்பனை பண்ணிப் பார்க்க முடிகிறதல்லவா? அவர் பாதை எப்படி இருக்கும்? வளைந்து வளைந்து சரிதானே! இப்போது மாம்பலம் கிடையாது. மயிலாப்பூர் கிடையாது. வழியில் வரும் எல்டாம்ஸ் கபே இன்னபிற எல்லாவற்றையும் நீக்கிவிட்டு ரோடு கூடக் கிடையாது. நண்பர் தமிழ் சினிமா கனவு ஸீனில் வருவதுபோல மாம்பலத்துக்கும் மயிலாப்பூருக்கும் அதே பாதையில் வெட்ட வெளியில் நடந்து செல்கிறார். இந்த வேடிக்கையான அந்தர நடையை உங்களால் மேலேயிருந்து பார்க்க முடிந்தால் அவர் வெட்ட வெளியில்கூட

வளைந்து வளைந்துதான் போவார் அல்லவா? ஒரே பாதைதான். ஏன்? வேறு வெட்டவெளியே கிடையாது!

ஐன்ஸ்டைன் சொல்வது இதைத்தான்: 'சூரியனைச் சுற்றிப் பூமி ஒரு முட்டை வடிவப் பாதையில் செல்கிறது. ஏனென்றால், சூரியன் பூமியைக் கவர்வதால் இல்லை. பூமிக்கு வேறு வக்கில்லை. சூரியனைச் சுற்றியிருக்கும் விண்வெளியே அந்த மாதிரி ரோடு மோசம்யா - வளைந்திருக்கிறது! அதை விட்டால் வேறு பாதை கிடையாது.' புரட்சிகரமான சிந்தனை, விண்வெளி எதனால் வளைகிறது என்றால், சூரியன் போன்ற பெரிய பெரிய கோள்களின் அருகாமையே அதைச் சுற்றியுள்ள விண்வெளியை வளைத்துப்போட்டு விடுகிறது. இப்படி கிரகங்கள், நட்சத்திரங்களின் பிரசன்னத்தால் விண்வெளி வளைந்து வளைந்து கடைசியில் ராஜாராமன் சொன்னபடி தலையும் வாலும் சேர்ந்து போய், ஒரு மகாமகா அண்ட கோளமாகிறது என்று பெரிசாக ஒன்றைச் சொல்லிவிட்டுப் போய்விட்டார் ஐன்ஸ்டைன். சூரியனைச் சுற்றியுள்ள விண்வெளி வளைந்திருப்பதைப் பரிசோதனை மூலம் நிரூபிக்க 1919-ல் சூரிய கிரகணத்தின்போது கணக்கெடுத்துப் பார்த்ததில் ஐன்ஸ்டைனின் கணக்குடன் பொருந்தியது! ஆனால், 1967-ல் செய்த பரிசோதனைகளில் கொஞ்சம் கணக்கு உதைக்கிறது! ஐன்ஸ்டைனின் 'வளைந்த விண்வெளி' கொஞ்சம் ஆட்டம் கண்டிருக்கிறது.

போகட்டும். இந்த விண்வெளிக்கு வெளியே என்ன என்று கேட்டிருக்கிறீர்கள். ஒன்றுமே கிடையாது. அந்த 'ஒன்றுமே கிடையாது' கூட விண்வெளிதானே என்று விதண்டாவாதம் பண்ணாதீர்கள். அது வந்து... அ.... விண்வெளி!

லூயி கரால் (1832 - 98) சென்ற நூற்றாண்டில் குழந்தைகளுக்காக எழுதிய 'விந்தை உலகத்தில் ஆலிஸ்' என்ற புத்தகத்தில் தற்போது மனோதத்துவ நிபுணர்களும் கணித வல்லுநர்களும் புதிய அர்த்தங் களைக் காண்கிறார்கள். 'ஆலிஸ் இன் ஒண்டர் லாண்ட்'-ல் ஒரு பூனை வருகிறது. மரத்தில் உட்கார்ந்துகொண்டு ஆலிஸைப் பார்த்துப் பல்லிளிக்கிறது. அடிக்கடி மறைந்துபோய் திடுதிப்பென்று தோன்றுகிறது.

"இந்த மாதிரி படக்படக்கென்று தோன்றி மறையாமல் இருந்தாயானால் நல்லது... தலை சுற்றுகிறது!" என்கிறாள் ஆலிஸ். "சரி" என்கிறது பூனை. இந்த முறை மெல்ல மெல்ல மறைகிறது. முதலில் வாலில் ஆரம்பித்துக் கொஞ்சம் கொஞ்சமாக மறைந்துபோய், கடைசியில் அந்த இனிப்புவரை வந்து பூனையின் மற்றதெல்லாம் மறைந்துபோன பிற்பாடும் அந்த இனிப்பு மட்டும் - சிரிப்பு மட்டும் கொஞ்ச நேரம் மிச்சமிருக்க, "சிரிக்காத பூனையை நான் அடிக்கடி பார்த்திருக்கிறேன். ஆனால், பூனையில்லாத வெறும் சிரிப்பை நான் பார்த்ததேயில்லை. ரொம்ப விநோதம் இதுதான்!" என்கிறாள் ஆலிஸ். ஐன்ஸ்டைனின் 'வெளியில்லாத வெளி' கூட இந்த வகையில் 'பூனையில்லாத வெறும் புன்னகை' தான்!.

✉ **ஏ.ராசேந்திரன்**, செட்டிக்காளிப்பாளையம்.

✍ **பூமத்திய ரேகைக்கு விட்டமாக அமையும்படி ஒரு துளையைப் பூமிக்குக் குறுக்காகப் போட்டு அதன் வழியாக ஓர் உலோகக் குண்டைப் போட்டால் என்ன நிகழும்?**

அப்படி ஒரு துளை போட முடியும் என்று கொள்ளலாம். உள்ளே போட்ட சிறிய குண்டு எவ்வித எதிர்ப்பும் இல்லாமல் நழுவிச் செல்கிறது என்று கொள்ளலாம் (கற்பனையில்தான் கொள்ளலாம்!). இந்தச் சூழ்நிலையில் உலோக குண்டுக்குப் பதிலாக நீங்களே குதிக்கிறீர்கள் என்று வைத்துக் கொள்வோம். சுமார் ஒரு மணி நேரம் இருபத்து நாலு நிமிஷத்தில் பூமியின் மறுமுனைக்குச் சென்று திரும்பி வந்து எட்டிப் பார்ப்பீர்கள்! உங்கள் அம்மாவோ, ஒய்ஃபோ 'லபக்'கென்று உங்களைப் பிடிப்பதற்குள் திரும்பி உள்ளே போய் ஒரு மணி இருபத்துநாலு நிமிஷம் இத்யாதி சமயத்துக்குப் பின் மறுபடி தலையைக் காட்டுவீர்கள் (போக 42 நிமிஷம், வர 42 நிமிஷம்!). இப்படி ஊசலாடிக் கொண்டே இருக்கும் இதை 'சிம்பிள் ஹார்மோனிக் மோஷன்' (*Simple Harmonic Motion*) என்பார்கள். இதுதான் பெண்டுலத்தின் அடிப்படை. இதிலிருந்துதான் கடிகாரங்கள்!

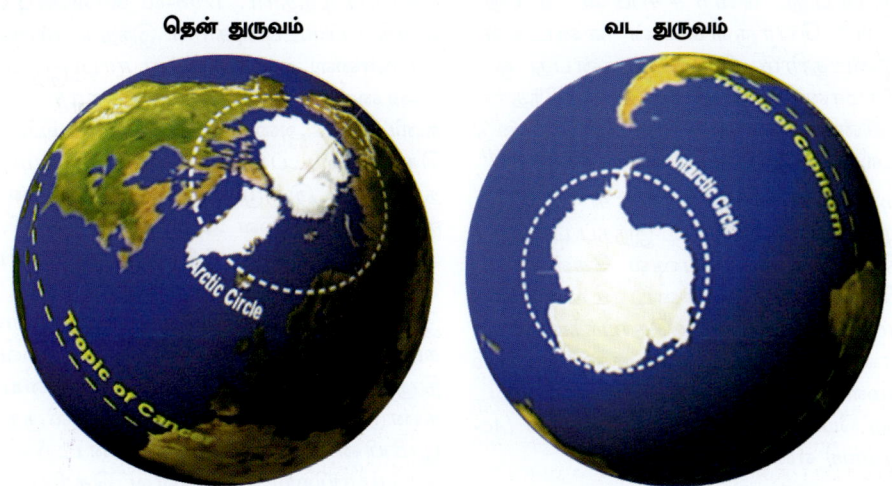

தென் துருவம்

வட துருவம்

'என்னுடையது டிஜிட்டல் கடிகாரம்' என்று அலட்டிக்கொள்ள வேண்டாம். இதில் குட்டியாக கிரிஸ்டல் ஒன்று. சிம்பிள் ஹார்மோனிக் மோஷன் பண்ணுகிறது! ஏன் இப்படி நிகழ்கிறது என்று தெரிந்துகொள்ள நியூட்டனின் ஈர்ப்பு விதி உதவுகிறது. பௌதிகத்தில் பி.எஸ்.ஸி. படிக்கும் மாணவரை T2=3/Gd (T-ஊசல் நேரம், G-ஈர்ப்பு எண், d-பூமியின் அடர்த்தி) என்று நிரூபிக்கச் சொல்லுங்கள். சற்று நேரம் ஆகும்.

✉ **ம.அன்புச்செழியன்,** சிவகங்கை.

✍ **பூமியின் எடையை எவ்வாறு கண்டுபிடிக்கின்றனர்? விளக்கவும்.**

தராசு, படிக்கல் இல்லாமல் பூமியின் எடையைக் கண்டுபிடிப்பதற்கு நியூட்டனின் பிரபஞ்ச புவிஈர்ப்பு விதி பயன்படுகிறது (*Universe Law of Gravitation*).

பிரபஞ்சத்தில் எந்த இரு பொருள்களும் ஒன்றை ஒன்று கவர்கின்றன. இப்படிக் கவரும் சக்தி, பொருட்களின் எடையைப் பொறுத்தது. அதாவது, எடை அதிகரிக்க கவர்ச்சி அதிகரிக்கும்: இரு பொருட்களுக்கும் இடையே உள்ள தூரம் குறையக் குறையக் கவர்ச்சி அதிகமாகும்.

இதை ஒரு சமன்பாடாக F=Gm1 m2/d 2 என்று குறிப்பிடும்போது, F என்பது கவர்ச்சியின் சக்தி; m1, m2 பொருள்களின் எடைகள்: d இடைதூரம். இதில் G என்பது ஒரு ஸ்திரமான எண். இந்த G தெரிந்தால் பூமியின் எடையைத் தெரிந்துகொண்டு விடலாம். எப்படி?

மரத்திலிருந்து தடுக்கி நீங்கள் விழுகிறீர்களே, அதுகூட இந்தப் பிரபஞ்ச விதியின் ஒரு ஸ்பெஷல் கேஸ்தான். பூமியின் அபார எடை உங்களைக் கவர்கிறதுதான் உங்கள் தொபக்கடீருக்குக் காரணம். விழுந்தால் உங்கள் வேகம் மளமளவென்று அதிகரித்துக்கொண்டே வேறு போகும். இதை வேகமாற்றம் (*Acceleration*) என்று சொல்லலாம்.

பூமியால் ஏற்படும் இந்த வேக மாற்றத்தை *g* என்பார்கள். இதைத் துல்லியமாக அளவிடமுடியும். பிரபஞ்ச பொது ஈர்ப்பு விதியிலிருந்து இந்த *g*-யின் மதிப்பு GM/R2 என்று நிரூபித்துவிடலாம். இதில் M என்பது பூமியின் எடை. R என்பது பூமியின் மையத்தின் ஆரம் (*Radius*). சின்ன '*g*'யைக் கண்டுபிடிக்கப் பல முறைகள் இருக்கின்றன. பூமியின் ஆரமும் தெரியும். ஆனால், பெரிய G..? இதைக் கண்டு பிடிக்க என்னென்னவோ முயன்று பார்த்தார்கள். ஆண்டிஸ் மலைத்தொடருக்கு அருகில் ஒரு பெண்டுலம் தொங்கவிட்டு, அது மலையின் கவர்ச்சியால் எப்படிச் சாய்கிறது என்று ஒரு விஞ்ஞானி பரிசோதனை செய்து பார்த்தார். மற்றொருவர் பெண்டுலத்தைத் தூக்கிக்கொண்டு சுரங்கத்துக்குள் இறங்கிப் பார்த்தார். ஊஹூும்!

பிரச்னை மிக எளிமையானதுதான். இரண்டு இரும்புக் குண்டுகளுக்கு இடையே இருக்கும் ஈர்ப்பு விசையை அளந்தால் போதும். இந்தப் பெரிய G கிடைத்துவிடும். சிக்கல் இதுதான் - இந்த ஈர்ப்பு விசை மிகக் குறைவானது. மிக மிக! இந்த நுண்ணிய விசையை அளப்பதற்கு அந்தக் காலத்தில் கருவிகள் இல்லை. 1777-ல் பிரெஞ்சு விஞ்ஞானி அகஸ்டின் கூலம்ப் என்பவர் 'டார்ஷன் பாலன்ஸ்' என்கிற நுட்பமான அளவு கருவியைக் கண்டுபிடித்தார். 1798-ல் காவண்டிஷ் என்கிற பிரிட்டிஷ்காரர் இந்த டார்ஷன் பாலன்ஸை உபயோகித்து ஈர்ப்பு விசை எண்ணை (G) கண்டுபிடித்தார். ஒரு தனிப்பட்ட அறையில் மெல்லிய கம்பியில் தொங்கவிடப்பட்ட ஆறடி இரும்புத் தண்டின் இருமுனையிலும் இரண்டு ஈயக் குண்டுகளை அமைத்து, அவற்றின் அருகே சம தூரத்தில் ஒரு ஜோடி பெரிய குண்டுகளைத் தொங்கவிட்டு இரண்டுக்கும் ஏற்படும் ஈர்ப்பு விசையால் கம்பி முறுக்கிக் கொள்ளும் அளவைத் திரும்பத் திரும்ப அளந்து G-யைக் கண்டுபிடித்துவிட்டார். அதிலிருந்து பூமியின் எடையைக் கண்டறிவது சுலபமாயிற்று. எவ்வளவு தெரியுமா?

5.893 x 1024 கேஜி - அதாவது, 5.893க்குப் பிறகு இருபத்தோரு சைபர்கள்! அத்தனை கிலோ கிராம்! மஹாவிஷ்ணு கொஞ்சம் கஷ்டப்பட்டிருப்பார்!

✉ **கே.பரமசிவன்,** விருதுநகர்.

✍ **அதலெடிக்ஸில் அவ்வப்போது புதிய சாதனைகள் நிகழ்த்தப்படுகின்றனவே... இந்தச் சாதனை நிகழ்த்துவதற்கு எல்லையுண்டா?**

தற்காலிக எல்லைகள் உண்டு என்றுதான் சொல்லவேண்டும். உதாரணத்துக்கு முப்பதுகளில் ஒரு மைலை நாலு நிமிஷத்தில் ஓடுவது என்பது ஒரு எல்லையாக இருந்தது. பானிஸ்டர் துவங்கி இன்று பல பேர் நாலு நிமிஷத்துக்குள் ஓடிவிட்டார்கள். அதேபோல், நூறு மீட்டரைப் பத்து செகண்டுக்குள் ஓடுவது ஒரு எல்லையாக இருந்தது. இன்று பல பேர் ஒன்பது செகண்டில் ஓடுகிறார்கள். எல்லைகள் மெல்ல மெல்லக் குறுகிக்கொண்டே வருகின்றன. அதுபோல், போல்வால்ட், நீச்சல், குண்டு எறிதல் எல்லாவற்றிலும் சமீப எதிர்கால எல்லைகள் உள்ளன. தூரத்து எதிர்காலத்தில் மனிதனின் அளவும் உயரமும் மெல்ல அதிகரித்துக்கொண்டு போகலாம். அப்போது இந்த எல்லைகள் திருத்தப்படும். ஜப்பானியர்கள் யுத்த காலத்துக்குப் பிறகு (அமெரிக்க பாதிப்பால்) உணவு முறைகள் மாற, குள்ளமான அவர்களுடைய சராசரி உயரம் அதிகரித்துக்கொண்டே வருகிறதாம்.

✉ **எஸ்.வி.ராமன்,** சென்னை-88.

✍ **பெர்மூடா முக்கோணம் (Bermuda Triangle) உண்மையா?**

அமெரிக்காவின் கிழக்குக் கடற்கரையை ஒட்டிய அட்லாண்டிக் சமுத்திரப் பகுதியில் நூற்றுக்கணக்கில் ஏரோப்ளேன்களும் கப்பல்களும் திடீர் திடீரென்று காரணமில்லாமல் காணாமற் போய்விட்டிருக்கின்றன என்பார்கள். இதைப் பற்றி ஒருவர் புத்தகம் எழுதிப் பணம் பண்ணிக்கொண்டு போய்விட்டார். அந்தப் புத்தகம் விற்றுப்போனதும், 'அதில் சொல்லியிருப்பதெல்லாம் வெறும் புரளி' என்ற மற்றொரு கட்சி புத்தகம் எழுதி அதுவும் நிறைய விற்றது. பெர்மூடா முக்கோணத்தில் காணாமற்போன கலங்களுக்கு நேரான காரணம் ஒன்று இருக்கிறது. பெரும்பாலானவை மூழ்கிப்போயின! புயல், க்ளியர்

ஏர்டர்புலன்ஸ் போன்ற காரணங்களால் மூழ்கிப் போனதைத்தான் பெரிசு பண்ணி அநாவசியத்துக்கு மர்மமாயிருக்கிறார்கள் என்பது இப்போது எல்லோராலும் ஒப்புக்கொள்ளப்பட்ட உண்மை.

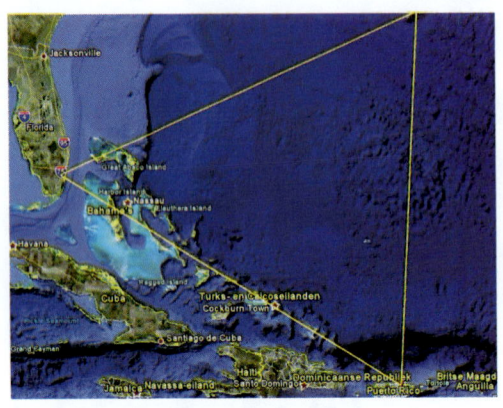

பெர்மூடா முக்கோணம்

ஜனவரி, 1948-ல் கிளம்பிச் சென்ற விமானம் மறைந்தேபோனது! (கடைசியாக எடுக்கப்பட்ட போட்டோ!)

பறக்கும் தட்டுக்களும் அதே ரகம்தான்! 1947-லிருந்து இந்தக் கதை நடந்து வருகிறது. அவ்வப்போது ஒரு தட்டு பறந்து ஜிலுஜிலு என்று இறங்குவதைப் பார்த்தேன்' என்று சத்தியம் பண்ணுவார். 'கிட்டப் போனால் காணாமல் போச்சு' என்பார்கள். கம்போடியாவில் அங்க்கார் என்னும் ஊரில் உலகப் புகழ்பெற்ற 'அங்க்கார்வாட்' என்னும் கோயில் இருக்கிறது. 1431-ல் திடீரென்று இந்த ஊர் மக்கள் ஒட்டுமொத்தமாகக் காணாமல்போனார்கள். மற்ற விஷயங்களெல்லாம் வைத்தது வைத்தபடி இருந்தன. இதற்கான காரணத்தைக் கண்டுபிடிக்க முடியாததால் உடனே ஏராளமான ராட்சதப் பறக்கும் தட்டுகள் இரவோடு இரவாக இறங்கி அத்தனை மக்களையும் வேறு கிரகத்துக்கு அழைத்துச் சென்றுவிட்டன என்கிறார்கள்!

வானத்தில் விநோத வெளிச்சங்களைப் பார்ப்பதற்கு தற்காலத்தில் அதிகச் சாத்தியங்கள் இருக்கின்றன. கார் ஹெட்லைட்கூட மேகத்தில் சிலவேளை பிரதிபலிக்கப்படும். மின்மினிக் கூட்டங்கள். சில விநோதமான விமானங்கள், விநோத வெளிச்ச அமைப்புக் கொண்ட சாதாரண விமானங்கள், ஸீலாமிட்டர் என்று வானிலை இலாகா மேகத்தின் உயரத்தை அளக்கப் போடும் வெளிச்சம், அதே இலாகா விண்காற்றை அளக்க அனுப்பும் ரேடியோ ஸாண்ட் பலூன்கள், சர்க்கஸ் சர்ச் விளக்குகள், எரிகற்கள், செயற்கை ஸாட்டிலைட்டுகள் என்று எத்தனையோ இருக்கின்றன. இதுவரை ரிப்போர்ட் ஆகியிருக்கும் ஆயிரக்கணக்கான பறக்கும் தட்டுக்கள் ஒன்றுகூட மற்ற கிரகங்களிலிருந்து வந்தவை என்று இதுநாள் வரை நிரூபிக்கப்படவில்லை. 'விண்வெளியிலிருந்து இறங்கினார்கள். என்னை உள்ளே அழைத்துச் சென்றார்கள். மார் மேல் என்ன என்னவோ கருவி வைத்துப் பார்த்தார்கள்' என்று சொன்னவர்களும் இருக்கிறார்கள். பிறகு ஹிப்னாடிஸம் மூலம் நினைவையெல்லாம் அழித்துவிட்டு மறுபடியும் இறக்கிவிட்டுச் சென்றதாகவும் கதைகள் உண்டு. எல்லாம் அதிகக் கற்பனைதான். இருப்பினும், 'பறக்கும் தட்டு இருக்கிறது' என்கிற ஐடியா நமக்குப் பிடிக்கிறது. 'க்ளோஸ் என்கௌண்டர்...', 'ஈ.டி.' போன்ற படங்கள் சக்கைப்போடு போட்டன!

அமெரிக்க விமானப் படை இந்தப் பறக்கும் தட்டுக்களைப் பற்றி ஒரு பெரிய ரிப்போர்ட் தயாரித்து இருக்கிறது. அதன் சுருக்கம் - 'ரீல்! நாஸா என்னும் அமெரிக்க விண்வெளி ஸ்தாபனம், 1977-ல் அமெரிக்க ஜனாதிபதி இந்தப் பறக்கும் தட்டுக்களைப் பற்றி ஆராய்ச்சி செய்து ரிப்போர்ட் கொடுக்கும்படி கேட்டுக்கொண்டதை மறுத்துவிட்டது!

✉ **ஆர்.கோபி,** சென்னை-15.

✍ **'ஸாக்ஸபோன்' என்பது குறிப்பிட்ட ஒரே ஒரு வாத்தியம்தானே?**

ஒரு குடும்பமே உண்டு! இந்தில் ஐந்து வகை ஸாக்ஸபோன்கள் - ஸொப்ரானோ, ஆல்ட்டோ, டெனார், பாரிடோன், பாஸ் என்று இருக்கின்றன. கண்டுபிடித்தவர் பெயர் வைக்கப்பட்ட விஷயங்களில் ஸாக்ஸபோனும் ஒன்று. (அடால்ஃப் ஸாக்ஸ் 1946-ல்) ஆரம்பத்தில் ராணுவத்தினர் மார்ச் பண்ணும்போது வாசிக்க ஆரம்பித்தார்கள். பிறகு சார்லி பார்க்கர், வெஸ்டர் யங் எல்லோரும் புகுந்து விளையாட ஆரம்பித்துவிட்டார்கள்.

✉ **கே.பஷீர் அகமது,** ராமநாதபுரம்.

✍ **தாயின் வயிற்றிலிருந்து வெளிவருவதற்கு முன்பே குழந்தையின் தலையில் முடி இருக்கிறதே... ஏன்?**

பிறப்பிலேயே நம் நிறங்கள் எல்லாம் தீர்மானிக்கப்பட்டு விடுகின்றன என்று நம்புங்கள். தலைமுடி என்பது ஒருவகை ஸெல். அந்த ஸெல்லின் அமைப்பில் ஒரு செய்தி இருக்கிறது. அந்தச் செய்தி என்ன? 'நீ தலைமுடி & ஸெல்! நீ இப்படித்தான் வளரவேண்டும்' என்பது. அதேபோல், சில உள்ளுணர்வுகளும், நரம்பு அல்லது மூளையின் ஸெல்களில் செய்தியாகப் பதிவாகியிருக்கின்றன.

✉ **ஈஸ்வரன்,** பொள்ளாச்சி.

✍ **ரிலேட்டிவிடி தியரியை எளிதாகப் புரிந்து கொள்ளும் முறையில் விளக்குவீர்களா?**

முயற்சி செய்கிறேன். பஸ் நிலையத்தில் நிற்கும்போது வழக்கம் போல் உங்கள் பஸ் கடந்துசெல்கிறது. பஸ்ஸுக்குள் ஒரு சிறுவன் பந்தை எறிந்து விளையாடிக் கொண்டிருக்கிறான். பஸ் போகும் திசையில் பத்து அடி எறிகிறான். அந்த ஒரு செகண்டில் பஸ் 20 அடி நகர்கிறது. பந்தின் வேகம் என்ன? பையனுக்கு செகண்டுக்குப் பத்து அடி வேகம். வெளியிலிருந்து பார்க்கும் உங்களுக்கு முப்பது அடி! எது நிஜம்? இரண்டுமே நிஜம்தான்.

வேகம் என்பது பார்ப்பவர்களைப் பொறுத்திருக்கிறது. புரிகிறது அல்லவா? கொஞ்சம் கவனியுங்கள். நம் பூமியும் ஒருவகையில் பஸ்தான். சூரியனைச் சுற்றி வரும் பஸ் என்ன வேகம்? ஒரு பஸ்ஸைவிட அதிகம்தான். செகண்டுக்குச் சுமார் பதினெட்டு மைல். சரி, சந்தோஷம்! ஒளியின் வேகம் என்ன தெரியுமா? செகண்டுக்கு 1,86,282 மைல்! செகண்டுக்கு? கொஞ்சம் அதிகம்தான்! ஆனால், பஸ்ஸில் எறிந்த பந்துக்கு நேர்வது 'பூமி பஸ்ஸில்' எறியப்பட்ட ஒளிக்கதிருக்கு நேருமா? அதாவது, பூமி சுற்றிக்கொண்டு போகும் திசையிலும், அதன் எதிர் திசையிலும் ஒளியின் வேகம் மாறவேண்டாமா? ஒரு பதினெட்டு மைலாவது வித்தியாசப்பட வேண்டாமா? அப்படித்தான் தோன்றுகிறது!

மைக்கல்சன் என்ற விஞ்ஞானி 1887-ல் ஒளியின் வேகத்தை நுட்பமாகக் கணக்கிடப் பரிசோதனை செய்தார். பூமி சுற்றும் திசை, எதிர் திசை - ஏன், எல்லாத் திசைகளிலும் ஒளியின் வேகத்தை அளந்து பார்த்தார். ஊஹூம்! எந்தத் திசையிலும் ஒளியின் வேகம் மாறவே இல்லை! அதே 1,86,282! (கிலோ மீட்டரில் சொன்னால், சுமார் முன்னூறாயிரம்). இது எப்படி என்று நூற்றாண்டின் இறுதியில் மண்டையைப் போட்டுக் குழப்பிக் கொண்டார்கள். ஈத்தர் கீத்தர் என்று என்ன என்னவோ ஜல்லியடி பண்ணிப் பார்த்தார்கள். புரியவில்லை. ஒளி மட்டும் அப்படி என்ன உசத்தி? ஏன் அதன் வேகம் மாறுவதே இல்லை?

1905-ல் ஐன்ஸ்டீன் (வயது 25) ஒரு பிரமாண்டமான சிந்தனையை நுழைத்து விஞ்ஞானிகளைக் கலக்கிவிட்டார். 'ஸ்பெஷல் தியரி ஆஃப் ரிலேட்டிவிடி' என்று! ஒளியின் வேகம் மாறாமல் இருப்பது பரிசோதிக்கப்பட்ட நிஜம். அதற்குச் சரியான விளக்கம் தர சில எதிர்பாராத விநோதமான சித்தாந்தங்களை ஒப்புக்கொள்ள வேண்டும் என்றார். நிஜமாகவே விநோதம்தான். என்ன? மறுபடி பஸ்! அடுத்த பஸ் கிடைத்து நீங்கள் பஸ்ஸில் சென்றுகொண்டிருக்கிறீர்கள். நீங்கள் நகர்வதால் உங்களில் சில மாறுதல்கள் நிகழ்ந்தாக வேண்டும் என்றார் ஐன்ஸ்டீன். என்ன மாறுதல்கள்? ரொம்ப சிம்பிள். 'பஸ் போகும் திசையில் நீங்கள் கொஞ்சம் சுருங்குகிறீர்கள்; அதே சமயம் உங்கள்

எடை கொஞ்சம் கூடுதலாகிறது; உங்கள் வாட்ச் கொஞ்சம் ஸ்லோவாக ஓடுகிறது' என்றார். அப்போது தான் ஒளியின் வேகம் மாறாமல் இருப்பதை விளக்க முடியும்! "என்ன ஆல்பர்ட், ஏதாவது போட்டிருக்கிறாயா? வா, பார்த்துவிடலாம்... ஏறு பஸ்ஸில்..." என்றார்கள். ஒரே ஒரு விஷயம் - பூமியில் கிடைக்கக்கூடிய வேகங்களில் இந்த எடை கூடுவது, மூஞ்சி சப்பட்டையாவது, கடிகாரம் மெள்ள ஓடுவது எல்லாம் மிக மிகக் குறைவாக, அளவிடக்கூட முடியாதபடி அவ்வளவு நுட்பமாக இருக்கும். எப்போது அளவிட முடியும்?

கொஞ்சம் அதிக வேகத்தில் பஸ் போனால்! உதாரணத்துக்கு ஒரு செகண்டுக்கு இருநூற்று அறுபதாயிரம் கிலோ மீட்டர் வேகத்தில் போனால், அப்போது என்ன ஆகும்? ஆறடி மனிதன் மூன்றடியாகச் சுருங்கிவிடுவான். அவன் நூறு கேஜி எடை இருநூறு கேஜி ஆகிவிடும். இரண்டு வருஷம் ஒரு வருஷமாகிவிடும்! இதுதான் ரிலேட்டிவிடி.

வேகத்தால் ஏற்படும் இந்தச் சுருக்கங்களை (லோரன்ஸியன் கண்டராக்ஷன் என்பார்கள்) நம்புவதற்குக் கஷ்டமாக இருக்கிறதல்லவா! ஏன்? இதெல்லாம் நமது அன்றாட அனுபவங்களுக்கு, பகுத்தறிவுக்குப் புறம்பாக இருக்கிறது. ஆனால், ஐன்ஸ்டீன் சொன்னது ஏதோ ஒரு குருட்டாம் போக்குச் சித்தாந்தமல்ல. பரிசோதனைகளின்மூலம் நிரூபிக்கப்பட்டது. அதுதான் அவருடைய மகா மேதைக்குச் சாட்சி! ஐன்ஸ்டீன் சொல்லும் மாறுதல்களை உணர மிக மிக வேகம் தேவைப்படும். ஒளியின் வேகத்துக்கு மிக அருகில் சென்றால்தான் இதெல்லாம் அளவிட முடியும். அன்றாட வேகங்களில் நல்லவேளை இந்த விளைவுகளை உணரவே முடியாது. ஒளியின் வேகத்தின் அருகில் செல்லக்கூடியவை அணுக் கருக்குள் இருக்கும் துகள்கள் (ப்ரோட்டான், நியூட்ரான், எலெக்ட்ரான் என்று கேள்விப்பட்டிருப்பீர்களே!). இந்த வகைத் துகள்களில் பைமெஸான் என்ற ஒரு துகளை அதிவேகத்துக்கு உள்ளாக்கிப் பரிசோதனை செய்தபோது, ஐன்ஸ்டீன் சொன்னதுபோல் அதன் எடை கூடியது. அதன் வாழ்நாள் அதிகமானது! விஞ்ஞான உலகம் ஸ்தம்பித்தது!

✉ **என்.தமிழ்ச்செல்வி,** சென்னை-16.

✍ **'எரிமலை' எப்படி வெடிக்கிறது? ஏனோ?**

பூமியின் உள் விவகாரம் சிக்கலான சங்கதி - அரசியல் போல! நிறைய இடங்கள் கடினமாக இறுகி, ஒன்றும் பண்ணாத கல்லாகிக் கிடக்க, சில சில பகுதிகளில் சில சில காரியங்கள் நடக்கின்றன.

பூமியின் உள்ளே பொழுதுபோகாத சில வெப்ப வாயுக்கள், வெளியே போகத் திட்டம் போட்டு ஒன்றுசேர்ந்து, சாதுவாகக் கிடக்கும் பாறைகளை உருக்க ஆரம்பிக்கின்றன. மகா மகா அழுத்தத்தோடும், உஷ்ணத்தோடும் கொதிக்கக் கொதிக்க ஒரு பாறைக் குழம்பு (மக்மா) தயாராகி, சமயம் பார்த்து வெளியே பாயக் காத்திருக்கிறது. 'இந்த

நிமிஷம் பூமியின் ஓட்டை உடைத்துக் கொண்டு வெளியே ஓடலாம்' என்று மக்மாவுக்கு நம்பிக்கை வந்ததுமே

சம்பந்தப்பட்ட வாயுக்கள் துணையுடன் உற்சாகமாகப் பொங்கி, எரிமலைத் துவாரங்கள் வழியாக 'பாங்' என்ற சத்தத்துடன் பீய்ச்சிக்கொண்டு வெடிக்கிறது!

பிறகு அந்த அக்னிக் குழம்பு மட்டும், மலைச் சரிவுகளில் எல்லா வற்றையும் எரித்துக்கொண்டே 'லாவா' என்று பெயரில் மெள்ள மெள்ளப் படிய ஆரம்பிக்கிறது. ஒரு எரிமலையின் பிறப்பு ரகசியம் இதுதான்!

எரிமலைகள் எப்போது வெடிக்கும், எப்போதும் சாது என்றெல்லாம் சொல்லி விட முடியாது. லேசாகப் புகைவிட்டுத் திடுதிப்பென்று ஜ்வாலை ஜ்வாலையாகக் கக்கிக்கொண்டு எல்லாவற்றையும் சாம்பலாக்கப் புறப்பட்டுவிடும்.

சில எரிமலைகள் பொங்குவதில் ரெக்கார்ட் பிரேக்கெல்லாம்கூட ஏற்படுத்தியிருக்கின்றன. நூறு வருஷங்களுக்கு முன்னே இந்தோனேஷியாவில் கிராக்டர் தீவு எரிமலை வழக்கத்தைவிடச் சற்று மிகையாக வெடித்தது - அந்தச் சத்தம் தீவிலிருந்து 3,540 கிலோ மீட்டர் தள்ளியிருக்கிற ஆஸ்திரேலியா வரை எட்டியது. மூன்று நாளுக்குச் சுற்றுப்புறம் முழுவதையும் பிரமாண்டமான சாம்பல் மேகம் மூடிக்கொண்டது. எண்பது கிலோ மீட்டர் உயரத்துக்கு பீய்ச்சியதாகத் தகவல்! நாற்பதாயிரம் பேர் எரிந்துபோனார்கள்.

விஞ்ஞானிகள் எரிமலையையும் விட்டு வைக்கவில்லை. அதையும் கூறுபோட்டு நோண்டி நோண்டி ஆராய்ச்சி செய்து, புதுசு புதுசாகக் கண்டுபிடித்துக் கொண்டிருக்கிறார்கள்.

எரிமலைகளில் மூன்று வகை - சாதா எரிமலை, ரோஷ எரிமலை, செத்த எரிமலை என்று! சாதா எப்போதாவது புகைந்து, கொஞ்சமாக நெருப்பை உமிழ்ந்துவிட்டுப் பொங்கி விடுவதோடு சரி. ரோஷ எரிமலை (Active Volcano) தான் பயங்கரம். என்றைக்கும் துடிப்பாக, அனல் பறக்கும் எரிமலைகள் இவை. எப்போதும் புகைந்துகொண்டே இருக்கும். செத்த எரிமலைகள் ஆடி அடங்கிவிட்ட கேஸ். நம் பல்லாவரம் மலையோடு சேர்த்தி! (கிரேக்கத் தீவு எரிமலை ஒன்று 1470-ல் நூற்றுக்கணக்கில் ஹைட்ரஜன் பாம் வெடித்ததுபோல புரட்சிகரமாக வெடித்துவிட்டு ஓய்ந்து, அதற்குப் பிறகு இன்று தேதி வரை தூங்கிக் கொண்டேயிருக்கிறது).

எரிமலைகள் இவ்வளவு தொந்தரவு தந்தாலும் 'லாவா' படிவங்கள் நீண்ட நெடுநாளைக்குப் பிறகு உரமாகப் பயன்படுவதுதான் ஒரே ஒரு அனுகூலம்!

இன்றும்கூடத் துடிப்பான எரிமலைகளெல்லாம் இருக்கின்றன. ஆனால், எரிமலைகளைச் சமாளிக்கும் கலையை மனிதன் கற்றுக்கொள்ள ஆரம்பித்துவிட்டதால் மிகப்பெரிதாகச் சேதம் ஏதும் ஏற்படுவதில்லை!

✉ ***பி.கிருஷ்ணமூர்த்தி,*** *சென்னை-33.*

✍ **சந்திரன் பூமிக்கு ஸாட்டிலைட் என்கிறார்கள். சந்திரன் தன்னைத் தானே சுற்றிக்கொண்டு பூமியைச் சுற்றி வருகிறதா அல்லது பூமியை மட்டும் சுற்றி வருகிறதா? பூமி தன்னைத்தானே சுற்றிக்கொள்ளும் வேகம் என்ன?**

சந்திரன் பூமியை 27 நாட்களுக்கு ஒருமுறை சுற்றி வருகிறது. தனக்குத் தானேயும் சுற்றிக் கொள்கிறது. இரண்டு அட்ஜஸ்ட் ஆகி எப்போதும் நாம் சந்திரனின் ஒரு மூஞ்சியைத்தான் பார்க்கிறோம். பூமி தன்னைத் தானே சுற்றிக் கொள்ளும் வேகம் இடத்துக்கு இடம் வேறுபடும். (துருவங்களில் சைபர்). பூமத்தியரேகையில் பூமியின் சுற்றளவு 24902.4 மைல்கள் (போன மாசம்தான் அளந்தேன்). இந்தச் சுற்றளவைப் பூமி ஒரு நாளில் 24 மணி நேரத்தில் சுற்றிவிடுகிறது. கணக்குப் போட்டுப் பாருங்களேன். பூமி தனக்குத் தானே சுற்றும் வேகம் என்னவென்று... கால்குலேட்டர் வேண்டுமா?

சந்திரன்

✉ ***இரா.சி.வேலு,*** *வேலம்பாளையம்.*

✍ **காலமும் வெளியும் ஆதிப் பொருளிலிருந்து எப்படித் தோன்றியது?**

இன்றைய தேதி சித்தாந்தப்படி காலமும் வெளியும் இல்லவே இல்லாமல் ஸிங்குலாரிட்டி என்று ஒரு ஒருமைப்பாட்டிலிருந்து திடீரென்று வெடித்துச் சிதறி விரிந்து பரவியது என்கிறார்கள். அதற்கு ஆதாரமாக, தர்மோடைனமிக்ஸின் இரண்டாவது விதியையும் (பிரபஞ்சத்தின் ஒழுங்கு குறைந்துகொண்டே வருகிறது) பெல் டெலிபோன் லாபரட்டரிக்காரர்கள் தற்செயலாகக் கண்டுபிடித்த அண்டம், பூராவும் பரவியிருக்கும் லேசான உஷ்ணத்தையும்தான் காட்டுகிறார்கள்.

✉ ***ஜி.எல்.பாபு,*** *கோயம்புத்தூர்.*

✍ **'இடி விழுந்து சாவு 3' என்று பேப்பரில் பார்க்கிறோம். இடி எப்படி விழும்?**

இடி என்பது எதும் இரும்புத் துண்டுப்போல் விழுவதில்லை. மேகங்களில் சேர்ந்திருக்கும் ஆயிரக்கணக்கான கிலோ வோல்ட் மின்சக்தி பூமியில் உயரமான பொருளுடன் ஸ்பார்க் அடிக்கும் போது பாயும் மின்சாரம்தான் இடி. பச்சைமரத்தை எரிக்கும். இடி சத்தம் கேட்பதற்குள் ஆள் காலி.

✉ ***க.ரமேஷ்,*** *மேலயூர்.*

✍ **சுக்கிரன் ஒரு காலத்தில் வால் நட்சத்திர மாக வந்து, சூரிய மண்டலத்தில் சிக்கி மற்றுமொரு கிரகமாகிவிட்டது என்கிறார்களே, உண்மைதானா?**

நீங்கள் குறிப்பிடும் விந்தையான சித்தாந்தம் டாக்டர் வெலிகோவ்ஸ்கி என்பவர் 1950-ல் Words in Collision என்னும் புத்தகத்தில் சொல்லியிருக்கிறார். அந்தப் புத்தகம் விஞ்ஞானிகளிடையே மிகுந்த பரபரப்பூட்டியது. மனித இனத்தின் பல்வேறு புராணங்களில் பிரளயம், மோதல். ஊழிக்காலக் கொந்தளிப்புகளைப் பற்றி நிறையவே வருகின்றன. அதனால் அந்த மாதிரி ஒரு கொந்தளிப்பு நிகழ்ச்சி உண்மையாகவே ஏற்பட்டிருக்க வேண்டும் என்று தீர்மானித்து, அதற்கு ஒரு மாதிரி விஞ்ஞான வடிவம் கொடுக்கிறார் வெலிகோவ்ஸ்கி. குறிப்பாக, பைபிளில் (பழைய ஏற்பாட்டில்) எக்ஸோடஸ்ஸில் சொல்லப்பட்டிருக்கும் சில நிகழ்ச்சிகளுக்கெல்லாம் வானியலைச்

செவ்வாய் கிரகம் - நிலப்பகுதி

வீனஸ்...

சம்பந்தப்படுத்திக் காரணம் சொல்கிறார். அதன் சுருக்கம் வருமாறு:

ஜுபிடரிலிருந்து சுமார் கி.மு. 1,500-ல் ஒரு பெரிய வால் நட்சத்திரம் பிரிந்து அது பூமிக்கு மிக அருகே வந்து சீய்த்துக் கொண்டு போயிற்று. ஏறக்குறைய மோதல்தான்! வேதாகமத்தில் சொல்லப்பட்ட பற்பல இன்னல்களுக்கெல்லாம் அந்த வால் நட்சத்திர வருகைதான் காரணம். கொள்ளை நோயும், கல்மழையும், வெட்டுக்கிளிப் படையெடுப்பும் அதனால்தான். அதன் பாதிப்பால் நைல் நதி ரத்தமானது. தவளை, கொசுக்கள் தோன்றின. செங்கடல் பிரிந்தது. இதெல்லாம் மோஸஸின் காலத்தில் நடந்தது. மோஸஸ் இறந்த பின் ஜோஷுவாவின் தலைமைக்

காலத்தின்போது அதே வால் நட்சத்திரம் பூமிக்கு அருகில் மறுபடி வந்தது. ஜோஷுவா சூரிய சந்திரர்களை நின்று போகும்படி சொன்னபோது (நம் புராணத்திலும் இந்தக் கதை வடிவம் உண்டு). இந்த வால் நட்சத்திரத்தின் அருகாமையால் பூமியின் சுழற்சி பாதிக்கப்பட்டு அந்த விந்தையும் நிகழ்ந்தது. அதற்குப் பின் அந்த வால் அதிகம் சேதம் செய்யாமல் செவ்வாய் கிரகத்தைக் கொஞ்சம் பதம் பார்த்து விட்டு இப்போது வீனஸாகச் சூரியனைச் சுற்றிக் கொண்டிருக்கிறது.

டாக்டர் வெலிகோவ்ஸ்கியின் இந்தச் சித்தாந்தம் பௌராணிகர்களுக்கு ஐஸ் க்ரீம், அவருக்கு நோபல் பரிசு கூடக் கொடுக்க வேண்டும் என்கிறது ஒரு கோஷ்டி. 'இந்தச் சித்தாந்தம் நவீன வானியல், பௌதிக இயலின்படி சாத்தியமில்லை' என்று ஆணித்தரமாக கார்ல் ஸாகன் நிரூபித்திருக்கிறார்.

✉ **டி.எம்.விஸ்வநாதன்,** ஈரோடு.

✍ **கிரகங்கள் வாயுப் பொருட்களா? திடப் பொருட்களா?**

பெரும்பாலானவை திடம்தான்.

✉ **கே.ராஜேந்திரன்,** சேலம்.

✍ **வேறு கிரகங்களில் மழை பொழிய வாய்ப்பு உண்டா?**

உண்டு. வீனஸில் கந்தக அமிலமாக மழை பெய்கிறதே!

✉ **வி.உதயன்,** கமுதி.

✍ **மின்னல்களில்கூட விதவிதமாய் உண்டா?**

குறிப்பாக, மூன்று வகை உண்டு. மேகத்துக்கு மேகம் தாவும் வகை; மேகத்திலிருந்து பூமிக்கு எம்பும் வகை; மூன்றாவது, பரிசோதனைச் சாலைகளில் கண்ணாடிப் பெட்டிக்குள் விஞ்ஞானிகள் உண்டாக்கும் மினி மின்னல்.

✉ **சு.ம.சிதம்பரம்,** திருநெல்வேலி.

✍ **அமெரிக்க விண்வெளி வீரர்கள் 'அஸ்ட்ரோநாட்', ரஷ்ய விண்வெளி வீரர்கள் 'காஸ்மோநாட்' - ஏன் இந்த வித்தியாசம்? எப்போதுமே அஸ்ட்ரோநாட் கடலிலும், காஸ்மோநாட் நிலத்திலும் Land ஆகும் மர்மம் என்ன?**

இரண்டுமே அந்தந்த தேசங்களின் விஞ்ஞானிகளின் சௌகரியத்துக்குத்தான். 'அஸ்ட்ரோ' என்பதும் கிரேக்க வார்த்தை. 'காஸ்மோ' என்பதும் கிரேக்க வார்த்தை. ஆஸ்டர் என்றால் கிரேக்க மொழியில் நட்சத்திரம். காஸ்மாஸ் என்றால் ஒழுங்கு. குறிப்பாக 'நல்ல ஒழுங்கு', பிரபஞ்சம் முழுவதும் கட்டுப்பட்ட ஒழுங்காக இருப்பதாகக் கொண்டதால் காஸ்மாஸ் என்பது பிரபஞ்சத்தைக் குறிப்பிட உபயோகப்பட்டது. 'நாட்' என்பது நாட்டிக்கேஸ் - மாலுமி என்ற கிரேக்க வார்த்தை. எனவே அமெரிக்கர்களுக்கு நட்சத்திர மாலுமி. ரஷ்யர்களுக்குப் பிரபஞ்ச மாலுமி. கடலிலும் நிலத்திலும் இறங்குவது அந்தந்த தேசங்களின் திரும்பப் பெறும் சாதனங்களின் சௌகரியத்தைப் பொறுத்தது.

விண்வெளியைப் பற்றி பல கோணங்களில் கேள்வி கேட்ட வாசகர்கள் -

✉ **ஆர்.இராமலிங்கம்,** கோவை-1

✉ **ஜி.சந்திரசேகரன்,** மூலனூர்.

✉ **ஐ.ஷேக் அப்துல்லா,** புதுக்கோட்டை.

✉ **சி.பி.சீனிவாசன்,** சென்னை-23.

✉ **கே.ஆர்.ரவி,** கோபிச்செட்டிப்பாளையம்.

சரித்திரத்தின் ஆரம்ப நாட்களில் பூமி தட்டை என்றுதான் மனிதன் நினைத்தான். 'நம்ம ஊரிலிருந்து பக்கத்து

பின்னால் தெரிவது பூமி..!

ஊர் வரைக்கும்தான் பூமி. அதற்கப்புறம் தொபக் என்று விழுந்து விடுவோம்' என்று சொல்லி,

குழந்தைகளை அதட்டிக் கொண்டிருந்தான். அப்படியென்றால் வானம்? 'கூப்பிடு தூரத்தில் வைக்கப்பட்ட விதானம். அதில் யாரோ நட்சத்திரங்களைப் பொறுத்தியிருக்கிறார்கள்!' என்றான்.

கிரேக்கர்கள்தாம் வித்தியாசமாகச் சிந்திக்க ஆரம்பித்தார்கள். அவர்களுக்குக் கொஞ்சம் ஜாமெட்ரியில் மோகம். கி.மு.500-ல் ஹெக்காடியஸ் என்கிற கிரேக்கர் 'பூமி ஒரு மாதிரி வட்டம்' என்றார். எவ்வளவு பெரிசு என்றால் 'சுமார் 2 கோடி சதுர மைல்னு வெச்சுக்கோயேன்' என்றார். எப்படிய்யா நிற்கிறது பூமி? 'நாலு பெரிய கம்பம் இருக்கு. அதன் மேலே வட்டம் நிற்கிறது' என்றார். 'அந்த நாலு கம்பமும் எதன்மேல் நிற்கிறது?' என்று கேட்ட பொடிப்பயலின் காதைத் திருகி வீட்டுக்கு அனுப்பினார்.

'தட்டை பூமி சித்தாந்தம்' உதைத்தது. அனாக்ஸிமாண்டர் கி.மு. 550-ல் 'பூமி ஒரு மாதிரி ஸிலிண்டர்' என்றார். அதுவும் சரிப்பட்டு வரவில்லை. கிரகணத்தின்போது சந்திரன்மேல் விழும் நிழல் வட்டவடிவில் இருப்பது பூமியின் நிழலோ என்று சந்தேகப்பட்டார்கள். மேலும், கடற்கரையிலிருந்து விலகும் கப்பலைப் பார்த்தால் முதலில் அடிப்பாகம் மறைந்துபோய் அப்புறம்மேல்பாகம் மறைய, ஏதோ ஒரு வளைவில் இறங்கிப்போவது போலத் தோன்றியது.

பூமி உருண்டை என்று முதலில் சொன்னவர் ஃபைலோலாஸ் - கி.மு.450-ல் அரிஸ்டாட்டில் போன்றவர்கள் அதை ஏற்றுக்கொண்ட பின் 'உருண்டை பூமி' என்பதைப் பற்றிச் சந்தேகம் வரவே இல்லை. கி.மு. இரண்டாம் நூற்றாண்டில் வாழ்ந்த எராட்டோஸ்தனிஸ் எளிய முறையில் பூமியின் அளவைக் கண்டு பிடித்தார். ஜூன் மாதம் 21-ம் தேதியில் ஒரு இடத்தில் சூரியன் செங்குத்தாக இருக்கும்போது ஐந்நூறு மைல் தள்ளி அலெக்ஸாண்ட்டிரியாவில் ஒரு குச்சியின் நிழல் ஏழு டிகிரி சாய்வாக விழுகிறது என்று கண்டுபிடித்து, அதிலிருந்து கணக்குப் போட்டு பூமியின் சுற்றளவு இருபத்தைந்தாயிரம் மைல். அதன்விட்டம் எட்டாயிரம் மைல் என்று சொன்னார். ஆச்சரியகரமான கணக்கு. இன்றைய கணக்கு பூமத்திய ரேகையில் பூமியின் சுற்றளவு 24902.4 மைல். விட்டம் 7917.48 மைல்.

பூமியை ஒருவழியாக அறிந்துகொண்டு அவர்கள் வானத்தைப் பார்த்தார்கள். பூமி எட்டாயிரம் மைல் என்றால், வானம்

ஆண்டர்மீடா கேலக்ஸி...

சுமார் எட்டாயிரத்து இருபது இருக்கும் என்று நினைத்தார்கள். 'அந்த உயரத்தில் யாரோ ஒரு கூடாரம் அமைத்துப் பொழுதுபோகாமல் இருபத்துநாலு மணி நேரத்துக்கு ஒருமுறை பூமியைச் சுற்றிக் கொண்டிருக்கிறார்கள். கூடாரத்தின் மேற்கூரையில் நட்சத்திரங்களை யாரோ வானத்து தையற்காரன் பொருத்தி வைத்திருக்கிறான்' என்று நினைத்தார்கள். இருந்தும் கிரகங்கள் செவ்வாய், சனி, ஜுபிடர் போன்றவை அந்த வகையில் தைக்கப்படவில்லையோ என்று தோன்றியது. ஏனெனில், நட்சத்திரங்கள் இரவில் இடம்பெயரா விட்டாலும் கிரகங்கள் என்னடாவென்றால் ராவோடு ராவாகவே வானத்தில் இடம் மாறின. இது என்னவென்று புரியாமல் நகம் கடித்து 'கரெக்ட்! அதுதான் காரணம்... கிரகங்கள் மட்டும் தனிக்காட்டு ராஜாக்கள்... பொருத்தப்படவில்லை!' என்றனர். அவை ஒருவேளை வேறு வேறு தூரத்தில் இருக்கும் என்றால் எவ்வளவு தூரம்? கிட்டக்கிட்ட இருப்பது சந்திரன்தான். அது எவ்வளவு தூரம் இருக்கும்?

அரிஸ்டார்க்கஸ் (கி.மு.320-250) முதன்முறையாகச் சந்திரனின் தூரத்தை அளக்க முயற்சி பண்ணினார். கிரகணத்தின்போது அதன்மேல் விழுவது பூமியின் நிழல் என்று தெரியும். பூமி எவ்வளவு பெரிசு என்பதும் தெரியும். இவ்வளவு பெரிய பூமி அவ்வளவு சிறிய நிழலாக அதன்மேல் விழவேண்டுமெனில் அது எத்தனை தூரத்தில்

இருக்கவேண்டும்? இந்த ரீதியில் கணக்கிட்டுப் பார்க்கலாம் என்று அரிஸ்டார்க்கஸ் சொன்னதை அவருக்குப் பின் வந்த ஹிப்பார்க்கஸ் (கி.மு.190-120 அந்த நாட்களில் மிகப்பெரிய கிரேக்க வான சாஸ்திரியாகக் கருதப்பட்டவர்) நுட்பமாகக் கணக்கிட்டு சந்திரனின் தூரம் பூமியின் விட்டத்தைப் போல் சுமார் முப்பது பங்கு இருக்கவேண்டும். அதாவது 240,000 மைல் இருக்கலாம் என்று கணக்கிட்டார். (நவீன கணிப்பு 238,854.7) இந்தத் தூரம் தெரிந்ததும் சந்திரனின் விட்டத்தையும் அவர்களால் கண்டுகொள்ள முடிந்தது. (சுமார் 2,160 மைல்) எனவே அது பூமியை விடச் சின்னதுதான் என்று தெரிந்தது!

வானத்துக் கிரகங்களே இவ்வளவு தூரத்தில் இருக்கும்போது பின்புலத்தில் இருக்கும் நட்சத்திரங்கள் அதைவிட தூரத்தில்தான் இருக்கவேண்டும் என்று நினைத்தார்கள். சரி, பார்க்கலாம் என்று அடுத்து சூரியனைக் கவனித்தார்கள். அரிஸ்டார்க்கஸ் 'சந்திரன் முதல் கால் பாகத்தில் இருக்கும் பூமி, சூரியன், சந்திரன் மூன்றும் ஒரு நேர்கோண முக்கோணமாக இருக்கிறது... சந்திரனின் தூரம் தெரியும். ஒரே ஒரு சின்ன ஆங்கிள் மட்டும் கண்டுபிடித்தால் சூரியனின் தூரத்தைக் கண்டுபிடித்துவிடலாம்' என்று ட்ரிகனாமெட்ரி மூலம் கணக்கெடுத்து 'சூரியன் 50 லட்சம் மைல்' என்று சொன்னார். தப்பு. அரிஸ்டார்க்கஸின் முறை மிகவும் சரியானதுதான்.

ஆனாலும் அவர் காலத்தில் கோணங் களைச் சரியாகக் கண்டு பிடிக்கும் ஆற்றல் இல்லை. (முக்கியமாக டெலஸ்கோப்

கண்டுபிடிக்கப்படவில்லை) அதனால் அவர் கணக்கிட்ட தூரம் ரொம்பக் குறைவு. இருந்தும் சூரியன் 50 லட்சம் மைலாவது இருக்கவேண்டும் என்று கண்டதில் வானம் கொஞ்சம் மனித அறிவில் விஸ்தாரமடைந்தது.

அதன்பின் சுமார் 1,800 வருஷத்துக்கு வானத்தின் அளவைப் பற்றிய மனிதனின் அறிவு விருத்தியடையவில்லை. காரணம், அவர்கள் பூமி சும்மா இருக்க மற்ற கிரக, நட்சத்திரங்கள் எல்லாம் ஒரு மாதிரி பூமியைச் சுற்றி வருகின்றன என்று நம்பியது. இந்த 'சிந்தாந்தத்தை' வைத்துக் கொண்டு அவர்கள் காலத்துக்குப் போதுமானதாகக் கிரகங்களின் நிலையை யெல்லாம் கணக்கிட முடிந்தது. தூரத்தை அறிந்துகொள்ள அவசியமில்லாமல் போய்விட்டது.

நவீன வானியலின் ஆரம்பத்தில் கோபர்நிக்கஸ் என்கிற போலந்துக்காரர் 1543-ல் பதிப்பித்த புத்தகத்தில் (அவர் இறந்துபோன தினம் பிரசுரமாகியது) விண்வெளியின் மையம் பூமியல்ல. சூரியன் என்று எழுதியிருந்தார் (அரிஸ்டார்க்கஸ் அதை கி.மு.-விலேயே லேசாகக் கோடி காட்டிவிட்டுப் பிறகு பயந்துபோய் விட்டுவிட்டார்) கோபர் நிக்கஸ். சூரியனைக் கிரகங்களும் பூமியும் வட்டமாகச் சுற்றி வருகின்றன என்று முதன்முதலாக மையத்தை பூமியிலிருந்து சூரியனுக்கு மாற்றி பூமிக்குக் கொடுத்திருந்த முக்கியத்துவத்தைக் கலைத்தவர் என்கிற ரீதியில் அவருக்குச் சரித்திரத்தில் இடம் உண்டு.

கோபர்நிக்கஸை அடுத்து கெப்ளர் என்கிற ஜெர்மானியர் 1609-ல் செவ்வாய் கிரகத்தை நாள்கணக்காகப் பார்த்து 'கிரகங்கள் சூரியனைச் சுற்றுவது வட்டவடிவில் இல்லை. முட்டை வடிவில் (எலிப்ஸ்)' என்று சொன்னார். கெப்ளரின் கிரக சஞ்சார விதிகள் இன்றும் பயன்படுபவை. கெப்ளரின் மாடலின்படி கிரகங்கள் ஒன்றுக்கொன்று எத்தனை மடங்கு தூரத்தில் உள்ளன என்று நுட்பமாகக் கண்டுபிடிக்க முடிந்தது. ஆனால், குறிப்பாக எத்தனை தூரம் என்பது தெரியவில்லை. இந்தத் தூரங்களை அளக்க பாரலாக்ஸ் (Parallax) என்கிற முறையைப் பயன்படுத்தினார்கள்.

ஒரு சுவருக்கு முன்னால் நின்று கொண்டு முகத்தின் முன் உங்கள் ஒரு விரலைச் செங்குத்தாக நிறுத்திப் பாருங்கள். முதலில் வலது கண்ணால் - பிறகு இடது கண்ணால். விரல் இடம் மாறுகிறதல்லவா?

விரலை முகத்துக்குக் கிட்டே கொண்டு வர வர இந்த இட வித்தியாசம் அதிகமாகிறதல்லவா! இதைத்தான் பாரலாக்ஸ் என்கிறோம். இதற்குக் காரணம் - உங்கள் கண்கள் இரண்டும் சில இன்ச்சுகள் தள்ளியிருக்கின்றன. வலது கண்ணுக்கும், விரலுக்கும் உள்ள கோணம் இடது கண்ணிலிருந்து வித்தியாசப்படுகிறது. விரல் அருகே வரவர இந்தக் கோணம் விரிகிறது. இந்த எளிய முறையை உபயோகித்து விண்ணில் உள்ள கிரகங்களின் தூரத்தைக் கணக்குப்போட விரும்பினார்கள். உதாரணமாக, சந்திரன்! சந்திரனை ஒரே சமயத்தில் பூமியில் சில நூறு மைல் தள்ளியிருக்கும் இரண்டு இடங்களிலிருந்து பார்த்தால் பார்க்கும் கோணம் வித்தியாசப்படும் அல்லவா? பின்னணியாக ரொம்ப தூரத்தில் இருக்கும் நட்சத்திரங்களை வைத்துக் கொள்ளலாம். வெகுதூரத்தில் இருப்பதால் நட்சத்திரத்தின் கோணம் வேறுபடாது. எனவே, சந்திரனுக்கும் ஒரு தூரத்து நட்சத்திரத்துக்கும் உள்ள கோணத்தை இரண்டு இடங்களிலிருந்து கணக்கிட்டால் சந்திரனின் தூரத்தைக் கண்டுபிடிக்கலாம். இந்த முறையில் சந்திரனின் தூரத்தைக் கணக்கிட்டதில் அதற்கு முன் கண்டுபிடித்த தூரத்துடன் ஒத்துப்போவதைக் கண்டார்கள். இதே முறையை உபயோகித்து இன்னும் அதிக தூரத்தில் இருக்கும் செவ்வாய் போன்ற கிரகங்களின் தூரத்தைக் கண்டுபிடிக்கமுடியுமா? முடியும்! ஆனால், ஒரு சிக்கல். நட்சத்திரங்கள் அதிக தூரத்தில் இருப்பதால் பாரலாக்ஸ்

முறையால் ஏற்படும் ஆங்கிள் வித்தியாசம் மிகக் குறைவு. அத்தனை நுட்பமாகக் கோணங்களைக் கண்டுபிடிப்பதில் தவறுகள் அதிகம் வந்துவிட... இந்த முறை பழுதுபட்டதாகிவிட்டது.

1608-ல் டெலஸ்கோப் கண்டு பிடிக்கப்பட்டுவிட்டது. கலிலியோ கலிலி என்கிற இத்தாலியர் டெலஸ்கோப்பின் மூலம் சின்னச் சின்ன வித்தியாசங்களைக் கண்டுபிடிக்க முயன்றார். பாரலாக்ஸ் முறைக்கு மறுபடி உயிர் வந்து 1671-ல் செவ்வாய் கிரகத்தின் தூரத்தைக் கண்டு பிடித்தவர்கள் இருவர். (வெவ்வேறு இடத்திலிருந்து ஆங்கிள் பார்க்க இரண்டு பேர் வேண்டுமல்லவா!) ஜான் ரிஹர் என்கிற பிரெஞ்சுக்காரர் கயானாவிலும், காஹினி என்பவர் பாரிஸிலும் இருந்துகொண்டு ஒரே சமயத்தில் செவ்வாய் கிரகத்தின் ஆங்கிளைத் தூர நட்சத்திரத்துடன் ஒப்புநோக்கிக் கணித்தார்கள். கயானாவுக்கும் பாரிஸுக்கும் உள்ள தூரம் தெரியும். ஆங்கிள் வித்தியாசமும் இப்போது தெரிந்துபோக, செவ்வாய் கிரகத்தின் தூரத்தைக் கணக்கிட்டார்கள். அதிலிருந்து கெப்ளரின் மாடலை வைத்துக் கொண்டு சூரியனின் தூரத்தைக் கணக்கிட்டார்கள். அவர்கள் கணக்கு எட்டுக்கோடியே எழுபது லட்சம் மைல்! சரியான தூரத்துக்கு ஒரு அறுபது லட்சம் மைல் கம்மி இருந்தாலும், பதினேழாம் நூற்றாண்டில், இது ஆச்சரியகரமான சாதனைதான். இதைத் தொடர்ந்து பாரலாக்ஸ் முறைப்படி சுக்கிரன் போன்ற மற்ற கிரகங்களின் தூரங்களையும் படிப்படியாகக் கணக்கிட்டார்கள். (பாரலாக்ஸ் முறைப்படி ஈராஸ் என்கிற குட்டி கிரகத்தை 1931-ல் மிகமிக அக்யுரேட்டாக அளந்து சூரியனின் சராசரி தூரம் ஒன்பது கோடியே முப்பது லட்சம் மைலுக்கு இரண்டு அங்குலம் குறைச்சல் என்று கணக்கிட்டிருக்கிறார்கள்!). சமீப காலத்தில் ரேடார் முறைகளில் மைக்ரோவேவ் அலைகளை அனுப்பிப் பிரதிபலித்து இந்த தூரங்களைச் சரிபார்த்திருக்கிறார்கள். அதன்படி சூரிய குடும்பத்தின் சராசரி தூரங்கள் சில:

சூரியனிலிருந்து எத்தனை தொலைவு?

கிரகம்	கோடி கிலோ மீட்டர்கள்
மெர்க்குரி	5.70
வீனஸ்	10.82
பூமி	14.95
செவ்வாய்	22.79
ஜூபிடர்	77.83
சனி	142.80

நம்ம சூரிய குடும்பமே கொஞ்சம் பெரிசு என்று தெரிந்துவிட்டது. தூரத்தைக் கண்டுபிடித்ததும் டெலஸ்கோப் மூலம் பார்த்து இவற்றின் அளவுகளையும் கணக்கிட்டார்கள்.

இப்போது நட்சத்திரங்கள்! நட்சத்திரங்கள் ரொம்ப ரொம்ப தூரம். பாரலாக்ஸ் முறையெல்லாம் செல்லாது. பூமியின் இரண்டு விளிம்புகளில் வைத்துப் பார்த்தாலும் நட்சத்திரங்களின் நிலையில் அதிக பாரலாக்ஸ் வித்தியாசம் தெரியவில்லை. எனவே, சூரியக் குடும்ப தூரங்களெல்லாம் ஒன்றுமே இல்லை என்கிற அளவுக்கு இந்த நட்சத்திரங்கள் மிக அதிக தூரத்தில் இருக்கின்றன என்று தெரிந்து போயிற்று. எவ்வளவு தூரம் அதிகம்? கண்டுபிடித்தாக வேண்டுமே! பூமி சூரியனைச் சுற்றுகிறது. ஆறு மாதத்தில் இந்தக் கோடியிலிருந்து அந்தக் கோடிக்குச் செல்கிறது பூமி. இந்த ஆறு மாத வித்தியாசத்தில் தூரத்து நட்சத்திரங்களின் கோணங்களை ஆராய்ந்து பார்த்தால் கொஞ்சமாவது பாரலாக்ஸ் தெரிகிறதா என்று பார்த்தார்கள். டெலஸ்கோப்புகள் பெரிசாகப் பெரிசாக நட்சத்திரங்களின் கதியில், அவற்றுக்கு இடையே உள்ள தூர, இயக்க வேறுபாடுகள், அவற்றால் வரும் தப்புக் கணக்குகள் எல்லாவற்றையும் முறையாக அறிந்தபின் சின்னச் சின்ன பாரலாக்ஸ்களை அவர்களால் அளக்க முடிந்தது.

சென்ற நூற்றாண்டின் பாதியிலேயே சில அருகாமை நட்சத்திரங்களின் தூரங்களை பாரலாக்ஸ் முறைப்படி அளக்க முடிந்தது. கணக்கிட்ட தூரங்கள் அவர்களைப் பிரமிக்க வைத்தன. இத்தனை தூரங்களைக்

குறிப்பிட அவர்களுக்கு சைபர்கள் போதாமல் ரொம்ப ரொம்பப் பெரிய எண்கள் தேவைப்பட்டன. நூற்றாண்டின் இறுதியில் மைக்கல்ஸன் போன்றவர்கள் ஒளியின் வேகத்தைக் கணக்கிட்டுவிட்டார்கள். ஒளி ஒரு செகண்டுக்கு சுமார் மூன்று லட்சம் கிலோ மீட்டர் பறக்கிறது. ஒரு வருஷத்தில் 9,440,000,000,000 கிலோ மீட்டர்! (5,880,000,000,000 மைல்) போதுமா சைபர்? இந்தத் தூரத்தை ஒரு ஒளி வருஷம் என்கிறார்கள். இதன்படி மிகக் கிட்டத்தில் இருக்கும் ஆல்ஃபா சென்ட்டாரி என்கிற நட்சத்திரம் நாலேகால் ஒளி வருஷம்தான்! இத்தனை தூரத்தில் இருக்கும் 'நம் பக்கத்து வீட்டு' நட்சத்திரம் பாரலாக்ஸ் முறைப்படி ஏற்படுத்தும் ஆங்கிள் வித்தியாசம் எத்தனை தெரியுமா? சுமார் ஒன்றரை செகண்டு (ஒரு செகண்டு என்பது ஒரு டிகிரியில் 3,600 பாகம்) இத்தனை அதிக தூரங்களைக் குறிப்பிட சௌகரியமாக இவர்களுக்குப் புதிய அளவுகோல்கள் கிடைத்தன. ஒளி வருஷம் அல்லது 'பார்செக்'.

இந்த விதத்தில் கிட்டத்தில்(!) உள்ள சுமார் 600 நட்சத்திரங்களின் ஒளி வருஷ தூரங்களைக் கண்டுபிடித்தார்கள். 'நட்சத்திரங்கள் அவ்வளவுதானா? பிரபஞ்சம் முடிந்துபோய்விட்டதா?' என்ற கேள்வி எப்போதுமே மனித மனத்தைக் குடைந்துகொண்டு வந்திருக்கிறது. 'மில்க்கி வே' என்னும் நம்முடைய பால்வீதியைச் சேர்ந்த நட்சத்திரங்களுடன் பிரபஞ்சம் முடியவில்லை. இன்னும் அதிக தூரத்தில் கோடிக்கணக்கான நட்சத்திரக் கூட்டங்கள் இருக்கின்றன. அவை பிரமிக்கத்தக்க தூரங்களில் இருக்கின்றன என்பது தெளிவாயிற்று. அவற்றின் தூரத்தை எப்படி அளப்பது? 'பார்செக்' எல்லாம் உதவாது. பாரலாக்ஸ் முறை நிஜமாகவே படுத்துவிட்டது. ஆகவே புதிதாக ஒரு முறை கண்டுபிடித்தார்கள் - டாப்ளர் எஃபெக்ட்!

நின்றுகொண்டே இருக்கும்போது ரயில் ஊதிக்கொண்டு வருகையில் அதன் ஒலியின் சுருதி மாறுவதை நீங்கள் கேட்டிருப்பீர்கள். 1842-ல் ஆஸ்திரியாவைச் சேர்ந்த டாப்ளர் என்பவர் இதற்கு விளக்கம் தந்தார். இந்த மாதிரி வேகத்தில் வரும்போதும் ஒலி அலைகள் நெருங்குவதால் அல்லது விலகுவதால் அவை சுருதி மாறிப் போகின்றன என்று விளக்கம் தந்தார். இந்த டாப்ளர் விளைவு ஒலிக்கு மட்டுமல்ல, ஒளிக்கும் உண்டு. ஆனால், ஒளிக்குச் சுருதி மாறாது. நிறம் மாறும்! இந்த வகையில் நட்சத்திரங்களிலிருந்து வரும் ஒளியை கலர் கலராக

நிறம் பிரித்துப் பார்க்கும் ஸ்பெக்ட்ராஸ்கோப் மூலம் பார்த்ததில் இந்த 'டாப்ளர் எஃபெக்ட்'டினால் அவற்றின் 'நிறமாலை' கொஞ்சம் தள்ளியிருப்பதைக் கண்டார்கள். சில நட்சத்திரங்கள் நம்மை நோக்கியும் சில நம்மை விட்டு விலகியும் செல்கின்றன. விலகும் நட்சத்திரங்கள் சிவப்புப் பக்கத்திலும் அணுகும் நட்சத்திரங்கள் நீலப் பக்கத்திலும் நிறம் தள்ளியிருப்பதைக் கவனித்தார்கள். குறிப்பாக 'நிறமாலை'யில் தோன்றும் சில கறுப்புக் கோடுகள் (Spectral Lines) இவ்வாறு தள்ளியிருப்பதை அவர்களால் துல்லியமாக அளவிட முடிந்தது.

இதிலிருந்து அந்த நட்சத்திரங்களின் வேகங்களையும் கணக்கிட முடிந்தது. இந்த வேகம் அது அவை நம்மை நோக்கி வரும் அல்லது விலகும் வேகம். அதே சமயம் ஒரு வருஷத்தில் அந்த நட்சத்திரங்களின் கோணம் சற்று வேறுபடுவது அந்த நட்சத்திரங்களின் குறுக்கு வேகம்.

ஸ்டாடிஸ்டிக்ஸ் விதிகளின்படி இவை இரண்டும் ஒரு நட்சத்திரத் திரளுக்குப் பெரும்பாலும் ஒன்றாக இருக்கும் என்று கொண்டால் இத்தனை

க்யூமுலஸ்

க்யூமுலோநிம்பஸ்

ஸ்ட்ரேட்டஸ்

ஸிர்ரஸ்

தூரத்தில் இருந்தால்தான் இந்த இரண்டு வேகங்களும் ஒன்றாகமுடியும் என்று கணக்கிட முடிந்தது.

இப்போது பிரபஞ்சத்தின் முழு சொரூபம் அவர்களுக்குப் புரிந்தது. முதலில் பூமி, அப்புறம் சூரியன், சூரிய குடும்பம், கிட்டத்து நட்சத்திரங்கள், தூரத்து நட்சத்திரங்கள். நம்முடைய பால்வீதி என்னும் காலக்ஸி, இந்த காலக்ஸி போல் மற்ற காலக்ஸிகள், ஆண்ட்ரமீடா, மெகலானிக், மேகக் கூட்டம், நெபுலாக்கள் என்று பிரிக்கப் பிரிக்க விரிந்துகொண்டே செல்லச் செல்ல... தற்கால கணக்குப்படி பிரபஞ்சத்தின் மொத்த அளவு என்ன தெரியுமா? 2,500 கோடி ஒளி வருஷங்கள்!

✉ **எம்.ரவிச்சந்திரன்,** மாமண்டூர்.

✍ **விதவிதமான மேகங்கள் உண்டாமே...? ஏன் அந்த மாதிரி?**

மேகங்கள் என்பது படிந்த நீர்த்துளிகள். மிஸ்ட் பனி போல் காற்றில் ஈரம் இருக்கிறது. கொஞ்சம் உஷ்ண வித்தியாசத்தில் ஈரக் காற்று மேலே போகப் போக உஷ்ணம் இன்னும் குறையக் குறைய கன்டென்ஸேஷன் என்பார்கள். பல்வேறு உயரங்களில் காற்றின் ஈரப் பதத்துக்கு ஏற்ப அவை படிகின்றன. காற்று வீச, உஷ்ணம் மறுபடி மேகங்களின் மேல் படும்போது அவை ஆவியாகி ஷேப் மாறுகின்றன; காற்று, ஈரம், உஷ்ணம் இவற்றுக்கேற்ப வானத்தில் இயல்பாக நிகழும் காட்சி மாற்றம்தான் மேகங்கள். உயரம், வடிவத்துக்கு ஏற்ப பெயர் வைத்திருக்கிறார்கள். காலிஃப்ளவர் மேகங்களை அடிக்கடி பார்த்திருப்பீர்களே. அவற்றை க்யூமுலஸ் என்பார்கள். அதிலேயே உயரமாக கறுப்பாக இருந்தால் க்யூமுலோ நிம்பஸ்; தட்டையாக கிட்டத்தில் தெரியும் மேகங்கள் ஸ்ட்ரேட்டஸ்; மிக உயரத்தில் பிசிறடிக்குமே அது ஸிர்ரஸ். இப்படிப் பல பெயர்கள்.

✉ **எஸ்.ஜி.சேகர்,** வாணியம்பாடி.

✍ **மனத்தை ஆட்படுத்தி வியாதிகளைப் போக்க முடியுமா... எப்படி?**

ஹிப்னாடிஸத் தூக்கத்தில் ஆழ்த்தி எக்ஸிமா போன்ற சில சரும வியாதிகள், சில பருக்கள் இவற்றைக் குணப்படுத்தியதாகச் சொல்கிறார்கள். ஆஸ்துமா போன்ற சைக்கோஸோமாட்டிக்வியாதிகளை

மனக்கட்டுப்பாட்டின் மூலம் குணப்படுத்தியதாகவும் செய்தி உண்டு. 'ப்ளாஸிபோ எஃபெக்ட்' என்று ஒன்று உண்டு. பாசாங்கு மாத்திரைகள் தருவது! எனக்கு ஒற்றைத் தலைவலி எப்போதாவது வரும். அலமாரியில் இருக்கும் ஏதாவது மாத்திரையை விழுங்கி விடுவேன். உடனே வலி குறைந்தாற்போல இருக்கும். நார்மன் கஸின்ஸ் என்பவர் 'மனத்திலேயே சிகிச்சை இருக்கிறது' என்று நம்புபவர். அவருக்கு வந்த ஒரு சீரியஸான கோலஜன் குறைவு ஆர்த்ரைட்டிஸ் வகை வியாதியைச் சும்மா விட்டமின் ஸி-யைச் சாப்பிட்டே போக்கிக் கொண்டாராம். சத்தியம் பண்ணுகிறார்! (பார்க்க: அனாட்டமி ஆஃப் அன் இல்னஸ்) ஆனால், சும்மா பெருமைக்காக வியாதி சொல்லும் (ஹைப்போ கோண்ட்ரியாக்) மேல்மட்ட மாமிகளுக்கு இந்த மாதிரி உபத்திரவமில்லாத பாசாங்கு மாத்திரைகளை டாக்டர்கள் வைத்திருப்பது என்னவோ நிஜம்.

✉ **மூர்த்தி,** *கடலூர்-1.*

✉ **டி.சந்திரராஜன்,** *சிவகாசி.*

✍ **சில விஷயங்களை ஞாபகத்துக்குக் கொண்டு வர நெற்றியைச் சுருக்கி, விரல்களால் நீவிக்கொள்கிறோம். உடனே ஞாபகத்துக்கு வந்துவிடுகிறது. இந்த விஷயத்தில் நமது நெற்றி 'ராடார்' போலச் செயல்படுகிறதா?**

ஒருவர் நம்மிடம் ஏதாவது ஒன்றைப் பற்றிக் கேட்கும்போது, உள்மனத்திலிருக்கும் அந்த விஷயம் வெளியே சொல்ல வருவதில்லை. இது ஏன்?

ராடாருமில்லை, ஒன்றுமில்லை. நம் மூளைதான் இருக்கிறது! மூளை ஞாபகத்திலிருந்து ஒரு செய்தியைத் தேடுவதைப் பற்றி ஏகப்பட்ட ஆராய்ச்சிகள் நடந்துகொண்டிருக்கின்றன. வடிவமைப்புகளை வைத்துக் கொண்டா அல்லது ஞாபகப்படுத்த வேண்டிய விஷயத்துடன் சம்பந்தப்பட்ட சூழ்நிலைகளை வைத்துக்கொண்டா... எப்படித் தேடுகிறது என்பது ஒரு புதிர்தான். சில

வேளை எப்படியோ தேடிக்கொண்டு வந்துவிடுகிறது. சிலவேளை இந்த முறை ஃபெயிலாகிவிடும்போது மூளை அந்தச் செய்தியைக் கண்டுபிடிக்க வேறு மார்க்கங்களைத் தேடும்போது, இந்த மாதிரி விரல் தேய்ப்பு, சூன்ய நோக்கு எல்லாம். சந்திரராஜன், முறைப்படி கொஞ்சம் விட்டுவிட்டு, வேறு எதை யாவது பற்றி யோசித்துவிட்டு, மறுபடி வாருங்கள், பட்டென்று பல்பு எரியும்.

✉ **அ.சுந்தரம்,** *சேலம்-2.*

✍ **'சைக்கோபாத்' பற்றி மட்டும் கொஞ்சம் விளக்கமாகச் சொல்லுங்களேன்? ப்ளீஸ்...**

சைக்கோபாத் என்கிறவன் சினிமாவில் வருவது போன்ற பிரகிருதி அல்ல. அவன் எப்பவும் கொல்வான் என்பதில்லை. ரொம்ப தன்னுணர்வுடன் தைரியமில்லாமல் சொன்னதை அப்படியே செய்யவும் தயக்கமுள்ள கூச்சமான வகைகூட சைக்கோபாத்தான்! அஸ்தெனிக் சைக்கோபாத் என்பார்கள், அதேபோல் சைக்காஸ்தினியா, ஹிஸ்டீரியா என்பதெல்லாம் சைக்கோவின் வகைகள்தாம்.

பிறக்கிறபோது ஏற்படும் சில கோளாறுகளினால் ஒருவருடைய

பர்சனாலிடி குணாதிசயங்கள் பாதிக்கப்பட்டு மனத்தில் மற்றவர்கள் போல வளராதவர்கள் எல்லோரையும் சைக்கோபாத் என்கிறார்கள்.

✉ **இ.ஜேம்ஸ் ராஜசேகரன்,** மதுரை.

✍ **யோசிப்பது என்றால் உடலின் எந்தப் பகுதியில், என்னவிதமாக நடக்கும் செயல்?**

யோசிப்பது மூளைதான். மூளையில் இன்ன இடத்தில் யோசனை நடக்கிறது என்று அட்ரஸ் கொடுக்க முடியவில்லை. எக்ஸ்பர்ட்டுகளிடையே அபிப்பிராய பேதம் இருக்கிறது. 'பிஹேவியரிஸ்டுகள் மனம்' என்று தனியாகக் கிடையாது. யோசிப்பது என்பது, 'வெளி உந்துதல்களுக்கேற்ப பேச்சில்லாத வார்த்தைகளை அமைப்பது' என்கிறார்கள். இது ஒப்புக்கொள்ளப்படவில்லை.

யோசனை என்பதில் கொஞ்சம் உணர்ச்சிகளுக்கும் கலந்திருப்பதை நம்மால் உணர முடிகிறது. இதிலேயே இரண்டு விதம் இருப்பதையும் உணரமுடியும். சினிமாவுக்குப் போகுமுன் சட்டை போட்டுக்கொள்ள வேண்டும். காசு எடுத்துக்கொள்ள வேண்டும். பஸ் பிடிக்க வேண்டும் என்று நிகழ்ச்சி நிரல் அமைத்துக்கொண்டு கோர்வையாக (Rational) சிந்திப்பது ஒரு பகுதி. கனவுகளிலும், சில மனோ வியாதிகளிலும் (Schizophrerenia) ஏற்படும் சிந்தனைகள் பகுத்தறிவில்லாதவை. அறிவுபூர்வமான யோசனைகள் ஸெரிப்ரல் கார்ட்டெக்ஸ் என்கிற பகுதியிலும், உணர்ச்சிபூர்வமான யோசனைகள் மூளையில் பழைய லிம்பிக் சிஸ்டம் என்னும் பகுதியிலும் நிகழ்கின்றன என்று நம்புகிறார்கள். அரை நூற்றாண்டு ஆராய்ச்சிக்குப் பின்னும் இன்னும் தெளிவாக, 'இதோ பார்யா, இந்த இடத்தில்தான் நினைக்கிறோம்' என்று சொல்ல முடியவில்லை. யோசனைக்கு அறிவு முக்கியம் என்பது தெரிகிறது. படிப்பு, வளர்ந்த சூழ்நிலை எல்லாமே யோசனையின் தரத்தைப் பார்க்கின்றன. இதற்கான காரணம் கார்ட்டெக்ஸ்தான் என்கிறது ஒரு கோஷ்டி. ராபர்ட் கலாம்

போஸ் என்கிற நரம்பு நிபுணர், யோசனை என்பது ந்யூரான்களைத் தாங்கும் க்ளையல் ஸெல்களில் நிகழ்கிறது என்று சூடம் அணைக்கிறார்.

கார்ல் ப்ரிப்ராம் என்கிற ந்யூரோ பிஸியாலஜிஸ்ட், 'யோசனை என்பது ஒருவிதமான ஹோலோகிராம் போல முப்பரிமாண பிம்பமாக நிகழ்கிறது' என்று ஒரு புரட்சிகரமான கருத்தைத் தெரிவித்திருக்கிறார்.

சோவியத் நிபுணர் அலெக்ஸாண்டர் நூரியா, மூளைச் சேதம் அடைந்த பேஷண்ட்டுகளைப் பரிசோதித்து 'ஒவ்வொரு வகை யோசனைக்கும் ஒவ்வொரு இடம் இருக்கிறது' என்கிறார்!

என்றைக்காவது சிந்தனை எங்கே மூளைக்குள் நிகழ்கிறது என்று கண்டுபிடித்து, கனெக்‌ஷனெல்லாம் தெரிந்துகொண்டு, செயற்கை மூளையை உருவாக்கி, ப்ரொக்ராம் பண்ணாமல் சுயமாகவே சிந்திக்கும் கம்ப்யூட்டர்களை உருவாக்குவார்களோ என்னவோ...?! ஆனால், இப்போதைக்கு ஒன்றும் நிச்சயமாக இல்லை. யோசனையின்போது மூளைக்குள் எவ்வாறு பல்ஸ் போகிறது, எப்படி வெளிப்படுகிறது என்பது மட்டும் தெளிவாகத் தெரிந்துவைத்திருக்கிறார்கள். எங்கே, எப்படி, என்ன நிகழ்கிறது என்பது

பற்றித் தற்போதைக்குக் கொஞ்சம் குன்ஸாகத்தான் இருக்கிறது. மூளைக்குள் நிகழ்கிறது - இது சத்தியம்! மூளையின் பல பாகங்களின் ஒருமித்த ஓர் இயக்கம்தான் சிந்தனை என்பதை ஒப்புக்கொள்ளலாம் போலிருக்கிறது.

✉ **ஆர்.செல்வி,** தஞ்சாவூர்.

✍ **மூக்கின் அமைப்பை பிளாஸ்டிக் சர்ஜரியின் மூலம் மாற்றியமைக்க முடியுமா?**

முடியும், உடலின் மற்ற பகுதியிலிருந்து (பொதுவாக தொடை) சருமம் எடுத்து வெட்டி ஒட்டும் கில்லாடி வேலை இது. பிளாஸ்டிக் ஸர்ஜன் சிற்பக்காரராகவும், தேர்ந்த அறுவை நிபுணராகவும் இருந்தால் (மூக்கின்) அடையாளமே தெரியாமல் மாற்றிவிட முடியும்!

✉ **பி.பாலசுப்ரமணியன்,** கரூர்.

✍ **'பிளாக் ஹோல்' என்றால் என்ன?**

பிளாக்ஹோல் என்பது வான் பௌதிக (*Astro Physics*) விஞ்ஞானிகளின் புதிய சிந்தனை. ஹோல் என்பது ஓட்டை, பள்ளம், வெறுமை. ஒன்றுமில்லை. கறுப்பு என்பது மற்றொரு வெறுமை. வண்ணமே இல்லாதது, இருட்டு; இது இரண்டும் சேர்ந்தால் இருக்கிறதை எல்லாம் சாப்பிட்டுவிட்டுப் பழையபடி வெறுமையாகிவிடும். இவ்வகையில் மஹா மஹா பாழ். பாழ் இருட்டுக்கள் விண்வெளியில் இருப்பதாக விஞ்ஞானிகள் நினைக்கிறார்கள். இதற்குக் காரணம் நியூட்டன், ஐன்ஸ்டைனின் ஈர்ப்பு விதிகள்தாம், பூமி எவ்வளவு பெரிசு! இந்தப் பூமி உருண்டையை ஒரு பொழுதுபோகாத தேவன், 'ஒரு பட்டாணி அளவுக்குச் சுருங்கிப் போ' என்ற சாபம் கொடுத்துவிட்டான் என்று வைத்துக்கொள்ளுங்கள். நியூட்டனின் விதிப்படி என்னவாகும்?

பிரபஞ்சத்தில் எந்தப் பொருளும் ஒன்றை ஒன்று கவர்கின்றன. அந்தக் கவரும் சக்தி பொருள்களின் நெருக்கத்தைப் பொறுத்தது. நெருங்க நெருங்கக் கவர்ச்சி அதிகமாகும்... இப்போது

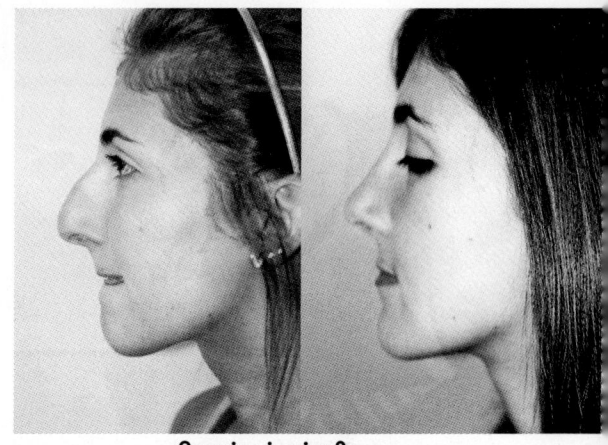

பிளாஸ்டிக் சர்ஜரி

முன்பு... பின்பு...

பட்டாணி அளவு பூமியில் அதன் மாலிக்யூல்கள், அணுக்கட்டடங்கள் ரொம்ப அருகே வந்துவிட, இந்த ஈர்ப்பு சக்தி எலெக்ட்ரான், ப்ரோட்டான்களை நெருக்கியடித்து உண்டு இல்லை என்று பண்ணிவிடும்போது அவ்வாறு கனம் தாங்காத கிரகம் ஒரு நட்சத்திரமாக பிரமோஷன் பெறுகிறது. எரிய ஆரம்பிக்கிறது. சூரியன் அவ்வகையில் எரியும் நட்சத்திரம். எனவே, ஓர் எல்லைக்கு மேல் ஒரு கிரகத்தின் எடை அடர்த்தி (*Density*) கூடிவிட்டால் அது ஒரு நட்சத்திரமாகிறது. இந்த நிலையில்தான் சூரியன் இருக்கிறது. அதில் இருக்கும் ஹைட்ரஜன் எரிபொருளை எரித்துக்கொண்டு நாளாக நாளாக மசாலா தீர்ந்துபோனதும் சிவப்பாகக் கன்னிப்போய், அப்புறம் கொஞ்சம் வெண்மையாகி, அதற்கப்புறம் கறுப்பாகிச் செத்துப்போகும். பயப்படாதீர்கள். நிறைய சமயம் இருக்கிறது. அதற்குள் நாமெல்லாம் காலி!

சூரியனைவிடப் பெரிசா ஓர் எரியும் நட்சத்திரம் இருந்தால் அதன் கதி என்ன? அதிலும் இந்த மாதிரி இட நெருக்கடி ஏற்பட்டு அதன் எலெக்ட்ரான், ப்ரோட்டான் எல்லாம் கலந்துபோய் ஒரு சுழலும் நியூட்ரான் நட்சத்திரமாக மாறுமாம்.

அகண்ட வெளியின் கரும்பள்ளம்

அதைவிடப் பெரிசாக பிரமாண்ட அளவில் ஒரு நட்சத்திரம் இருந்தால், நியூட்ரான் நட்சத்திரமாகக்கூட அதற்கு நிம்மதி இல்லை. நம் பூமியில் இருப்பதைப் போல லட்சக்கணக்கான மடங்கு ஈர்ப்பு விசை அழுத்த அழுத்த அதனுள் இருக்கும் துகள்களின் வேகம் அதிகரித்து அதிகரித்து ஒளியின் வேகத்தை அணுகும் ரகளை! ஐன்ஸ்டீன் விதிகளின்படி அதன் அடர்த்தி எல்லையற்றதாகி, அதன் அளவு புள்ளியிலும் புள்ளியாகி அதன் காலம் நின்றுபோய் பட்டென்று அது கரும்பள்ளம் எனும் பாழில் காணாமற் போய்விடுகிறது. இதன் பயங்கர ஈர்ப்பு விசையினால் ஒளிகூட வெளியே தப்பிக்க முடியாது. அதாவது, நம் கண்ணைப் பொறுத்தவரை நட்சத்திரம் அங்கே இல்லை! பேச்சுக்குத்தான் கண்ணுக்குத் தெரியாத புள்ளி! மற்றபடி ஆயிரக்கணக்கான சூரியன்கள், சந்திரன்கள், பூமிகளை ராட்சதக் காந்தம்போல இழுத்து 'லபக்'கென்று ஸ்வாஹா பண்ணிவிட்டு மறுபடியும்... தொடர்ந்து... புள்ளியாக! இதன்கிட்டே போய் என்னத்தை ஆராய்ச்சி பண்ணமுடியும்?

இருப்பினும் இந்த மாதிரி பாழ்கள் பிரபஞ்சத்தில் நிறைய இருப்பதாகச் சொல்கிறார்கள்.

ஆர்.வீரராஜேந்திரன், திருச்சி-2.

✉ உடலில் துப்பாக்கிக் குண்டு பாய்வதால் உடனே மரணம் நேர்ந்திடக் காரணம், குண்டின் வேகமா, வெடிமருந்தின் விஷமா?

நீங்கள் குறிப்பிடும் இரண்டு காரணங்களும் இல்லை. இதயத்தில் பாய்ந்தால் ரத்தச் சேதம். மூளையில் பாய்ந்தால் முக்கிய செயல்பாடுகளுக்குச் சேதம் - அனாக்ஸியா. சுவாசப்பையில் பாய்ந்தால் சுவாசத் தடுப்புதான் காரணம். மற்ற இடங்களில் பாய்ந்தால் தப்பிக்க சான்ஸ் இருக்கிறது.

✉ பி.எம்.ஜெயகுமார், மதுரை.

✉ மூளையிலோ, இதயத்திலோ ஒரு துப்பாக்கிக் குண்டு பட்டுவிட்டால் மரணம் நிச்சயம்தானா?

இதயம் என்றால் மரணம் உறுதி. மூளையில் குண்டு துளைத்துத் தப்பித்தவர்கள் இருக்கிறார்கள்.

✉ ஆர்.சாந்தி, ஸ்ரீரங்கம்.

✉ அது எப்படி வேண்டாத விவகாரங்கள் எல்லாம் நன்றாக நினைவில் பதிகின்றன? தேவையானவை மறந்துபோய் விடுகின்றன?

நிசமாகவே சொல்லுங்கள்.... தேவையானவை மறந்துபோய் விடுகின்றனவா? சாந்தி என்ற பெயரை உங்கள் வாழ்நாளில்

மறப்பீர்களா... நீங்கள் எதையாவது பற்றி ஞாபக மறதியாக இருக்கிறீர்கள் என்றால் மனத்தின் அடித்தளத்தில் அந்த விஷயத்தை ஒருவாறு வெறுக்கிறீர்கள் என்று அர்த்தம். அதற்கான காரணத்தைக் கண்டுபிடித்துவிட்டால் போதும்.... தேவையான ஒன்றை நீங்கள் ஞாபகம் வைத்துக்கொள்ள. ஒரு சின்ன யுக்தி. கடைக்குப் போகும்போது உங்கள் அம்மா 'மறக்காமல் காபி பொடி வாங்கி வா' என்று சொல்லுகிறார் என்று வைத்துக்கொள்ளுங்கள். நிச்சயமாகக் கடை வாசலில் ஞாபகம் வர எதாவது வித்தியாசமாக உங்களைத் தயார்படுத்திக் கொண்டு செல்லுங்கள். (உதாரணம்: கடைக்குக் கொடுக்க வைத்திருந்த ரூபாய் நோட்டை எப்போதும் போலல்லாமல் சுருட்டி வைத்துக் கொள்வது) காலை புறப்படும்போது ஒரு முக்கியமான விஷயத்தை ஞாபகப்படுத்திக்கொள்ள வேண்டும் என்றால் ராத்திரியே உங்கள் செருப்பை வராந்தாவில் ஒரு மூலையில் ஒன்றும் மற்றொரு மூலையில் ஒன்றுமாகப் பிரித்துவைத்துவிடுங்கள். அதாவது, உங்கள் தினசரி நடவடிக்கைகளில் ஏதாவது முரண்பாடு ஏற்படுத்திவிட்டால் போதும். இந்த முரண்பாட்டைக் கவனித்தவுடன் அதன் தொடர்ச்சியாக ஒரிஜினல் விஷயம் ஞாபகம் வந்துவிடும்.

✉ எஸ்.கல்யாணராமன், கும்பகோணம்.

✍ காஸ்மிக் கதிர் பற்றி விளக்குங்களேன்...

விண்வெளியில் நியூட்ரான் நட்சத்திரங்கள் என்றொரு நட்சத்திர வகை உண்டு. அதேபோல் ஸூப்பர் நோவாவைப் பற்றியும் தெரிய வேண்டும். ஸூப்பர் நோவா என்பது எடை தாங்காத ஒரு பெரிய நட்சத்திரம். ஸூப்பர் ஸ்டார்! கனம் நான்கு சூரியனுக்கும் அதிகமாகிப் போனால் வெடித்துச் செத்துப்போகும். இந்தச் சாவும் ஸூப்பர்தான்! ஆயிரம் கோடி மடங்கு பிரகாசமாகி ஒரு மஹா மஹா அணுகுண்டு வெடிப்புபோல சிதறுகிறது. இதைத்தான் ஸூப்பர் நோவா என்கிறார்கள். இப்படி ஸூப்பர் நோவா வெடித்து அடங்கிபோனதும் விட்டு வைக்கும் மிக மிக அடர்த்தியான மிக மிக கனமான சிதறிய நட்சத்திரம். மிச்ச நட்சத்திரம். நியூட்ரான் நட்சத்திரம். ஓர் ஊசி முனையளவில் நூறு கோடி டன் எடையெல்லாம் சாதாரணம். பூமியின் எடையுள்ள

நியூட்ரான் நட்சத்திரத்தை அலமாரிக்குள் வைத்துவிடலாம். ஸூப்பர் நோவா, நியூட்ரான் நட்சத்திரம் இரண்டிலும் இருந்தே மிக அதிவேக நுண் துகள்கள், கதிர்கள் வெளிப்பட்டு மிக வேகத்தில் விண்வெளியில் பயணம் செய்து பூமிக்கு வந்து சேருகின்றன. இவற்றைத்தான் காஸ்மிக் கதிர்கள் என்கிறார்கள். இவற்றை விளைவுகள் மூலம் அளக்கவும் முடியும். பெரும்பாலும் புரோட்டான்கள் கொண்ட காஸ்மிக் கதிர்களில் மற்ற துகள்களும் இருக்கும்.

காஸ்மிக் கதிர்கள்

✉ **எஸ்.விவேகானந்தன்,** கோவை.

✍ **கோமாவில் படுத்துக்கொள்பவரின் மூளை செயல்படாது உறங்கிவிடுமா?**

சில பகுதிகள்தான். மூச்சையும் இதயத் துடிப்பையும் கட்டுப்படுத்தும் பகுதி இயங்கிக்கொண்டுதான் இருக்கும்.

✉ **ஆர்.சாந்தி,** பாண்டிச்சேரி.

✍ **குழந்தையின் எதிரில் தினமும் தாய், தந்தை சண்டயிட்டுக்கொண்டால் அந்தக் குழந்தையின் மனநிலை பாதிக்கப்படுமா?**

தொட்டிலில் இருக்கும் குழந்தையை முறைத்துப் பார்த்து அதட்டினால்கூட அதன் ஆதார குணம் பாதிக்கப்படுகிறது என்று மன இயல் நிபுணர்கள் சொல்கிறார்கள். குழந்தையை அதட்டவே கூடாதாம். எப்போதும் அதைப் பார்த்து சிரித்துக்கொண்டே, அணைத்துக்கொண்டே இருக்க வேண்டுமாம். ஆரம்ப நாட்களில் குழந்தை, தான் பார்க்கும் காட்சிகளையெல்லாம் மூளைக்குள் கேள்வி கேட்காமல் பதித்துக்கொண்டு விடுகிறதாம். தாயைவிட்டுப் பிரிந்து பள்ளிக்குச் செல்லும்போதுதான் அதற்கு முதல் தடவையாக சுதந்திரமான பர்ஸனாலிடி உருவாகிறது. எனவே, குழந்தைகளின் முன், கணவனும், மனைவியும் சண்டைபோடுவது அதன் மனதை மிகவும் பாதிக்கும்.

✉ **எஸ்.அன்புமணி,** ஈரோடு.

✍ **கிணற்றில் விழுந்து தண்ணீரில் மூழ்கி இறப்பவர்கள், தூக்குப் போட்டுக்கொண்டு இறப்பவர்கள் எப்படி உயிரிழக்கிறார்கள்?**

கிணற்றில் விழுந்தவர்களின் சுவாசப்பையில் தண்ணீர் புகுவதால் காற்றுத் தடைப்பட்டு அஸ்ஃபிக்ஸியா *(Asphyxia)* ஏற்படுவதால்தான் பொதுவாக இறக்கிறார்கள். தண்ணீரில் திடீரென்று தள்ளப்பட்டால், பயத்தால் கார்டியாக் அரஸ்ட் இதயம் நின்றும் போகலாம். தலையில் அடிபட்டால் 'கன்கஷன்' சில கேஸ்களில் தண்ணீரில் தத்தளித்துச் சோர்வினாலேயே ஆள் காலி. பதற்றத்தால் மூளையின் ரத்தக் குழாய்கள் பிய்த்துக்கொள்வதும் உண்டு.

தூக்குகளில் பெரும்பாலான கேஸ்களில் அஸ்ஃபிக்ஸியாதான் காரணம். தொண்டைப் பாதை தடைப்பட்டு காற்றில்லாமல் மூச்சுத் தடுமாறும். இரண்டாவது காரணம், மூளைக்குப் போகும் ரத்தக் குழாய் தடைப்பட்டு மூளையில் ரத்த ஓட்டம் தடைப்படுவது. இதை 'சபாக்ஸியா' என்பார்கள்.

மூளைக்கு ரத்தம் செலுத்தும் குழாய் தடைப்பட்டு 'ஸெரிபரல் இஸ்கமியா' அல்லது 'அனாக்ஸிமியா' மூலமும் பிராணனை விடலாம். தூக்குப்போட்டுக் கொண்ட அதிர்ச்சியால் இதயம் நின்று போகலாம். தூக்குத் தண்டனைகளில் தூக்குப் போடப்பட்ட ஒருவரை விசாரித்ததில் அவர் சொன்னது:-

''ஏழடி படக்கென்று விழுந்ததில் என்னுடைய ஸெர்விக்கல் வர்ட்டிப்ராக்கள் மூன்றாவதும் நான்காவதும் மளமளவென்று முறிந்து ஸ்பைனல் கார்டு 'பச்சக்'கென்று அறுந்துபோய் உடனே இறந்து போனேன்'' என்றார்.

✉ **ஜி.ஞானசேகரன்,** நாச்சியார்கோயில்.

✍ **மனிதனது நாசி எவ்வளவு தூரத்துக்கு நுகரும் சக்தியைக் கொண்டிருக்கும்?**

எவ்வளவு தூரம் என்பது கணக்கு அல்ல. எவ்வளவு நுட்பம் என்பதுதான் கணக்கு! நுகருவதற்கு வாசனை மூக்கை வந்து சேரவேண்டியது ஒரு *Must!* பஸ் ஸ்டாண்டில் போடும் மசால் வடை காற்றினில் கலந்து உங்கள் வீட்டுக்குள்

வந்து மூக்கினில் நுழைந்தால்தான், அதை உங்களால் நுகரமுடியும். ஆனால், கொஞ்சம் வாசனை போதும், ஒரு மில்லியன் காற்று மாலிக்யூல்களில் ஒரே ஒரு மாலிக்யூல் மசாலா வாசனை மூக்கின் அருகே வந்தால் போதுமாம். உடனே நாக்கு வேறு 'ரியாக்ட்' பண்ண ஆரம்பிக்கும்! நுகரும் சக்தி ஒவ்வொருவருக்கும் ஒவ்வொரு மாதிரி. சிவப்பிந்தியர்களில் ஒரு பிரிவினர் வேட்டையாடும்போது, முகர்ந்து பார்த்தே எங்கே என்ன பிராணி இருக்கிறது என்பதைக் கண்டுபிடிப்பார்களாம்! இருப்பினும், மனிதனுடைய மோப்ப சக்தி மற்ற மிருகங்களைவிட ரொம்பக் குறைவானது. நாய்களுக்கு நம்மைப் போல 100 மடங்கு நுகரும் சக்தி உண்டு. நம் மூக்கினுள்ளே கூரைப் பகுதியில் அரை சதுர அங்குல அளவுக்கு இருக்கும் நுகரும் பிரதேசம் மிக அதிசயமானது. மூக்கின் உள்ளே நுழைந்து பார்த்தால், பக்கத்துக்குச் சுமார் ஐந்து கோடி *Nerve fibres* சிலிர்த்துக்கொண்டிருக்கும்! இவை ஆயிரக்கணக்கில் வாசனைகளை வித்தியாசம் கண்டுபிடிக்கக்கூடியவை.

அடுத்த தடவை பாதாம் அல்வா சாப்பிடும்போது மூக்கை அடைத்துக் கொண்டு சாப்பிட்டுப் பாருங்கள். மூக்கின் முக்கியத்துவம் புரியும்!

✉ **கே.சுந்தரம்,** அனந்தப்பூர்-515 005.

✍ **ரத்தத்தைப் பல க்ரூப்புகளாகப் பிரித்துள்ளார்களே... ஒரு க்ரூப்பிலிருந்து வேறு க்ரூப்பாக அதை மாற்ற ரசாயனப்பொருட்கள் எதுவும் இல்லையா?**

இல்லை. அது முடிந்தால் ரத்தத்தையே உற்பத்தி செய்துவிடலாம்.

✉ **ஏ.பாலசுப்ரமணியம்,** மல்லூர்.

✍ **அதிகாலை வேளையில் வானத்தில் இருக்கும் ஓஸோன் வாயுவின் பலன்களைப் பற்றி?**

அதிகாலை மட்டுமல்ல. இடி இடித்து மழை பெய்தால்கூட ஓஸோன் வாயு உண்டாகிறது. அம்மாதிரி மழை பெய்தவுடன் காற்று துல்லியமாக இருப்பதற்குக் காரணம் ஓஸோன்தான். கடற்கரைக் காற்றிலும் ஓஸோன் கலந்திருக்கும். கடற்கரையில் வீசும் ஒரு மாதிரி ஈரம் கலந்த நாற்றத்துக்குக் காரணம் மீன்களில்லை. ஓஸோந்தான்.

ஓஸோன் என்பது பெரும்பாலும் பிராண வாயுதான்; வித்தியாசம் - பிராண வாயுவில் தனிமத்தின் இரண்டு அணுக்கள். ஓஸோனுக்கு மூன்று. இதனால்தான் இதை 0 என்று எழுதுகிறார்கள். 0 கூட இருக்கிறது. ஆனால், அது அதிக நேரம் தாங்காது. ஓஸோன் எப்படிப்பட்ட பொருள்? அதனால் நன்மை, கெடுதல் இரண்டும் உண்டு.

கெமிஸ்ட்ரியைப் பொறுத்தவரை மூன்றாவது அணுவால் ஓஸோனுக்கும் பிராண வாயுவுக்கும் குணாதிசயங்களில் நிறைய வித்தியாசங்கள் ஏற்படுகின்றன. பிராண வாயு இன்றி வாழ்வில்லை.

உயிர் இல்லை. ஆனால், ஓஸோன் அதிகப்படியாகப் போனால் உயிர்களை அழித்துவிடும். ஃப்ளோரின் வாயுவுக்கு அடுத்தபடியாகக் கோபம் கொண்ட ஆக்ஸிடைஸர் அது. உயிருள்ள எல்லாவற்றையும் அழிக்கக் கூடியது. உயிரற்ற எல்லா உலோகங்களையும் தாக்கக் கூடியது. தங்கம், பிளாட்டினம் தவிர, மற்ற உலோகங்களை உருத்தெரியாமல் ஆக்ஸிடைஸ் பண்ணித் தீர்த்துவிடும்.

உயிரை அழிக்கவல்ல ஓஸோன் நல்லவனும்கூட! உயிரையும் காக்கிறது. அது இல்லையெனில் நாமெல்லாம் செத்துப் போயிருப்போம்! இந்த விந்தை எப்படி?

சூரியனிடமிருந்து புறப்படும் அல்ட்ரா வயலெட் கதிர்களை ஃபில்டர் போட்டு நீக்கி அனுப்புவது 03 தான்! நம் பூமியைச் சுற்றி இருபதிலிருந்து முப்பது கிலோ மீட்டர் உயரத்தில் ஒரு ஓஸோன் போர்வையே இருக்கிறது. அதுதான் அல்ட்ராக் கதிர்களையெல்லாம் வடிகட்டிச் சுத்தமாக அனுப்புகிறது. உலகின் முதன் உயிர் துவங்கியபோது இந்த ஓஸோன் போர்வை ஏற்பட்டதாகச் சொல்கிற ஒரு சித்தாந்தம் உண்டு.

மேலே போர்வை மட்டுமின்றிக் கீழேயும் ஓஸோன் நமக்குத் தேவையாகவே இருக்கிறது. அதுவும் கணிசமான அளவில்! ரசாயனத் தொழிற்சாலைகளில் டன் கணக்கில் ஓஸோன் தேவைப்படுகிறது. பெட்ரோல் போன்ற எண்ணெய்களிலிருக்கும் கந்தக சக்தியை நீக்க ஓஸோன் தேவைப்படுகிறது. இல்லையெனில் பாய்லர்கள் கெட்டுப்போகும்.

நாம் குடிக்கும் சர்க்கார் தண்ணீரைக் க்ளோரினேடட் வாட்டர் என்கிறார்கள். இந்தத் தண்ணீர் கொஞ்சம் சப்பென்று இருக்கும். இதைக் கொஞ்சம் ஓஸோனில் காட்டி அனுப்புவார்கள். டேஸ்ட்டுக்காகவும் பாக்டீரியா நீக்கத்துக்காகவும், ஓஸோன் பழைய கார் டயர்களைப் புதுப்பிக்கும். துணி

வெளுக்கும். நூலைப் பளபளபாக்கும். நிறைய உபயோகம் அதனால்!

விஞ்ஞானத்தில் இருக்கும் பல்வேறு காக்கும் - அழிக்கும் இரட்டைக் குணங்கள் கொண்ட பொருள்களில் ஓஸோன் முக்கியமானது.

✉ **நேசன்,** சென்னை.

✍ **'அஸ்டிராய்ட்ஸ்' என்னும் குட்டிக் கிரகங்கள் செவ்வாய் கிரகத்துக்கும் வியாழனுக்கும் இடையில் மட்டும் இருக்கக் காரணம் என்ன?**

செவ்வாய்க்கும் வியாழனுக்கும் (ஜுபிட்டர்தானே வியாழன்?) ஒரு குப்பை பெல்ட் வளையம் சுற்றிக்கொண்டிருக்கிறது. தனித்தனியாகச் சிறிதும் பெரிதுமாகச் சுமார் 2,500 அஸ்டிராய்டுகளைக் கணக்கிட்டிருக்கிறார்கள். இவற்றில் மிகப் பெரியது (ஸிரிஸ்) ஆயிரம் கிலோ மீட்டர் விட்டமுடையது. மிகச் சிறியது சுமார் நூறு மீட்டர்.... அதைவிடச் சின்னதுகூட இருக்கலாம். நமது கண்ணுக்குத் தெரியவில்லை. எல்லாம் அந்த இடைவெளியில் சுற்றிக்கொண்டிருக்கின்றன. சிலசமயம் தப்பித்து மற்ற கிரகங்களின் மூஞ்சியைப் பதம் பார்க்கின்றன. ஏன் பூமிக்குக்கூட இந்தக் கற்கள் வருகின்றன - எரிகற்கள்.

அஸ்டிராய்டுகள் செவ்வாய்க்கும் ஜுபிட்டருக்கும் மட்டும் இடையில் இருப்பதற்குப் பல காரணங்கள் சொல்கிறார்கள். தனிக்கிரகமாக ஆசைப்பட்டு ஜுப்பிட்டரின் பிரமாண்டமான ஈர்ப்பு விசையால் தடுக்கப்பட்ட குட்டிப் பிறவிகள் என்கிறார்கள் அல்லது வெடித்துவிட்ட ஒரு கிரகத்தின் விண்வெளி மிருகங்கள் என்கிறார்கள். சனி கிரகத்தைச் சுற்றியிருக்கும் வளையங்களையும் பொடிப்பொடியான ஐஸ் வடிவ அஸ்டிராய்டுகள் என்கிறார்கள்.

✉ **என்.ஆர்.தேவநாதன்,** கடலூர்-2.

✍ **6/6,6/12 இப்படி கண்ணின் பார்வை ஆற்றலை அளக்கிறார்களே, அது எப்படிங்க?**

6/6 என்பது நார்மல். அதாவது ஆறு மீட்டர் தூரத்தில் உள்ள எழுத்துக்களை ஆறு மீட்டரிலேயே உங்களால்

அம்புக்குறி அஸ்ட்டிராய்டு வளையம்!

படிக்கமுடியும் என்பதைக் குறிக்கிறது. 6/12 என்பது கண்பார்வையில் ஆற்றல் குறைவு. மற்ற பேர், அதாவது கண்ணில் கோளாறு இல்லாமல் நார்மலாக இருப்பவர்கள் 12 மீட்டரில் படிக்க முடிவதைப் படிக்க இவர்கள் ஆறு மீட்டர் கிட்டக்கப்போய் படிக்க வேண்டும். அல்லது இவர்கள் ஆறு மீட்டரில் படிப்பதை மற்ற பேர் 12 மீட்டரில் படிக்க வேண்டும். இதேபோல் 6/36 என்று அதிகரித்துக் கொண்டுபோய் 6/66 எல்லாம் பகலில் பசு மாடு தெரியாது. இப்போதெல்லாம் நல்ல கண் பார்வையை 20/20 என்கிறார்கள்.

✉ **வி.ராஜாராமன்,** ராசிபுரம்.

✍ **மாலிக்யூர் பயாலஜி போகிற வேகத்தைப் பார்த்துக்கொண்டிருக்கிறோம். ஒரு நாள், குறைந்தபட்சம் மனிதன் மரணத்தை ஜெயித்து விடுவான் என்று நம்பலாமா?**

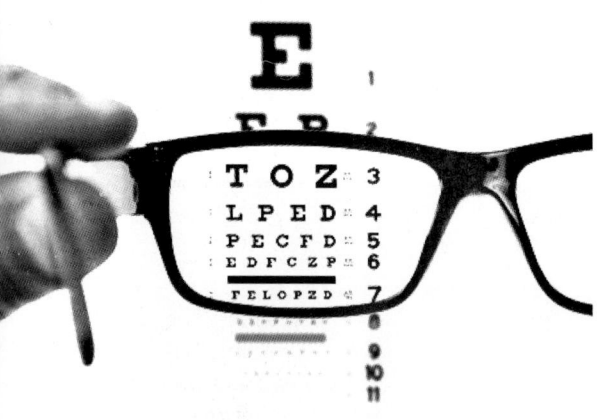

மாலிக்யூலர் பயாலஜியைவிட பயோமெடிக்கல் இன்ஜினீயரிங் என்கிற துறையில்தான் இந்த முயற்சிகள் தீவிரமாக நடந்துகொண்டிருக்கின்றன.

சாலை விபத்துகள், வியாதிகள் போன்ற மரணத்துக்குரிய செயற்கையான காரணங்களை விட்டுவிடலாம். இவற்றிலிருந்தெல்லாம் தப்பித்து வந்த பிறகும் ஒருவழியாக மனிதன் மரணம் அடைவது வயசாவதால். உடலின் உறுப்புகள் பழசாகிச் சோர்ந்துபோய் ஒருநாள் நின்றுவிடுவதால். எனவே, 'முக்கியமான உறுப்புகளை மீண்டும் பெற்றால் வாழ்ந்துகொண்டே இருக்கலாம் இல்லையா?' என்ற கேள்வி எழுந்தது. இதற்கு என்ன வழிகள்?

ஒன்று, மாற்று உறுப்பு அமைத்துக் கொள்வது. (மாற்று உறுப்பு கொடுக்கும் ஆள் மட்டும் மரணத்தை வெல்ல வேண்டாமா என்று கேட்காதீர்கள். அந்த ஆசாமி நான் முன்பு சொன்ன வகை 'நாகரிக முன்னேற்றத்தால் செயற்கை மரணம் அடைந்தவர்!)

இரண்டாவது வழி, செயற்கை உறுப்புகள் செய்து அவற்றைப் பொறுத்திக் கொள்வது. இரு துறைகளிலும் இன்றைய தினம் என்ன முன்னேற்றம் என்பதைப் பார்க்கலாம்.

முதல் வேலையாக, மாற்று உறுப்பு களைக் கெடாமல் வைத்திருப்பது எப்படி என்பதில் அதிகக் கவனம் செலுத்தி யிருக்கிறார்கள். சில ஸ்பெஷல் திரவங்களில் ரத்தக் குழாய்கள், இருதய வால்வுகள், எலும்பு, தோல் போன்றவற்றை மாதக் கணக்கில், சில சமயம் வருஷக் கணக்கில் உயிருடன் வைத்திருக்கும் கலையை உன்னதப்படுத்திக் கொண்டிருக்கிறார்கள். பெல்ஸர் யூனிட் என்பது சிறுநீரகத்தை முப்பத்தாறு மணி நேரம் பாதுகாக்கிறது. (இப்போது 72 மணி நேரம்!) இருதயம், சுவாசப்பை போன்றவற்றை உடலில் இருந்து நீக்கிய பின்னும் இயக்கத்தில் வைத்திருக்கப் புதுப் புது மெஷின்கள் செய்து கொண்டிருக்கிறார்கள்.

முதல் மாற்று இதய ஆபரேஷனை தென்னாப்பிரிக்காவைச் சேர்ந்த டாக்டர் பர்னார்ட் 1967-ல் துவக்கி வைக்க, அதைத் தொடர்ந்து மாற்று இதயங்களைச் சர்வசாதாரணமாகப் பொருத்த ஆரம்பித்துவிட்டார்கள். இந்தியாவில் முதல் மாற்று இதய சிகிச்சை துவங்கிவிட்டது. சுமாராக வேலை செய்யும், அவ்வப்போது தடுமாறும் இதயத்தைச் சீர்படுத்த சின்னச் சின்ன மின் துடிப்புகள் கொடுக்கக்கூடிய

மாலிக்யூர் பயாலஜி

'பேஸ் மேக்கர்'களை (நம் இதயத்தில் படபடப்பை அதிகமாக்கிய ஹிட்ச்காக் தன் உடலுக்குள் பொருத்திக்கொண்டது!) பற்றிக் கேள்விப்பட்டிருப்பீர்கள். இவற்றுக்கு பாட்டரி சக்தி தீர்ந்துபோய் விடுவதால், அட்டாமிக் பேஸ்மேக்கர், பீஸோ-எலெக்ட்ரிக் பேஸ் மேக்கர், ஏன் சூரிய சக்தியைக்கூடப் பயன்படுத்த முற்பட்டுக்கொண்டிருக்கிறார்கள்.

மூத்திரப்பை அடைத்துக்கொண்டு விட்டால் ஒரு சின்ன 'ஷாக்' கொடுக்க, அதற்கும் ஒரு தூண்டு கருவி இருக்கிறது. இப்படி உடலுக்குள் விதைக்கப்படும் தூண்டு கருவிகளுக்கு பாட்டரி போட்டு மாளாது என்று உடம்புக்குள்ளேயே குட்டியாக ஒரு ஜெனரேட்டர் அமைத்துவிட்டால் என்ன என்று ஒரு கோஷ்டி யோசித்துக்கொண்டிருக்கிறது. அந்த ஜெனரேட்டருக்கு நீராவியா, ஐஸடோபுக்களா, பீஸோ எலெக்ட்ரிக் ஸ்படிகங்களா, மைக்ரோவேவ் சக்தியா என்று பலவிதமான ஆராய்ச்சிகள்...

செயற்கை உறுப்புகளைப் பார்க்கலாம். முதன்முதல் சிறுநீரகத்தில்தான் ஆரம்பித்தார்கள். ஆரம்ப காலம் செ.சிறுநீரகம் ஓர் அறை அளவுக்குப் பெரிதாக இருந்தது. இன்று போர்ட்டபிள் ரூபத்தில் வந்திருக்கின்றன. நூற்றாண்டின் இறுதிக்குள் 'இம்ப்ளாண்ட்' என்று உடலுக்குள் விதைக்கும் அளவுக்கு வரும் நம்பிக்கை இருக்கிறது.

செயற்கை இதயத்தை ஆரம்பத்தில் எள்ளி நகையாடினார்கள். (எள்ளி என்றால் என்ன?)

முதன்முறையாக மாற்று இதயம் பொருத்தப்பட்டு 15 ஆண்டுகள் கழித்து, 82-ம் வருஷம் டாக்டர் ஜார்விக் என்பவர் உருவாக்கிய ஓர் அலுமினிய பிளாஸ்டிக் இதயத்தை, பார்னே க்ளார்க் என்ற பேஷண்ட்டின் உடலுக்குள் டாக்டர் வில்லியம் டிவ்ரைஸ் பொருத்தினார். ஏழரை மணி நேரம் ஆபரேஷன், அலுமினிய - பிளாஸ்டிக் இதயம் - விலை 30,000 டாலர். ஆபரேஷன் மெயிண்டனென்ஸ் சார்ஜ் தனி!

செயற்கை இதயத்தின் தேவைகள் என்ன பாருங்கள். சின்னதாக இருக்க வேண்டும்... நிமிஷத்துக்கு சுமார் ஆறு, ஏழு லிட்டர் ரத்தத்தை இரட்டை பம்ப் அடித்து நம் உடலிலுள்ள எல்லா ரத்தக் குழாய்களிலும் (6,000 மைல்!) சீராக B.P. எகிறிக் கொள்ளாமல் செலுத்தவேண்டும். ரத்தம் ஒரு சிடுமூஞ்சித் திரவம். ஏதாவது சந்தேகத்துக்குரிய பொருளுடன் பட்டாலே படக்கென்று உறைந்துவிடும். கொஞ்சம் கடினமாக எதையாவது சந்தித்தால் சட்டென்று பாகம் பாகமாகப் பிரிந்து போகும். இதற்காக ஒரு ஸூப்பர் ப்ளாஸ்டிக் தயாரிப்பதில் முனைந்திருக்கிறார்கள். செயற்கை இதயம்போல செயற்கை சுவாசப்பை, செயற்கை ரத்தக் குழாய், செயற்கை

செல்கள், இரைப்பை, குடல் என்று முயற்சி பண்ணிக் கொண்டிருக்கிறார்கள். எலும்பு, தோலையும் விட்டு வைக்கவில்லை. மூளையை கம்ப்யூட்டருடன் இணைத்துக் கட்டுப்படுத்த ஒரு கோஷ்டி மூளையைக் கசக்கிக் கொண்டிருக்கிறது!

கி.பி. 2012-ல் 'வாலிப வயோதிக அன்பர்களே' என்று ஆரம்பித்து 'தேக உறுப்புகள் மெலிந்திருப்பதிலிருந்து குடும்ப உறவில் முன் மாதிரி செயல்படுத்த முடியாமை வரை உள்ள சகல உபாதைகளுக்கும் நேரில் ஆலோசனை பெற உங்களூர் பங்கஜா லாட்ஜில் நமது வைத்தியரைச் சந்தித்து மாற்று உறுப்புகள் பொருத்திக் கொள்ளவும். மிக உயர் தரம் ரூ.300, சூப்பர் செட் ரூ.600..!' என்று விளம்பரங்கள் வரலாம்.

எனக்கு ஒரு சந்தேகம்... எனக்குள் உள்ள எல்லாவற்றையுமே மாற்றிக் கொண்டுவிட்டால், மிஞ்சியிருப்பது நானா? இதுதான் மரணத்தை வெல்வதா? எல்லோரும் செஞ்சுரி போட்டால் போர் அடிக்காதா? அவுட்டே இல்லாத கிரிக்கெட் என்ன ஆட்டம்?!

✉ **எஸ்.கே.விஜயகுமாரன்,** கம்மவார் புதூர்.

✍ **ஜீன்மியூட்டேஷன் என்றால் என்ன? எப்படி நிகழ்கிறது?**

பரிணாமத் தத்துவப்படி உயிரின ஆரம்பத்தில் ஒரே செல்லாகத் துவங்கிய உயிர், இன்று பற்பல உயிரினங்களாக மாறியிருப்பதற்கு இந்த 'ம்யூட்டேஷன் தான்' காரணம். ம்யூட்டேஷன் என்றால் மாறுதல். இந்த மாறுதல் இல்லையேல் நாமெல்லாம் வந்திருக்கவே முடியாது. நாம் எல்லோருமே செல்களினால் அமைக்கப்பட்டிருக்கிறோம்.

செல் என்பது மிக நுட்பமான உயிரணு. ஒரு பாக்டீரியா, ஒரு எலி, விஜயகுமார் மூன்று பேருக்கும் ஆதாரமான செல் அமைப்பைப் பார்த்தால் அது ஒரே மாதிரிதான் இருக்கும். பின் எப்படி ஒரு செல் கிருமியாகிறது? ஒரு செல் குமார்

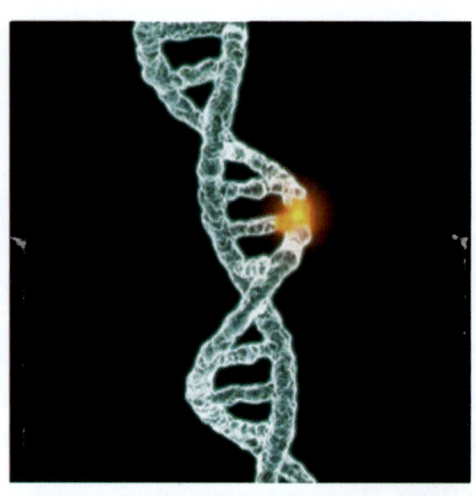

ஆகிறது? அணு செல்லுக்குள் இருக்கும் செய்தியால், எண்பதாயிரம், நூறாயிரம் பெரிது படுத்தக்கூடிய எலெக்ட்ரான் மைக்ராஸ்கோப் மூலம்தான் ஒரு செல்லின் வடிவத்தைப் பார்க்க முடியும். அப்படிப் பார்த்தால் செல் என்பது ஒரு மாதிரி ஜெல்லி.... அதன் நடுவே கரு - நியூக்ளியஸ் என்று சொல்வார்கள்.

இந்த நியூக்ளியஸைக் கூர்ந்து பார்த்தால் அதனுள் சிக்கலான க்ரோமோஸோம் என்கிற சமாச்சாரங்கள் இருக்கின்றன. மனிதனின் செல்லில் 46 க்ரோமோஸோம்கள் உள்ளன. இந்த க்ரோமோஸோம்களை இன்னும் நுட்பமாகப் பார்த்தபோது அவற்றின் ரசாயன அமைப்பில் நியூக்ளிக் ஆஸிட் என்று ஒரு சிக்கலான மாலிக்யூல்களைக் கண்டறிந்தார்கள். டி.என்.ஏ - டி ஆக்ஸிரிபோ நியூக்ளிக் ஆஸிட் (மூச்சு வாங்கிக் கொள்ளுங்கள்) என்பதில்தான் சிருஷ்டியின் ரகசியமே பொதிந்திருப்பதைக் கண்டறிந்து ஆச்சரியப்பட்டார்கள். இந்த டி.என்.ஏ மாலிக்யூல் ஒரு முறுக்கிக்கொண்ட - ஏணி போன்ற வடிவில் இருக்கிறது. இந்த ஏணியின் படிகள் நான்கு வகையில் இருக்கின்றன என்று வைத்துக் கொள்ளுங்களேன். ஏணி முடிவில்லாத ஏணி. இந்த நான்கு வகைப் படிகளை வைத்துக்கொண்டு

எத்தனையோ விதத்தில் ஏணிப் படிகளை அமைக்கலாமல்லவா? அதுபோல விஜயகுமாரின் டி.என்.ஏ ஏணிப்படிகளில் அவருடைய வம்சத்தைப் பற்றிய அத்தனை விஷயங்களும் பதிவாகியிருக்கின்றன. தலை முடியின் நிறம், கண்களின் நிறம், சருமம் சிவப்பா, வெளுப்பா... உயரமா, மூக்கு வளைவு... எல்லா செய்திகளும் இந்த டி.என்.ஏ கட்டடத்தின் அமைப்பில் பொதிந்திருக்கின்றன. இந்த வகையில் செய்தி பொதிந்திருப்பதை ஜீன் என்கிறார்கள்.

ஜீன் என்றால் பிறப்பது, ஜெனட்டிக்ஸ் என்பது இதைப்பற்றிய இயல். ஒரு செல் ஓரளவுக்கு வந்ததும், அது தன்னைத் தானே இரட்டிப்பாக்கிக் கொள்ள தயாராகிறது. அதன் நியூக்ளியஸில் உள்ள க்ரோமோஸோம்கள் இரட்டிப்பாகின்றன. ஒரு பாதி ஒரு பக்கமும், மறு பாதி எதிர்ப் பக்கமும் ஒதுங்கி, டி.என்.ஏ-ஏதோ ஒரு zib திறப்பது போல் பிரிகிறது.

பிரிந்த பாதிகள் ஆளுக்கொரு எதிர்ப் பாதிகளை ஆர்.என்.ஏ ரிபோ-நியூக்ளிக் ஆஸிட் என்று மற்றொரு மாலிக்யூலின் உதவியால் - கூட்டுச் சேர்ந்து, செல் இரண்டாகிவிடுகிறது. புதிய செல் பிறக்கிறது. அத்தனை ஏணிப்படிகளும் அப்படியே அச்சாக அமைந்து விடுகின்றன. இதுதான் உயிரின் மிக மகத்தான ஆச்சரியம். எனவே பிறப்பைப் பற்றிய வளர்ச்சியைப் பற்றிய சமாசாரங்கள் அத்தனையும் ஒவ்வொரு தடவையும் புதிய செல் பிறக்கும்போது அப்படியே தாய் செல்லிலிருந்து மகள் செல்லுக்குள் ட்ரான்ஸ்ஃபர் ஆகிவிடுகிறது.

ஒரு நாளைக்கு இப்படிச் சுமார் ஐந்நூறு மிலியன் செல்கள் நம் உடலில் புதுப்பிக்கப்படுகின்றன! ஒவ்வொரு முறை புதுப்பிக்கப்படும்போது, இந்த ரகசியம் பாதுகாக்கப்பட்டுப் பத்திரமாக அடுத்த தலைமுறைக்கு அளிக்கப்படுகிறது. இந்த வகையில் நாம் தினம் பிறக்கிறோம். இப்படி காப்பி அடிப்பது எப்போதாவது மிக மிக அரிதாகத் தவறிவிடும்போது, நீங்கள் குறிப்பிடும் ம்யூட்டேஷன் நிகழ்கிறது. புதிய செல் பழைய செல்லின் செய்தியிலிருந்து விலகிப்போவதால் சற்றே சந்ததி மாறுதல்கள் நிகழ்ந்து விடுகின்றன. இதனால் மனிதர்களுக்குப் பிறப்பிலிருந்தே ஏற்படும் சில வியாதிகள் ஏற்படலாம். குறைகள் ஏற்படலாம். மாங்காய்த் தலை, அல்பினிசம் என்று சொல்லப்படும் வெளுத்த உடம்பு, ஹெமோஃபீலியா போன்ற உபாதைகள்... இவையெல்லாம் இந்த ம்யூட்டேஷனால் உண்டு.இந்த ம்யூட்டேஷனால்தான் உலகின் ஆரம்ப காலத்தில் ஒரு சின்ன கிருமிபோல இருந்த உயிரினம் மாறி மாறி, கொஞ்சங் கொஞ்சமாக ஷேப்புக்கு வந்து புழு, புல், பூண்டு, மீன்கள், மிருகங்கள், மனிதர்கள் என்று பரிணாம வளர்ச்சி அடைந்திருக்கிறோம். ம்யூட்டேஷன் இல்லையெனில் நீங்களும் நானும் இன்னும் ஒரு கிருமியாகவே இருந்திருப்போம்.

✉ **எஸ்.ஜெயராமன்,** தஞ்சாவூர்.

✍ **அத்தனை 'ரிஸ்க்' எடுத்துக்கொண்டு அண்டார்டிக்கா செல்வதில் என்ன பயன்?**

அண்டார்டிக்கா, நோமேன்ஸ் லாண்ட். இது யாருக்கும் சொந்தமில்லை அல்லது எல்லோருக்கும் சொந்தம் என்று ஐ.நா-வில் ஒரு விவாதம் நடந்துகொண்டிருக்கிறது. 1959-ல் பன்னிரண்டு நாடுகள் அண்டார்டிக்காவில் பாத்யதை கொண்டாடின. இந்தியாவும் அண்மையில் சேர்ந்துகொண்டது. அத்தகைய குளிரான சூழ்நிலையில் விஞ்ஞானத்தின் பல இயல்களில் பரிசோதனைகள் செய்யப்பட்டு வருகின்றன. இதனால் மனிதனுக்கு என்ன லாபம்? - எத்தனையோ, ஒரே ஒரு உதாரணம் சொல்கிறேன். மனிதனால் 'தம்' பிடித்துக் கொண்டு தண்ணீருக்கடியில் எத்தனை நேரம் இருக்க முடியும்? எத்தனை ஆழம் போக முடியும்? 13 நிமிடங்கள்; 45 விநாடிகள், 282 அடி - இது தான் உலக ரெக்கார்ட். அண்டார்டிக்காவில் இருக்கும் 'விடெல்

அண்டார்டிக்கா... (கப்பலை கண்டுபிடிக்க முடிகிறதா?)

ஸீல்' என்னும் பிராணி ஒரு மணி நேரத்துக்குமேல் 'தம்' பிடித்து 1,600-லிருந்து 2,000 அடிவரை அலட்சியமாக 'டைவ்' செய்கிறது - அதுவும் ஐஸ் தரைக்கு அடியில் இருக்கும் கடலில் மனிதனுக்கு ஏற்படுவதைப் போல அதற்கு 'டிகம்ப்ரெஷன் ஸிக்னெஸ்' எதுவும் ஏற்படுவதில்லை. அங்கு சென்றிருக்கும் விஞ்ஞானிகள் விடெல் ஸீல்களைப் பிடித்து அதன் முதுகில் குட்டி கம்ப்யூட்டர்களைப் பொருத்தி அனுப்பி ஆராய்ச்சி செய்து வருகிறார்கள். மனிதன், எறும்பிலிருந்து விடெல் ஸீல்வரை - ஒவ்வொன்றிடமும் பல விஷயங்கள் கற்றுக்கொள்ள வேண்டியிருக்கிறது. இப்படி யார் வேண்டுமானாலும் அங்கே சோதனைச் சாலை அமைக்கலாம். தோண்டிப் பார்க்கலாம். தங்கம், யுரேனியம், பெட்ரோல் எதாவது கிடைத்தால்தான் வம்பு வரும்.

தற்போதைக்கு அந்தக் குளிரில் சுரங்கம் அமைப்பது ரொம்பக் கஷ்டம். இந்தியாவுக்கு அண்டார்டிக்காவில் விசேஷக் கவனம் உள்ளது. அந்த விஞ்ஞானம், விண்வெளி விஞ்ஞானம் இவற்றுடன் கடல் இயலிலும் (Oceanography) நமக்கு ஆசை இருக்கிறது. முக்கியமாக, பருவமழை ஆராய்ச்சியில் அண்டார்டிக்கா உதவும்.

✉ **ஆர்.வேதகிரி,** சென்னை-28.

✍ **தாய்ப்பால் எப்படி, எங்கிருந்து, எவ்வாறு உற்பத்தியாகிறது.**

கர்ப்ப காலம் முடிந்து குழந்தை பிறந்ததும், சுவிட்சு போட்டாற்போல் சுரக்கும் அதிசயம் - தாய்ப்பால்! பார்வைக்கு வெறும் கவர்ச்சியாக இருந்தாலும், பெண்ணின் மார்பகங்கள் பால் உற்பத்தி செய்யும் ஒரு மினி ஃபாக்டரி. குழந்தை பிறப்பதற்குச் சில விநாடிகள் முன்பே இந்தத் தொழிற்சாலை

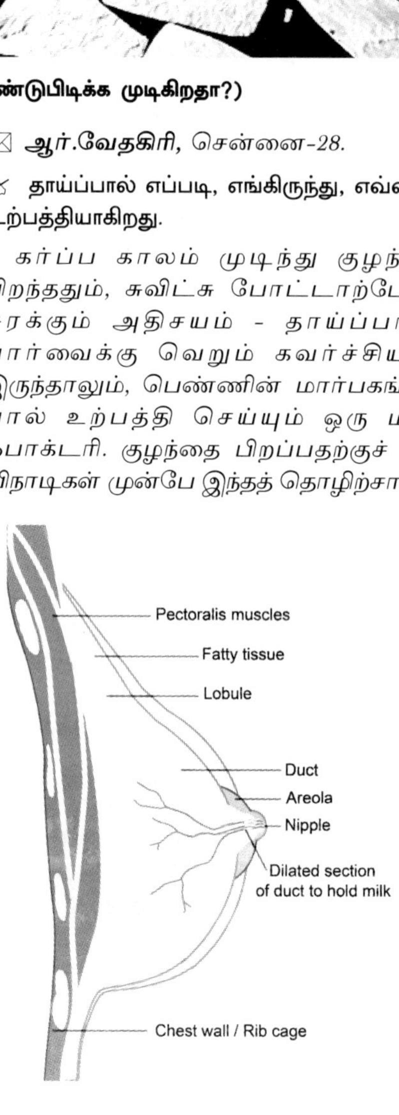

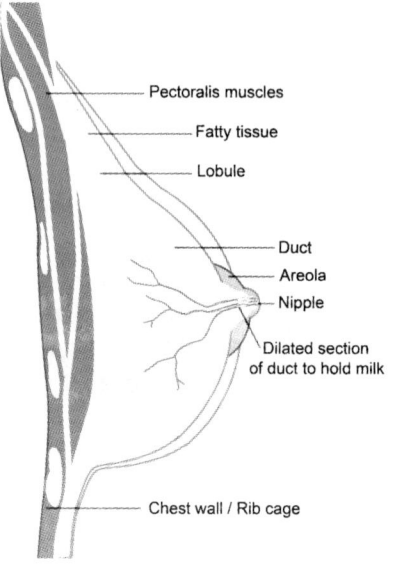

Pectoralis muscles
Fatty tissue
Lobule
Duct
Areola
Nipple
Dilated section of duct to hold milk
Chest wall / Rib cage

பால் சுரப்புக்கான அனைத்துக்கும் தயாராகி விடுகிறது.

பிரசவ நேரம் நெருங்கியதும் பெண்ணின் உடலுக்குள் சில வினோதங்கள் நிகழ ஆரம்பிக்கின்றன. ஹைப்போதாலமஸின் தயாரிப்பான ஈஸ்ட்ரோஜன், ப்ராகஸ்ட்ரோன் போன்ற சில ஹார்மோன்களின் அளவு ரத்தத்தில் குறைய 'டெலிவரி டைம் நெருங்கியாச்சு' என்று உஷாராகி தனக்குக் கீழ் இருக்கும் பிட்யூட்டரி சுரப்பிக்குத் தகவல் அனுப்ப, பிட்யூட்டரியிலிருந்து ப்ரோலாக்டின் என்ற ஹார்மோன் வெளிப்படுகிறது. இந்தப் பிரசவ கால ஹார்மோன்தான் மார்பகங்களுக்குப் பாய்ந்து, பால் சுரப்பை ரிப்பன் வெட்டித் துவக்கி வைக்கிறது.

பெண்ணின் மார்பகங்களுக்குள் ஆரஞ்சு சுளைகள் போல குட்டி குட்டியாய் அல்வியோல் என்ற பெயரில் சுரப்பிகள் இருக்கின்றன. க்ரூப்பாக வேலை பார்த்து, தாய்ப்பாலைச் சுரப்பவை இவைதான்!

ஒவ்வொரு அல்வியோலும் கறந்த பால், அதிலிருந்து கிடைத்த கிளைப் பாதைகளில் வெளியேறி 'பிரதான சாலை'க்கு வந்து, நிப்பிளை அடைய.. குழந்தை பசியாற உறிஞ்சிக் கொள்கிறது

பொதுவாகப் பிரசவம் ஆனதும், பால் முதலில் சுரப்பதில்லை. வெளிப்படுவதெல்லாம் மஞ்சள் நிறத்தில் ஒரு ஸ்ட்ராங்கான திரவம் (பெயர் - கொலஸ்ட்ரம்). குழந்தைக்கு வேண்டிய 'நோய் எதிர்ப்பு சக்தி' அதில்தான் அடங்கியிருக்கிறது. மூன்று நாள் கழித்துதான் குழந்தைக்காக சுத்தமான தாய்ப்பால் சுரக்க ஆரம்பிக்கிறது.

✉ **ந.தில்லை அருள்,** பாளையங்கோட்டை.

✍ மனிதன் குரங்குகளிலிருந்து தோன்றினான் என்றால் அக்குரங்கினம் ஏன் மனித இனமாக மாறாமல் குரங்கினமாகவே இருக்கிறது? டார்வின் கூற்று உடான்ஸா?

ஆதிகாலத்துக் குரங்கு கவட்டை, இக்கால மனிதன் ஒரு கிளை. இக்காலக் குரங்கு மற்றொரு கிளை.

✉ **புரட்சிப்பித்தன்,** கோவை.

✍ மசக்கை எதனால், எப்படி வருகிறது?

ஒரு பெண்ணின் கர்ப்பத்தை மூன்று மூன்று மாதங்களாக (ட்ரைமெஸ்டர்களாக) பிரித்துச் சொல்வது வழக்கம். ஒவ்வொரு ட்ரைமெஸ்டரிலும் அவள் உடலிலும் உள்ளத்திலும் வெவ்வேறு மாறுதல்கள் ஏற்படுகின்றன. வெளிப்படையாக மாறுதல் ஏற்படுவதற்கு முன் ஒரு பெண்ணுக்குச் சில சமயங்களில் உணர்ச்சிப்பூர்வமான மாறுதல்கள் தோன்றலாம். சிலருக்கு வாயில் ஒரு மாதிரியான மெட்டாலிக் டேஸ்ட் ஏற்படும். திடீரென்று காபி பிடிக்காமல் போகும். ஒரு மாதிரி மந்தமாக இருக்கும். கோபம் வரும். கண்ணீர் வரும். அசதி, டிப்ரெஷன், பரபரப்பு. என்னதான் கர்ப்பமானதைப் பற்றிச் சந்தோஷமிருந்தாலும் இம்மாதிரி தவிர்க்க முடியாத மாறுதல்கள் அவளில் தோன்றுகின்றன. இதைப்போல காரமாக, புளிப்பாக எதையாவது சுவைக்க வேண்டுமென்று ஆசை. இதெல்லாம் தான் மசக்கை.

வாந்தி எடுக்கிற சமாசாரம் வேறு. தமிழ் சினிமா போல கர்ப்பமான எல்லாப் பெண்களும் வாந்தி எடுப்பதில்லை. சுமார் அறுபது சதவிகிதத்தினருக்குத்தான் இந்த உபாதை. இதன் காரணம் சரியாகத்

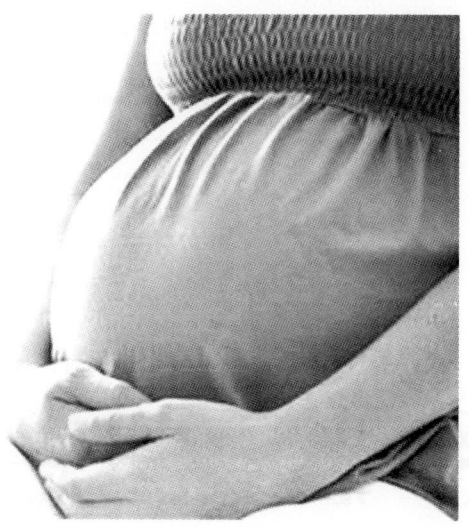

தெரியவில்லை. திடீரென்று அவள் ரத்தத்தில் ஹார்மோன் அளவு அதிகமாகி விடுவதால் ஒரு மாதிரியான ரியாக்‌ஷன் என்கிறார்கள். பொதுவாக, முதல் மூன்று மாதங்களுக்குள் இந்த உபாதைகள் எல்லாம் நின்று போய்விடுகின்றன.

✉ **ஜி.கவிதா,** மீஞ்சூர்.

✍ **ஆண்களின் உடல் செல்களில் XY க்ரோமோஸோம்களும், பெண்களின் உடல் செல்களில் XX க்ரோமோஸோம்களும் இருக்கின்றன என்று படித்திருக்கிறேன். அது என்ன XX, XY...?**

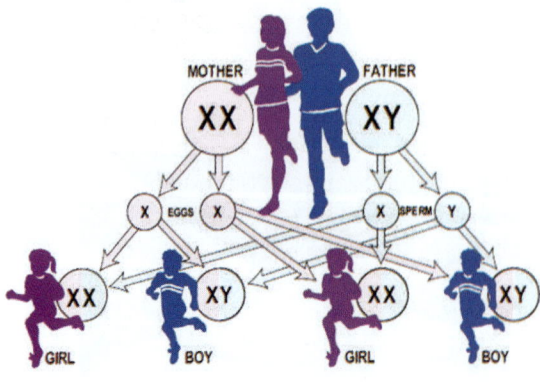

பிறப்பு என்பது ஆணின் விந்துவிலிருந்து ஒரு செல், பெண்ணின் முட்டையில் - ஒற்றை செல்லுக்குள் நுழையும்போது ஏற்படுகிறது. மனித செல்லை நுட்பமாகப் பார்த்தால், அதில் நாற்பத்தாறு க்ரோமோஸோம்கள் இருக்கின்றன. இந்த நாற்பத்தாறை இருபத்து மூன்று ஜோடிகளாகப் பிரிக்கலாம். அந்த 23-ல் இருபத்திரண்டு, ஆணுக்கும் பெண்ணுக்கும் ஒரே மாதிரிதான் அமைப்புக்கொண்டிருக்கின்றன. இருபத்து மூன்றாவது ஜோடிதான் ஆணுக்கும் பெண்ணுக்கும் வேறுபடுகிறது. ஆணிடம் உள்ள செல்லில் இந்தக் கடைசி ஜோடி Xy என்று இருக்கிறது. பெண்ணின் செல்லில் XX பெண்ணுக்கு Y கிடையாது. கர்ப்பமுறும்போது தந்தையின் செல்லும் தாயின் செல்லும் ஒன்றாகும்போது, தந்தையின் செல்லிலிருந்து 23 க்ரோமோஸோம்கள், தாயின் செல்லிலிருந்து 23 க்ரோமோ ஸோம்கள் என்று பாதிப் பாதியாக ஜோடி சேர்ந்து கொள்கின்றன. இப்படி ஜோடி சேரும்போது, ஆணின் விந்து செல்லிலிருந்து X தேர்ந்தெடுக்கப்படுகிறதா, இல்லை Y தேர்ந்தெடுக்கப்படுகிறதா என்பதைப் பொறுத்தது, குழந்தை பெண்ணா, ஆணா என்பது. X தேர்ந்தெடுக்கப்பட்டால், பெண்ணின் செல்லில் ஏற்கெனவே X; XX ஜோடி சேர்ந்தால் பெண் பிறக்கும். ஆணின் விந்துவிலிருந்து Y தேர்ந்தெடுக்கப்பட்டால் XY. பிறப்பது ஆண். நீங்கள் பெண்ணாகப் பிறந்தது மிகத் தற்செயலான விஷயம்.

குழந்தை ஆணா, பெண்ணா?

✉ **துரை. பால்ராஜ்,** கோயம்புத்தூர்.12.

✍ **கர்ப்பக் குழந்தையை கும்குமப்பூ சிவப்பாக்குவது எந்த அளவில் உண்மை?**

✉ **ஏ.ஹரிதாஸ், கோவை-638 697.**

✍ **நோபல் பரிசுபெற்ற ஒருவரின் உயிரணுவை எடுத்து மற்றொரு பெண்ணின் கருப்பையில் செலுத்தினால் அதன்மூலம் பிறக்கும் குழந்தையும் அதிமேதாவியாக வாய்ப்பு உண்டா?**

குங்குமப்பூ வியாபாரிகள் கிளப்பிவிட்ட புரளி இது என்று நினைக்கிறேன். கர்ப்பக் குழந்தையின் உடல் நிறம், அது கர்ப்பமான கணத்திலேயே நிர்ணயிக்கப்பட்டு விடுகிறது. அப்பாவின் விந்துவும் அம்மாவின் முட்டையும் சேரும்போது ஏற்படும் க்ரோமோஸோம்களில் உள்ள டி.என்.ஏ-வில் முடிவில்லாத ஏணிப்படிகளில் ஒரு படியில் இந்தக் குழந்தை சிவப்பு அல்லது கறுப்பு என்கிற செய்தி பதிவாகிவிடுகிறது.என்னதான் குங்குமப்பூ சாப்பிட்டாலும் இதை மாற்ற முடியாது. நோபல் பரிசு பெற்றவரின் மூலம் பிறக்கும் குழந்தை மேதாவியாக இருக்க வாய்ப்பு சுமார் ஃபிஃப்ட்டி ஃபிஃப்ட்டி என்று சொல்லலாம்.

ஆனால், மேதாவித்தனம் என்பது டி.என்.ஏ-வில் ஒளிந்துகொண்டிருக்கிறதா என்று இன்னும் தீர்மானமாகக் கண்டுபிடிக்கப்படவில்லை.

✉ **என்.சண்முகம்,** திருவண்ணாமலை.

✍ **பெண் குரல்கள் மட்டும் கவர்ச்சியாக, மென்மையாக இருக்கக் காரணம் என்ன?**

மென்மையாக இருக்கக் காரணம் - பெண்ணின் தொண்டை பொதுவாகச் சின்னதாக இருப்பதாலும், பேச்சுத் தசைநார்கள் சின்னதாக இருப்பதாலும், கவர்ச்சியாக இருப்பதற்குக் காரணம், சண்முகத்தின் ஆண்ட்ரோஜென் சுரப்புகள்தாம்.

✉ **இளந்துறவி,** கூடலூர்-643 212.

✍ **பாலூட்டுவது என்ற உன்னத லட்சியத்துக்காகப் படைக்கப்பட்ட பெண்களின் மார்பகம் கவர்ச்சியுடன் சம்பந்தப்பட்டுப்போனது ஏனோ?**

மார்பகங்கள் ஒரு இரண்டாம் பட்ச இனக்கவர்ச்சிக் குறியீடுகள். குறிப்பாக ஐரோப்பிய நாகரிகத்தில் மார்பகங்களுக்குத் தனிப்பட்ட மகத்துவம் இருந்திருக்கிறது. சீமாட்டிகள் தத்தம் உடல்களின் மற்ற பாகங்களை மறைத்தாலும், மார்பைச் சற்றே திறந்து மிகைப்படுத்திக் காட்டுவது ஃபாஷனாகி இருந்தது. இதற்கு மாறாகச் சில பழங்குடி மக்களிடம் - பண்படாத மக்களிடம் மார்பைப் பற்றிக் கவலையே இல்லை. பருத்த மார்பகங்களை அவர்கள் உபத்திரவமாகவே நினைத்தார்கள். நவீன நாகரிகத்துக்கு நீங்கள் குறிப்பிடும் பாலூட்டும் உன்னத லட்சியம் இரண்டாம்பட்சமாகப் போய், மார்பகங்களின் கவர்ச்சி நோக்கம் முன்னுக்கு வந்துவிட்டது.

(பெயரையும் ஊரையும் கேள்வி கேட்டவர் குறிப்பிட விரும்பவில்லை.)

சுய இன்பத்தைப் பற்றி...?

இந்த நாசூக்கான விஷயத்தைப் பற்றி எனக்கு நிறையக் கேள்விகளும் தனிப்பட்ட கடிதங்களும் வருகின்றன. ஒரு முறை கூச்சம் பார்க்காமல் விஷயத்தைச் சொல்லிவிடுவது நல்லது என்றே தோன்றுகிறது. இந்தப் பதிலில் சொல்லியிருப்பதெல்லாம் மனோதத்துவ, உடல் தத்துவ நூல்களில் பல வருஷ ஆராய்ச்சிக்குப் பின் கொடுத்திருக்கும் விஷயங்கள். கொஞ்சம் ஒரு மாதிரி இருக்கும். இந்த விஷயம் பலருக்குத் தெரிவதில்லை. சில அவசியமில்லாத குழப்பங்களையும் தவறான எண்ணங்களையும் நிவர்த்திப்பதே என் நோக்கம். எனக்குக் கடிதம் எழுதியிருந்த ஒரு அன்பர், 'தற்கொலை செய்துகொள்ளலாம் போலிருக்கிறது' என்று அவ்வளவு தூரம் குற்றவுணர்வுடன் எழுதியிருந்ததால்தான் இதைக் கொஞ்சம் விஸ்தரித்து எழுதுகிறேன்.

முதலில் புள்ளி விவரங்கள்: ஆயிரக்கணக்கான ஆண்டுகளுக்கு முன்பு இந்தியா, எகிப்து, மெஸபொடேமியா நாகரிங்களில் இந்தப் பழக்கம் தவறான காரியமாகக் கருதப்படவில்லை. இன்னும் கேட்டால் *pagan ritual*-ல் இது ஒரு முக்கிய பங்கு வகித்தது. ஆனால், ஐரோப்பிய நாடுகளிலோ 18-ம் நூற்றாண்டில் இது ஒரு பெரும் பாவமாகக் கருதப்பட்டது. வயது வந்த சிறுவர்கள் எச்சரிக்கையாகக் கண்காணிக்கப்பட்டார்கள். இந்தத் 'தவறை'ச் செய்யாமலிருக்க, அவர்களுக்கு சின்னதாக இரும்புக் 'கவசங்கள்' பூட்டப்பட்டன... சாவி அப்பா கையில், 'இயற்கை' அழைக்கும்போது சொன்னால் அப்பா வந்து திறந்துவிடுவார்!

பத்தொன்பதாம் நூற்றாண்டிலும் இதுபற்றிய பயம் போகவில்லை. இருப்பினும் ஆண்களில் 20 சதவிகிதமும், பெண்களில் 14 சதவிகிதமும் ஆறு வயதுக்கு முன்பிருந்தே ஒருவிதமாக இதை உணர்ந்திருக்கிறார்கள் என்று ஹாமில்டன் என்பவர் விசாரித்து வைத்திருக்கிறார். காதரின் டேவிஸ் சந்தித்து விசாரித்த ஆண்களில் இருபது சதவிகிதம் பேர், பெண்களில் 49 சதவிகிதம் - பதினோரு அல்லது அதற்கு முற்பட்ட வயசில் இதை உணர்ந்திருக்கிறார்கள். பதினொன்றிலிருந்து பதினாலு

வயசு வரை ஆண்கள் எண்ணிக்கை அதிகமாகிறது. பெண்கள் குறைந்து விடுகிறார்கள். ஒட்டுமொத்தமாகப் பல பேர் ஆராய்ந்து விசாரித்து வைத்திருக்கும் புள்ளி விவரக் குறிப்புகளைப் பொருட் படுத்திச் சொல்லப்போனால், இருபது, இருபத்தோரு வயசில் ஆண் களில் 97 சதவிகிதமும், பெண்களில் 74 சதவிகிதமும் எப்போதாவது இதை அனுபவித்திருக் கிறார்கள். இது சூழ்நிலைக்கு ஏற்ப வேறுபடுகிறது. ஹாஸ்டலில் இருக்கும் பையன்களிடம் அதிகப்படி.

சுய இன்பம் அனுபவிப்பது இயல்பாக ஒரு ஆண் அல்லது பெண் பருவ வயதடையும்போது நிகழும் செயல். தன் உடலில் ஏற்படும் கவனம், பொதுவாக செக்ஸ் பற்றி ஒருவிதமான புத்துணர்ச்சி மலர்வது. இதன் விளைவாக இதில் உள்ள விநோதமும் சந்தோஷமும் இயல்பாகத் தென்பட்டுவிடுகிறது. அப்புறம் அதில் ஆர்வம்; அதன் பின் பழக்கம், அதன் பின் குற்ற உணர்ச்சி எல்லாம் ஏற்படுவது சகஜமே. 'அடாலஸன்ஸ்' என்பது ஒரு விதமான இரண்டும்கெட்டான் பருவம். குழந்தையும் இல்லை. பெரிய வயதும் ஆகவில்லை. இந்த நிலையில் குழப்பமான எண்ணங்கள், தப்பான புத்தகங்கள் இவற்றால் இதைப் பற்றிய குற்ற உணர்ச்சி பலரிடம் மிக அதிகமாக ஏற்படுகிறது. உண்மையில் இது இயற்கையானது. இயல்பானது. நார்மலானது.... இதனால் உடலுக்கு எந்தவிதத் தீங்கும் நிகழாது என்றுதான் விஞ்ஞானிகள் பலரும் சொல்லியிருக்கிறார்கள். ஆண்களிடம் விந்து இழப்பு இருப்பதால் மனசுக்குள் அச்சங்கள் தோன்றி, 'இம் மாதிரி இழந்தால் நான் காலி' என்ற பயங்கர எண்ணங்கள் ஏற்பட்டு, பழக்கத்தை விட்டொழிக்க முடியாமல் பரிதவிப்பும் சுயபரிதாபமும் கொண்டு, மற்ற விஷயங்களில் மனம் செலுத்த முடியாமல் தவிக்கும் நிலை உண்டாகிறது.

அன்பர்களுக்கு, இதை ஆராய்ச்சி செய்திருக்கும் பற்பல விஞ்ஞானிகளின் ஒருமித்த செய்தியைச் சொல்ல விரும்பு கிறேன். பயப்படாதீர்கள். இதனால் ஒரு தீங்கும் கிடையாது. இதற்கு மருந்தும் கிடையாது. எச்சில் ஊறுவது போலத்தான் இது. இருந்தும் இது உங்கள் எண்ணங்களை ஆக்கிரமித்து தொந்தரவு செய்வதென்றால் எப்போதும் அதையே நினைத்துக் கொண்டிருக்காமலிருக்க மற்ற விஷயங்களில், நல்ல சங்கீதம், விளையாட்டுப் போன்ற வெளிநோக்கும், ஆரோக்கியமான செயல்களிலும் கவனம் செலுத்துங்கள். தனிமையைத் தவிருங்கள். தானாகவே ஒருவித ஒழுங்குக்கு வந்துவிடும்.

✉ **எம்.எஸ்.பூபாலமோகன்ராவ்,** மதுரை.

✍ **ஆண்மை இல்லாமை எதனால் வருகிறது? எங்கனம் மீள்வது (இதைக் கேட்பதால் நான் பாதிக்கப்பட்டுள்ளேன் என தயவுடன் நினைக்க வேண்டாம்.** மற்றவர்களுக்குப் பயன்படுமே?!**)**.

பெண்மை இல்லாமையும் சேர்த்துச் சொல்கிறேன். தம்பதிகளில் ஆறில் ஒரு ஜோடி புத்திரப் பிராப்தி கிடைப்பதில்லை என்கிறார்கள். இதற்குப் பல்வேறு காரணங்கள். ஆண்களில் சிலருக்கு அவசர வெளியீடு.. 'அஜுஸ்பெர்மியா' என்று திரவத்தில் விந்துக்களின் எண்ணிக்கையில் குறைவும், இல்லாமையும் சாதாரணமான காரணங்கள். பெண்களின் ஹைமன் என்னும் ஒரு வாசலை மூடியிருக்கும் ஜவ்வு நீங்காததாலும், வஜைனா, ஃபாலோபியன் குழாய்கள், ஓவரிக்கள் போன்றவற்றில் குறைகளால் அவளால்

முட்டை உண்டாக்க முடியாமை அல்லது உண்டாக்கி அதைச் சரியான வழியில் செலுத்த முடியாமை அல்லது அது கருவாகி அதைச் சரியாகக் கர்ப்பப்பைக்குள் செலுத்த முடியாமை போன்ற பல்வேறுபட்ட காரணங்களால் நிகழ்கின்றன.

பல சமயங்களில் ஆண், பெண் உறவு முறைகளைப் பற்றிய அறியாமையே காரணமாக இருக்கலாம் அல்லது சேர்க்கை சமயம் தப்பாக இருக்கலாம். சரியான காரணம் அறிந்துகொள்வதற்கு ஆறுமாதம் பரிசோதனைகள் செய்து சிகிச்சை சொல்லி வழிகாட்ட வேண்டும். நான் இல்லை - டாக்டர்!

செக்ஸைப் பற்றிய ஆரோக்கியமான எண்ணங்களும் பல கேஸ்களில் பலனளிக்கின்றன. இப்போதெல்லாம் பெரும்பாலும் மனத்தின் பிரமைகள், பயங்களாலேயே இந்தக் குறை ஏற்படுகிறது என்கிறார்கள். ஒரு நல்ல தெரபிஸ்ட், சைக்கியாட்ரிஸ்ட் அல்லது நகரங்களில் இருக்கும் திருமண உபதேசகர்களால் பெரும்பாலான மனம் சம்பந்தப்பட்ட குறைகளை நீக்க முடியும். ஆணின் திரவத்தில் விந்துக் குறைவிருக்குமெனில் அதையும் பரிசோதனை செய்து எண்ணிக்கையிட்டுக் கண்டுபிடிக்கலாம். சில சமயங்களில் உடல் ஆரோக்கியத்தில் கொஞ்சம் கவனம் செலுத்தினாலே போதுமானது. வெய்ட் அதிகமாயிருந்தால் குறைக்க வேண்டிவரும். சில சமயம் வெந்நீர் ஸ்நானமே உதவாது! விந்து திரவத்துக்கு ஒரு மாதிரி ஏ.ஸி. தேவையிருக்கிறது. (விரைவில் வெளியே இருப்பதற்குக் காரணம் இதுதான்.)

பெண்களின் உடலுறுப்புகளில் இருக்கும் குறைகள் பலவற்றை சிகிச்சை மூலம் நீக்க முடியும். கொனாடோட்ராஃபின்ஸ் என்று சொல்லப்படும் செக்ஸ் ஹார்மோன்களின் சுரப்பை அதிகரிக்கவல்ல விந்தை மருந்துகளும் இருக்கின்றன. இதில் கொஞ்சம் ஜாக்கிரதையாக இருக்க வேண்டும். முழுக்க முழுக்க தேர்ந்த

இயல்பான உணர்ச்சியில் ஏன் குற்ற உணர்வுகள்

டாக்டரின் மேற்பார்வையில் சிகிச்சை எடுத்துக்கொள்ள வேண்டும். அதிகமாகிவிட்டால் இரட்டை, மூன்று ஏன் - ஐந்து கூடப் பிறக்க வாய்ப்பு இருக்கிறது.

அரசமரக் காற்றில் இந்த ட்ராஃபின்கள் இருக்கிறதாக யாராவது நிரூபித்தால் சுற்றிப் பார்க்கலாம். கணவன் மனைவி சண்டை போடாமல் சந்தோஷமாக ஹனிமூன் மாதிரி ராமேசுவரம் போய் வந்தால் சான்ஸ் இருக்கிறது.

✉ **இளையராஜா,** வேலூர்.

✍ **அதிக உடல் உறவு உடலைப் பாதிக்குமா? அதற்கு வரையறை உண்டா?**

அதிக உடல் உறவு உடல் நிலையைப் பாதிக்காது... தகாதவர்களுடன் உறவில்லாமல் இருப்பின், தகுந்தவர்களுடன் அதிக உடல் உறவு ஏற்படாது... தானே அட்ஜஸ்ட் ஆகிவிடும்!

✉ **ரா.ஜோதிராமன்,** நெல்லிக்குப்பம்.

✍ **அப்பாவின் உடன்பிறப்புகளில் அத்தையின் மகளைத் திருமணம் செய்து கொள்ளலாம். ஆனால், சித்தப்பாவின் மகளைத் திருமணம் செய்துகொள்ளக்கூடாது...! ஏன் சார் இந்த முரண்பாடு**

✉ **மேஜர்தாசன், ஈரோடு-10.**

✎ எங்கோ பிறந்து எங்கோ வளர்ந்த ஓர் ஆண், பெண் இவர்களின் கோத்திரம் ஒன்றாக இருந்தால் திருமணம் செய்து வைக்க மறுக்கிறார்களே. இது ஏன்? இதனால் ஏதேனும் பாதிப்புகள் இருக்கிறதா?

இதெல்லாம் சமூகப் பழக்க வழக்கங்கள். சில சமூகத்தில் அத்தை மகளைக்கூட கல்யாணம் செய்வது கூடாது. உறவுக் கல்யாணங்களைக் குறிப்பிட்ட அளவு அனுமதித்ததற்குக் காரணம், சொத்து சிதறாமல் இருப்பதற்கும் பொதுவாக சில சிக்கல்களைக் குறைப்பதற்கும்தான்! இந்த மாதிரி 'In breeding'ல் சில பரம்பரை (Heredity) அபாயங்கள் உள்ளன. அத்தை பெண்ணைக் கல்யாணம் செய்துகொள்வதிலும் இந்த அபாயங்கள் உள்ளன. டயாபடிஸ் போன்ற வியாதிகள் பிள்ளைகளுக்கு வருவதன் சாத்தியக்கூறு அதிகமாகிறது. ரத்தம் ஒத்துப்போகாததனால் வரும் உபாதைகள் குழந்தைக்கு வரும் சாத்தியங்கள் உள்ளன.

இந்த மாதிரி கல்யாணங்களில் பிறக்கும் எல்லாக் குழந்தைகளும் பாதிக்கப்படும் என்றில்லை. ஒரே கோத்திரத்தினர் கல்யாணம் செய்து கொள்வதில் இந்த அபாயங்கள் இல்லை என்றுதான் தெரிகிறது.

இதையெல்லாம் உதறிப் போடும் காலம் எப்போதோ வந்துவிட்டாலும் இந்தக் கோத்திரம் மட்டும் பாக்கியிருக்கிறது.'

புதிதாகக் கல்யாணம் செய்து கொண்டவர்கள் பிள்ளை பெற்றுக் கொள்வதற்கு முன் ரத்தம் ஒத்துப்போகிறதா என்று 'Compatibility Test' செய்துகொண்டுவிட்டால் பிற்பாடு பல வேதனைகளைத் தவிர்க்கலாம்.

✉ **ரா.ஜோதிராஜன், நெல்லிக்குப்பம்.**

✎ என்னைவிட வயது அதிகமான பெண்ணை நான் திருமணம் செய்துகொண்டால் ஏதேனும் பிரச்னைகள் உண்டாகுமா? ஏன்?

பிரச்னைகள் உண்டாவது உங்கள் மன அமைப்பைப் பொறுத்தது.

ரொம்ப வயசு வித்தியாசம் நல்லதல்ல. தாயின் அரவணைப்பில்லாமல் வளர்ந்தவர்கள் ஒருவிதமாக மதர் 'ஸப்ஸ்டிட்யூட்'டாக தம்மைவிட வயதான பெண்களை விரும்புகிறார்கள் என்று மனோதத்துவர்கள் சொல்கிறார்கள். எப்படியும் கணவன் - மனைவி சண்டைகள் இந்தக் கல்யாணங்களில் கொஞ்சம் அதிகமாகவே வரலாம். விதிவிலக்குகளும் உண்டு!

✉ **சி.பாஸ்கர், சென்னை-107.**

✎ சிறு குழந்தையிலிருந்து சிறிதளவும் செக்ஸ் சம்பந்தப் பேச்சோ, படமோ, நடவடிக்கைகளோ, சினிமாவோ எதுவும் இல்லாமல் பருவ வயது வரை வளர்ந்தால் செக்ஸ் உணர்ச்சி எந்த அளவுக்கு இருக்கும்?

செக்ஸ் உணர்ச்சி பசியைப் போல ஆதாரமான ஒன்றாகும். பார்க்கப்போனால் நம்மில் பெரும்பாலானவர்கள் செக்ஸ் பற்றிய சரியான ஞானம் இல்லாமல்தான் வளர்கிறோம்... குறிப்பாக பெண்கள், அங்கே இங்கே பராபரியாகக் கேட்டு ஊகித்துணர்ந்த குறைபட்ட அறிவுடன்தான் கோதாவில் இறங்குகிறோம். என்னுடைய அனுபவத்தில் இந்தப் பிரச்னை இருக்கும் பற்பல ஜோடிகளைச் சந்தித்திருக்கிறேன். கல்யாண வயசடைந்த பல ஆண்

பிள்ளைகள், செக்ஸ் முறைகளைப் பற்றி சரியான ஞானமில்லாமல் இருக்கிறார்கள். பெண்கள் இன்னும் ஞானக் குறைவு. இருந்தும் இயற்கையான செக்ஸ் உந்துதல்கள் இருக்கின்றன. இவற்றின் விளைவால் ஒரு ஆணும் பெண்ணும் விரைவிலேயே இல்வாழ்க்கையில் - வெற்றிபெற முடியும் - (மாஸ்டர்ஸ் அண்ட் ஜான்ஸனின் 'ஹ்யூமன் செக்ஷுவல் இன்அடிக்வஸி' என்ற புத்தகத்திலிருந்து.) நம் அன்றாட நடவடிக்கைகளிலேயே பாலுணர்வு இருக்கிறதாம். சிகரெட் பிடிப்பதும், சூயிங்கம் மெல்லுவதும் தாய்ப்பாலுக்கு மறு இச்சையாம். சுருட்டிக்கொண்டு படுப்பது திரும்ப அம்மாவின் உதரத்துக்குள் செல்லும் விருப்பமாம். பாத்ரூம் கதவைத் தாளிட்டுக் கொண்டு, *Tub*-ல் வெதுவெதுப்பான தண்ணீரை நிரப்பி அதில் அமிழ்ந்து உட்காருவதில் என்ன அவ்வளவு திருப்தி? தாயின் வயிற்றுக்குள் ஒரு தொந்தரவும் இல்லாமல் மிதந்துகொண்டிருந்ததை *Re Live* செய்கிறீர்களாம்! ஏன்? 'செக்ஸ் ஆக்ட்' என்பதே அந்த மறு பிரவேச இச்சைதானாமே! இதுபோல், ஆட்டங்களில் கோல் போடுவது, கட்டிப் பிடிப்பது, எளிமையான வாசல்களில் நுழைவது எல்லாவற்றுக்குமே செக்ஸ்தான் ஆதாரச் செலுத்து சக்தியாம்! செக்ஸ் என்பது நம் *Id*-ல் இருக்கும் ஆதார உணர்ச்சி. இப்படி இருக்கும்போது ரிஷ்யசிருங்கர்கள் சில நாட்களில் அல்லது சில மணி நேரங்களில் அல்லது சில நிமிடங்களில் கற்றுக்கொண்டு கோல் போட்டு விடுவார்கள் என்பதில் சந்தேகம் இல்லை. சைக்காலஜிஸ்டுகளும் இப்படித்தான் சொல்கிறார்கள்!

டாக்டர்! உங்க 'அட்வைஸ்' இன்னும் எவ்வளவு இருக்கு?

✉ **கோவை. புனல்வேந்தன்,** கோவை-14.

✍ **மனித இனத்திலுள்ள பால் உணர்ச்சிகள் ஒவ்வொருவரிடமும் ஒவ்வொரு மாதிரி வேறுபடக் காரணம் என்ன?**

✉ **தெ.நாராயணமூர்த்தி,** பாண்டிச்சேரி-1.

✍ **என் மனம் கவர்ந்தவளை எங்கேனும் நான் பார்த்துவிட்டால் கை, கால்கள் தளர்ந்து இதயம் படபடக்கிறதே... இதற்கான காரணம் என்ன?**

பால் உணர்ச்சி என்பது மற்ற உணர்ச்சி களைப் போலத்தான். கோபம் இல்லையா? ஆளுக்கு ஆள் எத்தனை வேறுபடுகிறது? ஒருத்தருக்கு முணுக்கென்றால் கோபம் வந்துவிடுகிறது. மற்றொருத்தரை என்னதான் சீண்டினாலும் சிரித்துக் கொண்டிருப்பார். இதுபோலத்தான் பால் உணர்ச்சியும். நம் உடலுக்குள் இருக்கும் எண்டாக்டரின் சுரப்பிகளின் விஷமம் இது. சில பேருக்கு நிறைய சுரக்கிறது... சிலருக்குக் கொஞ்சூண்டு. நண்பர் நாராயணமூர்த்தி முதல் வகை என்று சொல்லலாம். அவர் தன் மனம் கவர்ந்தவளைப் பார்க்கும்போது அவருடைய மூளையில் உள்ள ஹைபோதாலமஸ், 'அட! மனம்கவர்ந்தவள் வந்தாச்சு!' என்று அவருடைய அட்ரினல் சுரப்பிகளுக்கு அவசரமாக ஒரு தந்தி கொடுக்க, உடனே அந்தச் சுரப்பியிலிருந்து அட்ரினலின் என்கிற சமாசாரம் பெருக ஆரம்பிக்க... விளைவு? வியர்த்துவிடுவது, இதயம் ஓவர் டைம் வாங்குவது, பாடி பூராவுமே ஒரு மாதிரி ஆகிவிடும். (சிலருக்கு மனைவியைக் கொஞ்ச நாள் இடைவெளிக்கப்புறம் பார்த்தால் வயிற்றில் வண்ணத்துப்பூச்சி பறக்கும்!).

ஆழமான குஷி...!

✉ **பி.கே.பாலாஜி,** *திருவல்லிக்கேணி.*

✍ கடலுக்கடியில் ரொம்ப ஆழம் நீந்திப் போக முடியாது. போனால் பைத்தியம் பிடித்துவிடும் என்கிறார் என் நண்பர், 'ரீல்' தானே?

ரீல் இல்லை. கீழே போகப் போகக் கடல் நீரின் அழுத்தம் அதிகமாகும். நாம் சுவாசிக்கிற காற்றில் உள்ள நைட்ரஜன் நம் ரத்தத்தில் கரைய ஆரம்பிக்கும். ஆபத்து இதுதான். நைட்ரஜன் ரத்தத்தில் கலந்து கரைந்தவுடன் கஞ்சா அடித்ததைப் போல ஏகப்பட்ட குஷி பிறந்துவிடும். இதை Rapture of the Depth என்று சொல்வார்கள். கொஞ்சம் பைத்தியம் பிடித்த நிலைதான். இந்த நிலையில் என்ன செய்கிறோம் என்பதே தெரியாது. பலர் மௌத் பீஸையெல்லாம் பிடுங்கிக் கடாசி விட்டு முழுகியிருக்கிறார்கள். ஆழத்திலிருந்து மேலே வேகமாக வந்தால் இன்னும் ஆபத்து. சோடா பாட்டிலைத் திறந்தவுடன் நுரைத்துக்கொண்டு வருவதைப் போல ரத்தத்தில் இருக்கும் நைட்ரஜன் கொப்பளித்து.. அதன் பப்பிள்கள் மூளைக்குச் சென்று - பராலிஸிஸில் ஆள் காலி!

✉ **ஆர்.பாலசுப்ரமணியன்,** *வத்தலக்குண்டு.*

✍ உடற்பயிற்சி செய்வதால் ஆண்மைக் குறைவு ஏற்படுகிறது என்பது உண்மையா? ரன்னிங் போவதால் என்ன நன்மை?

உண்மையல்ல. ரன்னிங்கை விட ஜாகிங்கில்தான் இதயத்துக்கு நன்மை என்கிறார்கள்.

✉ **ஷோபனா,** *ஈரோடு.*

✍ இசையை மிக அதிக ஒலி அளவில் கேட்பது காதுக்குக் கெடுதலா? கண்ணாடிகள் சிதறுமாமே...?!

ஆம்; காது செவிடாக வாய்ப்பு இருக்கிறது. பாப் சங்கீதக்காரர்களைக் கொஞ்சம் அதிகமாகப் பாடவிட்டால் நம்மை செவிடர்களாக்கி விடுவார்கள். 'Acid Rock' என்னும் வகை சங்கீதத்தின் சப்தம் ஜெட் விமானத்தை விட அதிகம். தாளுமா?

✉ **து.சுவாமிநாதன்,** *தஞ்சாவூர்.*

✍ ஆண்களுக்கு மட்டும் மீசை முளைக்கிறதே. பெண்களுக்கு முளைப்பதில்லையே, ஏன்?

மீசை முளைப்பது என்பது ஆண்ட்ரோஜன் என்கிற ஹார்மோனின் ஆதிக்கத்தைப் பொறுத்தது. ஆண்களுக்கு இந்த ஜென் அதிகம். இதனால் தான் ரோமம் ஏராளம். (சில வேளைகளில் அட்ரினோ ஜெனிட்டல் ஸிண்ட்ரோம் என்கிறார்கள்). சில பெண்மணிகளுக்கு இந்த மாதிரி தகாத இடத்தில் எல்லாம் ரோமம் வளருமாம். இந்த மாதிரி வளர்ச்சிகளுக்கு 'ஹிர்ஸ்யூடிஸம்' என்று பெயர் வைத்திருக்கிறார்கள்.

✉ **என்.ஹரிநாராயணன்,** *மதுரை-16.*

✍ தலைவலி ஏன், எப்படி வருகிறது? ஒற்றைத் தலைவலி என்கிறார்களே, அதில் என்ன ஸ்பெஷாலிட்டி?

தலைவலி மூன்று வகைப்பட்டது. முதல் வகை - சமூக மனவியல் காரணங்களால் டென்ஷன், அயர்வு, எரிச்சலூட்டும் நிகழ்ச்சிகள் ஏற்படுத்தும் தலைவலி.

இரண்டாவது - உடல்வகை, மருத்துவ வகை காரணங்களால் வரும் தலைவலிகள்... கண்ணில் அதிகப்படி அழுத்தம்; ஸ்ட்ரெய்ன்.

பல்வலி, சைனஸைட்டின் வகை மூக்கடைப்பு, சில உணவுப் பொருட்கள் உட்கொள்வதால், சில வகை மருந்துகளால், தூக்கமின்மையால், மிகக் குளிர்ந்த நீரில் குளிப்பதால், சினிமா பார்ப்பதால், டி.வி-யை அருகே நோக்குவதால், அறையில் காற்றோட்டமின்றிப் பல பேர் சிகரெட் குடிப்பதால் - இப்படிப் பல வகைக் காரணங்கள் - சூழ்நிலைக் காரணங்கள் - தலைவலியை ஏற்படுத்தலாம்.

மூன்றாவது, கொஞ்சம் சீரியஸ் ரகம். தலையில் யாராவது அரைச் செங்கல்லால் அடித்தால் தலைவலி வரும். மூளைக்குள் சின்ன ரத்தக் கசிவுகள், தலைவலியாகப் பரிணமிக்கும். மூளைக்குள் டியூமர் வலியாக வெடிக்கும். மெனிஞ்சைட்டிஸ் ஜுரத்தின் ஆரம்ப அறிகுறிகள். என்ஸெஃபலைட்டிஸ் என்னும் மூளைக்குள் வீக்கம் - இவையெல்லாம் தலைவலி தரும் - பயங்கரமான தலைவலி.

பெரும்பாலான தலைவலிகள் முதல் வகையைச் சேர்ந்தவைதாம். இந்த வகை

ஆண்ட்ரோஜனைத்தான் கேட்க வேண்டும்!

தலைவலி வருவது நீங்கள் எப்படிப் பட்ட மனிதர் என்பதைப் பொறுத்தது. எப்படி வாழ்கிறீர்கள், எப்படி உணர்ச்சிவசப்படுகிறீர்கள், எப்படி கோபப்படுகிறீர்கள், எவ்வளவு பொறுமை என்பதைப் பொறுத்தது. மைக்ரேன் அல்லது ஒற்றைத் தலைவலி மிகவும் ஆராய்ச்சி செய்யப்பட்டு, ஏகப்பட்ட மருந்து கண்டுபிடிக்கப்பட்ட தலைவலி. இந்த வகை தலைவலிக்காரர்களுக்கு (அடியேனும் ஒருத்தன்) பெரும்பாலோருக்குத் தலையைப் பாகம் பிரித்ததுபோல் ஒரு பாதியில் மட்டும்

காது உஷார்!

வலிக்கும். நச்சு வலி. துடிக்கும் வலி! காலையிலிருந்தே எச்சரிக்கை பிறந்துவிடும். கொல்லைப்பக்கம் போவதில் சிரமங்கள். மூடு அவுட்டாகும். சாயங்காலத்துக்கு லேசாக 'உவ்வே'. அப்புறம் சில பேருக்கு 'ஆரா' என்று கண்ணுக்குள் கலர் கலராக மாடர்ன் ஆர்ட்கூடத் தெரியும். அதன்பின் மைக்ரேன் ஆஜர். ரத்தத் துடிப்புடன் ஒத்துப்போய் 'வெளிச்சம் பார்த்தால் 'கண்கூச' சரியான தடக் தடக் வலி. இதிலேயே பல தினுசு... ஒற்றைத் தலைவலியை ஒரு விதமான எச்சரிக்கை என்கிறார்கள். என்ன செய்துகொண்டிருந்தாலும், 'போட்டதைப் போட்டபடி போட்டுவிட்டு படு' என்று உடலுக்கு எச்சரிக்கையாம்.

✉ **என்.சண்முகம்,** கீழ்பென்னாத்தூர்.

✍ **மாமிச உணவு உண்டால் ஆயுட்காலம் குறைந்துவிட வாய்ப்பு உண்டு என்று கூறுவது பற்றி?**

மாமிச உணவு உட்கொள்ளும் பல தேசங்களில் படு தாத்தாக்கள் இல்லையா? அல்பாயுசில் போகும் வெஜிடேரியன்கள்தான் இல்லையா? மாமிசமோ, மாமிசமில்லையோ - அளவாக, கண்ட கண்ட வேளைகளில் இல்லாமல், தேவைக்கேற்ப உண்ணுவதிலும், தேகப் பயிற்சியிலும், மது, சிகரெட் பழக்கங்கள் இல்லாமல் இருப்பதிலும், டென்ஷன் இல்லாமலிருப்பதிலும், சந்தோஷமான வாழ்விலும்தான் ஆயுட்கால நீட்டம் உள்ளது. மாற்று உறுப்புகள் பொருத்தப்படுவதால் ஆயுள் நீண்டவர்கள் இப்போது அதிகமாகிக் கொண்டிருக்கிறார்கள். புது மருந்துகளால் பல வியாதிகள் காணாமல் போயிருக்கின்றன.

✉ **என்.கல்யாண்குமார்,** ஈரோடு.

✍ **இரண்டு வாழைப்பழங்கள் ஒட்டியிருப்பதை (இரட்டைப்பழம்) சாப்பிட்டால் இரட்டைக் குழந்தை பிறக்கும் என்கிறார்களே, இது உண்மையா?**

பொய்! இரட்டைக் குழந்தை பிறக்க, கர்ப்பமாகும்போது இரண்டு விதமான தப்புக்களில் ஒன்று நிகழவேண்டும். பெண்ணின் கருவில் ஒரு முட்டைக்குப் பதில் இரண்டு முட்டை அல்லது ஒரே முட்டையில் இரண்டு 'ஸ்பெர்ம்' நுழைவது.

✍ **குளிரில் ஏற்படும் நடுக்கத்துக்கும் பயத்தில் நடுங்கும் நடுக்கத்துக்கும் என்ன வேறுபாடு?**

குளிரின் நடுக்கம், நடுங்கி நடுங்கி ரத்தத்தைக் குலுக்கிச் சூடு பண்ணிக் கொள்ளும் ஆட்டோமாட்டிக் முயற்சி. பயத்தில் நடுக்கத்தைவிட அதன் மற்ற விளைவுகள்தான் அதிகம். இதயத் துடிப்பு அதிகமாகும். முகம் வெளிறிப் போகும். ஆள் பயந்திருக்கிறான். இவனுக்கு ஆக்ஸிஜன் நிறைய வேண்டும். ரத்தத்தில் குளுக்கோஸ் அதிகம் வேண்டும். ரத்தக் குழாய்கள் கொஞ்சம் பெரிதாக வேண்டும். மூச்சு ஜோராக வேண்டும். இதற்கெல்லாம் ஹைப்போதாலமஸ்ஸிலிருந்து ஆணை பிறந்து சிறுநீரகத்துக்குச் சற்று மேலே இருக்கும் அட்ரினல் சுரப்பிகளுக்குச் செய்தி செல்ல, அவை ரத்த ஓடையில் கலக்க வைக்கும். அட்ரினலின் என்னும் சமாச்சாரம்தான் பயம், படபடப்புக்குக் காரணம்.

✉ சி.ராஜேந்திரன், கோவை-19.

✎ ஆண் பெண்ணாக மாறினார்; பெண் ஆணாக மாறினார் என்றெல்லாம் பத்திரிகைகளில் படிக்கிறோமே... இந்த மாற்றமெல்லாம் எவ்வாறு சாத்தியமாகிறது?

மாறமுடியாது. சில பெண்களிடம் ஆண்மை மிளிரலாம். சில ஆண்களிடம் பெண்மைக் குணங்கள் இருக்கலாம். இது ஹார்மோன்களின் சாகசம். இப்படி அரைகுறையாக இருப்பதைவிட, செக்ஸ் ஆபரேஷன் என்று ஏதோ பண்ணிக்கொண்டு முழுமையாக்கிக் கொள்ள முயல்கிறார்கள். இதெல்லாம் செயற்கையானதுதான். பெண்ணால் கர்ப்பப்படுத்தவோ, ஆணால் பிள்ளை பெறவோ முடியாது. 'விளிம்பில் இருப்பவர்கள்' செய்துகொள்ளும் பரிதாபமான சிகிச்சைகள் இவை. இந்த மாதிரி செக்ஸ் ஆபரேஷன் பண்ணிக்கொண்டவனின் (அல்லது வளின்) பரிதவிப்பை ஃபாஸ்பைண்டர் என்கிற புகழ்பெற்ற ஜெர்மானிய டைரக்டர் ஒரு திரைப்படத்தில் உருக்கமாகச் சொல்லியிருக்கிறார்.

✉ ப.ராஜேந்திரன், வாரணாசி.

✎ எனக்கு 23 வயது. என் குரலில் பெண்மை இழையோடுவதாக நண்பர்கள் சொல்கிறார்கள். இதை மாற்ற எதாவது வழி சொல்லுங்களேன் - ப்ளீஸ்...

குரல் - உங்கள் தொண்டைக்குள் இருக்கும் 'வோக்கல் கார்ட்ஸ்' என்று

விளிம்பில் இருப்பவர்...

சொல்லக்கூடிய, அதிரக்கூடிய எலாஸ்டிக் போன்ற தசை நார்களைப் பொறுத்தது. உலகத்திலேயே சிறந்த வயலின் கம்பிகளுடன் இவற்றை ஒப்பிடலாம். இந்த தசை நார்களை இழுக்கலாம். தளர்த்தலாம். (170 வகைகளில்!) இவற்றின் ஊடே காற்று செல்லும்போது இவை அதிர்கின்றன. ஒலி பிறக்கிறது. பேச்சுத் தசைநார்கள் தளர்ந்திருந்தால் அவற்றின் அதிர்வலைகள் கொஞ்சமாக இருக்கும். செகண்டுக்கு எண்பது அதிர்வுகளில்

குளிர்....

பயம்....

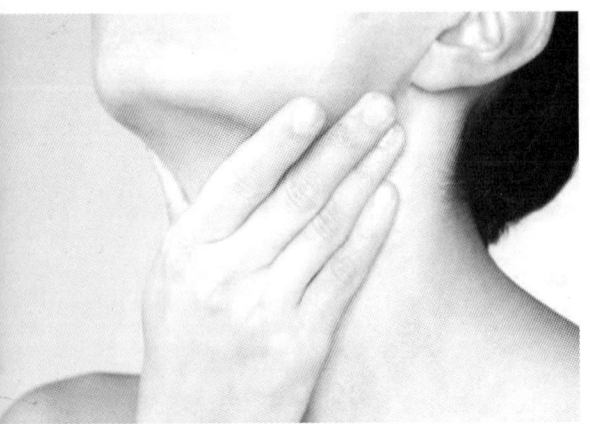

எம்.டி.ராமநாதன் போலக் கேட்கும். அவற்றை இறுக்கினால் ஆயிரம் சைக்கிள் போடும் கீச்சுக் குரல்தான்! குழந்தைக்கு இந்த தசைநார்கள் சிறியவை. எனவே, குழந்தைக் குரல் - ஆணோ, பெண்ணோ கீச்சு.... குழந்தை வளர இவையும் வளர்கின்றன. குரல் கீச்சுத்தன்மை குறைந்து ஆழமாகிறது. ஒரு ஆணின் பேச்சுத் தசைநார்களின் சராசரி நீளம் பெண்களின் சராசரியை விட அதிகம். எனவே, ஆண் குரல்கள் பெண்களைவிடக் கொஞ்சம் 'பேஸ்' அடிக்கும். உங்கள் கேஸில் உங்கள் வோக்கல் கார்ட்ஸ் கொஞ்சம் சின்னது. இதை ஒன்றும் செய்ய முடியாது. உங்களுக்கு ஆறுதலாக, அரசாங்கத்தில், பொது வாழ்வில் பெரிய பதவிகளில் பல கீச்சுக் குரல்காரர்களை நான் சந்தித்திருக்கிறேன் என்று சொல்ல விரும்புகிறேன்.

✉ **சிவரஞ்சனி,** *சேலம்-5.*

✍ **நகத்தில் வெள்ளை நிறத் திட்டு (பூ விழுதல் என்பார்கள்) சில சமயத்தில் ஏற்படக் காரணம் என்ன?**

நகம் என்பது ஸ்பெஷல் தோல். எங்கெங்கே அழுத்தம் இருக்கிறதோ - கை, கால் விரல் நுனிகள் - அங்கே கொஞ்சம் ஸ்பெஷலாக லோடு தாங்கிக்கொள்ளும் சக்திக்காகச் சருமம் நகமாக வளர்கிறது.

நகத்தில், ரோமத்தில் இருப்பதுபோல கெராட்டின் என்ற சத்து பிரதானமாக இருக்கிறது. நகம் வளருவதற்கான செய்தி அதன் செல்களில், உயிரணுக்களில் இருக்கிறது. இந்தச் செய்தியின்படி ஒரே மாதிரியாக ஒரே கலராக நகம் வளரும். (வேகம் - ஆறு மாதத்துக்கு அரை இஞ்ச்). திடுதிப்பென்று செய்தியில் ஒரு சின்ன குளறுபடி ஏற்பட்டுவிட்டால் நிறம் மாறுகிறது. சிலசமயம் ஒழுங்கில்லாமல் கோணா மாணா என்றுகூட வளரும். சருமத்தில் மச்சம் இல்லையா, அதுபோல. நகத்தில் வெள்ளைத் திட்டுக்கள் இதுதான். இதைப் பூ என்றும், அதிர்ஷ்டம் என்றும் சொல்லிக்கொண்டு நம் தினப்படி வாழ்க்கையை இன்னும் சுவாரஸ்யமாக்கிக் கொள்கிறோம்.

'குழந்தை எப்படி உருவாகிறது?' என்பது பற்றி வாசகர்களிடமிருந்து பல கோணங்களில் ஏகப்பட்ட கேள்விகள்... அவற்றுக்கு ஒட்டு மொத்தமான பதில் கீழே:

நீங்கள் இதைப் படித்துக்கொண்டிருக்கும் இந்த நிமிஷத்தில், உலகத்தில் கால தேச வித்தியாசமின்றி எங்காவது ஒரு இடத்தில் ஓர் ஆணும் பெண்ணும் இயற்கை தங்களுக்குப் பணித்த கடமையைச் செய்துகொண்டிருக்கிறார்கள். நாகரிகத்தால் இந்தச் செயலுக்கு வேண்டிய அர்த்தங்களும், நாசூக்குகளும், தேவைகளும், பிடிவாதங்களும் ஏற்பட்டுவிட்டாலும் இயற்கை இதற்குக் கொடுத்திருக்கும் மதிப்பு ஒன்றே ஒன்றுதான் - இனவிருத்தி.

ஆணும் பெண்ணும் இணைகிற இந்த உடலுறவின் இறுதியில் ஆண் உதிர்க்கும் திரவத்துக்கு 'விந்து' என்று பெயர் கொடுத்திருக்கிறார்கள். நான் இன்சார்ஜாக இருந்தால் அதை 'விந்தை' என்று மாற்றி கெஜட் அறிக்கை விட்டிருப்பேன். விந்தையான திரவம்தான்! ஒருமுறை வெளிப்படும் சுமார் இரண்டு ஸ்பூன் திரவத்தில் 'ஸ்பெர்ம்கள்' என்று சொல்லப்படும் நுட்பமான உயிரணுக்களின் எண்ணிக்கை முப்பது கோடி! இந்த முப்பது கோடி நுண்ணணுக்கள் ஒவ்வொன்றிலும் உங்கள் (உங்கள் என்றால் ஒரு

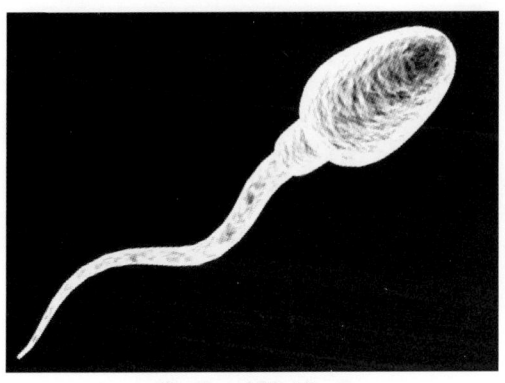

ஒரே ஒரு ஸ்பெர்ம்...

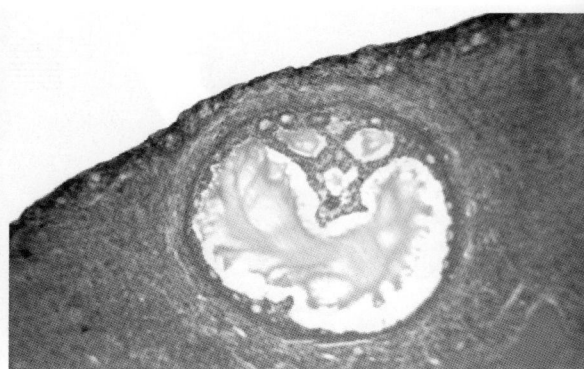

இலக்கு... முட்டை!

பேச்சுக்கு... சம்பந்தப்பட்டவர் யாரோ அவருடைய!) இருபத்துமூன்று க்ரோமோஸோம்கள் இருக்கின்றன. இந்த க்ரோமோஸோம்களில் அந்த ஆணின் அடையாளங்கள்

அத்தனையும் டி.என்.ஏ நாடாவில் செய்தி ரூபமாக கறுப்பா, சிவப்பா; குட்டையா, நெட்டையா, முடி சுருட்டையா, காது பெரிசா, மூக்கு எப்படி என்று எல்லாச் செய்திகளும் - அப்பா, அம்மா, தாத்தா , பாட்டிகளின் அத்தனை 'வம்சாவளிகளும்' பதிவாகி இருக்கின்றன.

இயற்கை சான்ஸே எடுத்துக் கொள்வதில்லை. பெண் உறுப்புக்குள் கர்ப்பப்பைக்கு முன்புள்ள ஸெர்விக்ஸ் வாசலில் விடப்பட்ட முப்பது கோடி நுண்ணணுக்களில் ஆயிரத்துக்கும் குறைவாகத்தான் நம் இலக்கை அடையப் போகின்றன. அவற்றில் ஒன்றுதான் வெற்றிபெறப் போகிறது. இலக்கு என்ன? ஒரு நுட்பமான முட்டை. எங்கிருந்து வந்தது? ஒரு பெண்ணின் பெல்விஸ் என்று சொல்லப்படும் இடுப்புப் பகுதியில் இடது, வலது பக்கத்தில் 'ஓவரி' என்று சுமாராக பாதாம்பருப்பு சைஸுக்கு இரண்டு அங்கங்கள் இருக்கின்றன. இவற்றில் அவள் வாழ்நாளுக்குண்டான சப்ளை முட்டைகள் வைத்திருக்கிறாள். பிறக்கும்போதே ஒரு பெண் சுமார் மூன்றரை லட்சம் முட்டைகளோடு பிறக்கிறாள். சுமார் 12, 13 வயதுவரை முட்டைகள் 'மெச்சூர்' ஆகாமல் இருந்து பிறகு மாதத்துக்கு ஒவ்வொன்றாக மெச்சூர் ஆக ஆரம்பிக்கிறது. இப்படி வாழ்நாளில் மெச்சூர் ஆவது சுமார் 375 தான். கண்ணுக்குத் தெரியாத ஊசிமுனை போன்ற இந்த முட்டைகளை ஒரு டீஸ்பூனில் சுமார் பத்து லட்சம் நிரப்பலாம். மாதா மாதம் இந்த முட்டைகளில் ஒன்றைத் தேர்ந்தெடுத்து அதை ஒரு பயணத்துக்கு அனுப்புகிறாள். வெளிப்பட்ட முட்டையின் வாழ்வு மொத்தம் இருபத்துநாலு மணி நேரம்.

அதற்குள் அது இந்த முப்பது கோடிப் பேரில் ஒருவனை - தன் காதலனைச் சந்திக்க வேண்டும். இந்தச் சந்திப்புக்காக அந்த முட்டை அதிகம் முயற்சி பண்ணுவதில்லை. இரண்டு ஓவரிகளிலிருந்து இரண்டு ஃபலோப்பியன் குழாய்கள் பிரிந்து பெண்ணின் கர்ப்பப்பையுடன் கனெக்ஷன் பண்ணுகிறது. இந்தக் குழாய் ஒன்றில் பாதி தூரம் போய் 'இங்கேயே ஈரமாக, கதகதப்பாக, இருட்டாக, சௌகரியமாக இருக்கிறது. காத்திருக்கலாம். அவன் வரட்டும் என்று உட்கார்ந்து கொள்கிறது. இதனிடையில் முப்பது கோடி உயிரணுக்களும் ஒரே குறிக்கோளுடன் கிளம்புகின்றன: சின்ன தலை, ஒரு வால், அதை வைத்துக்கொண்டு நீச்சல் போல மெல்ல மெல்ல துடித்துக் கொண்டு நுழைய முற்படும்போதே முப்பது கோடியில் பாதிப்பேர் அம்பேல்! தலையைவிட ஒன்பது பங்கு நீள வால். அளவு? ஒரு அங்குலத்தில் ஐந்நூறில்

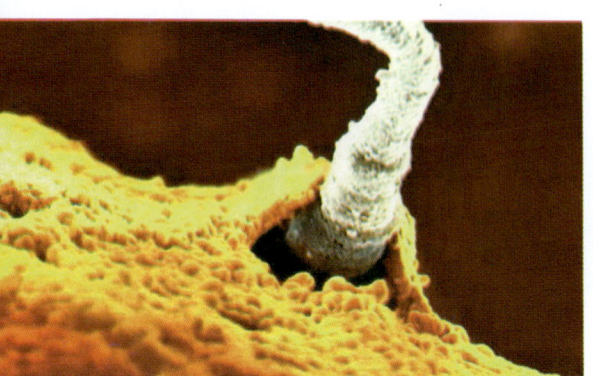

வெற்றி-முட்டைக்குள் ஸ்பெர்ம் நுழைகிறது...

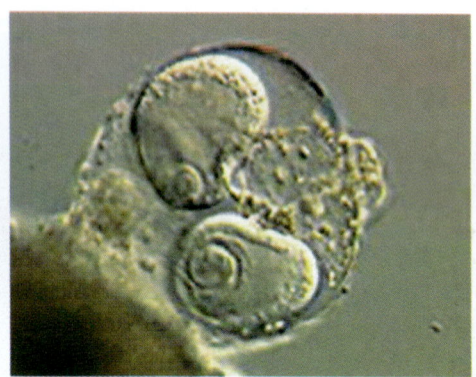

ஒரு செல் பிரிந்து இரண்டாக...

ஒரு பாகம். முட்டையை அடைய மொத்தம் பயணம் செய்ய வேண்டிய தூரம் சுமார் அஞ்சு இஞ்ச். அதன் சைஸுடன் நம்மை ஒப்பிட்டால் இது ஐந்து மைல் எதிர்நீச்சலுக்குச் சமம். கஷ்டமான பகுதி வாசலிலேயே. பாதிப் பேர் காலி. மீதிப் பேருக்கு எந்தக் குழாயில் முட்டை, எது காலி குழாய் என்பது தெரியாமல்... பாதிப் பாதியாகப் பிரிந்து முண்டியடித்துக்கொண்டு மேலே சென்று ஃபலோப்பியன் ட்யூபுக்குள் இருக்கும் முட்டையை அடைவதற்குள் ஆயிரத்துக்கு கம்மியே மிஞ்சுவர். இந்த ஆயிரத்திலும் ஒன்றுதான் கடைசியில் முட்டையினுள் நுழைகிறது. மூன்று மணி நேரப் பயணத்துக்குப் பிறகு கதவைத் தட்டினால் 'கமின்'! ஒரே ஒரு ஆளுக்குத்தான் அனுமதி. உள்ளே நுழைந்ததும் முட்டை 'ஹவுஸ்ஃபுல்' போட்டு கொடுத்து மற்ற பேரைத் தடை செய்து விடுகிறது. உள்ளே வந்தவனை 'வா. உனக்காகத்தான் காத்திருக்கிறேன்' என்று அரவணைத்துத் தன்னுடன் ஐக்கியப்படுத்திக் கொள்கிறது.

ஆண் வெளிப்படுத்தும் ஒவ்வொரு உயிரணுவும் ஓர் அதிசயமான விஷயம். சுமார் 0.05 மில்லிமீட்டர். அதற்கும் தலை, நடுப்பகுதி, வால் எல்லாம் உண்டு. உயிரணு என்கிற 'விண்வெளிக் கலத்தை' கிளப்பிச்செல்லும் 'ராக்கெட்டாக' அதன் வால் பயன்படுகிறது. பெண்ணின் முட்டையை ஆணின் உயிரணு துளைத்தவுடன் வாலின் வேலை ஓவர். முட்டையை நோக்கி நீச்சல் அடிப்பதற்கு பெட்ரோல் மாதிரி சக்தியைத் தருவது நடுப்பகுதி.

'ஸ்பெர்ம்'ன் தலைப்பகுதியில்தான் ஆண் தன் பங்குங்கு அனுப்பும் 23 க்ரோமோஸோம்கள் உள்ளன. அவனுடைய உயரம், முன்கோபம், நீள மூக்கு, கிடார் வாசிக்கும் திறமை எல்லாம் அதில் அடங்கியிருக்கலாம். இந்த க்ரோமோஸோம்களை அக்ரோஸம் என்னும் ஒரு குட்டி 'ஹெல்மெட்' பாதுகாக்கிறது. முட்டையைத் துளைத்து உள்ளே நுழையும்போது இந்த 'ஹெல்மெட்'டை ஸ்பெர்ம் கழட்டி எறிந்து விடுகிறது. இந்த 'ஹெல்மெட்'டில் இயற்கை ஒரே ஒரு Enzyme-ஐப் பொருத்தியிருப்பது இன்னொரு அதிசயம்.

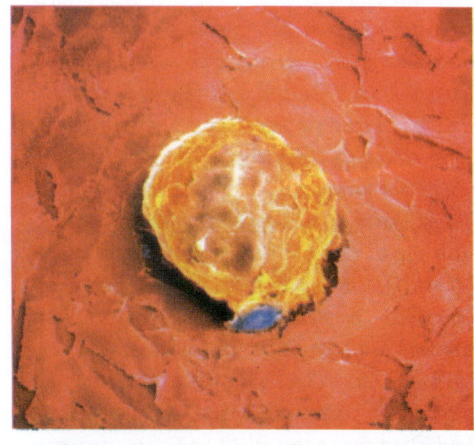

மனிதன் கருவாக உருவாகி எட்டு நாட்கள்!

பெருகும் செல்கள்...

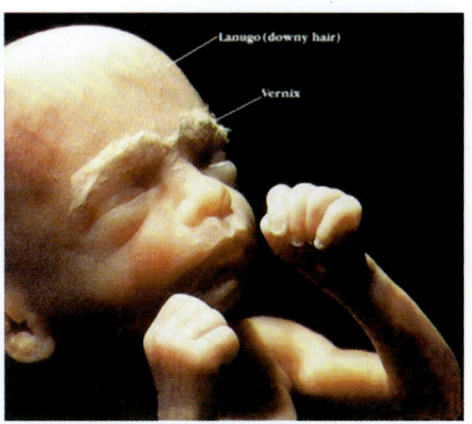

இன்னும் கொஞ்சம்தான் பாக்கி!

கொஞ்சம் கடினமாக உள்ள பெண்ணின் முட்டையை மிருதுவாக்குவது இதுதான். ஸ்பெர்ம் உள்ளே நுழைவதைச் சுலபமாக்குவதற்காக! இல்லாவிட்டால் முட்டையை முட்டிக்கொண்டேயிருக்க வேண்டியதுதான்!

பெண்ணின் வயிற்றுக்குக் கீழ்ப் பகுதியில் வலது, இடமாக இருக்கும் இரண்டு 'ஓவரி'கள்தான் முட்டைகளைத் தயாரிக்கும் 'தொழிற்சாலை'. ஆணுக்கு விரைகளைப்போல பெண்ணுக்கு ஓவரி. அங்கிருந்து ஃப்லோப்பியன் ட்யூப் என்னும் 'தெரு' வழியாக முட்டை கர்ப்பப்பை என்னும் 'மெயின் ஆபீஸை' நோக்கிப் பயணம் செய்கிறது! வரும் வழியில்தான் குதூகலமாக நீந்தி வரும் ஆணின் உயிரணுவைச் சந்தித்து இணைகிறது.

முட்டைக்குள் ஸ்பெர்ம் வெற்றிகரமாக நுழைந்தவுடன் உள்ளே ஏகப்பட்ட பரபரப்பான விஷயங்கள் நிகழ்கின்றன. 24 மணி நேரத்துக்குப் பிறகு செல் இரண்டாகப் பிரிகிறது. இதற்குப் பிறகு வேகமாக 4, 8, 16 என்று விருத்தியடைகின்றன. கர்ப்பப்பையை நோக்கிப் பயணம்.

ஒரு மாதத்தில் மில்லியன் கணக்கில் செல்கள் ரெடி. எந்தெந்த செல் என்ன பணியை ஏற்கப் போகிறது? காதாகவா? மூக்காகவா மூளையாகவா, இதயமாகவா, விரலாகவா, முழங்காலாகவா? போன்ற விஷயங்களெல்லாம் முடிவு செய்யப்பட்டாகிவிட்டன.

இந்தக் கணக்கில்தான் புதிய உயிர் துவங்குகிறது. இதுவரை கம்மென்று இருந்த முட்டை புதியவனைக் கண்டதும் புளகாங்கிதம் அடைந்து "வா, உன் க்ரோமோஸோம்களைக் கொடு. என்னிடமும் இருபத்துமூன்று இருக்கிறது. இரண்டையும் சேர்த்து ஒரு புதிய உயிரை அமைக்கலாம். நீ என்னப்பா எக்ஸா, ஒய்யா? எக்ஸ் என்றால், பெண், ஒய் என்றால் ஆணை உண்டாக்கலாம். இதுதான் இந்தப் பேட்டையில் வழக்கம்" என்கிறது.

முட்டைக்குள் 'ஸ்பெர்ம்' நுழைந்து ஒரு செல்லாகி பாதி பாதியாகப் பிரிந்து இரண்டு செல்லாகிறது. இரண்டு, நாலாகிறது. 'இந்தக் குழாயில் இருந்தால் ஆபத்து... வா, நாமெல்லாம் கர்ப்பப்பைக்குப் போய் விடலாம்' என்று முட்டை புறப்பட்டு விடுகிறது. 'யூட்டிரஸ்' என்னும் கர்ப்பப்பைக்குப் போகிறபோது இரண்டு, நாலு, எட்டு, பதினாறு என்று பெருகிக்கொண்டே செல்கிறது. யூட்டிரஸில் ஒரு லைனிங் மாதிரி இருக்கிறது. அதை மெல்ல மெல்லத் துளைத்துத் தன்னைச் சுற்றிச் சாப்பாட்டு விஷயங்களைக் கவனித்துக் கொள்வதற்காக 'ட்ரோபோப்ளாஸ்ட்' என்று ஜவ்வு அமைத்துக் கொள்கிறது. சுற்றிலும் 'ப்ளஸெண்ட்டா' என்று திரை அமைத்துக் கொள்கிறது. இப்போது

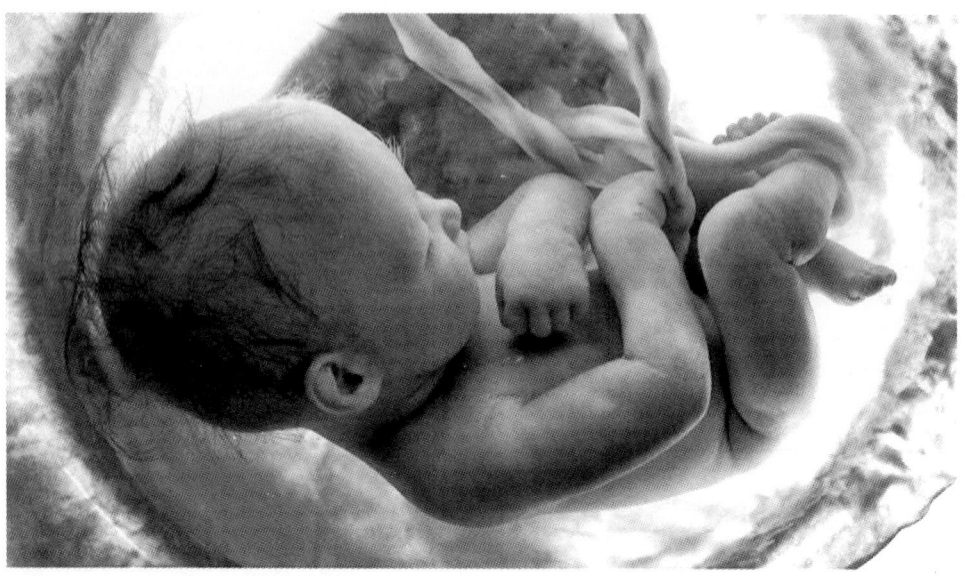

உள்ளே சுறுசுறுப்பாக வேலை நடக்கிறது. ஸெல்கள் இரட்டித்து

இரட்டித்துப் பெருகி உள்ளுக்குள் ஒரு எட்டு ஷேப்புக்கு மாறுகிறது. ஒரு மாசத்துக்குள் முட்டை கருவாக இருந்தது சுமார் கால் இஞ்ச் சைஸுக்கு வளர்ந்து அதிலேயே துளியூண்டு தலை, உடல், வேலை செய்யுமொரு சின்ன இதயம், கொஞ்சம் ரத்தம், பேருக்குக் கை, கால்கள், வயிறு, மூளை (ஏன், ஒரு தேவையில்லாத வால்கூட). பிற்காலத்தில் மனுஷ ரூபத்துக்கு உண்டான அத்தனையும் 'மினியேச்சர்' வடிவத்தில் வந்து விடுகிறது. அம்மாவிடமிருந்து ப்ளஸெண்ட்டா வழியாக ரத்தம் வாங்கிக் கொண்டு அதைத் தொப்புள் கொடியின் மார்க்கமாக உள்ளே சேர்த்துக்கொள்கிறது.

முதல் மாச இறுதியில் கரு, கால் இஞ்ச் நீளமாகிறது. இரண்டாவது மாசத்தில் ஆண் அல்லது பெண் இன உறுப்புக்கள் தோன்றுகின்றன. மூன்றாவது மாசம் ஜீரண உறுப்புக்கள், எலும்பின் ஆரம்பங்கள். நான்காவது மாசம் கொஞ்சம் சுமாராகவே ஷேப்புக்கு வந்து ஏறக்குறைய குழந்தை வடிவத்துக்கு வந்து விடுகிறது. கொஞ்சம் நிமிர்ந்துகொண்டு பாப்பாவுக்குக் கண்கள் பொஸிஷனுக்கு வந்து சின்ன விரல்களில் ரேகைகூட வைத்துக் கொண்டிருக்கும். தோல்தான் கறுப்பாக, கொசகொச என்று இருக்கும். கை, காலை அசைக்கும் (அம்மாவுக்கு வயிற்றுக்குள் சிறகடிப்பதுபோல் இருக்கும்). கர்ப்பப்பைக்குள் சிறுநீர் கழிக்க ஆரம்பிக்கிறது. அஞ்சாம் மாசம் தலைமுடி, நகம், பால்பற்களின் முளைகள் எல்லாம் ஏற்பட்டு, இரண்டாவது மாதத்தில் ஏறக்குறைய வட்ட வடிவில் இருந்த உடம்பு திறந்துகொண்டு, முதுகு மட்டும் வளைந்து ஒரு மாதிரி விரிந்து கொள்ளும். ஒரு அடி உயரம். சுமார் ஒரு பவுண்டு.. இப்போது பிறந்தால் நாலைந்து தடவை மூச்சு வாங்கிவிட்டு ஒரு வரி அழுதுவிட்டுப் பிராணனை விட்டுவிடும்! அதற்குமேல் சான்ஸ் இல்லை.

ஆறாவது மாசம் கண் திறந்து கொண்டு இருட்டைப் பார்க்கும். நாக்கில் (எதற்கோ?) ருசி பார்க்கும் பகுதிகளும் தயார். ஆறு மாசக் குழந்தை பிறந்தால் சில மணி நேரம் பிழைத்திருக்கும். இன்க்யூபெட்டரில் மன்றாடினால் பிழைக்கலாம்.

ஏழாம் மாசம் கொஞ்சம் சுயாட்சி! மூளையில் எல்லா ஒயரிங்கும் முடிந்து நரம்புகளுக்கெல்லாம் கனெக்ஷன் போய் பதினாறு இஞ்ச், மூன்று பவுண்டுக்கு

இப்போது பிறந்தால் பிழைக்க சான்ஸ் அதிகம்.

அழும், மூச்சு விடும், முழுங்கும், வெளிச்சம் தெரியும். கொஞ்சம் இன்ஃபெக்ஷந்தான். So ஜாக்கிரதையாக இருக்கவேண்டும். எட்டாவது, ஒன்பதாவது மாசத்தில் பெட்டி, படுக்கையுடன் ரெடியாகி விடுகிறது.

கடைசி மாதவிலக்கின் முதல் நாளிலிருந்து இருநூற்று எண்பதாவது நாளில் பத்து சதவிகிதம் குழந்தைகள் பிறந்து விடுகின்றன. எழுபத்தைந்து சதவிகிதம் இன்னும் இரண்டு வாரம் தள்ளிப் பிறக்கின்றன. இப்போதெல்லாம் மேலை நாடுகளில் குழந்தை பிறந்தவுடன் உடனே தொப்புள் கொடியை 'கட்' பண்ணாமல் கொஞ்ச நேரம் தாயின் மீது படுக்கவிட்டு, கணவனையும் வரவழைக்கிறார்கள்.

ஒன்பது மாதங்களின் இந்த அபார முன்னேற்றத்தின் ஆதாரச் செயல் ஒரு ஸெல் இரண்டாகப் பிரிவதுதான்! இதில்தான் தினப்படி நிகழும் இந்த மகா ஆச்சரியத்தை விஞ்ஞானம் கணத்துக்குக் கணம் அலசிவிட்டாலும், பரிணாம தத்துவத்தின்படி இதன் ரசாயனத்தின் சரித்திரம் விளக்கப்பட்டாலும், ஏன் என்ற அதி ஆச்சரியம் நிச்சயம் மிச்சமிருக்கிறது.

பெண்ணின் முட்டையும் ஆணின் உயிரணுவும் சந்திக்கும் அற்புத நிகழ்ச்சி வெறுங் கண்களுக்குத் தெரியாது. ஸ்வீடன் நாட்டைச் சேர்ந்த டாக்டர் பெர்ஸண்ட் ஸ்ட்ராம் என்னும் விஞ்ஞானி எலக்ட்ரான் மைக்ராஸ்கோப் வழியாக இந்த நிகழ்ச்சியைப் படம்பிடித்திருக்கிறார். பல மடங்கு பெரிதாக்கப்பட்ட படங்கள் இவை!

1. பெண்ணின் முட்டையை ஸெல்கள் என்கிற 'தோழிகள்' ஜாக்கிரதையாக அழைத்து வருகின்றன!

2. ஃபலோப்பியன் ட்யூபில் ஆணின் உயிரணுக்கள் முட்டையைத் துளைக்கப் போராடுகின்றன. நுழையப் போவது ஒரே ஒரு உயிரணுதான். அதிர்ஷ்டசாலி எதுவோ?

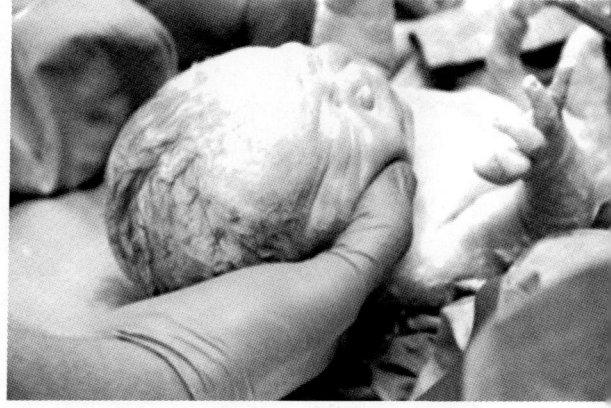

3. மும்முரமாக முட்டையைத் தாக்கும் உயிரணுக்கள் - ஒரு க்ளோஸப்.

4. ஒரே ஒரு 'ஹீரோ' உள்ளே நுழைந்தாகிவிட்டது. மற்ற உயிரணுக்கள் 'வாழ்க' சொல்லிவிட்டுத் திரும்ப வேண்டியதுதான்! இடதுபுறம், மேலே சற்று வீங்கிக் காணப்படுவது - துளைக்கப்பட்ட இடம்!

5. ரொம்ப 'க்ளோஸப்'பில் கர்ப்பப்பையின் சுவர்கள் எலக்ட்ரான் மைக்ராஸ்கோப் வழியாகப் பார்ப்பதால் இப்படிக் கரடுமுரடாகத் தெரிகிறது. (உண்மையிலேயே மிகமிக மென்மையான சுவர் இது!) இந்தக் 'கரடுமுரடு' தான் முட்டை நழுவி விழாமல் பாதுகாக்கிறது!

ஐந்தாவது வாரத்தில் கரு ஒரு முந்திரிப்பருப்பு சைஸில் இருக்கும். ஸ்வீடன் நாட்டைச் சேர்ந்த லென்னார்ட் நில்ஸன் என்னும் விஞ்ஞானி 'SEM' என்கிற ஸ்கானிங் எலக்ட்ரான் மைக்ராஸ்கோப் உதவியால் கருவாக இருக்கும் மனிதனைப் படமெடுத்தார்.

6. ஐந்தாவது வாரம், முகம் தலைப்பகுதி, நடுவில் இருப்பவை மூக்குத் துவாரங்கள். கீழே வாய், பக்கவாட்டில் இருக்கும் சிறிய துவாரங்கள் தான் பிற்பாடு மேலே நகர்ந்து கண்களாகப் போகின்றன!

7. ஐந்தாவது வாரம் மனிதனின் சைஸ் அரை அங்குலத்துக்கும் குறைவு. வயிற்றுப் பகுதியில் இருப்பது இதயம். (அடித்துக் கொள்ள ஆரம்பித்துவிட்டது) கால், கை முளைக்கவில்லை. ஆதிகாலத்து

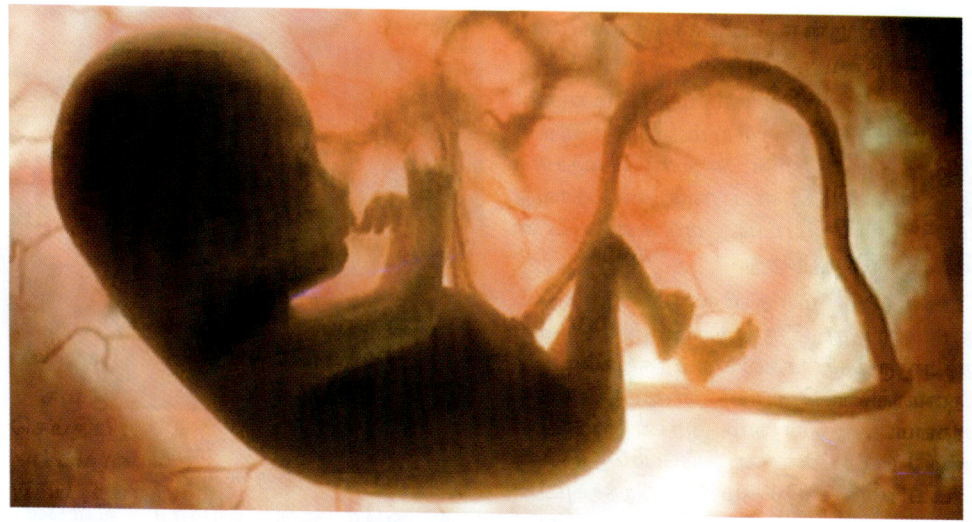

சம்பந்தமாக வால் உண்டு. (ஆறாவது வாரம் வரை பூனை, எலி,

பறவை, மாடு, மனிதன் - எல்லா கருக்களும், ஒரே மாதிரிதான் தோற்றமளிக்கின்றன!) வாலின் முனையிலிருந்துதான் கால்கள் முளைக்கின்றன. ஸ்பைனல் காலத்தின் கடைசி எலும்பாகிறது வால்முனை. முன்பக்கம் இருக்கும் 'பைப் லைன்' தான் தொப்புள்கொடி. மிகமிக முக்கியமான சமாசாரம்!

8. கண் உருவாகிறது. மூன்றாவது வாரத்தில் லேசான பள்ளம். (படத்தின் நடுவில்) ஐந்தாவது வாரத்தில் 'கண் ஷேப்' வருகிறது. மூளைக்கும், கண்ணுக்கும் ஒரே ஒரு 'ஒயர் கனெக்ஷன்' ரெடி. இதுதான் பிற்பாடு Optic Nerve' ஆகப் போகிறது. பதினோராவது வாரத்துக்குள் லென்ஸ் எல்லாம் ரெடியான பிறகு கண்கள் ஆறாவது மாதம்வரை மூடிக் கொள்கின்றன. இடது பக்கம் கீழே தெரிவது கை, விரல்கள் இன்னும் உருவாகவில்லை!

9. நாலாவது வார ஆரம்பத்தில் மனிதன் சுமார் மூன்றரை மில்லிமீட்டர் சைஸில் இருக்கும்போது கைகள் துளிர்விட ஆரம்பிக்கின்றன! (உள்ளங்கை பிறகு வரும்). கைகள் துளிர்விட்ட சில நாட்களில் கால்கள் எட்டிப் பார்க்கின்றன!

✉ **சி.ரகுநாதன்,** மதுராந்தகம்.

✍ **உயிருள்ள அணுவுக்கும் (சிவப்பணு, வெள்ளை அணு) உயிரற்ற அணுவுக்கும் (உதாரணமாக செறிவூட்டப்பட்ட யுரேனியத்தி லிருந்து கிடைக்கும் அணு) அடிப்படை வித்தியாசம் என்ன?**

உயிருள்ள அணுக்களை 'அணுக்கள்' என்று கூறுவது தப்பு. மனித செல் தனிப்பட்ட அணு அல்ல. கார்பன், ஹைட்ரஜன், பாஸ்பரஸ் போன்ற பற்பல அணுக்களின் கட்டட அமைப்பாக இருக்கும் சிக்கலான மாலிக்யூல்கள். மனித செல்களை உயிரற்ற அணுவோடு ஒப்பிட்டால், மிகப் பெரியது. அவற்றுக்குப் பிரிந்து இரண்டாகும் குணம் உண்டு. ஒரு நாளைக்கு நம் உடம்பில் அறுபது கோடி செல்கள் இறந்து புதுசாகப் பிறக்கின்றன. இந்த செல்களின் கட்டட அமைப்பில் அதன் புதுப் பிறப்புக்கான செய்திகள் அத்தனையும் இருக்கின்றன. தனிப்பட்ட அணு என்பது எளிமையானது. ப்ரோட்டான், நியூட்ரான், எலெக்ட்ரான்களால் ஆனது.

✉ **கே.செல்லமுத்து,** திருமங்கலம்.

✍ **பிறப்புக்கே அத்தியாவசியமான ப்ளெஸெண்டா (Placenta)வைத் தூக்கி எறிந்துவிடுகிறார்களே... அது யூஸ்லெஸ் தானா?**

கர்ப்பமான இரண்டு வாரத்துக்குள் 'வில்லை' என்று சொல்லப்படும் மிகச் சிறிய விரல்கள் போன்றவைதான் தாயின் ரத்தத்தில் உள்ள சத்துக்களை உறிஞ்சி கருவுக்குத் தருகின்றன. இரண்டாம் வாரத்தில் இந்த வில்லைகளுக்குள் ரத்தக் குழாய்கள் அமைந்து கருவின் ரத்த சப்ளை அமைப்புடன் இணைந்துகொள்கின்றன. இவையெல்லாம் ஒட்டுமொத்தமாகச் சேர்ந்து ப்ளெஸெண்டா என்று ஆச்சரியகரமான அமைப்பாகிறது. ப்ளெஸெண்டா என்றால் தட்டையான கேக் என்று அர்த்தம். அப்படிப்பட்ட வடிவம் கொண்டது. ப்ளெஸெண்டா கருக் குழந்தையின் அஸ்திவாரத்தைப் பலப்படுத்துகிறது. உணவுச் சத்தும் பிராண வாயுவும் கருவுக்குக் கிடைக்க அனுமதிக்கிறது. கருவின் கழிவுப் பொருட்களைச் சுவாசப்பை, லிவர், சிறுநீரகம் எல்லாம் ப்ளெஸெண்டாதான் என்று சொல்லலாம்.

ப்ளெஸெண்டா, க்ளைகோஜென் போன்ற பொருட்களைச் சேகரித்துக் கருவுடன் ஒத்துழைத்து பற்பல ஹார்மோன்களை உற்பத்தி செய்து, கருவை அகாலமாக கர்ப்பப்பை வெளியேற்றாமல் பாதுகாத்து, அம்மாவின் முலைப்பால் ஊற உதவி செய்து, அம்மாவின் உடலில் உள்ள அபாயகரமான பொருட்களையெல்லாம் கருக் குழந்தைக்கு வராமல் பாதுகாத்து.... சுருங்கச் சொன்னால், கருவின் மெய்க் காப்பாளனாக இருந்து, பிறக்கும்போது அம்மாவுக்கோ பிள்ளைக்கோ உபத்திரவமில்லாமல் தன்னைக் கருவினின்றும் நீக்கிக்கொண்டு, பிள்ளைப் பிறந்த இருபது நிமிஷம் கழித்து வெளி வந்துவிடுகிறது! அதற்கப்புறம்கூட யூஸ்லெஸ் என்று சொல்ல முடியாது. ப்ளெஸெண்டாவிலிருந்து 'ப்ளெஸெண்டால் எக்ஸ்ட்ராக்ட்' என்று எடுத்து அதைப் பொதுவான மருந்துப்பொருளாகப் பயன் படுத்துகிறார்கள்!

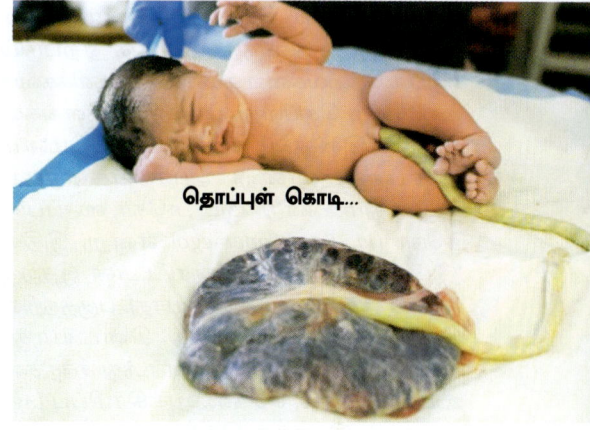

தொப்புள் கொடி...

ப்ளெஸெண்டா

✉ **பா.சி.ராஜாவிவேகானந்தன்,** கடலூர்.

✍ **மனம் என்பது என்ன?**

✉ **கா.ராமச்சந்திரன்,** திருச்சி-20.

✍ **கான்ஷியஸ் மைண்ட் - ஸப் கான்ஷியஸ் மைண்ட்... வேறுபாடு தேவை!**

இதுதான் மனம் என்று உடலில் எந்த உறுப்பையும் காட்ட முடியாது (மார்பைத் தொட்டுக் காட்டும் சினிமா வழக்கத்தை மதிக்காதீர்கள். ஆரம்ப நாட்களில் இதயம்தான் அத்தனை செயல்களுக்கும் மையக் கேந்திரம் என்று எண்ணிக் கொண்டிருந்ததன் விளைவு இது!) உணர்வற்ற, உணர்வுக்கு முற்பட்டது, உணர்வது - என்று (*Uncaonscious, Pre Concious and Conscious mind*) மனத்தை மூன்று தளங்களாகப் பிரித்தார் ஃப்ராய்டு, உணர்வற்றது என்பது நம் மனத்தின் ஆழத்தில் இருக்கிறதாம். இதில் என்ன கச்சடா இருக்கிறது என்பதைக் கண்டுபிடிப்பது கஷ்டம். கனவுகளிலும், வாய் தவறி நம்மையறியாமல் தெறிக்கும் வார்த்தைகளிலும் இந்த ஆழ்மனம் கொஞ்சம் கோடி காட்டுகிறது. 'உணர்வுக்கு முற்பட்டது' என்பது சிறுவயதில் குழந்தைக்கு 'தான்' என்பது ஏற்படும்போது தோன்றுகிறதாம். இந்த ப்ரி-கான்ஷியஸ் மூலம் அடிமனசின் பொருளடக்கங்கள் வார்த்தை அல்லது செயல்ரூபமாக மேலே வருகின்றன.

'கான்ஷியஸ்' என்பது உணரும் மனம், வெளியுலகத்திலிருந்து நமக்கு ஏற்படும் பற்பல தேவைகளை நம்மைக் கவனிக்கவும் உணரவும் செய்வது. மனத்தின் தளங்கள் இவை. இதையே கலந்து கட்டி மனம் என்பதை மூன்று அங்கங்களாகப் பேசுவதும் உண்டு. 'இட்', ஈகோ, ஸுப்பர்-ஈகோ (*Id, Ego, Super-ego*) என்று. இதில் 'இட்' என்பது சரியான காட்டான். இதற்கு நியாய அநியாயம் கிடையாது. பகுத்தறிவு கிடையாது. வார்த்தை கிடையாது. சுரணை கிடையாது. இதன் உந்து சக்திகள் உயிர் வாழ்தல், செக்ஸ், ஆக்கிரமிப்பு (*Aggression*). இதற்குத் தெரிந்தது இரண்டே இரண்டு - இன்பம், வலி.

ஈகோ என்பது 'பாத்தியா, அய்யா எப்படி...?' என்னும் 'தான்'! இதற்கு எப்போதும் உணர்வு, சுரணை உண்டு. 'இட்' செய்யச் சொல்லும் செயல்களையெல்லாம் கொஞ்சம் மாடரேட் பண்ணி வெளியுலக நளின நாசூக்குகளுக்கு ஏற்ப மத்தியஸ்தம் பண்ணி வைக்கிறது.

ஸுப்பர் ஈகோ என்பது ஈகோவிலிருந்து வளர்வது. நமக்கு ஏற்படும் அனுபவங்களால் ஞானம் பெற்று நம்முடைய நடைமுறையில் நாம் கொஞ்சங் கொஞ்சமாக ஒரு அந்தஸ்து, ஒரு ஸ்தானம் பெறுகிறோமே- இது இந்த ஸுப்பர் ஈகோவின் வளர்ச்சியால்.

(லின்ஃபோர்டு ரிஸின் 'டெக்ஸ்ட்புக் ஆஃப் சைகியாட்ரி'யிலிருந்து எடுத்துத் தந்து உதவியதற்காகவும் முந்தைய கேள்விகளுக்கு விளக்கம் தந்தற்காகவும் டாக்டர் லதா நடராஜனுக்கு நன்றி.)

✉ **பா.கிருஷ்ணன்,** *சென்னை-61.*

✍ **ஆண்களுக்கு மார்பகம் 'வேஸ்ட்' இல்லையா?**

மார்பகம் என்று நீங்கள் எதைச் சொல்கிறீர்கள்? நடுவே இருக்கும் இரு பைசாக்களைத்தானே? அப்படியென்றால் ஆரம்பத்தில் ஆண், பெண் இரண்டு பேருக்குமே ஒரே மாடலாகத்தான் வருகிறது. பெண்ணுக்குப் பருவ வயது நெருங்கும்போது அவளுடைய ஹைப்போதாலமஸிலிருந்து பிட்யூட்டரிக்குச் செய்தி போய், அதில் சுரக்கும் ஸ்பெஷல் ஹார்மோன்களின் விளைவால் அவளுடைய மார்பகம் ஷேப்புக்கு வரத் துவங்குகிறது. காம்புகள் பெரிசாகின்றன. ஆண்களுக்கு வேறு ஹார்மோன்கள்... வேறு இடங்கள்.

✉ **ஆர்.ரமேஷ்,** *காரைக்குடி.*

✍ **தூக்கத்தில் நடக்கிறார்களே... வெகு தூரம் 'வாக்கிங்' போய்விட்டு வந்தும், மறுநாள் அதைப்பற்றிய நினைவு துளிகூட அவர்களுக்கு இருப்பதில்லையே... ஏன்?!**

தூக்கத்தில் நடப்பவர்கள் கதவைத் திறந்துகொண்டு தெருக்கோடி டீக்கடை வரை போய் திரும்பி வருவது போன்றதெல்லாம் கதை! நம்பாதீர்கள். ஆனால், தூக்கத்தில் சிலர் சில சமயம் எழுந்து கொஞ்ச தூரம் அடுத்த அறை வரை நடப்பதென்னவோ நிஜம்.

தூக்கத்தில் நடப்பது என்பது ஒரு விதமான கனவு நிலைதான். கனவு என்பது நம் உள் மனத்தில் இருக்கும் டென்ஷனுக்கு ஒரு விதமான வடிகால். நம் மனத்தில் இருக்கும் நிறைவேறா இச்சைகளைப் பூர்த்தி செய்துகொள்ளும் விருப்பம்தான். மறுபடி ஸுப்பர் ஈகோ. ஈட் என்று சைக்காலஜிஸ்ட்டுகளின் பாஷைக்குப் போகாமல் கொஞ்சம் எளிமைப்படுத்திச் சொல்கிறேன். கனவு, ஒரு விதத்தில் நிறைவேறா ஆசைகளின் பொய்யான நிறைவேற்றம் என்று சொல்லலாம்.

தூக்கத்தின்போது பெரும்பாலோருக்கு இங்கே அங்கே நடக்க முடியாது. பல விதங்களில் இயங்க முடியாது. பதிலாக உண்மை போலிருக்கும் கனவுக் காட்சிகளால் இந்த திருப்தி ஏற்படுகிறது. இதற்கு விதிவிலக்குகள் இரண்டு உண்டு. அதில் ஒன்று, இந்த 'தூக்க நடை'. தூக்கத்தில் நடப்பதற்கும், நடப்பவர் அந்தக் கணத்தில் காணும் கனவுக்கும் சம்பந்தம் உண்டு.

நீங்களும் நானும் நடிகை சிலுக்கை நோக்கி நடப்பதாகக் கனவு காண்கையில் நாம் நடப்பது கனவில் மட்டும் நிகழ்கிறது. ஆனால், இந்தத் தூக்க நடைக்காரர்கள் நிஜமாகவே நடந்தும் செல்கிறார்கள். நடந்து சென்று அது சிலுக்கு இல்லை, மரக்கதவு என்று உணரும் போது கனவு தடைபடுகிறது. சும்மா சொன்னேன்! சீரியஸாக ஒரு தூக்க நடைக்காரரைப் பார்க்கலாம். எனக்கு ஒரு டாக்டர் சொன்னார் (புத்தகத்திலிருந்தோ, அனுபவத்திலிருந்தோ)... ஒரு சிறுவன் கொஞ்சம் வளர்த்திக் குறைவு. ரொம்பக்குட்டை இதனால் அவனுக்கு நிஜ வாழ்வில் பற்பல அவமானங்கள். அப்பா, அம்மா நார்மல். இந்தப் பையன் திடீரென்று தூக்கத்தில் நடக்க ஆரம்பித்தான்.

ஒவ்வொரு முறையும் அவனது தூக்க நடை அப்பா அம்மாவின் படுக்கை அறையில் சென்று முடியுமாம். இதற்கு டாக்டர் சொல்லும் காரணம் - அவன் உள் மனத்தில் பெற்றோரைப் பிரித்து வைக்க வேண்டும் என்கிற ஆசை அவனுக்கு என்கிறார். இந்த ஆசை ஏன்? தன்னைப் போல் குறைபட்ட பிள்ளைகளைப் பெற்றுக்கொள்ளாதே என்று உள் மனம் தெரிவிக்கும் எதிர்ப்பு! தூக்க நடை - கனவின் 'தொடரும்' தான்! அதனால் பல சமயங்களில் கனவுகளைப்போல தூக்க நடையும் மறுநாள் மறந்து போய்விடுகிறது.

✉ ச.மாரியப்பன், நயினாரகரம்.

✍ இளம்பிள்ளைவாதம் (Polio) எப்படி ஏற்படுகிறது? இதனால் பாதிக்கப்படும் குழந்தைகளை மீட்பதற்கு வழி ஏதேனும் உண்டா?

இளம்பிள்ளைவாதம் வைரஸ் என்னும் நுண் கிருமியின் தாக்கத்தால் வருவது. மூளையின் அடிப்பக்கத்தையும் ஸ்பைனல் கார்டையும் தாக்குவதால் கால்களைக் கட்டுப்படுத்தும் நரம்புகளும் தசைகளும் பாதிக்கப்பட்டு, அவை சுவாதீனம் இழந்து விடுகின்றன. இதற்கு வருமுன் தடுப்பு மருந்து இருக்கிறது. குழந்தைகளுக்குத் தவறாமல் கொடுத்துவிட வேண்டும். வந்தபின் குணப்படுத்துவது கஷ்டம்தான்.

✉ நாகை. சந்தனஜோதி, நாகப்பட்டினம்.

✍ மாரடைப்பு ஏற்படுமுன் நம் உடம்பில் தெரியும் அறிகுறிகள் என்ன?

இன்று மேலை நாடுகளில் சாவுக்கு முக்கியமான காரணம் மாரடைப்புதான். 'ஹார்ட் அட்டாக்' என்று பொதுவாகச் சொல்லப்படும் இந்த உபாதை. பெரும்பாலும் ஆண்களுக்கு ஐம்பது வயசிலிருந்து எழுபதுக்குள் வருகிறது.

இதற்கு கரானரி த்ராம்பாஸிஸ் என்பது ஒரு முக்கிய காரணம். இதயம் எல்லோருக்கும் ரத்த சப்ளை செய்கிறது. இதயத்துக்கே ரத்த சப்ளை வேண்டுமல்லவா? இந்த ரத்த சப்ளையைத் தரும் குழாய்களை கரானரி ஆர்ட்டரிஸ் என்பார்கள். இது இரண்டு இருக்கிறது. இந்தக் குழாய்கள் அடைபட்டுப் போகும்போது சிக்கல். ரத்த சப்ளை இல்லாததால் இதயத்தின் தசைநார்கள் வலுவிழந்து காயம் பட்டதுபோல் ஆகிவிடுகின்றன. கொஞ்சங்கொஞ்சமாக அவை செயலிழக்கின்றன. இரண்டு குழாய்களில் ஒரு குழாய் அடைத்துக் கொண்டாலும் மற்ற குழாய் மூலம் சமாளிக்கக்கூடிய தகுதியைக் கடவுள் கொடுத்திருக்கிறார். அதிகம் ஓடியாடாமல், சிரமப்படாமல், இருந்தால் சமாளிக்கமுடியும். பல பேருக்கு அதிகம் அலட்டிக் கொள்ளும்போது அல்லது நிறைய சாப்பிட்டபின் அல்லது ரொம்ப குளிர் அல்லது பெரிசாகச் சத்தம்போட்டு இரைச்சலாகக் கோபமாகப் பேசின பின் ஹார்ட் அட்டாக் வர சாத்தியக்கூறுகள் அதிகம்! இதயத்தின் தசை நார் முக்கியமாக மையோகார்டியம் என்பது முற்றிலும் செயலிழக்கும்போது அட்டாக்.

இதயத்துக்குள் ரத்தக் குழாய்கள்

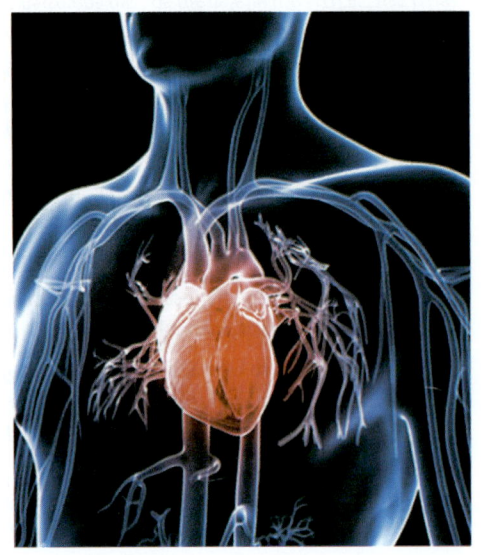

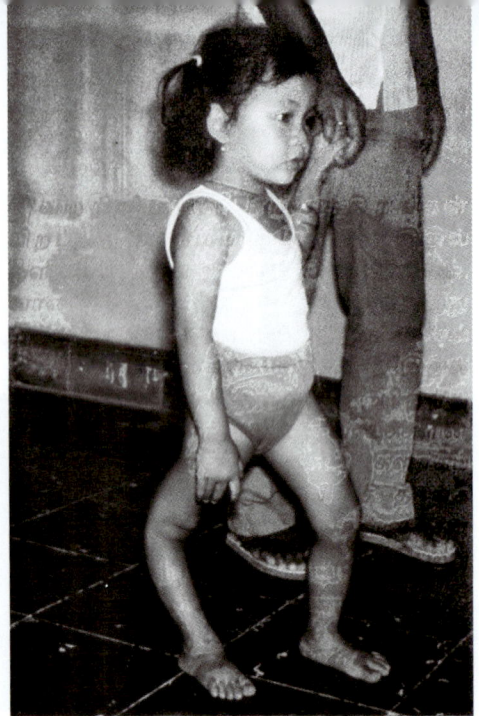

இளம்பிள்ளை வாதம்...

பொதுவாக மார்பின் நட்டநடுவில் வலி இருக்கும். வலி கைகளில், கழுத்தில், இடது தோளில்கூட ஏற்படலாம். வியர்த்து ஊற்றும். மூச்சுத் திணறும். ஆசாமி ரத்தமிழந்து 'ஷாக்' போல் ஆகிவிட பல்ஸ் படக்கென்று குறைந்துவிடும். ஆரம்ப அறிகுறிகள் தோன்றிய ஒரு மணி நேரத்துக்குள் இன்டென்ஸிவ் கேட் யூனிட்டில் அட்மிட் ஆகிவிட்டால் பிழைத்துவிடலாம்.

✉ **ஈ.வி.காந்தி,** பேராவூரணி.

✍ **உடம்பில் காய்ச்சல் ஏற்படும்போது சிறுநீர் மஞ்சள் நிறமாக வருவதன் காரணமென்ன?**

சிறுநீரின் நார்மல் கலர் ஒரு வதமான வெளிர் மஞ்சள் என்று சொல்வார்கள். அது மெல்லிய வைக்கோல் நிறத்திலிருந்து பழுப்பு வரை மாறக்கூடும். சிறுநீரின் வண்ணத்துக்கு முக்கியக் காரணம் யூரோக்ரோம் என்ற அதில் இருக்கும் சாயப் பொருள்தான். வெவ்வேறு விதமான உபாதைகளும் வண்ணத்தை மாற்றுகின்றன.

பச்சை கலந்து ஆரஞ்சு வண்ணம் என்றால் பித்தம் அதிகம். கலங்கலாக லேசான சிவப்பாக இருந்தால் ரத்தம் இருக்கிறது என்று அர்த்தம். வெளுப்பாக

கலக்கலாக இருந்தால் 'Pus' என்று சொல்லப்படும். செத்த ஸெல்களால். ரொம்ப லேசாக தண்ணீர் போலவே இருப்பது பாலியூரியா என்பதன் விளைவாக நீர்த்துப் போவதால். பற்பல மாத்திரை மாயங்களைச் சாப்பிடுவதால் கலர் கலராக மாறுவதும் உண்டு. சிறுநீரின் ஸ்பெஸிஃபிக் கிராவிட்டி 1.015-லிருந்து 1.025 வரை இருந்தால் நார்மல். ஜுரம் வரும்போது அதன் அளவு குறைந்து ஸ்பெஸிஃபிக் கிராவிட்டி திடம் அதிகமாவதால் அதிக மஞ்சளாக தெரிகிறது.

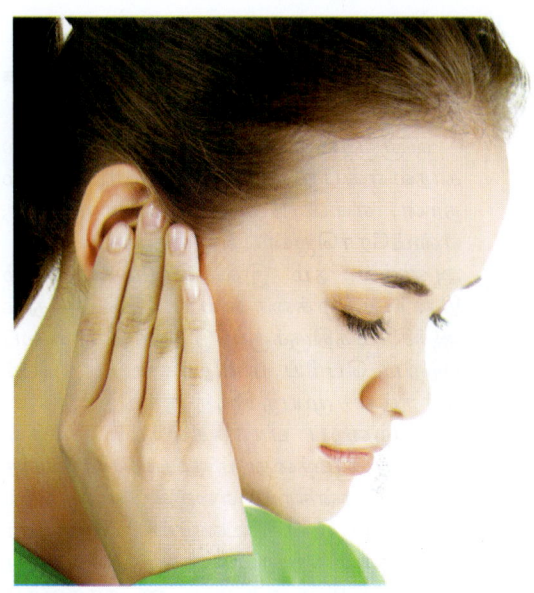

✉ **திருமதி ஜோதி திரவியம்,** புதுவை-1.

✍ **காது கேட்காதவர்களுக்குப் பேசவும் முடிவதில்லையே... ஏன்?**

பிறவியிலிருந்தே காது கேட்காதவர்களுக்குத் தான் இந்த உபாதை. காது வழியாக ஒலியைக் கேட்டுக் கேட்டுத்தான் குழந்தை பேசக் கற்றுக்கொள்கிறது. இந்த 'இன்புட்' இல்லாதவர்கள் செவிட்டு ஊமைகளாக ஆகிவிடுகிறார்கள். பதினாறாம் நூற்றாண்டுவரை இந்த அனுதாபத்துக்குரிய செவிட்டு ஊமைகளை முட்டாள்கள் என்றும் மந்த புத்திகள் என்றும் கருதிச் சிறைப்படுத்திக் கொல்லக்கூடச் செய்தார்கள். ஜெரோம் கார்டன் என்பவர்தான் முதலில் இவர்களுக்கு எழுத்து மூலம் கல்வி தரலாம் என்று யோசித்தார். அவர் ஆரம்பித்து இன்னும் ஒரு நூற்றாண்டில் 'விரல் எழுத்துக்கள்' புறப்பட்டன. இந்த முறையில் செவிட்டு ஊமைப் பிள்ளைகள் தத்தம் விரல்களால் பல வடிவங்களைக் காட்டி எழுத்து எழுத்தாக உச்சரித்துக் காட்டுகிறார்கள். உடன் சங்கேத பாஷையும் உண்டு. உதாரணமாக ஆள்காட்டி விரலை உதட்டின்மேல் ஒட்டிக் காட்டினால் 'பொய் சொல்கிறாய்' என்று அர்த்தம். கன்னத்தில் மூன்று விரல்களால் தட்டிக் காட்டினால் 'எங்கள் மாமா' என்று அர்த்தம். இந்த முறையில் செவிட்டு ஊமைகள் நிமிஷத்துக்கு 130 வார்த்தைகள் வரை பேசமுடியும்!

இந்த முறையில் ஒரு குறை உண்டு. இந்தச் சங்கேதம் தெரிந்தவர்களுடன்தான் அந்தப் பிள்ளைகளால் உரையாட முடியும். அதனால் வாய்மொழிப் பாடம் என்னும் முறையைக் கொண்டு வந்தார்கள். பிள்ளைகளைச் சிரமப்பட்டு உதட்டையும், தொண்டையையும் தொட்டுப்பார்த்தோ, உதட்டின் அசைவுகளைக் கூர்ந்து கவனிக்கச் சொல்லியோ பேசுவது என்ன என்று அறிந்து கொள்ளப் பழக்குகிறார்கள். இந்த முறையில் அவர்களாலேயே சுமாராகப் பேசக்கூட முடிகிறது. (அவர்கள் பேசுவது அவர்களுக்கு கேட்காவிட்டாலும்). ஹியரிங் எய்டுகளும் இந்தக் காலத்தில் பயன்படுத்துகிறார்கள். இதற்கான அகில இந்திய அளவில் பள்ளிகளும் ஆராய்ச்சிக் கூடங்களும் மைசூரிலும், பெங்களூரிலும் உள்ளன.

✉ **எல்.மகேந்திரன்,** ஆத்தூர்.

✍ **நோயுற்று இறந்த ஒரு மனிதனின் உடம்பில் உள்ள பாக்டீரியாக்களும் வைரஸ்களும் என்ன ஆகும்?**

உயிருடன் இருக்கும்!

✉ இ.ரவி, சென்னை-73.

✎ காதலைப் பற்றி விஞ்ஞான ரீதியாக கம்ப்யூட்டர் மொழியில் விளக்குங்களேன்?

விஞ்ஞானத்தைப் பொறுத்தவரையில் காதல் என்பது சுரப்பிகளின் அட்டகாசம் தான். எல்லாமே ஆண்ட்ரோஜென், எஸ்ட்ரோஜென் அட்ரினலின் தான். ஆனால், நம் இலக்கியங்களையும் தின வாழ்க்கையையும் பெரிதும் ஆக்கிரமித்திருக்கும் இந்தக் காதலைப் பற்றிப் பெரிய மனிதர்கள் பல பேர் சொல்ல முயற்சித்திருக்கிறார்கள். சிலவற்றைப் பார்க்கலாம். "காதல் என்பது காமத்தையும் நட்பையும் கலந்த கலவை" என்கிறார் எல்லிஸ். "மூளையில் தோன்றும் செக்ஸ் உணர்ச்சி" என்கிறார் ஃபோரெல். "தற்காலிகத் தன்மையிலிருந்து, கற்பனையின் உதவியுடன் சாசுவதம் பெற்றுவிட்ட இன உணர்ச்சி"

என்கிறார் காண்ட். "காதல் என்பது கொஞ்சம் கவர்ச்சி, கொஞ்சம் சரணாகதி, கொஞ்சம் தேவை, கொஞ்சம் நம்பிக்கை, கொஞ்சம் திருப்தி எல்லாம் கலந்த உணர்ச்சி" என்கிறார் ஃபிஸ்டர். "காதல் என்பது சுயநலத்தின் வெளிப்பாடு... ப்ரைமரிலி நார்ஸிஸிஸ்டிக்" என்கிறார் ஃப்ராய்டு. இந்த வரையறைதான் என்னைத் தீவிரமாகச் சிந்திக்க வைத்தது.

✉ டி.எஸ்.தியாகராஜன், தஞ்சாவூர்.

✎ அம்மா பின்னால் கச்சிதமாக லெஃப்ட் ரைட் போடும் குட்டி வாத்துகள் பிறந்த உடனே நீந்துமா?

பிறந்த உடனே நீந்தா... பெரும்பாலான வாத்துக்கள் தரையில் நீருக்கு அருகில் கூடுகட்டுகின்றன. கூட்டை மெத்து மெத்தென்று லைனிங் பண்ணி தன் மார்பிலிருந்தே இறகு எடுத்துக் கட்டும். ஆறிலிருந்து பதினாலு வரை முட்டை யிடும். குஞ்சு பொரித்து உடம்பின் பின் பகுதியில் கால்களும் பாதங்களும் சரியாக அமையும்வரை அவற்றால் நீந்த முடியாது. கால்கள் பின்னால் அமைந்திருப்பது அவை நீந்த மிகவும் பயன்படுகின்றன.

சுரப்பிகளின் அட்டகாசம் ஆரம்பம்..!

'ததக்காபுதக்கா' என்று நடப்பதற்கும் இவ்வகைப் பாதங்கள்தான் காரணம்.

✉ டி.சித்திரபாலா, கடலூர்-2.

✎ அன்னப் பறவைகள் பாலையும் தண்ணீரையும் தனியாகப் பிரித்துவிடுமாமே, நிஜமாவா? இப்போதும் அன்னப் பறவைகள் உள்ளனவா?

அன்னப் பறவைகள் உள்ளன. பாலையும் தண்ணீரையும் பிரிக்கும் வகை கிடையாது. இம் மாதிரி மனித ஜாதிக்கு உதாரணம் காட்டவென்றே கதை கட்டிவிட்ட அதிசயக் குணங்கள் கொண்ட ஒரு பறவைப் பட்டியலே உள்ளது.

✉ ப.பழனி, சென்னை-43.

✎ குழந்தை பெறுவதையும் ஆண்கள் மேற்கொள்ளும் காலம் வருமா?

பரிணாம தத்துவத்தின்படி உயிர் என்பது, ஸெல்கள் பாதி பாதியாக ஆரம்பித்த சமாசாரம். ஆரம்பத்தில் ஆண் பெண் பிஸினஸ் எல்லாம் இல்லாமல், கொஞ்சங்கொஞ்சமாகப் பரிணாம வளர்ச்சியடைந்து, புழு வடிவத்தில் முன்பாதி ஆண், பின்பாதி பெண் என்று முன்னேறி, இன்றைய

தேதிக்கு வந்திருக்கிறோம்! சிருஷ்டியின் காரணமே இனவிருத்தியும் இன நீடிப்பும்தான். இப்போதுள்ள சமூக மாறுதல்களின் பாதிப்பால் பெண்கள் பிள்ளை பெற மறுக்கலாம். 'ஃபலோபியன் ட்யூப்ஸ், செர்விக்ஸ், யுடெரஸ், ஓவரி, ப்ளெஸெண்ட்டா இதெல்லாம் உங்களுக்குக் கிடையாது என்பது பற்றி எனக்குக் கவலையில்லை. பெறுங்கள் பிள்ளை!" என்று கண்டிஷன் போடலாம்.

இந்தப் பிள்ளை பெறும் விஷயத்தில் சில கடல் பிராணிகளும் பறவைகளும் நம்மைவிட 'ஒத்துழைப்பு' அதிகமாகச் செய்து கொள்கின்றன. '*Sea Horse*' என்ற கடல் ஜந்துவை எடுத்துக் கொள்ளுங்கள். ஆணுக்கு 'ஆரம்ப சிரமம்' எதுவும் கிடையாது.

மனைவி முட்டைகளை ஆண் வயிற்றில் இருக்கும் ஒரு பையில் பீச்சியடித்துவிட்டு தான்பாட்டுக்குப் போக, அதற்குப் பிறகு ஆண் சாவதானமாக தன் ஸ்பெர்ம்களை (*Sperm*) முட்டைகளின் மீது செலுத்த, *Impregnate*-ஆன முட்டை பெரிதாகிக் குட்டி வெளியே வரும்வரை வயிற்றில் சுமந்துகொண்டிருப்பது தகப்பந்தான்!

மனித விஷயத்தில் கொஞ்சங் கொஞ்சமாகப் பெண்கள், 'பிள்ளை பெறமாட்டேன்' என்று மறுத்து, மனித இனத்தின் நீடிப்பைப் பாதிக்கும் அளவுக்கு வந்துவிட்டால் ஒருவிதப் பரிணாம மாற்றமாக ஆண்கள் பிள்ளை பெறும் சாத்தியம் ஏற்படலாம். அதற்குக் கொஞ்சம் வருஷம், அதாவது கோடிக்கணக்கான வருஷம் ஆகும். எனவே, பழனிக்கு தற்போதைக்கு அந்தக் கவலை வேண்டாம்.

✉ **பி.கிறிஸ்டோபர்**, பவானி.

✍ **தொப்பை ஏன் விழுகிறது? வயிற்றில் எது தொப்பையாக ஆகிறது? உண்ணாவிரதம் (ஆறு வருடம் - ராத்திரி சாப்பாடு கட்) எக்ஸர்ஸைஸ் (ஜாகிங், வாக்கிங், சைக்கிளிங்) - நோ பெனிஃபிட்!**

ஒரே வார்த்தையில் சொல்லப்போனால்

'நல்ல கதை...'

கொழுப்புதான் காரணம். நாம் உட்கொள்ளும் வெண்ணெய், பால், எண்ணெய் போன்ற வஸ்துக்களில் இருக்கும் கொழுப்புச் சத்து! இதையெல்லாம் நிறுத்திவிட்டால் உடனே தொப்பை 'ஜிக்கோ' என்று போய்விடும் என்று எண்ணினால் அது தப்பு. கொழுப்பில் இருக்கும் ட்ரைகிளிஸ்ரைட்ஸ் என்கிற சமாசாரம் நம்முடைய செல்களில் பரவுகின்றன. இந்தப் பரவலைச் சில ஹார்மோன்கள் கட்டுப்படுத்துகின்றன. உடம்பில் இந்தக் கொழுப்புச்சத்து அடிபோஸைட்ஸ் என்னும் வகை செல்கள் மூலம் பல பாகங்களில் சேர்த்து வைக்கப்படுகிறது. இந்த அட்போஸைட்டுகள்தாம் நம் சருமத்தின் அடித்தளங்களில் பாளம் பாளமாக உள்ளன. தொப்பைக்குக் காரணம், சாதாரணமாக வளர்கையில் இந்த அடிபோஸைட் செல்கள் அதிகமாகிக் கொண்டே வருகின்றன. சின்ன குழந்தையிலிருந்து இந்த செல்கள் பெருகிப் பருவகாலம் வரைக்கும் வந்து பெருக்கம் நின்று போகிறது. சின்ன குழந்தைக்குச் சோற்றை வைத்துத் திணித்தால், ஏகப்பட்டதை ஜடபரதர் மாதிரி சாப்பிடக் கொடுத்தால், அடிபோஸைட்டுகள் குழந்தையிலிருந்தே ஜாஸ்தியாக உற்பத்தியாகின்றன. இந்த மாதிரி வளர்ந்தவர்களுக்குப் பிற்காலத்தில் சான்ஸே இல்லை. கைவசம்

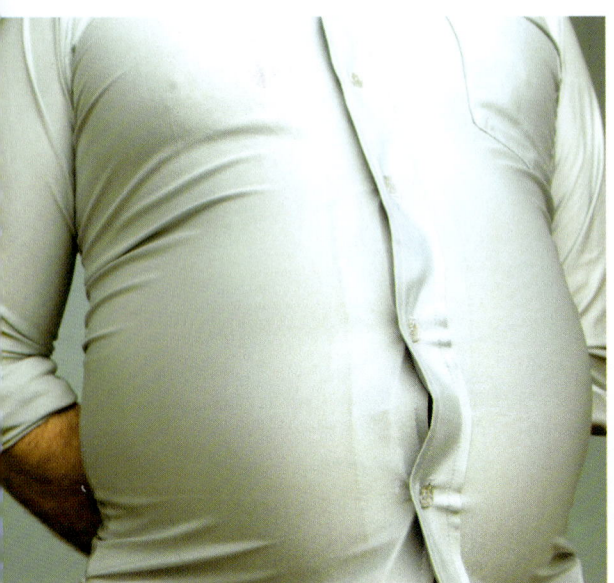

அட தொப்பைதான்...!

கொழுப்பு செல்களின் கணக்கே ஜாஸ்தி (எச்சரிக்கை: குழந்தையை ரொம்ப குண்டாக்காதீர்கள்). பிற்காலத்தில் வரும் பருமன், தொப்பை இதற்கெல்லாம் நாம் உட்கொள்ளும் உணவில் இருக்கும் சர்க்கரை, கார்போஹைட்ரேட் பொருட்களும் காரணம்.

சில கேஸ்களில் பருமனும் தொப்பையும் ஃபேமிலியிலேயே இருக்கிறது (ஒல்லியாக இருப்பதும் அப்படியே). ஒல்லிகளுக்கு என்ன சாப்பிட்டாலும் சிஸ்டம் அதை வாங்கிக்கொண்டு எரித்து விடுகிறது. கொழுப்பைச் சேகரிப்பதில்லை. பருமனுக்கு ஜெனட்டிக் காரணம் இருப்பதாக ஸ்தாபிக்கப்படவில்லை. அதைவிட உணவுப் பழக்கங்களே அதிக காரணம் என்கிறார்கள். வீட்டுச் சூழ்நிலை, ஏகப்பட்ட சர்க்கரை போட்டு காபி, டீ, ஏகப்பட்ட ஸ்வீட், சாக்லேட், தேவைக்கதிகமான சாப்பாடு, ராத்திரி பன்னிரண்டு மணிக்கு அன்னஃபிஷியலாக திடீர் 'பஃபே'.... இதெல்லாம் காரணம்!

இன்னொரு விஷயம்... கவலை உள்ளவர்கள், அதனால் டென்ஷன், குடி, வேளைகெட்ட வேளைக்குச் சாப்பாடு, அதனால் தேகப்பயிற்சி குறைவு இதெல்லாமும் சில தொல்லைகளுக்குக் காரணம். பிஸினஸ்காரர்கள், நாற்காலியை விட்டு நகராதவர்கள், ஏகப்பட்ட பார்ட்டிக்குச் சென்று, தின்னுவதையே கலையாக வளர்த்திருப்பவர்கள் - இவர்களுக்கெல்லாம் உடம்பில் உள்ள கொழுப்புச் சத்து எரிக்கப்படாமல் லேயர் லேயராகச் சருமத்தின் இடைவெளிகளில் சேகரிக்கப்படுகிறது. எனவே தொப்பை! தொப்பை ரொம்ப பெரிசாகிவிட்டால் குறைப்பது கடினம். இருப்பினும் நீங்கள் செய்யும் பயிற்சியெல்லாம் பலனளிக்குமா இல்லையா என்று நீங்களே கண்டுபிடித்துக் கொள்ளலாம். தேகப்பயிற்சி ஏதாவது பண்ணிவிட்டு, பல்ஸ் ரேட் எத்தனை என்று பார்க்கவும். நிறுத்திவிட்டு ஒன்றரை நிமிஷம் கழித்து பல்ஸ்ரேட் எத்தனை என்று பாருங்கள் (பல்ஸ் ரேட் என்பது ஒரு நிமிடத்துக்கு எத்தனை நாடித்துடிப்பு). முன்பிருந்ததைவிட ரேட் இருபதாவது குறைய வேண்டும். அப்போதுதான் அதில் பலன் ஏற்படும். இதை ரிக்கவரி இண்டெக்ஸ் (*Recovery Index*) என்பார்கள். இது ரொம்ப குறைவாக இருந்தால் எக்ஸர்ஸைஸ் பண்ணுவது கெடுதல்கூட!

✉ **வி.எஸ்.சக்திவேல்,** ஊஞ்சப்பாளையம்.

✍ மனிதனுக்கு உபத்திரவம் செய்யும் அனைத்துக் கிருமிகளும் தங்களுக்கு எதிராகப் பிரயோகிக்கப்படும் பூச்சிக் கொல்லி மருந்துகளுக்கு எதிர்ப்பு சக்தியைத் தங்களுக்குள் வளர்த்துக்கொண்டு விடுகின்றனவே... ஆனால், மனிதன் மட்டும் ஏன் எதிர்ப்பு சக்தியை உண்டாக்கிக் கொள்ள முடியவில்லை? 100% சுத்தமாக வாழ்க்கை நடத்தினால் நோய் எதிர்ப்புச் சக்தி குறைகிறதாமே? உண்மையா?

தவறு, எதிர்ப்பு சக்தி நிச்சயம் பெறுகிறான். 'வாக்ஸினேஷன், இனாக்குலேஷன்' போன்றவற்றின் தத்துவமே அதுதானே? பெற்ற எதிர்ப்பு சக்தியைச் சில தினங்களில், சில மாதங்களில் அல்லது சில வருஷங்களில் இழந்துவிடுகிறான். நீங்கள் கடைசியில்

சொன்ன கூற்று கொஞ்சம் நிஜம்தான். சேரியில் வளரும் குழந்தைகளுக்கு அலர்ஜியெல்லாம் கிடையாது!

✉ **ஆர்.பானுமதி**, *சென்னை-23.*

✍ **இடுப்புக்கு மேலே பெண், கீழே மீன் - கடலில் இப்படிப்பட்ட கடல்கன்னிகள் இருக்கிறார்களாமே?**

கடலுக்கடியில் நீந்தும்போது சில சமயம் தொலைவில் 'மேனாடி' என்னும் பிராணியைப் பார்த்துவிட்டு கடல்கன்னி கதை கிளப்பிவிடப்பட்டதாகச் சொல்வார்கள். 'கடல்பசு' என்றும் இதற்குப் பெயருண்டு. சாப்பிடுவதற்கு ரொம்ப சுவையான அயிட்டம். ஆகவே இஷ்டப்படி கொன்று தீர்க்க ஆரம்பித்தார்கள். 'மேனாடி' சீமாட்டி ஆண்டுக்கு ஒரு குட்டிதான் ஈன்றெடுப்பாள். இந்த ரேட்டில் கொலை செய்தால் என்ன கதி! அதனால், இப்போது உலகெங்கும் இதைக் கொல்வதற்கு தடை விதித்திருக்கிறார்கள்.

✉ **இரா.ரவிச்சந்திரன்**, நாகப்பட்டினம்.

✍ **மிருகங்களுக்கு வண்ணம் தெரியாது... அவை Colour Blindness உள்ளவை என்கிறார்கள். ஆனால், Bull Fight-களில் சிவப்புத் துணியைக் காட்டினால் மாடுகள் மிரளுவதேன்?**

மிருகங்கள், பறவைகள், பூச்சிகளுக்கு கலர் தெரியுமா என்று நிறைய பரிசோதனைகள் செய்திருக்கிறார்கல். ஆச்சரியகரமான முடிவுகள். தேனிக்கு கலர் தெரியுமாம். நீல அட்டையில் தேனைத்தடவி, சிவப்பு அட்டையில் தேனில்லாமல் பழக்கிப் பார்த்ததில் நீல அட்டை எங்கிருந்தாலும் - தேன் தடவினாலும் தடவாவிட்டாலும் - தேனிக்கள் அதை நோக்கிப் பறந்தன. சிவப்பு வண்ணத்தை தேனி ஒரு மாதிரி பழுப்பாகத்தான் பார்க்கிறதாம். தேனிக்கு அல்ட்ரா-வயலெட் (நம் கண்ணுக்குத் தெரியாதது) நன்றாகத் தெரியுமாம். பெட்டைக் கோழிக்கு எட்டு வண்ணங்கள் தெரியுமாம். நாய்க்கு? ம்ஹூம்! (நாய்ப் பிரியர்கள் மன்னிக்கவும்). மோப்ப சக்திதான் அதிகமே தவிர, அதற்கு கலர் தெரியாது. பூனையும் அதே கேஸ்தான். ஆனால், குரங்குகளுக்கு கலர் நன்றாகத் தெரியுமாம். மாடுகளுக்கு கலர் தெரியாது. 'புல்ஃபைட்'டின் போது சிவப்புத் துணியை விசிறுவதில் மிரளுவது உண்மையே.

ஆனால் வெள்ளை, மஞ்சள், பச்சைத் துணியை வைத்துக்கொண்டு சில 'மட்டடோர்கள்' பரிசோதித்துப் பார்த்தபோதும் மிரளலில் ஒன்றும் குறைவில்லை. மாட்டை மிரள வைப்பது வண்ணமில்லை. அந்தத் துணியின் அசைவுதான். குத்துப்பட்ட, அலைக்கழிக்கப்பட்ட கோபத்தில் எந்த விதமான அசைவும் அந்த மாட்டை மிரள வைக்கும். பார்க்கப்போனால்

வெள்ளைத் துணிகூடப் போதும்...

வெள்ளைத் துணியே ரொம்ப உத்தமம். பல மிருகங்களுக்கு கலர் தெரியாததன் காரணம், அவற்றின் முன்னோர்கள் இரவில் வேட்டையாடினதுதான் என்கிறார்கள்.

✉ கோ.சுந்தர், சென்னை-16.

✍ மயிர்க்கூச்செறிவது, உடல் சிலிர்ப்பது ஆகியவை எவ்வாறு நிகழ்கின்றன?

✉ எம்.ராகவன், அம்மாப்பேட்டை.

✍ ஆண்களுக்கு மட்டும் வழுக்கை விழுவது ஏன்?

ஆரம்ப காலத்தில் நமக்கு உடம்பு பூராவும் ரோமம் இருந்தது... இப்போது மாதிரியல்ல! சில மிருகங்கள் (பூனை) அதீதபயத்தில் இருக்கும்போது அதன் உடம்பு முழுவதும் ரோமங்கள் சிலிர்த்துக்கொள்வதைப் பார்க்கலாம் - அதாவது எதிரி வரும்போது உடம்பு இன்னும் கொஞ்சம் பெரிசாக இருப்பதுபோல் காட்டிப் பயப்படுத்துகிறதாம். இந்தப் பழக்கத்தின் மிச்சம்தான் நம்முடைய சொச்ச ரோமமும் கூச்செறிவது. நல்ல குளிர் அல்லது பயத்தின்போது நம் சருமத்துக்குக் கீழிருக்கும் அர்ரெக்டேஸ் பைலோரம் என்கிற தசை (என்னவெல்லாம் பெயர்!) டைட்டாகிறது. இதனால் சருமம் இழுக்கப்பட்டு மயிர்க்கால்கள் நிற்கத் துவங்குகின்றன.

நம் தலையில் சராசரி 100 ஆயிரத்திலிருந்து 200 ஆயிரம் ரோமங்கள் இருக்கும். இவை ஒரு மாதத்துக்கு அரை அங்குலம் வீதம் வளர்கின்றன. ரோமம் உதிர்வது என்பது பெரும்பாலும் ஆண்களுக்குத்தான் பிரச்னை! பெண்களுக்கு வழுக்கை என்பது மிக மிக அரிது. அவர்கள் மெனோபாஸுக்கு அப்புறம் கொஞ்சம் இழக்கிறார்கள். கர்ப்பத்தின்போது ஹார்மோன் அளவு அதிகமாவதால் பெண்களுக்குக் கூந்தல் நிறைய வளரும். பிள்ளைப் பெற்றதும் கூந்தல் உதிரத் துவங்கும். ஒரு வாரத்துக்குப் பத்தாயிரம் வரை உதிரும். ஆனால், ஆறு மாதத்தில் சரியாகிவிடும்.

ஆண்கள் விஷயம் வேறு. இதில் வம்ச சமாசாரம் எல்லாம் உண்டு. அப்பா வழுக்கையென்றால் மகன் வழுக்கையாவதற்கு சான்ஸ் அதிகம். (மகன்களே, தள்ளி வாராதீர்கள்) மேலும் ஆண்ட்ரோஜென் என்கிற ஆண்வகை செக்ஸ் சுரப்பி அதிகமானால் நிச்சயம் முடி உதிர வாய்ப்பு இருக்கிறது. எதையாவது தியாகம் பண்ண வேண்டாமா? சும்மாவா?

✉ **வி.துரைராஜ்,** நாகப்பட்டினம்.

✍ **குறைந்த ரத்த அழுத்தம் என்றால் என்ன? அதிக ரத்த அழுத்தம் என்றால் என்ன?**

நம்முடைய இதயம் ஒரு பம்ப். முஷ்டியளவுள்ள இந்த பம்ப், நம் உடல் பூராவும் விரவியிருக்கும் ரத்தக் குழாய்கள் மூலம் ரத்தத்தை பம்ப் அடித்துச் சுழல வைக்கிறது. சாதாரணமாகத் தூங்கிக் கொண்டிருக்கும்போது, ஒவ்வொரு துடிப்பிலும் சுமார் இரண்டு அவுன்ஸ் ரத்தம் செலுத்துகிறது. ஒரு மணிக்கு 341 லிட்டர். ஒரு ரன்னிங் ரேஸ் ஓடினால் 2,273 லிட்டர்! இந்த மாதிரி சுறுசுறுப்பாக பம்ப் அடிக்கப்பட்ட ரத்தம் ரத்தக் குழாய்களின் மூலம் செல்வதால், அந்தக் குழாய்களில் ஒரு விதமான ரத்த அழுத்தம் ஏற்படுகிறது. ஆர்ட்டரி என்று சொல்லக்கூடிய குழாய்களில் இந்த ரத்த அழுத்தத்தைக் கவனித்தால், அது மேலும் கீழும் உயர்ந்து தாழ்ந்துகொண்டிருக்கும். இதயம் சுருங்கும்போது இந்த அழுத்தம் அதிகமாகும். இதை ஸிஸ்டாலிக் என்பார்கள். இதயம் விரியும்போது இந்த ரத்த அழுத்தம் குறையும். இது டயஸ்டாலிக் அழுத்தம். எனவே, உடலின் ரத்த அழுத்தத்தைக் குறிப்பிடும்போது ஸிஸ்டாலிக், டயஸ்டாலிக் இரண்டையுமே குறிப்பிடுவார்கள். உதாரணமாக, 120/80 உயர் அழுத்தம் - 120/மில்லிமீட்டர் பாதரசத்தின் கனத்துக்குச் சமானமாகவும், குறைந்த அழுத்தம் 80 மி.மீ என்றும் அர்த்தம். இது நார்மல். வயசு அதிகமாக ஆக அந்த அழுத்தம் அதிகரித்துக் கொண்டேபோகும். அதிக ரத்த அழுத்தம் என்பது உங்கள் ஸிஸ்டாலிக் அழுத்தம். உங்கள் வயசுடன் நூறைக் கூட்டுங்கள். அதற்கு அதிகமானால் உங்களுக்கு ரத்த அழுத்தம் அதிகம். டயஸ்டாலிக் 90-க்கு மேற்படாமல் இருப்பது நல்லது. குறைந்த அளவில் ரத்த அழுத்தம் 80/40 வரை போகலாம். அதற்குக் கீழே போனால் ஆபத்து! அதிக ரத்த இழப்பினால் ஹார்ட் அட்டாக்குக்குப் பிறகு, சில வியாதிகளின் இறுதியில் இந்த மாதிரி குறைந்த ரத்த அழுத்தம் ஏற்படும்.

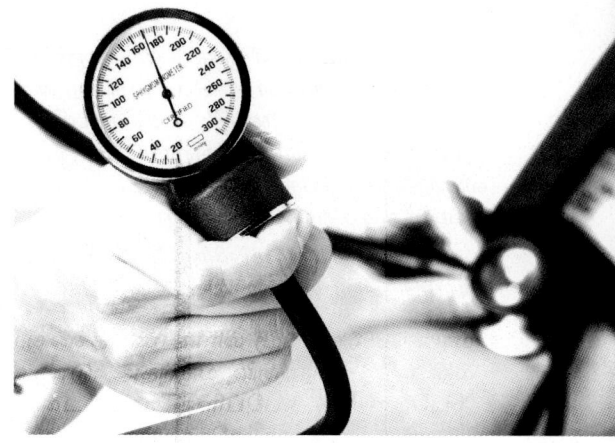

✉ **ஆர்.கோபாலன்,** ஸ்ரீரங்கம்.

✍ **செக்ஸ் ஓய்வு பெறவேண்டிய லட்சிய வயது என்ன சார்...?**

அது பேருக்குப் பேர் மாறுகிறது. பொதுவாக மேல்நாட்டுக்காரர்கள் செக்ஸை அதிக வயசு வரை அனுபவிக்கிறார்கள். இதற்கெல்லாம் இதுதான் வயசு என்று சொல்லுவது கஷ்டம். பதினான்காம் லூயி, நெப்போலியனைத் தோற்கடித்த ட்யூக் ஆஃப் வெலிங்க்டன், மார்மன் தலைவர் ப்ரிகாம்யங் (79 வயதில் 27-வது ஒய்ஃப்). விக்டர் ஹ்யூகோ (83 வயதில் இறப்பதற்கு ஆறு வாரங்களுக்கு முன்புகூட ஒரு பெண்ணை வளைத்துப் போட்டவர்). டால்ஸ்டாய், ரஸ்ஸல், பிகாஸோ எல்லோரும் 70 வயசுக்குமேல் கோல் போட்டவர்கள். சார்லி சாப்ளினுக்கு எழுபது வயசில் இரண்டு குழந்தைகள்! ஸ்டாலின் மகள் ஸ்வெட்லேனா 45 வயதில் குழந்தை பெற்றார். 'ஹியர் ஈஸ் லூஸி' புகழ் லூஸில் பால், ஆட்ரி ஹெப்பர்ன், திருமதி ஜிம்மி கார்ட்டர் எல்லோரும் நாற்பது வயசுக்கு மேல் குழந்தை பெற்றார்கள். பெண்கள் மெனோபாஸுக்குப் பிறகு பிள்ளை பெறுவதில்லையே ஒழிய, செக்ஸ் அனுபவிப்பதில்லை என்று சொல்ல முடியாது. வேளை வரும்போது இயற்கை தானாகவே நிறுத்திக் கொண்டுவிடும்.

✉ **எஸ்.எம்.எஸ்.நஸீர்,** கோவை.

✍ **பொதுவாக பெண்களைப் பற்றித் தங்கள் கருத்து...**

பெண்களிடம் விஞ்ஞானம் காணும் வித்தியாசங்களைச் சொல்கிறேன். 'ஸோஷியோ பயாலஜி' என்கிற புதிய இயல், ஆண்-பெண் வேறுபாடே இன விருத்தியை உத்தேசித்துத்தான் ஏற்பட்டது என்று அடித்துச் சொல்கிறது.

பெண் கருப்பையிலிருந்தே இதற்குத் தயாரிக்கப்படுகிறாள்.

கர்ப்பமாகும் கணத்திலேயே ஆண்-பெண் என்று பாகுபாடு ஏற்பட்டுவிட, அந்தப் பெண் கருவிலேயே சுமார் நாற்பதாயிரம் முட்டைகள் விதைக்கப்படு கின்றன. அவற்றில் சுமார் நானூறு அவள் வாழ்நாளில் முதிர்ச்சி பெறலாம். இப்படி, பிறப்பிலிருந்தே பெண் என்பவளை இயற்கை 'தாய்' என்கிற 'பார்ட்'டுக்குத் தயார் செய்கிறது.

சின்ன வயசில் அவள் ஒரு பையன் போலத்தான் வளர்கிறாள். அவளுடைய செக்ஸ் உறுப்புக்களில் ஆரம்பத்தில் அத்தனை மாறுதல்கள் இல்லை. சில சமயம் சின்னப் பெண்கள் பையன்களைவிட உயரமாகவும் திடமாகவும் இருப்பதைக் கவனித்திருக்கலாம்.

பருவம் வந்ததும்தான் அவளை இயற்கை ஆக்கிரமிக்கத் துவங்குகிறது. அவளுடைய 'ஓவரி'க்கு அதிகப்படியான ரத்தம் பாய்ந்து பெரிதாகி அந்த முட்டைகளில் ஒன்று முதிர்ந்து அவளுடைய மாதாந்திர அவஸ்தைகள் துவங்குகின்றன. உடம்பு ஷேப் மாறத் துவங்குகிறது. எண்டாக்ரின் சுரப்பிகளின் சாகசத்தால் நாற்பது, நாற்பத்தைந்து வயது வரைக்கும் 'பிள்ளை பெற்றுத் தா, பிள்ளை பெற்றுத் தா!' என்று அவளுக்கு மாதாந்திர ரத்த ஞாபகங்கள்... அதனால் சோர்வு... இதனாலெல்லாம் பெண் ஆணினின்றும் பெரிதும் வேறுபட்டுப் போகிறாள்.

பெண் ஆணைவிட இருபது சதவிகிதம் எடைக் குறைவு. அவனைப் போல வேகமாக ஓடவோ தாவவோ முடியாது. கால்களில் பலம் குறைச்சல், இதயமும் சுவாசப்பையும் அவளுக்குக் கொஞ்சம் சின்னது. வியர்வை அதிகம். மார்பகங்கள் பெரிசு. சின்ன வயதிலிருந்தே ஆணைவிட அவள் அதிகம் புன்னகை செய்கிறாள். ஆணைவிடச் சிறிய பொருட்களை விரும்புகிறாள். சின்ன குடைகள், சின்ன பர்ஸ்கள்,.. கைக்குட்டைக்கூட சின்னது. புத்தகங்களை எப்போதும் மார்புடன்தான் அணைத்துச் செல்வாள். ஆண்களைப் போல பக்கவாட்டில் இல்லை. அவளுடைய எலும்பு அமைப்பு நளினமானது. தசை நார்கள் முப்பது சதவிகிதம் வலிமை குறைவு. தொண்டை சின்னது. அதனால் கீச்சுக் குரல். இடுப்பு கொஞ்சம் (பிறப்புக்கு வழி பண்ண) பெரிசு. அவள் ரத்தத்தின் அடர்த்தி கொஞ்சம் குறைவு. அதில் ஹெமொக்ளோபின் கம்மி. நாடித் துடிப்பு ஆண்களைவிட அதிகம். படக்கென்று வெட்கப்பட்டுக் கன்னம் சிவப்பாள். அவள் உடலில்

கால்ஷியம் ஸ்திரமாக அமைவதில்லை. மாதவிலக்கின்போதும், கர்ப்ப காலத்திலும் அவள் நிறைய கால்ஷியம் இழக்கிறாள். அதனால் தைராய்ட் சுரப்பி பாதிக்கப்பட்டு, எண்டாக்ரின்களால் நரம்புகள் பாதிக்கப்பட்டு, அவள் ஆணைவிடக் கொஞ்சம் அதிகமாக

உணர்ச்சி வசப்படுகிறாள். அதிகம் அழுகிறாள். அதிகம் சிரிக்கிறாள். ஆயுட் காலம் ஆண்கள் அளவுதான். ஆனால், அவள் அதிக தினங்கள் உடல் நலமில்லாமல் இருக்கிறாள். தன்னை ஒழுங்காகக் கட்டுப்படுத்திக் கொள்ளமுடியாத நாட்கள் அவளுக்கு அதிகம். போதுமா? பெண்களைச் சரியாகப் புரிந்துகொள்ள இந்த பயாலஜிகல் வித்தியாசங்களை நாம் தெரிந்துகொள்ளத்தான் வேண்டும்..

✉ **சி.ஆர்.நாகராஜன்,** வளவனூர்.

✍ **புராணத்தில் பார்வதிக்கு மூன்று மார்பகங்கள் இருந்ததாமே? இந்தக் காலத்திலும் இப்படியுள்ள பெண்கள் இருக்கிறார்களா?**

பார்வதிக்கு இருந்ததோ என்னவோ தெரியாது. இந்தக் காலத்தில் மூன்று மார்பகங்கள் கொண்ட பெண்கள் இருக்கிறார்கள். இருந்திருக்கிறார்கள்.

அரசி ஆன் போலின் அழகி. பிரிட்டிஷ் மன்னர் எட்டாவது ஹென்றியின் இரண்டாம் தாரம். ஆன்போலினுக்கு ஆறு விரல்கள். மூன்று மார்பகங்கள்! குட்டி போட்டுப் பால் தரும் மிருகங்களுக்கெல்லாம் (நாய், பன்றி போன்றவை) பல மார்பகங்கள் இருப்பதை நீங்கள் கவனித்திருக்கலாம். அவை போடும் குட்டிகளின் எண்ணிக்கைக்குத் தகுந்தவாறு அமைந்தவை. மனித ஜாதி ஒரே குட்டி (சில சமயம் இரண்டு) போடுவதால் மெல்ல மெல்ல மார்பகங்களின் எண்ணிக்கை குறைந்துபோய், இரண்டுடன் வந்து நின்றுள்ளது. சில வேளைகளில், விசித்திரமாகச் சில பெண்களுக்குப் பழைய ஆதிகாலத்துப் பரிணாமச் செய்தி ஏதோ பாக்கியிருந்து மூன்றாவது மார்பகம் ஏற்படுவது உண்டாம். இதில் அசௌகரியம் என்னவென்றால், இந்த மூன்றாவது கன்னாபின்னா என்று தோள்பட்டையில் அல்லது வயிற்றில் என்று வளருவதால் அதிகம் பிரயோசனமில்லை.

எண்ணிக்கையைப் பொறுத்து...

✉ **எஸ்.அஸ்ரப்,** மேல்விஷாரம்.

✍ **'பெற்றோரின் குணங்களையே பிள்ளைகள் பெறும்' என்பது 'ஜெனடிக்ஸ்' (Genetics) சமாசாரம். ஆனால் ஆசிரியரின் பிள்ளை மக்கு, டாக்டரின் பிள்ளை நோயாளி - காரணம் என்ன?**

ஆசிரியராவதும், டாக்டர் ஆவதும் அட்மிஷன் சமாசாரம். பெற்றோர்களின் குணாதிசயங்கள் ஜீன்கள் தரும் செய்திகள். மூக்கு நீளமாக இருக்கும் டாக்டரின் பிள்ளை மூக்கு நீளமாக இருப்பான். டாக்டர் ஆவான் என்று சொல்ல முடியாது.

✉ **அ.ஜோசப் செல்வராஜ்,** செந்துறை.

✍ **ஐரோப்பா கண்டத்திலிருந்து சற்றும் ஓய்வெடுக்காமல், திசை தப்பாமல் வேடந்தாங்கலுக்கு வரும் பறவைகளுக்கு அது எப்படிச் சாத்தியமாகிறது?**

பருவ மாறுதல்களுக்கேற்ப மிருகங்கள், குறிப்பாகப் பறவைகள் இடம்பெயர்வது இயற்கையின் மிகப் பெரிய விந்தைகளில் ஒன்று. எப்படி அவற்றுக்குத் தெரிகின்றன, எப்படி தலைமுறை தலைமுறையாக இந்தச் செய்தி பரவுகிறது. எப்படி வழி கண்டுபிடித்து, எப்படித் திரும்ப வீட்டுக்குப் போகின்றன என்பது பற்றி விஞ்ஞானிகள் ஆராய்ச்சிப் பண்ணிக்கொண்டிருக்கிறார்கள். 1822-ம் ஆண்டு ஜெர்மனிக்கு வந்த ஒரு கொக்கின் கழுத்தில் ஆப்பிரிக்க அம்பு

தைத்திருந்ததைக் கவனித்ததிலிருந்து இந்த இயல் துவங்கியது. உலகத்தில் வாழும் மொத்தப் பறவைகளில் ஐந்தில் ஒரு பங்கு குளிர் காலத்தில் பரதேசம் போகின்றன.

அண்டார்ட்டிக்காவின் ஸ்கூவா பறவைகள் ஜப்பானுக்குப் போகின்றன. குக்கூ பறவை நியூசிலாந்திலிருந்து சாலமன் தீவுகளுக்குப் பறந்துபோகின்றன. சில பறவைகள், ஆச்சரியம், நடந்து கூடப் போகின்றன. வைட் டர்க்கி என்னும் பறவைகள் நதிகளைக் கடக்கும் போது மட்டும் பறந்து மற்ற நேரங்களில் நடந்தே செல்கின்றன.

ஆர்ட்டிக் டெர்ன் என்பது படு ஆச்சரியப் பறவை. வருஷத்துக்கு இருமுறை வட துருவத்திலிருந்து தென் துருவம்வரை போகிறது! பறவைகள் மட்டும் இல்லை.... மிருகங்கள்கூட! சில மான் இனங்கள் ஆயிரக்கணக்கான மைல் தூரம் லட்சக்கணக்கில் கோஷ்டியாகச்செல்வதைப் போன நூற்றாண்டிலேயே கவனித்திருக்கிறார்கள். இந்த நூற்றாண்டில் அந்த வகை சில ஆயிரங்கள்தாம் மிச்சம். நிறைய சுட்டுச் சாப்பிட்டுவிட்டோம். மீன் வகைகளும் திமிங்கலங்களும்கூட இப்படிப் பயணம் செய்கின்றன. எல்லாமே குளிர்காலத்தைத் தவிர்ப்பதற்காகவும் உணவு தேடுவதற்காகவும் இப்படித் தூரப் பயணம் செய்கின்றன. இவற்றால் எப்படி வருஷம் பிசகாமல் ஒரே இடத்துக்குச் சென்று திரும்ப வர முடிகிறது என்பது பற்றி பல ஆராய்ச்சிகள் செய்துள்ளார்கள்.

க்ரேமர் என்பவர் குறிப்பாகப் பல பரிசோதனைகள் செய்திருக்கிறார் பறவைகளுக்குள் ஒரு விதமான காலப் பிரமாணம் இருக்கிறது என்பதை எல்லோரும் ஒப்புக்கொள்கிறார்கள். அவற்றுக்குக் காலத்தைப் பற்றிய உள் உணர்வு இல்லாவிட்டால் இம் மாதிரி பயணம் செய்ய முடியாது. க்ரேமரின் பரிசோதனைகள், பறவைகள் சூரியனின் திசையைக் கொண்டு பறக்கலாம் என்று நிரூபித்தன.

✉ **ஜே.சிவக்குமார்,** நாகப்பட்டினம்.

✍ **வாரத்துக்கு ஒருமுறை எண்ணெய் தேய்த்துக் குளிக்கும் பழக்கத்தால் பலன் உண்டா?**

மருத்துவரீதியில் எதுவும் பலன் இருப்பதாகத் தெரியவில்லை. இருந்தும் இந்த வாராந்திரப் பழக்கம் உங்கள் சருமத்தை உலர்ந்து போகாமல் உதிராமல் பாதுகாக்கிறது. எண்ணெய் தேய்த்துக் கொள்வதுடன் யாராவது மஸாஜூம் (மனைவி?) கொடுத்தால் சருமத்தில் ரத்த ஓட்டம் ஜோராகிச் சுறுசுறு என்றிருக்கும். அதனுடன் சூடாக இட்லி, தேங்காய் சட்னியை நன்றாகச் சாப்பிட்டுவிட்டு ஒரு மத்தியான தூக்கம் போட்டால் அரை சதவிகிதம் சொர்க்கம் தெரியும்.

✉ **ஆர்.திருவேங்கடசுப்ரமணியம்,** ஈரோடு.

✍ **மனிதப் பரிணாம வளர்ச்சியில், வருங்காலத்தில் மனிதன் வெளிக் காதுகள் இல்லாமலோ, தலைமுடி மற்றும் உடல் முடிகள் இல்லாமலோ தோன்றுவதற்குச் சாத்தியக்கூறுகள் உள்ளனவா?**

தலைமுடி இல்லாமல் எதிர்காலத்தில் எல்லாரும் வழுக்கை என்று ஒரு கோஷ்டி சொல்கிறது. வெளிக் காது தேவையற்றுப்

போய்விடும் என்று சொல்லவில்லை. எல்லாமே ஊகம்தான். பரிணாம மாற்றம் ஏற்பட லட்சக்கணக்கில் வருஷங்கள் ஆகும். அதற்குள் நியூட்ரான் குண்டு, ஓஸோன் ஓட்டை மனிதனை அழிக்காமல் இருந்தால் சரி.

✉ **கே.நாராயணசாமி,** பொன்னாண்டாம் பாளையம்.

✍ **குயிலைப் பற்றி கொஞ்சம் கூவுங்கள்.... ஸாரி, கூறுங்கள். அதற்கு ஏன் கூடு கட்டத் தெரியவில்லை?**

'நல்ல பாடகர்களை மற்ற பேர் கவனித்துக் கொள்வதில்லையா? அதுபோல் குயில்' என்று சொல்லலாமென்றால் அப்படியில்லை! குயில் சொந்தமாகக் கூடுகட்டி முட்டையிட்டுப் பாதுகாத்து இதற்கெல்லாம் திராணியில்லாத சூழ்நிலையில், காகம் போன்ற சண்டைபோட்டு உரிமைகளை நிலைநாட்டக்கூடிய ஒரு மாற்றாந்தாய்க் கூட்டில் முட்டை இடுவது பத்திரம் என்ற பரிணாம காரணம்தான்! பறவை, மிருகங்கள் யாவற்றிலும் உயிர் வாழ்தல் என்ற பரிணாமக் காரணம்தான் தலையாயது! மலையுச்சியில் கூடுகட்டும் பறவைகளின் முட்டைகளின் ஷேப்பே ஒரு மாதிரி இருக்கும். ஏன்? உருண்டு விழாமலிருக்க!

✉ **கே.என்.ராமகிருஷ்ணன்,** *கரூர்-2.*

✍ **குதிரை பாஷை, நாய் பாஷை என்றெல்லாம் இருப்பதாகவும், அவற்றின் காதில் அவற்றைச் சொல்லிக் காரியம் சாதித்துக்கொள்கிறார்கள் திறமைசாலியான உரிமையாளர்கள் என்றும் சொல்வதெல்லாம் உண்மைதானா?**

பாஷை என்று இல்லாவிட்டாலும், நன்றாகப் பழக்கப்பட்ட மிருகங்கள், எஜமானின் சின்னச் சின்ன அசைவுகள், சலனங்களையெல்லாம் உணர்ந்துகொண்டுவிடும் என்பது நிரூபிக்கப்பட்டிருக்கிறது. இந்த நூற்றாண்டின் ஆரம்பத்தில் ஹான்ஸ் என்கிற ஜெர்மன் குதிரை, வில்ஹெம்வான்

ஆஸ்டன் என்கிற பெரிய மனிதரின் சொந்தக் குதிரை. கணக்கெல்லாம் போட்டது. 'ரஷ்யாவின் தலைநகர் லண்டனா?' என்றால் இல்லையென்று தலையாட்டியது. 'மாஸ்கோவா?' என்றால், ஆம் என்று அசைத்தது. 'நாலும் அஞ்சும் எத்தனை?" என்றால், ஒன்பது முறை முன்னங்காலைத் தரையில் தட்டியது. எல்லோரும் வியந்தார்கள்! நிஜமாகவே ஹான்ஸ் புத்திசாலிதான் என்று பரபரப்பாகப் பேசப்பட்டது. ஹான்ஸை விஞ்ஞானத்தின் உக்கிரப் பார்வைக்கு உட்படுத்தியதில் கண்டுபிடித்தது: ஆஸ்டன் அருகில் இல்லையென்றால் குதிரையின் பதில் எல்லாம் கன்னாபின்னா! ஆஸ்டன் ரொம்ப நல்லவர். பொய் சொல்லாதவர், ஏமாற்றமாட்டார்... எப்படி இது சாத்தியம்? கடைசியில் ஹான்ஸ் குதிரை தன் எஜமானர் ஆஸ்டனின் உடலில் ஏற்படும் சின்னச் சின்ன மாறுதல்களையெல்லாம் உன்னிப்பாகக் கவனிக்கவல்ல பழக்கம் பெற்றிருந்ததாம். சரியான விடை வந்ததும் ஆஸ்டன் தன்னை அறியாமல் லேசாகத் தலையாட்டுவாராம். உடல் தசைநார்கள் இளகும் இந்த நுட்பமான, மற்றவர் கண்ணுக்குத் தெரியாத மாறுதலைக் குதிரையால் உணர்ந்துகொள்ள முடிந்திருந்தது.

ஏன்? எதற்கு? எப்படி? I | 156

✉ **மது செல்வன்,** *திருச்சி-1.*

✍ **மயில்களின் இடையே இனச் சேர்க்கை இல்லை என்பது உண்மையா? பின் எப்படி இனப்பெருக்கம்?**

உண்மையில்லை. இனச்சேர்க்கையை நம்மால் பார்க்க முடிவதில்லை. ஆனால், அத்தனை பெரிய தோகையை எப்படித்தான் கழற்றி வைக்கிறதோ தெரியவில்லை.

✉ **குரு. வைத்தியநாதன்,** *கார்மாங்குடி.*

✍ **கால் கை வலிப்பு ஏற்படக் காரணம் என்ன? கால் கை வலிப்பு ஏற்படும்போது இரும்பாலான பொருள் ஒன்றைக் கொடுத்தால் வலிப்பு படிப்படியாகக் குறைந்துவிடுகிறதே.... வலிப்புக்கும் இரும்புக்கும் என்ன சம்பந்தம்?**

கால் கை வலிப்பு என்பது மூளைக்குள் நிகழும் சின்ன மின்சாரப் புயல். பல்வேறு காரணங்களால், பிறக்கும்போது மூளையில் டாமேஜ் ஏற்படுகிறது. (குறிப்பாக முதல் குழந்தைகளுக்கு) பருவ வயது வரும்போது முதல் 'அட்டாக்' வருகிறது. மூளைக்குள் ஏற்படும் இந்த மின்சலசலப்பால் பாதிக்கப்பட்டவர்களுக்கு, வலிப்பு வருவதற்கு முன் ஒரு விதமான எச்சரிக்கை ஏற்படும். இதை 'ஆரா' என்பார்கள். இது சப்த ரூபத்திலோ, கலர் கலரான காட்சி போலவோ இருக்கும். இந்த முன்னெச்சரிக்கை அவகாசம் போதாமல் பாதித்த உடனே நினைவிழந்து விழுந்துவிடுவார்கள். கட்டுப்பாடில்லாமல் கையும் காலும் உதறிக்கொள்ள, வாயிலிருந்து நுரை வரும். நாக்கைக் கடித்துக்கொள்ளும் அபாயம் இருக்கிறது. சில நிமிஷங்களில் அவர்களுக்கு நினைவு திரும்பும்போது, நடந்தது எதுவும் ஞாபகம் இருக்காது. உடம்பு அடித்து போட்டாற்போல் வலிக்கும்.

இது தொத்து வியாதி அல்ல. வலிப்பு இருப்பவர்கள் நார்மலான வாழ்க்கை வாழமுடியும். சில விஷயங்களில் எச்சரிக்கையாக இருக்கவேண்டும். கார், ஸ்கூட்டர், சைக்கிள் ஓட்டுவதோ, பெரிய நீர்ப்பரப்பில் தனியாக நீந்துவதோ, நெருக்கமான கூட்டங்களில் இருப்பதையோ தவிர்க்கவேண்டும். (ஜூலியஸ் சீஸர், டாஸ்டாயவ்ஸ்கி போன்றவர்களுக்கு இந்த

உபாதை இருந்திருக்கிறது) தற்காலத்தில் அதற்கு மிகச் சிறப்பான மருந்துகள் இருக்கின்றன. டாக்டரின் சிபாரிசில் அவற்றை எடுத்துக்கொள்ள வேண்டும். இரும்புக்கும் வலிப்பு தணிவதற்கும் எந்தவிதச் சம்பந்தமுமில்லை. இரும்போ, இரும்பில்லையோ வலிப்பு சில நிமிஷங்களில் தணிந்துவிடும். வலிப்பு வந்து விழுந்தவரை காற்றோட்டமான இடத்தில் வைத்து, நாக்கைக் கடித்துக் கொள்ளாமல் வசதி செய்து, நினைவு திரும்பியதும் அவர் சுதாரித்துக் கொள்ள உதவி செய்தால் அதுவே பெரிய காரியம்..

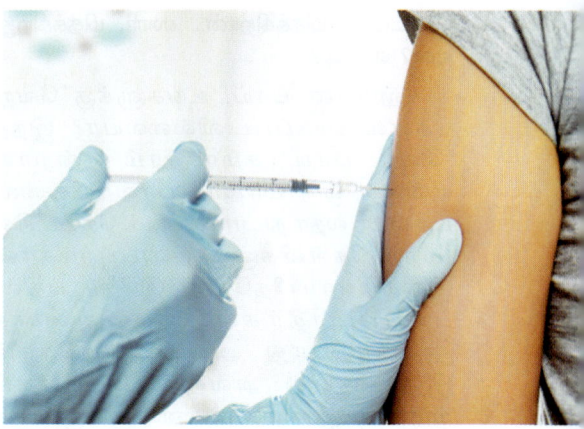

✉ **வி.வி.பாலசுப்பிரமணியன்,** சென்னை-83.

✍ **ஹார்மோன் இன்ஜெக்ஷன் போட்டுக் கொண்டால் உயரமாகலாம் என்கிறார்களே... உண்மையா?**

உயரம் உங்கள் ஜீனில் இருக்கிறது. சில பயிற்சிகளால் (சைக்கிள், வாலிபால்) லேசாக உயரம் அதிகமாகலாம். அதுவும் பதினெட்டு, இருபது வயசுவரைதான். ஹார்மோன் இன்ஜெக்ஷன் போட்டால் வேறு ஏதாவது பெரிசாகும். ஆண்கள் பிரா போட்டுக்கொள்ள வேண்டி வரும்! எதற்கு வம்பு? இருக்கிற உயரம் போதும்!

✉ **எஸ்.மாணிக்கம்,** சென்னை.

✍ **காயம்பட்டு ரணமாகும்போது சீழ் வருகிறதே... சீழ் (Pus) என்றால் என்ன?**

எதுக்கு சார் அதெல்லாம்...? இப்ப சாப்பிடற டைம் இல்லையே?... சரி, சீழ் சாதாரண விஷயமில்லை. 'வீர் சக்ரா' கொடுக்க வேண்டிய விஷயம். காயம் பட்டவுடன் 'இன்ஃபெக்ஷன்' (*Infection*) என்கிற எதிரிப்படை உங்கள் உடலுக்குள் நுழைய முற்படுகிறது. உங்கள் ரத்தத்தில் வெள்ளை அணுக்கள் (*White blood cells*) என்ற தற்கொலைப்படை வீரர்கள் இருக்கிறார்கள். ஒரு குண்டூசியின் தலை அளவு ரத்தத்தை எடுத்து மைக்ராஸ்கோப்பில் பாருங்கள்... அதில் குறைந்த பட்சம் 5,000 'வெள்ளை அணு வீரர்கள்' அணிவகுத்து

நிற்பார்கள். இன்ஃபெக்ஷன் என்கிற எதிரியோடு ஆவேசமாகப் போரிட்டு வீர மரணம் அடைகிற இந்த 'வெள்ளை அணுக்கள்தான் சீழ் ஆக வெளிவருகின்றன. எதிரியோடு போரிடச் சில சமயம் கூலிக்கு வேலை செய்யும் 'ஆன்ட்டிபயாடிக்ஸ்' என்கிற மாத்திரை 'வீரர்களையும்'டாக்டர் உதவியோடு நாம் உள்ளே அனுப்புகிறோம்!.

✉ **மேஜர்தாசன்,** ஈரோடு.

✍ **கைகளில் ரேகைகளே இல்லாதவர்களைப் பார்த்திருக்கிறீர்களா? மேலும் ரேகைகளை வைத்து நம் வாழ்க்கையில் முன்னால் நடந்த வற்றையும், பின்னால் நடக்கப் போவதையும் கூற முடியுமா?**

பார்த்ததில்லை. லேசாகவாவது ரேகை இருக்கத்தான் இருக்கும். ரேகை சாஸ்திரக்காரர்கள் சொல்வது பலிப்பது தற்செயல்தான். ரேகைகள் உள்ளங்கையை ஒழுங்காக மடிப்பதற்கு ஏதுவாக பிறவியிலிருந்தே உள்ளவையே தவிர, 'நடக்கப்போவதைச்' சொல்வதற் கெல்லாம் இல்லை!

✉ **ஏ.ஹபீப் ரஹ்மான்,** தங்கச்சிமடம்.

✍ **உயிருள்ள மனிதனைவிட இறந்த மனிதன் கனமாக இருப்பதாகக் கூறுகிறார்கள். இருப்பினும், நாம் உயிருடன் இருக்கும்போது தண்ணீரில் விழுந்தால் மூழ்கிவிடுகிறோம். ஆனால், இறந்த மனிதனைத் தண்ணீரில்**

போட்டால் மிதக்கிறான்... ஸாரி, மிதக்கிறது. ஏன்? எப்படி?

ரஹ்மான் பாய், உங்களுக்கு வேறு கேள்வி அகப்படவில்லையா? இந்த 'டெட் பாடி' சமாசாரம் என்றால் எனக்கு ஒரு மாதிரி. பரவாயில்லை. டாக்டர் லதா நடராஜனைக் கேட்டதில் (மற்ற கேள்விகளுக்கு அப்புறம்தான் இதை ஆரம்பித்தேன்) இதோ பதில்: பயப்படாதீர்கள். ஒரு ஆளைத் தூக்கும்போது அவன் உயிரோடு இருக்கையில் அவனும் கொஞ்சம் முக்கி ஒத்துழைக்கிறான். அவனுக்குச் சொந்தமாகச் சக்தி இருக்கிறதல்லவா! அதனால் உயிருள்ளவன் ஒரு பிணத்தை விட எடை குறைவாக இருப்பதாகவே தோன்றும்.

தண்ணி கேஸ் வேறே! முதலில் மூழ்கினவுடன் நேரா பொணம் உள்ளே போயிரும். வாய், மூக்கு வழியா தண்ணி உள்ளே போயி சுவாசப்பையெல்லாம் நிரம்பிக்கும். பாடி அங்கேயேதான் இருக்கும். ஆனா, அதுக்கப்புறம் என்ன ஆவுது? பாடி முழுக்க நனஞ்சு 'ஆஸ்மாஸிஸ்'னு ஒண்ணு நிகழுது. தோலில் இருக்கிற சந்து பொந்துகள் வழியாகவும் தண்ணி பரவுது. அதே சமயம் பாக்டீரியா (ஸாப்ரோஃபிட்டிக் பாக்டீரியாங்கிறாங்க) கொஞ்சங் கொஞ்சமா தாக்குது. உடம்பு பூரா அழுகி - காஸ்! அடிவயிறு, வயிறு எல்லாம் கொஞ்சங் கொஞ்சம் பொட்டுக் கூடை மாதிரி உப்பும், பாடியோட அடர்த்தி குறைவாகி மெல்ல மெல்ல மேலே வந்துடுது. அப்புறம்?... ஜாலியா மிதக்கும்!

✉ ***காசி.ராஜகோபாலன்,*** *தெற்கு வட்டாக்குடி போஸ்ட்-614903.*

✍ **கொசுவைப் பற்றிய சிறப்பு அம்சங்கள் என்ன? கொசுவுக்குப் பற்கள் உண்டா?**

ரத்தத்தை உறிஞ்சப் பற்கள் தேவையில்லை. ஆனால், கொசுவின் கண்களுக்குக் கீழே நுட்பமான இன்ஜெக்ஷன் போன்ற ஊசி வைத்திருக்கிறது. உண்மையில் ஊசிகள்! மொத்தம் ஆறு. எல்லாம் ஒன்றாக இணைந்து 'சிங்கிள்' ஊசியாக உங்கள் தோலுக்குள்ளே இறங்கி ரத்தத்தை உறிஞ்சிக் கொள்கிறது. ரத்தம் உறைந்து போகாமலிருக்க ஒரு கெமிக்கலைவேறு கொசு துப்பித் தொலைக்கிறது. எச்சில் ரத்தத்துடன் கலக்கிறது. உடனே சொறிகிறீர்கள். 2700 கொசு வகைகள் உண்டு. கொசு ஒரு 'பறக்கும் அற்புதம்'! தலைகீழாகக்கூட பறக்கும். மழை பெய்யும்போது நனையாமல் இடுக்குகள் வழியாகக்கூட கொசுவால் பறக்கமுடியும் என்று ஒரு பிரிட்டிஷ் ஆராய்ச்சியாளர் கண்டுபிடித்திருக்கிறார்.

பெண் கொசுக்கள்தான் ட்ராகூலாக்கள். ஆண் கொசுக்கள் சாது. புல், தழை, பூக்களில் இருக்கும் தேன் - இவையெல்லாம்தான் சாப்பாடு. கொஞ்சம் விசித்திரமாக இருந்தாலும் பெண் கொசுவுக்கு முட்டைகளைப் பொரிக்க ரத்தம் மிக மிகத் தேவை. அநேகமாக கணவனுடன் உடலுறவில் ஈடுபட்டுவிட்டு நேராக உங்கள் ரத்தத்துக்காக மிஸஸ் கொசு வருகிறது. பெங்களூர் கொசுவின் சிறப்பு அம்சம் - இரண்டு போர்வை. ஒரு கம்பளி போர்த்தியிருந்தால்கூட அதன் வழியே ஊசியைச் செலுத்திக் கடிக்கும். உங்களூர் கொசு எப்படியோ...? சிறுகுறிப்பு: கொசுவை அடிக்கச் சிறந்த, ஷ்யூரான வழி என்ன தெரியுமா? பறந்து வந்து உட்கார்ந்தவுடனே 'பளார்' என்று அடிக்காதீர்கள்... தப்பித்துவிடும். போனால் போகிறது. உட்காரட்டும். கொஞ்ச நாழி காலைகீலை தேய்த்துக்கொண்டு முதல் குத்து குத்தும்... குத்தட்டும். தாங்கிக் கொண்டிருங்கள். அப்புறம் ஸ்ட்ராவை வைத்து ரத்தத்தை உறிஞ்சும் பாருங்கள்! அப்போது நிதானமாக கைவிரல்களால்கூடப் பொறுக்கலாம். அப்படி ஒரு சுகப்தியில், அஜாக்கிரதையில் இருக்கும்.

மிஸஸ் கொசு..!

✉ **ஜே.எம்.வைசாலி,** திருப்பத்தூர்.

✍ **'புனுகுப் பூனை' - விளக்கம் ப்ளீஸ்...**

'புனுகுப் பூனை' என்று நாம் அழைக்கிற பிராணி உண்மையில் பூனை இனமே அல்ல. உருவம்தான் அப்படி! அந்தப் பிராணியின் வால் நுனியில் உள்ள பையில் சுரக்கிற திரவம்தான் பிறகு புனுகு ஆகிறது! புனுகுப் பிராணி தனக்கு 'செக்ஸ்' தேவைப்படும் சமயங்களில் தனது இணையை அழைக்க வாலிலிருந்து வாசனைத் திரவத்தைத் தெளித்துக்கொண்டே போகும். முதலில் சீனர்கள்தான் புனுகை மோப்பம் விட்டு கண்டுபிடித்து தலைவலித் தைலம் தயாரித்தார்கள்!

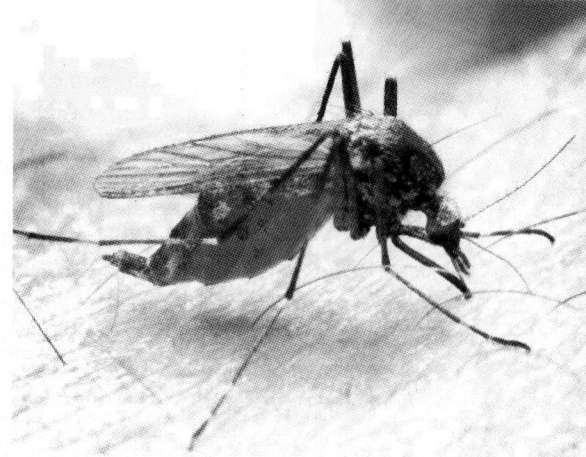

✉ **சி.நடராஜன்,** ஆயக்காரன்புலம்.

✍ **பார்க்க சுறா மாதிரி இருந்தாலும் 'டால்ஃபின்' மட்டும் மனிதனுக்குத் தீங்கு செய்வதில்லை, ஏன்?**

முதல் நூற்றாண்டைச் சேர்ந்த பிளினியின் காலத்திலிருந்து சரித்திரத்தில் மனிதர்களுக்கும் டால்ஃபின்களுக்கும் நல்லுறவுக் கதைகள் மலிந்திருக்கின்றன. பல மனிதர்களை டால்ஃபின்கள் ஆபத்திலிருந்து காப்பாற்றியதற்கு ஆதாரபூர்வமான சான்றுகள் உள்ளன. செப்டம்பர் 72-ல் 'நியூயார்க் டைம்ஸ்' பத்திரிகை இரண்டு டால்ஃபின்களால் சுறாமீன்களிடமிருந்து காப்பாற்றப்பட்ட இருபத்துமூன்று வயதுப் பெண்ணின்

புனுகுப் பூனை

கதையைப் பிரசுரித்தது. இருபத்தைந்து மைல் அவளுடனேயே நீந்தி வந்து, சுறாக்களெல்லாம் கிட்டே வராமல் அடை காத்தனவாம். (டால்ஃபின் தண்ணீரில் படுவேகத்தில் இயங்கும். அதனால் சுறாவுக்கு அதனிடம் பயமும் மரியாதையும் உண்டு. மெடிட்டரேனியன் நாகரிகத்தில், கலையம்சங்களில், கிரேக்க நாணயங்களில் டால்ஃபின் மீனின் வடிவம் அடிக்கடி வருகிறது. பற்பல அமெரிக்க, பிரிட்டிஷ் கம்பெனிகள் டால்ஃபினை 'ட்ரேட் மார்க்'காக உபயோகித்திருக்கின்றன. சில சமயங்களில் மீன் பிடிப்பவர்களுக்கு நிறைய மீன்கள் இருக்கும் பேட்டையைக்கூட டால்ஃபின் காட்டுமாம்! ஏன் அவை சில சமயம் நம் உயிரைக் காப்பாற்றியிருக்கின்றன என்று சரியாகத் தெரியவில்லை. டால்ஃபின் புத்திசாலித்தனம் பற்றி நிறைய பேர் மேலைநாடுகளில் ஆராய்ச்சி பண்ணிக் கொண்டிருக்கிறார்கள். அவற்றுக்குப் பாஷை இருக்கிறதாம். பேசக்கூடப் பேசுகிறதாம். வெகு சூட்டிகையாகக் கற்றுக்கொண்டு விடுமாம். உணவளித்தால் சாப்பிட்டுவிட்டு 'இன்னும் கொஞ்சம்' என்று அதன் 'குய்க் குய்க்' பாஷையில் கேட்குமாம். சில விஷயங்களைக் கொஞ்சம் வடிகட்டிவிட்டுத்தான் நம்ப வேண்டும்.

✉ எஸ்.சுரேஷ், சென்னை-20.
✎ விஞ்ஞானிகளில் ஆஸ்திகர்கள் உண்டா?

✉ ரமேஷ் கார்த்திகேயன், ராஜபாளையம்.
✎ விஞ்ஞான ரீதியாக இன்னும் நிரூபிக்கப் படாத 'கடவுளை' நம்புகிற விஞ்ஞானிகளின் நம்பிக்கை நியாயமானதா?

✉ சி.ஏ.ஹமீத், சென்னை-82.
✎ மாங்காய் என்கிற பொருள் இல்லாமல் மாங்காய் ஊறுகாய் போடும் சிந்தனை உருவாக முடியாது. ஆகவே, இந்த உலகம் பற்றியும் அதிலுள்ள கோடிக்கணக்கான உயிரினங்களைப் பற்றியும் அதைத் 'தோற்றுவிக்கும் முன்னரே' ஒரு சக்திக்கு (கடவுள்!) சிந்தனை உருவாகி இருக்க வேண்டுமல்லவா? இந்த சிந்தனைக்கு 'அவருக்கும்' மூளை என்ற ஸ்தூலப் பொருள் அவசியமாக இருந்திருக்குமல்லவா?

இந்த நூற்றாண்டின் மிகப் பெரிய விஞ்ஞானியான ஐன்ஸ்டைன் நாத்திகரல்ல. ஒரு முறை ஒரு யூத மதகுரு, "நீங்கள் கடவுளை நம்புகிறீர்களா?" என்று அவருக்குத் தந்தியடித்துக் கேட்டதற்கு மறு தந்தியில் அவர், 'நான் ஸ்பினோஸாவின் கடவுளை நம்புகிறேன். பிரபஞ்சத்தின் அத்தனை விதிகளின் ஒருமைப்பாட்டிலும் தன்னைக் காட்டிக் கொள்ளும் கடவுளைத்தான் நம்புகிறேன். நம்முடைய

டால்ஃபின்... வாவ்..!

தின வாழ்க்கையின் செயல்பாடுகளைக் கட்டுப்படுத்தும் கடவுளை அல்ல'' என்றார்.

நவீன க்வாண்டம் மெக்கானிக்ஸில் சிருஷ்டியைப் பற்றி சில ஆதாரமான சந்தேகங்கள் வந்துள்ளன. சில கோட்பாடுகள் ரொம்ப உதைக்கிறது. ஹைஸன்பர்கின் 'நிச்சயமில்லா தத்துவத்தைப் பற்றிச் சொல்லும்போது ஐன்ஸ்டைன் 'கடவுள் பிரபஞ்சத்துடன் சூதாடமாட்டார்' என்றார். விஞ்ஞானத்தில் சில 'ஏன்'களுக்குப் பதில் வேண்டுமானால் கடவுள் தத்துவத்தில் சரணடைய வேண்டும். உதாரணம் - ஒளியின் வேகத்தை மிஞ்சவே முடியாது என்று தெரிகிறது. இது ஏன், என்று அவர்களால் பதில் சொல்ல முடியவில்லை. எனவே, இரண்டாவது கேள்விக்குப் பதில் விஞ்ஞான ரீதியாக நிரூபிக்க முடியாத விஷயங்களுக்குக் கடவுள் என்கிற மகா சக்தியின் தேவை இருக்கிறது என்றே சொல்லவேண்டும். ஆனால், அந்தக் கடவுள் ஒரு தினத்தில் சிந்தித்துப் பார்த்து அத்தனை உயிரினங்களையும் படைத்தார் என்ற சித்தாந்தம் விஞ்ஞான ரீதியில் செல்லுபடியாகாது. சிருஷ்டி என்பது மிக ஆதிகாலத்தில் ஜடப்பொருளின் வெடிப்பிலிருந்து சிதறிப் போய் கல்பகோடி காலம் கடந்து சூரிய ஒளிச்சேர்க்கையினால் சில அதிர்ஷ்டவசமான நிகழ்ச்சிகள் மூலம் ஒற்றை ஸெல் உயிரினமாகி மெல்ல மெல்லப் பரிணமித்து மற்ற உயிர் வகைகள் உண்டாகி... இப்படித்தான் விஞ்ஞானம் சொல்கிறது. ஒரே நாளில் அத்தனை உயிர்களும் ஏற்படவில்லை. கடவுள் என்பது மனித மூளையின் சமாசாரமில்லை. அதன் சிந்தனை எல்லைகளுக்கு அப்பால் உள்ள ஒரு... ஒரு... அது என்ன??

✉ **ஜெ.நந்தகுமார்,** நீலகிரி.

✍ **'பன்சாய்' கலையின் மூலம் மரங்களை மினி சைஸில் வளர்ப்பதுபோல யானை, ஒட்டகச்சிவிங்கி போன்றவற்றையும் மினி சைஸில் முடியுமா?**

ஐன்ஸ்டைன்

இன்றைய தேதிக்குச் சாத்தியமில்லை. ஆனால், 'ஜெனட்டிக் இன்ஜினியரிங்' போகிற போக்கைப் பார்த்தால் அடுத்த நூற்றாண்டுக்குள் செய்துவிடுவார்கள் போலத் தோன்றுகிறது.

✉ **ஆர்.பன்னீர்செல்வம்,** தஞ்சாவூர்.

✍ **'இரு காந்தங்களுக்கிடையில் ஒரு டம்ளர் தண்ணீரை இரவு முழுவதும் வைத்திருந்து விடியற்காலையில் பருகினால் நம் உடலில் உள்ள அதிகமான கொழுப்பும் கால்சியமும் கரைந்துவிடும். அப்புறம் டாக்டரே தேவை யில்லை!' என்று ஒருவர் சொன்னார். இது சாத்தியமா?**

சாத்தியமில்லை. காந்தத்துக்கும் தண்ணீருக்கும் ஸ்நானப் பிராப்திகூட கிடையாது. உங்கள் உடலில் உள்ள அதிகமான கொழுப்பைக் கரைக்க ஒரு வழி - தேகப்பயிற்சி. கால்சியத்தைப் பொறுத்தமட்டில் அதுபாட்டுக்கு இருந்து விட்டுப் போகட்டும். பரவாயில்லை. இதில் என்ன என்எம்ஆர் ந்யுக்ளியர் மாக்னட்டிக் ரெஸனன்ஸைப் புகுத்தி சாத்தியமுண்டு என்று சிலர் குழப்புவார்கள்.

✉ **க.ரமேஷ்,** மேலையூர்.

✍ **மிகவும் புத்திக்கூர்மையான பிராணி ஒன்றைப் பற்றிக் கூறுங்களேன்?**

சிம்பன்ஸி குரங்குதான். அதற்கு அமெரிக்காவில் சைகை பாஷை கற்றுக்கொடுத்துச் சுமார் இருநூறு

வார்த்தை 'வொகபிலேரி'யில் அதனுடன் ஜோக் அடித்துக்கொண்டு பேசிக் காட்டியிருக்கிறார்கள். ஆராய்ச்சியாளர்கள் கம்ப்யூட்டரை வைத்துக்கொண்டும் பரிசோதனை செய்திருக்கிறார்கள். சிம்பன்ஸிக்கு பாப் சங்கீதத்தைவிட ஜாஸ் பிடிக்கிறதாம். குரங்குகளைப் பற்றிய விடியோவை அதிகம் போட்டுப் போட்டு பார்த்து ரசிக்கிறது. இப்படிப் பழகிக்கொண்டே போனால் இன்னும் இரண்டு தலைமுறைகளில் சிம்பன்ஸி குரங்குகள் தொடர்கதைகள் கூட எழுத ஆரம்பித்துவிடலாம் என்கிறார்கள்.

✉ **ஆர்.சித்ரா,** *சென்னை-23.*

✍ **கொரில்லாவைப் பற்றி...**

சற்றே உள்ளடங்கிய, நுங்கு மாதிரி மூக்கு... பிரமாண்ட கறுப்பு உருவம்... ஆறு அடி, ஏழு அடி என்று வளர்த்தி... 275 கிலோ எடை இருக்கலாம்... வீச்சுவீச்சென்று இரும்பு மாதிரி கை, கால்கள்... தலைதாழ்த்திய நட்புணர்வுடன் ஒரு பார்வை... உற்சாக சமயங்களில் படபடவென்று தன் மார்பை இரண்டு கைகளாலும் தட்டிக் கொள்ளும் 'மானரிஸம்'! - இதுதான் வயதுக்கு வந்த ஆண் கொரில்லா.

கொரில்லாக்கள் சுத்த சைவம்... முட்டைக்கூடச் சாப்பிடாது. கூட்டம் கூட்டமாய் வாழ்கிற குடும்ப மனசு. சாம்பல் முட்டையைச் சுமந்தாற்போல முதுகில் வெள்ளி கலர் உள்ள ஜயண்ட் கொரில்லா தான் கூட்டத்துக்கு ராஜா. எந்தத் தாக்குதலுக்கும் ஈடுகொடுக்கிற தைரியமும் பலமும் உண்டு. நடை, பாவனைகள், சாப்பிடுகிற ஸ்டைல் போன்ற பல விஷயங்களில் (வஞ்சனை, ஏமாற்றுதல், நன்றி கெட்டத்தனம் தவிர) நம்மைப் போலத்தான்! பயங்கர பலசாலிகளாக இருப்பதால் எதிரிகள் கிடையாது. ஆனாலும் வீண சண்டைக்குப் போகிற கீழ்த்தரம் எல்லாம் இல்லை. கொரில்லா இனம் - மனிதப் பரிமாணத்தின் ஃப்ளாஷ் பேக்!

✉ **இரா.சுவாமிநாதன்,** *சீர்காழி.*

✍ **நத்தை பற்றி...?**

நத்தை நகர்வதில் இருக்கும் ஆச்சரியங் களைக் கவனித்து வியந்திருக்கிறேன். நத்தைக்குக் கால்கள் இல்லை. அதன் அடிப்பாகம் முழுவதுமே தட்டையான கால் மாதிரி. இந்த அடிப்பாகத்தின் தசை நார்களைக் கட்டுப்படுத்தி சுருக்கிச் சுருக்கி

"அம்மா... என் கதை திரும்பி வந்துடுச்சுமா..!"

நகர்கிறது. இதற்கு உதவ தசைநார்களில் சுரப்பிகள் ஒரு மாதிரி எண்ணெய்ப் பதார்த்தம்போல சுரக்கிறது. நத்தை எந்தத் தோட்டத்திலும் வழுக்கிக் கொண்டு தான் செல்கிறது.

இன்னொரு ஆச்சரியம், அதன் 'கால்' மிகவும் வலுவுள்ளது. ஒரு ரேஸர் பிளேடின் விளிம்பின் மேல் வெட்டுப்படாமல் அதனால் கடந்து செல்லமுடியும். நத்தைக்கு வழி தவறுவதே இல்லை. எங்கேயிருந்து கிளம்பினோம் என்று ஓர் உள்ளுணர்ச்சி உண்டு. அதனால், வீட்டிலிருந்து எத்தனை இஞ்ச் தூரம் வந்துவிட்டாலும் அது திரும்ப பத்திரமாகப் போய்ச் சேர்ந்துவிடும். நத்தையைப் பற்றிய மற்ற ஆச்சரியங்கள்... அரை அவுன்ஸ் எடையிருந்தாலும் ஒரு பவுண்டு எடையை இழுக்க வல்லது; நத்தையில் கூடு இல்லாத ஒரு வகையும் இருக்கிறது.

நத்தையின் நாக்கு அரம்போல நூற்றுக்கணக்கான பற்களுடன் இருக்கும். உணவை வெட்டி அறுத்துச் சாப்பிடுகிறது. வெளிநாடுகளில் இப்போது 'நத்தை ரேஸ்'கூட விடுகிறார்கள்.

✉ **வி.செல்வகுமார்,** ஸ்ரீபெரும்புதூர்.

✍ **காண்டாமிருகத்தின் 'ஸ்பெஷாலிடி' என்ன?**

காண்டாமிருகம் ஐந்து வகை. ஆப்பிரிக்காவில் வாழும் வகை (கறுப்பு வெளுப்பு இரண்டுக்கும்) இரண்டு கொம்பு. இந்தியா, ஜாவாலில் ஒரு கொம்பு. சுமத்ராவில் மறுபடி இரண்டு கொம்பு. வெஜிட்டேரியன். பார்வை மந்தம். சுற்றுப்பட்ட விஷயங்களைப் பற்றிக் கவலையே படாது. மற்ற பேர் வம்புக்குப் போகாது. ஆனால், ரொம்ப சண்டி. கோபப்படுத்தினால் கதிகலங்க அடித்து விடும். அத்தனை பெரிய உடம்பை வைத்துக்கொண்டு (ஒரு டன்னிலிருந்து மூன்றரை டன் வரை) முப்பது மைல் வேகத்தில் 'தகடக் தகடக்' என்று வந்து மோதினால் யாரால் தாங்கமுடியும்? இத்தனைக்கும் கால் குட்டை. மூன்றே

நத்தை ஓர் ஆச்சரியம்...

விரல்கள். சிலதுக்குக் கொம்பு ரொம்பப் பெரிசு. ஐந்தடிகூட அளந்திருக்கிறார்கள். மடிப்பு மடிப்பாக முதுகில் ஜமக்காளம் விரித்தாற்போல் சருமம். தனியாக நகரும். சில சமயம் சின்ன குழுக்களில். ஒரே ஒரு குட்டி. பதினெட்டு மாசக் கர்ப்பம். சுமார் அம்பது வயசு வரை வாழும்.

✉ **ஆர்.கோபாலன்,** ஸ்ரீரங்கம்.

✍ **மின்மினிப் பூச்சியிடம் ஒளி வீசும் தன்மை எவ்வாறு உண்டாகிறது?**

விஞ்ஞானிகளை வியக்க வைக்கும் மின்மினிப் பூச்சியின் ஒளியைப் பற்றி இன்னும் அவர்களுக்குச் சரியான விளக்கம் கிடைக்கவில்லை.

மின்மினியின் வெளிச்சம் மற்ற வெளிச்சத்தைப் போலத்தான். ஆனால், சூடு இல்லாத வெளிச்சம். இந்த வகை வெளிச்சத்தை லுமினஸென்ஸ் என்கிறார்கள். மின்மினிப் பூச்சியில் இந்த வெளிச்சம் லூஸிஃபெரின் என்கிற சங்கதியிலிருந்து உண்டாகிறது. இந்த லூஸிஃபெரின் பிராணவாயுவுடன் சேரும்போது ஒளி பிறக்கிறது. இந்த ஒளி பிறக்க மத்யஸ்தம் பார்க்க காட்டலிஸ்டாக லூஸிஃபரேஸ்

இரண்டு கொம்பு வகை...

என்கிற வஸ்துவும் தேவையாக இருக்கிறது. தான் பாதிக்கப்படாமல் இந்த ரேஸ்ரின்னை எரிப்பதற்கு உதவி செய்கிறது. இதே வெளிச்சத்தை விஞ்ஞானிகள் சோதனைச்சாலைகளில் ஏற்படுத்தியிருக்கிறார்கள். ஆனால், இந்த லூஸிஃபெரின் பரேஸ் இரண்டையும் மின்மினிப் பூச்சியின் உடலிலிருந்துதான் பிரிக்க முடிந்திருக்கிறது. தனிப்பட்டு இந்த கெமிக்கல்களை அவர்களால் உண்டாக்க முடியவில்லை.

ஆமாம், இந்தப் பூச்சிக்கு மட்டும் வெளிச்சம் எதற்கு? இதற்கும் சரியான பதில் இல்லை. சிலர் மின்மினிகள் தம்முடைய ஜோடிகளைத் தேடுவதற்கு வெளிச்சம் போடுகின்றன என்கிறார்கள்.

சூடு இல்லாத வெளிச்சம்

சிலர், பறவைகள் அவற்றைத் தப்பித் தவறிச் சாப்பிட்டுவிடாமல் இருப்பதற்கும் பயப்படுத்தவும் என்கிறார்கள். சரியாகச் சொல்ல முடியவில்லை. ஆனால், இந்த வெளிச்சம் அவற்றுக்கு அத்தனை முக்கியமில்லை என்றுதான் கண்டுபிடித்திருக்கிறார்கள். அதன் உடலில் நிகழும் வேறு ஏதோ ரசாயன மாற்றத்தின் 'சைடு எஃபெக்ட்'தான் இது என்கிறார்கள். எப்படியோ இருந்துவிட்டுப் போகட்டும்.... எத்தனையோ பேர் இன்னும் மின்மினிப் பூச்சியைப் பற்றி கவிதை எழுதியாக வேண்டும்!

✉ **ஜே.சம்பத்,** விருத்தாசலம்-*1.*

✍ **குடித்தவன் தள்ளாடுவது ஏன்?**

நம் உடலில் எப்போதும் கொஞ்சம் ஆல்கஹால் உள்ளது. சர்க்கரை, ஸ்டார்ச் போன்றவற்றில் உள்ள ஆல்கஹால் எப்போதும் நம் உடலில் ஒரு கிராம் இருக்கிறது. இதனால் போதையில்லை. குடிக்கும்போது நூற்றுக்கணக்கில் அதிகரிக்கிறது. குடித்தவுடன் ரத்தத்தில் கலந்து மூளைக்குச் செல்லும் இத்தைல் ஆல்கஹாலால் வாய், மூக்கு, மேலண்ணம் இவை கொஞ்சம் சிலிர்த்துக் கொள்கிறது. சாப்பிடுமுன் வெள்ளைக்காரர்கள் கொஞ்சூண்டு சாராயம் சேர்த்துக் கொள்வதற்குக் காரணம் இதுவே. லேசாகப் பசி அதிகரிக்கும். முதலில் தசைநார்களைக் கொஞ்சம் புதுப்பித்து, வேலைத் திறமையைக்கூட அதிகரிக்கும். இதெல்லாம் ஆரம்பத்தில். அளவு அதிகமாகி மூளைக்குப் பாதிப்பு ஏற்பட்டு, 'தான்' எல்லாம் தளர்ந்துபோய் அவனுடைய எல்லா செயல்பாடுகளும் கழன்றுபோய் பாகுபடுத்தும் திறன், புத்திக் கூர்மை எல்லாமே பாதிக்கப்பட்டு அய்யா ஆடுகிறார்!

✉ **எஸ்.ராஜேந்திரன்,** அலங்கியம்.

✍ **எலிக்கும் மூஞ்சுறு (மூஞ்செலி)க்கும் உள்ள வேறுபாடுகள் என்ன?**

இரண்டுமே எலிக் குடும்பம்தான்.

ஒரு காலத்தில் 'ரொம்ப' தள்ளாடியவர் ஓய்வெடுத்துக்கொண்டிருக்கிறார்!

மூஞ்செலி முகம் கொஞ்சம் சூம்பி, கொஞ்சம் நீளமாக, கொஞ்சம் சாதுவாக இருக்கும். எலி மாதிரி மோசமில்லை. அதனாலேயோ என்னவோ பிள்ளையாருக்கு வாகனமாக்கிவிட்டார்கள் - அவற்றைக் கொல்லாமல் இருப்பதற்காக. எலிகளை ஒழித்துக்கட்டுவது கொஞ்சம் கஷ்டம்தான். உலகமெங்கும் பரவியுள்ள பழுப்பு எலிகள் ஆசியாவிலிருந்து சென்றவை. கப்பல், நிலமார்க்கமாக உலகெங்கும் பரவியவை. மனிதன் செழிக்க எலிகளும் செழித்தன. (அவன் விட்டுச் செல்லும் உணவு அதிகரித்ததால்!). மனிதன் பஞ்சத்தால் இறந்ததால், எலிகள் நம்மைத் தாமே சாப்பிட்டுக் கொண்டு உயிர் பிழைத்தன.

ரொம்ப உசத்தியான அரிசியை எங்கு பார்க்கலாம் தெரியுமா? வயற்புறங்களில், வரப்புகளுக்கு அடியில் இருக்கும் எலி வலைகளில்தான்.

எலி பெரிய ஆர்க்கிடெக்ட். மழை காரணமாக வயலில் நீர்மட்டம் உயர்ந்தால்கூட அது வளையில் சேமித்து வைக்கும் அரிசி பாதிக்கப்படாது. அப்படி ஒரு கோடௌன்! வளைக்கு மெயின் 'கேட்'டைத் தவிர ஏகப்பட்ட சுரங்கப்பாதைகள் உண்டு. இந்த வழிகளை 90 சதவிகிதம் மட்டும் மேல்நோக்கித் தோண்டி வைத்திருக்கும். ஆபத்தென்றால் ஒரு முட்டு வழி திறந்துகொள்ளும் - தப்பிக்க வசதியாக. வளையிலிருக்கும் தானியத்தை எலிகள் எவ்வளவு பசித்தாலும் சாப்பிடாது. சாப்பாடு வயலிலேயேதான். பிறகு தேர்ந்தெடுத்து வீட்டுக்கு பார்சல். அத்தனை சேமிப்பும் பஞ்ச காலத்துக்கு. எலிகள் நிச்சயம் புத்திசாலிகள்.

நரிக்குறவர்கள் எலிகளின் சுரங்கப் பாதைகளை (குச்சியால் பூமியில் தட்டித் தட்டி) கண்டுபிடிப்பதில் வல்லவர்கள். அங்கேயெல்லாம் முதலில் கூடைகளையோ கோணிகளையோ கவிழ்த்து வைத்துவிட்டுப் பிறகு எலிகளை மடக்குவார்கள். சம்பளம் வாங்குவதில்லை. பிடிக்கப்பட்ட எலிகளும், வளையில் இருக்கும் அரிசி இருப்பும் அவர்களுக்குத்தான்!

உணவில் விஷம் வைத்துக் கொன்றால், சில எலிகள் செத்துப்போகும். பல எலிகள் கற்றுக்கொண்டு அவ்வுணவைத் தொடா! மனிதன் எங்கிருந்தாலும்

அங்கு வாழும். எலிகள் மிகக் குளிர்ந்த பிரதேசத்திலும் வெப்பம் மிகுந்த பாலைவனங்களிலும்தான் இல்லை. பி.கு: எலி பிடிக்கப் பூனைகள் அவ்வளவு வல்லவை அல்ல.

✉ **ஆர்.விஜயலட்சுமி,** சென்னை.

✍ **'கண்ணீர்' - எங்கிருந்து எப்படி?**

கண்ணீர் ஒரு உப்பு நீர் என்பது தெரிந்ததே. கண்ணுக்கு மேலாக நம் கண்ணில் படாத மாதிரி மறைவாக லாக்ரிமல் கிளாண்ட் *(Lachrymal Gland)* என்று ஒரு சுரப்பி. இதுதான் கண்ணீர் நதியின் மூலம். இந்தச் சுரப்பி சுரக்கிற லாக்ரிமா (லத்தீன் மொழியில் கண்ணீர்) என்ற திரவம்தான் நம் நெஞ்சை நெருட வைக்கும் கண்ணீர்.

தாள முடியாத ஸ்மெல் (வெங்காயம், அம்மோனியா புகை) வகையறாக்கள், சோகம், அதீத மகிழ்ச்சி, பயம் இவையெல்லாம் இந்தச் சுரப்பியைத் தூண்டி விட்டுக் கண்ணீரை வரவழைப்பவை.

லாக்ரிமல் திரவம்...

பொதுவாக விழிக்கோளத்தில் தூசு பட்டால் அலம்பி விடுவதுதான் இந்தச் சுரப்பியின் வேலை. அதனால் அபூர்வமாகத்தான் இது இயங்கும். இது தொடர்ந்து இயங்கிக் கொண்டிருந்தால்... வெள்ளம்தான்!

ரொம்பக் காலமாக இந்தச் சுரப்பியை பெண்கள் சினிமா போவதற்கு, கணவர் தயவில் புடவை வாங்குவதற்குக்கூட உபயோகிக்கிறார்கள்.

✉ **பி.கே.பிரசாத்,** சென்னை-*5.*

✍ **காது கேட்பதற்கு மட்டும் இல்லை - ஏதோ ஒரு 'பாலன்ஸுக்கு' என்கிறார்களே... என்ன அது?**

'வெஸ்டிப்யூலர் சிஸ்டம்' என்று சொல்வார்கள். கண்ணை மூடிக் கொண்டாலும் ப்ளேனில், கப்பலில், ரயிலில், பஸ்ஸில் போகும்போதும் உங்கள் பாலன்ஸ் தவறாமல் பார்த்துக்கொள்வது காதின் உள்பாகத்தில் இருக்கும் மூன்று அரை வட்டக் குழாய்களும் அதனுள் வைத்திருக்கும் ரோமசெல்களும் நரம்புகளும்; காதின் - தலையின் அசைவுகளினால் இந்த நரம்பு முனைகளின்மேல் ஒரு திரவம் பாயும்போது அந்த நரம்புகள் சிலிர்த்துக் கொண்டு மூளைக்குச் செய்தி சொல்லும். இதிலிருந்து தலையை ஆட்டுவது, அசைப்பது, நிமிர்த்துவது, குனிய வைப்பது எல்லாவற்றையும் மூளை உணர்ந்து கொள்கிறது.... ஒரு மாதிரி ரச மட்டம்போல கொஞ்சம் லெவல் வித்தியாசம் ஏற்பட்டாலும் உடனே மூளை அறிந்து கொண்டுவிடும். இதனால்தான் நாம் கண்ணை மூடிக் கொண்டு நடக்க முடிகிறது.

✉ **திருமதி லட்சுமி நடராஜன்,** திருப்பூர்-*1.*

✍ **பசி வந்தால் காதை ஏன் அடைக்கிறது?**

நம்முடைய ரத்தத்தில் சாதாரணமாக எண்பதிலிருந்து நூற்றிருபது மில்லி

கிராம் 'க்ளூக்கோஸ்' இருக்கவேண்டும். இந்த க்ளூக்கோஸ்தான் உடம்பின் பல பாகங்களுக்குச் சக்தி கொடுப்பது. சாப்பிட்ட கையோடு ரத்த க்ளூக்கோஸைப் பார்த்தால் 180 வரை எகிறும். அதற்குமேல் போனால் தேவையில்லை என்று சிறுநீரில் கலந்து அனுப்பிவிடும்.

ரத்தத்தில் க்ளூக்கோஸ் அளவு எண்பது, தொண்ணூறு என்று குறைந்தால் பசி ஏற்படும். எப்படி? க்ளூக்கோஸ் குறைய, வயிற்றில் அமிலச் சுரப்பு அதிகமாகும். காஸ்ட்ரின் என்று ஒரு ஹார்மோன் உண்டாகி இதெல்லாம் ஒட்டுமொத்தமாகச் சேர்ந்து வயிற்றில் ஏற்படும் அவஸ்தைதான் பசி.

க்ளூக்கோஸ் கம்மியான ரத்தம் மூளைக்குச் செல்லும்போது 'என்னப்பா, இவ்வளவு அடாஸா ரத்தம் அனுப்பிச்சி ருக்கீங்க?' என்று எதிர்ப்புத் தெரிவிக்கிறது. எப்போதும் அதற்கு ஒஸ்தியான ரத்தம்தான் வேண்டும். மூளை தெரிவிக்கும் இந்த எதிர்ப்புதான் லேசான மயக்கம். காதை அடைக்கிறது. கண் பஞ்சடைவது, போதாக்குறைக்கு ஒரு எட்டு, பத்து மணி நேரம் சாப்பிடவிலை, தண்ணீர்கூடக் குடிக்கவில்லையென்றால் டீஹைட்ரேஷன் ஆரம்பித்து அதனால் இன்னும் கொஞ்சம் மயக்கமும் காதடைப்பும் ஏற்படும்.

✉ **ஆர்.பைரவன்,** தாவண்கெரே (கர்நாடகா).

✍ **பிறந்து ஒரு மாதத்திலிருந்து ஒரு வயது வரை குழந்தைகளுக்கு ஏன் சூடாக (ரொம்பவும்) தண்ணீர் ஊற்றிக் குளிப்பாட்டு கிறார்கள்? கேட்டால், குழந்தை அப்போதுதான் நன்றாகத் தூங்கும் என்கிறார்கள். விஞ்ஞான முறையில் இது சரியா அல்லது அறியாமையா? நரம்புகளுக்கு ஏதும் பாதிப்பு ஏற்படாதா?**

இதற்கு விஞ்ஞான முறையில் ஏதும் விளக்கமில்லை. ஒருவிதமான நாட்டுப்புற ஃபோக் நம்பிக்கைகளில் இது ஒன்று. கோரோஜனைப் புகட்டினால் குரல் பெரிசாகும் என்பதுபோல. சில மேற்கத்திய நாடுகளில் குழந்தையைப் பச்சைத் தண்ணீரில் மூழ்கும் வழக்கமும் உண்டு. அதற்கும் விஞ்ஞான விளக்கம் கிடையாது. குளிப்போ இல்லையோ, குழந்தை நன்றாகவே தூங்கும்.

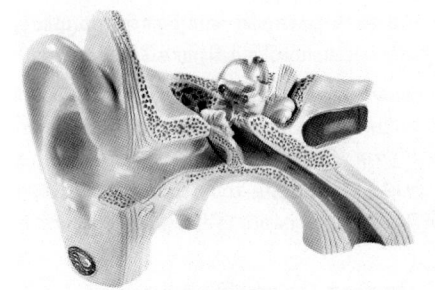

காதுக்குள்...

✉ **எஸ்.கருணாநிதி,** தென்காசி.

✍ **'காட்டராக்ட்' (Cataract) பழுப்பதற்கு முன்பு ஆபரேஷன் செய்தால் கெடுதல் என்று சொல்லுகிறார்களே... அது உண்மையா?**

பழுக்காமல் இருக்கும்போது எந்த கண் டாக்டரும் ஆபரேஷன் செய்ய மாட்டார்கள். பழுக்காமல் நெம்பி எடுப்பதும் சிரமம்.

✉ **என்.ராமகிருஷ்ணன்,** திம்மராஜபுரம்.

✍ **கண்கள் சிலருக்கு நீலமாகவும், சிலருக்குப் பச்சையாகவும், சிலருக்கு பிரௌனாகவும் இருக்கக் காரணமென்ன?**

ஒரு முழு மனிதனை உண்டாக்குவதற் கான அத்தனை செய்திகளும் டி.என்.ஏ. என்னும் மாலிக்யூல் சரத்தின் அமைப்பில் பதிவாகியிருக்கிறது. இப்படிப்பட்ட ஆயிரக்கணக்கான தகவல்களில் கண்களின் நிறமும் ஒன்று. இது வம்சாவளியாக வந்த தகவல். எங்கோ ஒரு நீலக் கண் கொள்ளுத் தாத்தா கொடுத்த தகவல். தலைமுறை வழியாகக் குழந்தைக்கு வந்து சேருகிறது. கருவில் குழந்தையின் கண்கள் வடிவமையும்போது டி.என்.ஏ-யைக் கேட்டுக்கொண்டு 'என்னப்பா கலராம்? பச்சையா... சரி பச்சை!' - என்று அப்போதே கண்ணின் நிறம் உருவாகிறது.

✉ **பி.ஆர்.அய்யாக்கண்ணு,** விழுப்புரம்.

✍ **சில பெண்கள் வாழ்நாள் முழுவதும் பருவமடையாமலிருக்கிறார்களே... ஏனோ?**

அவர்களாக விரும்பி இருப்பதில்லை. அவர்களுடைய ஜனன உறுப்புகளில் அரிதாக நிகழும் கோளாறினால் பருவ சமயத்தில் மாதா மாதம் முட்டைகளை விடுவிக்கும் திறமை இழந்து விடுகிறார்கள்.

✉ **ரோஜா சேதுபதி,** அய்யலூர்.

✍ **கண்ணிலே நீர் எதற்கு?**

கண்ணின் முற்பகுதியான கன்ஜன்க்ட்டிவா என்பதைச் சதா குளிப்பாட்டிப் பாதுகாப்பதற்கு. சர்வகாலமும் இந்த மெல்லிய நீர்த்திரை கண்ணில் இருந்தாலும் ஒரு நாளைக்குச் சுமார் அரை கிராம் கண்ணீர்தான் உற்பத்தி செய்கிறோம். கண்ணின் கீழ்ப் பகுதியில் உள் ஓரத்தில் இருக்கும் பாதை வழியாக மூக்குக்கு கனெக்ஷன் உண்டு. அதன் வழியாக நீக்கப்படுகிறது. கண்ணுக்கு மருந்து போட்டால், சில சமயம் மூக்குக்கு வந்து விடுவதை நீங்கள் உணர்ந்திருக்கலாம்.

✉ **டி.எஸ்.செல்வராஜ்,** திருச்சி.

✍ **சிறுநீரகத்தில் கல் எப்படி ஏற்படுகிறது?**

நம் உணவில் இருக்கும் பல்வேறு உப்புக்கள், மினரல் சத்துக்களைச் சிறுநீரகம் கரைத்து ஆக்ஸலேட், பாஸ்ஃபேட், கால்சியம் என்று சிறுநீருடன் அனுப்புகிறது.

பல்வேறு காரணங்களுக்காக இந்த கரைந்த உப்புகள் சில சமயம் கட்டியாகி விடுகின்றன. இவற்றைத்தான் கற்கள் என்கிறார்கள். இக்கற்கள் சின்னதாக இருக்கும் வரை சிறுநீரிலேயே போய்விடலாம். கொஞ்சம் ஷேப் ஏறுமாறாக இருந்தால் சிறுநீரில் லேசாக ரத்தம் போகும். வலியிருக்காது. கற்கள் பெரிசானால் மிகவும் இம்சை. ஆபரேஷன் பண்ணித்தான் எடுக்க வேண்டும். வீசி எறிந்தால் இன்னொருவருக்குக் காயம் படுகிற சைஸ்கூட உண்டு. சிறுநீரகத்தில் கற்களை நீக்குவது மருத்துவத்தின் சரித்திரத்தில் மிகப் புராதனமான அறுவை சிகிச்சை. மெடீவல் நூற்றாண்டுகளில் நடமாடும் 'கல் நீக்கும் விற்பன்னர்கள்' பொது இடங்களில் ஆபரேஷன் பண்ணிக்காட்டிக் கொண்டிருந்தார்களாம். (வாடிக்கை ஆள் சேர்ப்பதற்கு). சில கேஸ்கள் வெற்றி. பல கேஸ்கள் ஸ்டெரிலைஸேஷன் இல்லாததால் ஓசைப்படாமல் வீட்டுக்குப் போய் பிராணனை விட்டுவிடுவார்கள்.

இப்போது அப்படியில்லை.... அல்ட்ராஸோனிக் சிஸ்டம் வைத்து, கிட்னிக்குள் உட்கார்ந்திருக்கும் கல்லை, சர்ஜன்கள் கண்ணாலேயே அளவு பார்த்து அதற்கேற்றபடி அல்ட்ராஸோனிக் ஒலி அலைகளை வெளியிலிருந்தே கிட்னிக்குள் செலுத்தி கல்லைச் சுலபமாகக் கரைத்து விடுவார்கள். 'அல்ட்ராஸோனிக் ராகத்துக்கு கல்லும் கரையும்' என்று தெரிகிறது.

✉ **க.ரமேஷ்,** மேலையூர்.

✍ **சனிக்கிரகத்தின் துணைக்கோளான டைட்டனில் மனிதப் பரிணாம வளர்ச்சி தோன்றலாம் என்று கூறுகிறார்களே, உண்மையாகவா?**

சனிக்கிரகத்தின் ஒன்பது சந்திரன்களில் ஒன்றான டைட்டன் ஒரு விநோதன். சமீப காலத்தில் இதன்மேல் விஞ்ஞானிகள் அதிக கவனம் செலுத்தியிருப்பதற்குக்

(சிறுநீரக) கல்லும் கரையும்...

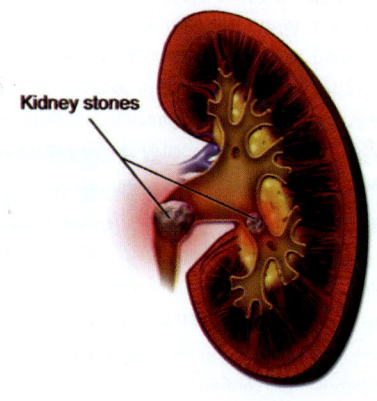

Kidney stones

காரணம், டைட்டனில் ஒருவிதமான உயிர்கள் இருப்பதற்குச் சாத்தியக்கூறுகள் இருக்கலாம் என்று தோன்றுகிறது. டைட்டன், சனிக்கிரகத்தின் ஏன், சூரியக் குடும்பத்திலேயே மிகப் பெரிய உபக்கிரகம். குறுக்கு விட்டம் 5,800 கிலோ மீட்டர் (3,600 மைல்). மெர்க்குரியை விடப் பெரிசு. ஏறத்தாழ செவ்வாய்கிரகத்தின் அளவிருக்கும் டைட்டன், சூரியனைச் சுற்றாமல் சனியைச் சுற்றிக் கொண்டிருக்கிறது. டைட்டனில் நம் பூமியைப் போல் காற்று மண்டலம் சூழ்ந்திருக்கிறது. ஆனால், நம் ஊர் காற்றல்ல. மீத்தேன் என்னும் வாயுதான் பிரதானமாக இருக்கிறதாகச் சொல்கிறார்கள். காற்றின் அழுத்தமும் பூமியில் உள்ளதில் நூறில் ஒரு பங்குதான் (பத்து மில்லிபார். பூமி ஆயிரம் மில்லி).

டைட்டனை நம்மால் நேராகப் பார்க்கவிடாமல் அதைச் சிவப்பான மேகங்கள் சூழ்ந்துகொண்டிருக்கின்றன. டைட்டனிலிருந்து வெளிப்படும் இன்ஃப்ரா ரெட் கதிர்களிலிருந்து அதற்கு ஒருவிதமான க்ரீன்ஹவுஸ் எஃபெக்ட் இருக்கிறது என்கிறார்கள். (ஒளி புகக்கூடிய கண்ணாடிக் கூரைக்குள் செடிகளை வைத்திருப்பதைப் பார்த்திருப்பீர்களே... உள்ளே ஏற்படும் புழுக்கமும் சூடும் இந்த வகையில் க்ரீன் ஹவுஸ் என்பார்கள்). டைட்டனின் காற்று மண்டலத்தில் மீத்தேனுடன் ஹைட்ரஜனும் இருக்கலாம் என்கிறார்கள். இதை ஒப்புக்கொள்ளாத கோஷ்டியும் இருக்கிறது. டைட்டனின் டெம்பரேச்சர் பற்றியும் கருத்து வேறுபாடுகள் இருக்கின்றன. சிலர் மைனஸ் 145 என்கிறார்கள். சிலர் ஏறக்குறைய பூமியில் மிகக் குளிர்ந்த பிரதேசங்களின் அளவுதான் குளிர் என்கிறார்கள்.

பயனீயர், வாயேஜர் போன்ற அமெரிக்க விண்கலங்கள் டைட்டனின் அருகில் பறந்திருக்கின்றன. அவை கொடுத்த செய்திகளை அலசிக் கொண்டிருக்கிறார்கள். டைட்டனில் காற்றழுத்தம் குறைவாக இருந்தாலும் குளிர்

அதிகம் இருந்தாலும் மீத்தேன், ஈத்தேன் போன்ற ஹைட்ரோ கார்பன்களாலும், ஹைட்ரஜன் வாயுவாலும் ஒரு மாதிரி உயிரினங்கள் உண்டாவதற்குரிய சூழ்நிலை இருப்பதால் ஏதாவது பூச்சி, பொட்டு இருக்கலாம் என்று விஞ்ஞானிகள் சந்தேகப்படுகிறார்கள். கொஞ்சம் கிட்டத்தில் இருந்தால் அதில் ஒரு கலத்தை இறக்கிப் பரிசோதனை செய்து பார்த்திருப்பார்கள். தூரம் ஏறக்குறைய எட்டாயிரம் கோடி மைல்!

✉ **டி.ஆர்.ஸ்ரீனிவாசன்,** சென்னை-28.

✍ **பறவை, பூச்சிகளுக்கும் நம் உடலுக்குள் இருப்பதெல்லாம் உண்டா?**

இருக்கிறதே... மண்புழுவுக்குக்கூட இதயம் இருக்கிறது!

✉ **க.ஜீவானந்தம்,** பழநி.

✍ **சூரியனுக்கு மிக அருகில் உள்ள கோள் மெர்க்குரி. ஆனால், மிக வெப்பமான கோள் வீனஸ் என்கிறார்களே, எப்படி?**

மெர்க்குரி சூரியனுக்கு மிக அருகில் இருந்தாலும் அது மிகச் சிறிய கிரகம். அதன் சைஸ் சந்திரனைவிட ஒன்றரைப் பங்கு - அவ்வளவுதான். மேலும் அதற்கு வாயுமண்டலம் (Atmosphere) என்று சொல்லிக்கொள்ளும்படியாக ஏதும் இல்லை. ரொம்ப மெலிய மண்டலம். ஒரு கிரகத்தின் உஷ்ணம் அது சூரியனிலிருந்து பெறும் வெளிச்சத்தையும், அந்த வெளிச்சத்தை அது எவ்வளவு தூரம்

பிரதிபலிக்காமல் தனக்குள்ளே கிரகித்துக் கொள்கிறது என்பதையும்பொறுத்தது (க்ரீன் ஹவுஸ் எஃபெக்ட் என்று சொல்வார்கள்). வீனஸில் இந்த எஃபெக்ட் மிக அதிகம். அதன் அளவு சுமார் பூமி சைஸ். அதன் வாயு மண்டலம் முழுவதும் பெரும்பாலும் கார்பன் டையாக்ஸைடு. காற்றழுத்தம் பூமியைப் போல் தொண்ணூறு மடங்கு! கார்பன் டையாக்ஸைடு, உஷ்ணத்தை ஒரு போர்வை போலப் பாதுகாக்கவல்லது. அதனால் வீனஸில் உஷ்ண அளவு 475 டிகிரிவரை எகிறும்.

✉ **என்.குமார்,** தேவக்கோட்டை.

✍ **மிகப்பெரிய நட்சத்திரம் எது சார்? சைஸில் சூரியனைவிட அது எவ்வளவு பெரிசு?**

சூரியனைவிட பெரிய நட்சத்திரங்கள் - நூற்றுக்கணக்கில் அல்ல - கோடிக்கணக்கில் இருக்கின்றன. ரொம்ப ரொம்பப் பெரிய நட்சத்திரம் IRS 5. சூரியனைவிட சைஸில் 10,000 மடங்குப் பெரியது. அதை எவரெஸ்ட் சைஸ் என்று வைத்துக்கொண்டால் சூரியன் ஒண்ணரை வயது குழந்தை சைஸ்! பக்கத்தில் கடுகளவில் சூரியனும் IRS 5 நட்சத்திரமும் (சுமாரான ஸ்கேல்படி). IRS 5-ன் ஒரு ஓரத்தைத்தான் காட்ட முடிந்தது. அந்த வளைவை வைத்து முழு வட்டத்தையும் வரைந்து பார்த்துக் கொள்ளவும். ஸாரி, பூமியை வரைய முடியவில்லை. காரணம் - அது சூரியனில் நூற்றில் ஒரு பங்குதான்!

✉ **ஆர்.ஸ்ரீநாத்,** சென்னை-14.

✍ **மனித உடலைப் பற்றி வியப்பூட்டும்படி ஏதாவது சொல்லுங்களேன்...**

இருபத்தோரு வயது முடிவதோடு உடலின் எல்லா உறுப்புகளின் வளர்ச்சியும் நின்றுவிடுகிறது. கடைசிவரை தொடர்ந்து வளர்வது காது மட்டும்தான்! சின்னதாக... கொஞ்சமாக... உங்களால் கண்டு பிடிக்க முடியாத அளவுக்கு!

ஆயிரம் வருடங்கள் நீங்கள் உயிரோடு இருந்து பர்த்டே கொண்டாடினால், அப்போது உங்கள் காது - ஒரு குட்டி யானைக்காது 'சைஸ்' இருக்கும்!

ஒரு சராசரி மனிதனின் உடலில் இருக்கும் ரோமங்களின் எண்ணிக்கை சுமார் ஐந்து லட்சம். உடலில் ரோமங்கள் இல்லாத இடங்கள் இரண்டே இரண்டுதான் - உள்ளங்கை, பாதத்தின் கீழ்ப்பகுதி!

உங்கள் தலைமுடி படு ஸ்ட்ராங்க்! ஒரு அலுமினியக் கம்பிக்கு இணை. ஒரு சோதனையில் தலை முடிகளை உபயோகித்துத் தாம்பு (முடி)க் கயிறு தயாரித்து ஒரு சின்ன சைஸ் காரை வெற்றிகரமாகத் தொங்கவிட்டார்கள்.

பகல் வேளையில் முழித்துக் கொண்டிருந்தாலும், ஆயிரக்கணக்கான முறை கண்ணைச் சிமிட்டுகிறீர்கள். இதை மொத்தமாகக் கணக்கெடுத்தால், இரவைத் தவிர பகலிலும் பாதி நேரம் நீங்கள் கண்ணை மூடிக்கொண்டிருக்கிறீர்கள் என்று சொல்லலாம்!

உங்கள் உடம்பிலேயே மிகவும் வலுவான விஷயம், பல்லின்மீது இருக்கும் எனாமல்தான் இது தந்தத்தைவிட வலுவுள்ளது என்று கண்டுபிடித்திருக்கிறார்கள்.

விதவிதமான, பல்லாயிரக்கணக்கான வேலைகளை அலட்சியமாகச் செய்யக்கூடிய ஒரே ஆயுதம் மனிதனின் கை. ஒரு 'கப்'பிலிருந்து ஸ்பூனில் பாயசத்தை எடுக்கு முடிவு செய்கிறீர்கள். உடனே

முப்பது ஜாயிண்ட்டுகளும், ஐம்பது தசைகளும் இயங்க ஆரம்பிக்கின்றன!

80 கிலோ எடையுள்ள வஸ்துவை, ஒரு சதுர அடியில் மூன்றில் ஒரு பாகம் உள்ள ஒரு சின்ன விஷயம் 70, 80 ஆண்டுகள் - துளிகூடத் தேயாமல் - தாங்கி நிற்கிறது. மனிதனைத் தாங்கி நிற்கும் பாதங்களைக் குறிப்பிடுகிறேன்!

இதயத்தை எடுத்துக்கொள்ளுங்கள். ஒரு நாளைக்குச் சுமார் ஒரு லட்சம் தடவை 'லப்.. டப்' செய்கிறது. இப்படி வருஷத்துக்கு நாலு கோடி தடவை!

உங்கள் உடலை இரு பாதியாக எடுத்துக்கொண்டால், இரண்டு பக்கங்களும் *Dittoo*-வாக இருக்காது. உங்களை நீளவாக்கில் அப்படியே மடித்தால், இரண்டு பாதிகளும் கொஞ்சம் அப்படி இப்படித்தான் பொருந்தும்.

சரி, இப்போது உங்கள் உடலை ஒரு சின்ன மளிகைக் கடையாக்கிப் பார்க்கலாம். உங்களுக்குள்ளேயே நாலு அவுன்ஸ் சர்க்கரை, இரண்டு 'ஸ்விம்மிங் பூல்'களை க்ளீன் பண்ணுகிற அளவு குளோரின், மூணு பவுண்ட் கால்ஷியம், இருபதாயிரம் தீக்குச்சிகள் பண்ணும் அளவு பாஸ்பரஸ், பத்து பார் சோப்புக்களுக்கான *Fat* இருக்கின்றன. 'இரும்பு' கொஞ்சம் குறைச்சல், உங்கள் உடலில் இருக்கும் இரும்புச் சத்தை எடுத்து ஒரு ஆணி வேண்டுமானால் செய்யமுடியும் - இரண்டு அங்குல ஆணி!

இத்தனையும் இருபது சதுர அடி தோலுக்குள் கச்சிதமாக 'பேக்' செய்யப்பட, ஏன் அலட்டிக்கொள்ளமாட்டீர்கள்?

✉ **ஜி.ரவிச்சந்திரன்,** சிதம்பரம்.

✍ **முயல்கள் ஏன் அப்படிப் பயந்து நடுங்குகின்றன?**

மற்ற மிருகங்களைப் பார்த்தால்தான் முயல் நடுங்குகிறதே தவிர, அவற்றுக்குள்ளும் ராஜா, ராணி, வில்லன், சேவகன் எல்லாம் உண்டு. சில விஷயங்களில் முயல் கொஞ்சம் மனிதனைப்

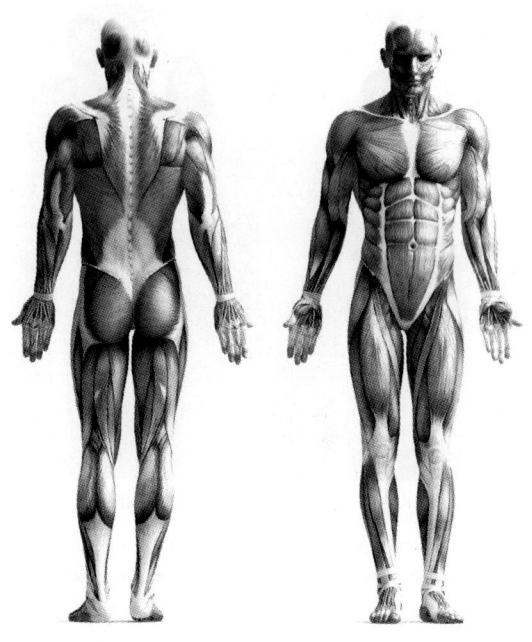

போலத்தான். முயல் குடும்பத்தில் ஆண் கொஞ்சம் டல்தான். நிர்வாகம், பள்ளம் (வீடு) தோண்டுவது, குழந்தைகளைக் கவனிப்பது எல்லாமே அம்மா முயல்தான். குட்டிகளுக்கு ஆபத்தென்றால் தாய் முயல் தன் உயிரைப் பற்றிக் கவலைப்படாமல் எதிர்த்து நின்று போராடும். அதே சமயம் கொஞ்சம் பெரிசாக வளரும் வரை குட்டிகள் பெரிய முயல்களிடம் அடக்கமாக இருந்தாக வேண்டும். இல்லாவிட்டால் உதைதான்! முயலைப் பற்றி, உங்கள் கேள்விக்குச் சம்பந்தமில்லாத, இன்னொரு வியப்பூட்டும் செய்தி - தன்னுடைய பலம், செல்வாக்கு அதிகமாக ஆக தான வசிக்கும் பொந்தையும் பெரிதாக்கிக்கொண்டே போகிற வழக்கம் முயலுக்கும் உண்டு. இந்த விஷயத்தில் முயல் ஓர் அரசியல்வாதியைப் போல!

காதல் விஷயத்தில் ஆண் முயலும் சரி, பெண் முயலும் சரி - ரொம்ப விக். எந்த இரண்டு முயல்கள் சந்தித்தாலும், பயம் கூச்சமெல்லாம் இல்லாமல் *Love at first sight*-தான். இதைத் தொடர்ந்து உடனே கணவன், மனைவி ஆகவேண்டியது!

குல்கர்னி - சஞ்சோத்

எஸ்.தேவநாராயணன், தஞ்சை.

✍ **மனிதனின் அதிக உயரம் எவ்வளவு? குள்ளமாக இருப்பதற்குக் காரணம் என்ன?**

பல சமயங்களில் ஏழரை அடி உயர ஆசாமிகள் இருக்கிறார்கள். குள்ளமாக இருப்பதற்குக் காரணம் பிட்யூட்டரி சுரப்பிகளில் கோளாறு தான். பதினெட்டு வயசுக்கு மேல் வளருவது ரொம்ப கஷ்டம்.

✉ **மாதவ இராமன்,** கிருஷ்ணகிரி.

✍ **'கழுதைப் புலி' - கிராஸ் இனமா?**

நாம் எதற்கும் சற்று அவசரப்பட்டுப் பெயர் வைத்துவிடுகிறவர்கள். உடலில் வரி இருப்பதால் 'புலி... சரி, 'கழுதை' எங்கிருந்து வந்தது என்று தெரியவில்லை.

கழுதைப் புலி (*Hyena*) - கழுதைக்கும் புலிக்கும் கலப்பு நடந்து உருவான பிராணியல்ல. பலர் நினைப்பதற்கு மாறாக கழுதைப் புலி ரொம்ப திறமைசாலி. மோப்பம், சப்தம் இவற்றில் எக்ஸ்பர்ட்! விதம் விதமாக ஊளையிட்டே தன் இன நண்பர்களுக்கு 'நியூஸ்' கொடுக்கும். கழுதைப் புலியுடைய வாலின் அசைவுகளை உன்னிப்பாகக் கவனித்தாலே அதனுடைய எண்ண ஓட்டங்களைப் புரிந்துகொண்டு விடலாம். வால் நுனி பூமியைப் பார்த்துக்கொண்டிருந்தால் நார்மல்... சிலிர்த்துக் கொண்டு நிமிர்ந்த வால் - எதற்கும் தயாராகிவிட்ட துரித நிலை என்று அர்த்தம்... வால் வில்லாய் வளைந்து முதுகைத் தொட்டுக் கொண்டிருந்தால் படுகுஷி, செக்ஸில் நாட்டம் என்று அறியவும். வாலைச் சுருட்டிப் பின்னங்கால் களுக்கிடையே இடுக்கிக் கொண்டு ஓடிக் கொண்டிருந்தால்... எதற்கோ மிகமிகப் பயந்துபோய் ஓடுகிறார்!

கழுதைப் புலிகள், சில உற்சாக பொழுதுகளில் கோரஸாகக் 'காடு அதிர' பாடுவதுண்டு. அது ஏகப்பட்ட வில்லன்கள் ஹீரோவைச் சூழ்ந்துகொண்டு சிரிப்பது போலிருக்கும்.

கழுதைப் புலியின் இன்னொரு ஸ்பெஷாலிடி - 'இன்று எந்த மிருகத்தை வேட்டையாடலாம்?' என்று கூட்டம் போட்டு முடிவெடுப்பது. இதற்காக விசேஷக் கூட்டமே போடப்படும்! 'தீர்மானம்' எப்படி எல்லா கழுதைப் புலிகளாலும் புரிந்துகொள்ளப்படுகிறது என்பதும் ஆச்சரியமான விஷயம்! படையின் அளவைப் பார்த்து இன்று ஏதோ பெரிய வேட்டை என்று நாம் புரிந்துகொள்ளலாம். பிறகு அந்தி சாயும் நேரம், பிரமாண்டமான வேட்டை கோஷ்டி கொலை வெறியுடன் கிளம்பும். மெனு - வரிக்குதிரை என்றால் எந்தக் குதிரை 'வீக்' என்பதை உடனடியாக அனுமானித்து அந்தக் குதிரையைத் தொடர்ந்தே கழுதைப் புலிகள் ஓடும். ஒரு

கழுதைப் புலி குதிரையின் மென்னியைக் கவ்வ, இன்னொன்று காலைக் கடிக்க... மற்றொன்று குதிரையின் முதுகைக் குதற, கடைசியாக ஒன்று குதிரையின் ஜெனடிக் உறுப்பை ஒரு கடி கடித்து விட.. திணறிப் போகும் வரிக் குதிரை மேலும் ஓட முடியாமல் கீழே சாயும்... அரை மணி நேரம் கழித்து அந்த இடத்தில் போய்ப் பார்த்தால் அஸ்தி கரைக்கும் அளவுக்கு வரிக்குதிரையின் எலும்புத் துண்டுகள் கொஞ்சங்கொஞ்சம் கிடைக்கலாம்.

✉ **டி.எஸ்.உஷா,** சென்னை-4.

✍ **கங்காரு குட்டிக்குத் தாயின் (Pouch) பைதான் கர்ப்பப் பையா?**

இல்லை, அது குட்டி பிறந்த பின் அதைப் பாதுகாக்க ஸ்பெஷல் பை. கங்காரு போல் மார்சுப்பியல் என்கிற வகைப்படுத்தப்பட்ட பல மிருகங்களுக்கு இந்தப் பை உண்டு. கங்காருவின் பவுச் அதன் பின்னங்கால்களுக்கு இடையில் ஜம்மென்று மெத்துமெத்தென்று பாப்பாவுக்கு இதமளிக்கும் பை. கங்காரு குட்டி பிறக்கும்போது ரொம்ப நோஞ்சான். பிறக்கும்போது அது மிகச் சின்னதாக ரோஜா நிறத்தில் சுமார் ஒரு இன்ச்சுக்கு ஏதோ ஒரு பென்சில் போல அத்தனை சின்னதாக இருக்கும். அதை உடனே இன்க்யூபேட்டரில் போடாவிட்டால் செத்துப் போய்விடும். இயற்கையின் இன்க்யூபேட்டர் கங்காருவின் பை. புதிதாய்ப் பிறந்த குட்டி பிறந்த மாத்திரம் மலை ஏறுவதுபோல மெள்ள மெள்ள ஏறி பைக்கு வந்துவிடுகிறது. அங்கே அது ஆறு மாசம் நிம்மதியாக வாசம். பைக்குள் இருக்கிற தாயின் நாலைந்து முலைக்காம்புகளில் ஒன்றைப் பற்றிக்கொண்டு வளர ஆரம்பிக்கிறது. ஆறு மாசத்தில் ஒரு நாய்க் குட்டி சைஸுக்கு வளர்ந்துவிட்டு பையை விட்டுப் பிரிய மனசில்லாமல், அம்மா நடைபழக்கிக் கற்றுக்கொடுத்த பின்னும் பைக்குள்ளேயே உட்கார்ந்துகொண்டு தலையை எட்டிப் பார்த்துக் கொண்டு சவாரி... அம்மா நிற்கும் இடத்தில் எல்லாம் தலையை நீட்டி நீட்டி இலை பலகாரம்... அப்படி தப்பித்தவறி வெளியே வந்துவிட்டாலும், ஏதாவது அபாயம் என்றால் அம்மா கங்காரு சட்டென்று குட்டியை வாயால் பொறுக்கிப் பைக்குள் போட்டுக்கொண்டபடியே ஓடிவிடும்.

ஸ்பெஷல் பை!

கங்காரு ஆறடி வரைகூட வலரும். லாங் ஜம்ப் பதினைந்து அடிவரை தாண்டும். மிக வேகமாக ஓடும். காதும் ரொம்ப நுட்பமாகக் கேட்கும். கங்காருகளில் மட்டுமே 200 வகை உண்டு.

✉ **ஆர்.சித்ரா,** *சென்னை-23.*

✍ **பஞ்சவர்ணக்கிளிக்கு மட்டும் ஸ்பெஷலாக உடலில் எப்படி அத்தனை வண்ணங்கள்?**

பறவைகளுக்கு அழகான வண்ணங்கள் இரண்டு காரணங்களுக்காக ஏற்படும். ஒன்று, பெண்களைக் (கிளிப் பெண்களைத் தான்!) கவர்வதற்கு. மற்றொன்று சூழ்நிலையின் வண்ண அமைப்புடன் ஒன்றிப்போய் விரோதிகள் கண் பார்வையிலிருந்து தப்பிப்பதற்கு!

இல்லாவிட்டால் கிளிகளில் 600 வகை இருப்பதற்குக் காரணம் வேறு எப்படி? கிளி ரொம்ப தைரியமான, விசுவாசமான பறவை தெரியுமா?

✉ **கே.குமார்,** *புதுக்கோட்டை-1.*

✍ **பாம்பு 'சட்டை'யை உரிப்பது பற்றி...?**

இது ஒரு புதுப்பித்துக் கொள்ளும் முறை. பாம்பின் தோல் அதன் உயிர் வாழ்தலுக்கு, நிழலில் ஒளிந்துகொள்ள, தேய்த்துத் தேய்த்து நகர... எல்லாவற்றுக்கும் தேவைப்படுகிறது. இத்தனை அவசியமான தோலை சீஸனுக்கு சீஸன் புதுப்பித்துக் கொள்கிறது. பாம்பு மட்டும் இல்லை, பல பறவைகள், பூச்சிகள், ஊர்வன, நீர்வாழ், நிலம் வாழ் இனங்கள் பலவும் இதைச் செய்கின்றன. இதற்கு மோல்ட்டிங் என்பார்கள். பாம்பு சட்டை உரிக்கும் விதம் வினோதமானது. பாம்பு தன் தோல் பூராவையும் உரிப்பதில்லை. மேலான ஸெலஃபேன் உறை போன்ற பகுதியைத்தான் உரிக்கிறது. முதலில் மூக்கை ஏதாவது சுரசுரப்பான பகுதியில் உரசிக் கொள்கிறது, பிளந்து லூஸ் பண்ணிக் கொள்கிறது. பிறகு இந்த தளர்ந்த பகுதியை ஏதாவது கல் அல்லது செடியில் சிக்கிக் கொள்ளும்படியாகச் செய்கிறது. பிறகு திறந்த பகுதி வழியே நெளிந்து நெளிந்து வெளியே பளபளவென்று சுழன்று வந்து விடுகிறது. பழைய சட்டையை உள்புறம் வெளியாக சிங்கிள் பீஸில் விட்டு விட்டு 'ட்டுய்' என்று விசிலடித்துக் கொண்டு தன் காரியத்தைப் பார்க்கப் போய்விடுகிறது.

✉ **மேஜர்தாசன்,** *ஈரோடு.*

✍ **கழுகுகள் நிறைய வகை இருக்கிறதாமே... கொஞ்சம் விளக்கவும்... கருடன் கழுகா, பருந்தா என்பதற்கும் பதில் தேவை...**

வெள்ளை நிறக் கழுகு, சாம்பல் நிறக் கழுகு, கழுத்திலும் தலையிலும் முடியில்லாத கழுகு, இரண்டடி முதல் மூன்றரை அடி உயரமிருக்கும் மலைக் கழுகுகள், ஆண்டிஸ் மலைப் பிரதேசத்திலும் ஐரோப்பிய மலைகளிலும் உள்ள, குழந்தைகளைக்கூடத் தூக்கிச் செல்லக்கூடிய ராட்சதக் கழுகுகள், ஆப்பிரிக்கா கண்டத்தைச் சேர்ந்த பாம்புண்ணிக் கழுகுகள் (இதிலேயே பதினான்கு வகை உண்டு.) வெள்ளை 'வால்'களுடைய கடற் கழுகு. ஆசியக் கழுகு, பொன்னிறச் சிறகுள்ள கழுகு, இறகுகளில் புள்ளிகளைப் பெற்ற கழுகு... போதுமா?

கழுகு ஜோடி ஒன்றைவிட்டு ஒன்று பிரிவதில்லை. அதன் 'லவ் மேக்கிங்'கைப் பார்த்தால் காமசூத்திரம் படித்திருக்கிறதோ என்று சந்தேகம் வரும். குடியரசு தின விமானங்கள் மாதிரி ஆயிரம் அடிக்கு

மேல் ஜிவ்வென்று காதலனும் காதலியும் மேலே பறக்கும்! அந்த உயரத்தில் பெண் கழுகு பளிச்சென்று மல்லாக்காகத் திரும்பிப் படுத்துக் கொள்ள... ஆண் தன் இறக்கைகளால் அதை இறுக அணைத்துக் கொள்ளும். அப்படியே அணைத்த நிலையில் மொத்தமாக துளியும் விலகாமல் மெய்சிலிர்ப்போடு கீழே செங்குத்தாக விழும். தரைக்குச் சில அடி உயரத்தில் கச்சிதமாக விலகிக்கொண்டு 'லாண்ட்' பண்ணும். மறுபடியும் பழையபடி டேக் ஆஃப்...!

குஞ்சுகளுக்கு நாலு வார வயசு ஆகும் வரை அப்பாவோ, அம்மாவோ மாறி மாறிப் பக்கத்திலேயே இருந்து கண்ணும் கருத்துமாகக் கவனித்துக் கொள்கின்றன. குஞ்சுக்கு அப்பா ரொம்ப செல்லம்.

கருடன் என்பது பருந்து வகையைச் சேர்ந்தது. செம்பருந்து, ஆகாயத்தில் பறந்து இரை தேடும் மாமிச பட்சிணி. சிவப்பாக ஒன்றரை அடி நீளமான இறக்கை. தலை முதல் பாதம் வரை உடம்பு வெண்மை, மேற்புறம் செம்மை.

✉ **பாலமுருகன்**, பாபநாசம்.

✍ சுக்கிரன் கோளைப் பற்றித் தங்கள் கருத்து யாது?

முதலில் புள்ளி விவரங்கள்: சுக்கிரன் (வீனஸ்) சூரியனுக்கு மிக அருகே உள்ள கோள். 108 மில்லியன் கிலோ மீட்டர் தூரம். சூரியனைச் சுற்றி வர 224.7 தினங்கள். குறுக்களவு 12,100 கிலோ மீட்டர். தனக்குத்தானே சுற்றிக்கொள்ள 243 நாட்கள் எடுத்துக் கொள்ளும் (பூமி ஒரு நாள்). பூமியின் எடையில் 81.5 சதவிகிதம். அளவில் 80 சதவிகிதம். தனிப்பட்ட சந்திரன் கிடையாது.

சுக்கிரன் அதிகாலையில், மாலையில் தெளிவாகத் தெரியும். அப்போது பூமிக்கு அருகில் வருகிறது. பூமியின் இரட்டை என்றுகூடச் சொல்வார்கள். எப்போதாவது மெர்க்குரிபோல சூரியனுக்குக் குறுக்கே கடக்கும். 1874, 1882-ல் கடைசியாகக் கடந்தது. அடுத்த

கழுகு – சில வகைகள்

முறை ஜூன் 2004, ஜூன் 2012-ல் (அதற்குள் ஒரு டெலஸ்கோப் வாங்கி பார்த்துவிட உத்தேசம்).

வீனஸைச் சுழல் மேகங்கள் மறைத்திருப்பதை டெலஸ்கோப் மூலம் பார்க்கலாம். மேகங்கள் சூரிய வெளிச்சத்தை முழுவதும் பிரதிபலிப்பதால்தான் அது அத்தனை பிரகாசமாக இருக்கிறது. 1960-ல் தான் ரேடார் மூலம் வீனஸ் தனக்குத் தானே சுற்றும் வேகத்தைக் கணக்கிட்டார்கள். அதில் இரண்டு ஆச்சரியங்கள். சூரியனைச் சுற்றி வரும் நாட்களைவிட அது தனக்குத்தானே ஒருமுறை சுற்றிக் கொள்ள அதிக நாட்கள் எடுத்துக்கொள்கிறது. இரண்டாவது ஆச்சரியம் – வீனஸ் கிழக்கிலிருந்து மேற்காகச் சுற்றிக்கொள்கிறது. அதாவது பூமிக்கு எதிர்த் திசையில். இது ஏன் என்று

யாருக்கும் தெரியவில்லை.

வீனஸின் பின் பாகத்தை ரேடார் மூலமாகவும், விண்கலங்கள் மூலமாகவும் அளவிட்டிருக்கிறார்கள். செவ்வாயைப் போல மலைகளும் பள்ளத்தாக்குகளும் தெரிகின்றன.

ரஷ்ய, அமெரிக்க விண்கலங்கள் மூலம் அருகே போய்ப் பார்த்ததில் அதன் சுற்றுப்புறம் முழுக்க முழுக்க மூச்சுவிட முடியாத கார்பன் டையாக்ஸைடு.... காற்றழுத்தம் பூமியில் உள்ளது போல 90 மடங்கு. இந்த கார்பன் டையாக்ஸைடு போர்வையால் வீனஸின் மேற்பரப்பில் உஷ்ணம் 475 டிகிரி. வீனஸின் மேகங்கள் கந்தக அமிலம். மழை. அமில மழை! நரகம்! வீனஸைப் பற்றி எழுதப்பட்ட கவிதைகள் எல்லாம் வேஸ்ட்!

✉ **டி.சுரேஷ்குமார்,** சென்னை-*5*.

✍ **வானத்தில் உள்ள நெபுலாக்கள் பற்றி விளக்கவும்.**

நெபுலா என்பது நட்சத்திரங்களின் பிறந்த வீடு. விண்வெளியில் பரவியிருக்கும் ராட்சத வாயு, தூசு மேகங்கள் உள்ளன. இவற்றிலிருந்து நட்சத்திரங்கள் பிறப்பதாக நம்புகிறார்கள். இதில் ஒளியான் நெபுலா என்பது பிரபலம். வானில் வெறும் கண்களுக்கே தெரிவது இந்த நெபுலா. பைனாகுலர் வழியாகப் பார்த்தால் அழகாக இருக்கும். இதில் இன்றும் நட்சத்திரங்கள் பிறந்து கொண்டிருக்கின்றன. இதன் வாயுக்களின் சுழற்சியில் தனித்தனிக் கட்டிகளாகப் பிரிந்து அதன் ஈர்ப்பு விசை தாங்க முடியாமல், சிறிதாகிச் சிறிதாகி உள்ளுக்குள் உஷ்ணம் அதிகமாகி கதிரியக்கம் பெற்று ஒரு தாரகை பிறக்கிறது...

✉ **அனந்தபத்மநாபன்,** சென்னை-*5*.

✍ **மீனுக்கு கிஸ் பண்ணுகிற பழக்கம் உண்டா, என்ன?**

கிஸ்... யாரை? இன்னொரு மீனைத்தான் பண்ணும்! மீன் தொட்டியில் அழகுக்காக வளர்க்கப்படுகிற மீன்களுக்கு இந்தப் பழக்கம் கொஞ்சம் நிறையவே உண்டாம். *Kissing Gourami* என்கிற மீன் வகைக்கு 'தான் ஏதோ கிஸ் பண்ணவே பிறந்திருக்கிறோம்!' என்று எண்ணம்! சில சமயங்களில் இது கிஸ்ஸில் இறங்கினால் *25* நிமிடங்களுக்கு உதடுகளை எடுக்காது!

✉ எஸ்.சாத்தப்பன், சிதம்பரம்.

✎ வானில் சுற்றும் கிரகங்களும் சரி, செயற்கைக் கோள்களும் சரி... ஒன்றை ஒன்று மோதும் அபாயம் உள்ளதா?

✉ க.ரமேஷ், வைத்தீஸ்வரன் கோயில்.

✎ 'எரிகல்' (Meteors) என்றால் என்ன? அது எறிவது யார்?

ஜூன் 30, 1908 அதிகாலையில் ரஷ்யாவில் மத்திய சைபீரியாவில் வானத்திலிருந்து ஒரு ராட்சதத் தீக்கோளம் மிக வேகமாக வருவதைப் பார்த்தார்கள். அது விழுந்து வெடித்தபோது நூற்றுக்கணக்கான மைல் வரை சத்தம் கேட்டது. 2,000 கிலோ மீட்டர் சதுரத்துக்கு இருந்த மரங்கள் எல்லாம் எரிந்துபோயின. அதன் ஷாக், உலகம் பூராவும் இரண்டு தடவை சுற்றி வந்தது. அது நிகழ்ந்து இரண்டு நாட்கள் வரை வானத்தில் பரவியிருந்த நெருப்புத் தூசின் வெளிச்சத்தில் 10,000 கிலோ மீட்டர் தள்ளி லண்டனில் இரவில் பேப்பர் படிக்க முடிந்தது. 'துங்கஸ்கா நிகழ்ச்சி' என்று பெயர் பெற்றுவிட்ட அந்த விபத்துக்கு இன்று காரணம் கண்டுபிடித்துவிட்டார்கள். 1908-ல் ஒரு வால் நட்சத்திரத்தின் (Comet) பகுதி பூமியைத் தாக்கியிருக்கிறது.

கிரகங்களுக்கு நடுவே விண்வெளியில் என்னென்னவோ சின்ன, பெரிய சமாசாரங்கள் எல்லாம் பொட்டைத்தனமாகச் சுற்றிக் கொண்டிருக்கின்றன. பூட்டான் அளவுக்குப் பெரிய கற்கள் வரை! துங்கஸ்காவில் விழுந்தது ஒரு ஃபுட்பால் மைதான அளவுக்குப் பத்து லட்சம் டன் எடையும், மணிக்கு எழுபதாயிரம் மைல் வேகத்தோடும் விழுந்த ஒரு வால் நட்சத்திரத்தின் துணுக்கு என்று அனுமானித்திருக்கிறார்கள். இன்றைக்கு இந்த மாதிரி விழுந்தால் திகிலில் அமெரிக்காவும் ரஷ்யாவும் மூன்றாவது உலகப்போரைத் துவங்கிவிடும்!

எரிகற்கள் என்பவை இந்த வகையில் வால் நட்சத்திரங்களிலிருந்து விடுதலை பெற்ற துண்டுகள்தாம். துல்லியமான ராத்திரியில் பொறுமையாக வானத்தைப் பார்த்துக்கொண்டிருந்தீர்கள் என்றால், 'நட்சத்திரங்கள்' தீற்றிக்கொண்டு விழுவதைப் பார்க்கலாம் (ஒரு இரவில் ஆறு கற்களையாவது பார்க்கலாமாம்). இவை நட்சத்திரங்கள் அல்ல. சின்னச் சின்னக் கற்கள்தாம். இதுவரை விழுந்ததில் மிகப்பெரிய கல் 9 அடி நீளம். பெரும்பாலும் எரிகற்கள் நம் பூமியின் பாதையுடன் குறுக்கிட்டுக் காற்று வெளியில் நுழைந்து உராயும்போது உஷ்ணத்தால் எரிய ஆரம்பிக்கின்றன. எரிந்து சுமார் நூறு கிலோ மீட்டர் உயரத்திலேயே சாம்பலாகி விடுகின்றன. ரொம்பப் பெரிசாக இருந்தால்தான் இந்த எரிச்சலையும் சமாளித்துப் பூமியில் விழும். பூமியின் பெரும்பகுதி கடலாக இருப்பதால், கடலுக்குள்தான் பெரும்பாலும் விழுகின்றன. இருந்தும்

ஓநாய்

நீங்கள் நடந்துசெல்லும்போது ஒரு எரிகல் உங்களை 'சொட்டேல்' என்று பின் மண்டையில் தாக்க மெலிதான சாத்தியக்கூறு இருக்கிறது!

எரிகற்கள் இருவகைப்பட்டவை. உலோக எரிகற்கள், நிக்கல் இரும்புச் சத்துடன் விழுகின்றன. வெறும் பாறாங் கல்லாகவே விழுவதும் உண்டு. ரொம்ப அதிர்ஷ்டக்காரராக இருந்தால் வரை மழையாகக் கொட்டவும் சான்ஸ் உண்டு.

கிரகங்கள் தத்தம் பாதையில் தெய்வமே என்று சுற்றிக் கொண்டிருப்பதால் அவை ஒன்றை ஒன்று மோதிக்கொள்ள சான்ஸ் இல்லை. இந்த மாதிரி தனிக்காட்டு ராஜாக்களான எரிகற்கள் நம்மேல் மோத வாய்ப்பு இருக்கிறது. விண்வெளியில் செல்லும் கலங்களையும் இவை பதம் பார்க்கலாம். நம்முடைய காற்று வெளியின் தயவால் இவற்றிலிருந்து தப்பிக்கிறோம். அது இல்லையேல் நம் பூமி எரிகற்களால் அடிப்பட்டு சொறி பம்பரம் போல ஆகியிருக்கும். மனிதன் விடும் தகவல் தொடர்புக்கான செயற்கைக்கோள்கள் பெரும்பாலும் பூமியுடன் பொருந்திய வட்டத்தில் செல்வதால் (*Geo Stationary Orbit*) அவை மோதிக்கொள்ளும் சான்ஸே இல்லை. ஆனால், அவற்றிலிருந்து வெளிப்படும் சிக்னல்கள் குறுக்கிட்டுக் குழப்பம் ஏற்படும் சாத்தியம் இருப்பதால், மொத்தம் வானத்தில் விடக்கூடிய ஸாட்டிலைட்டுகளின் எண்ணிக்கையில் கட்டுப்பாடு உள்ளது. 'அதெல்லாம் சரி, இப்ப மேலே எவ்வளவுய்யா இருக்கு?' என்பவர்களுக்கு - சுமார் 1,300 ஸாட்டிலைட்டுகள் சார்! இதைத் தவிர, விண்வெளியில் கழற்றி விடப்பட்ட உலோகக் குப்பைகள் 3,500 இருக்கும் என்கிறது ஒரு அமெரிக்கப் புள்ளி விவரம்!

✉ **என்.புஷ்பா,** சென்னை.

✍ **ஓநாய், நரி - வித்தியாசங்கள்?**

ஓநாய்தான் வில்லன். நரி சின்னது. ராத்திரி வேளை கோழை. நரிக்குத் தெரிந்த கலை ஊளையிடுவதுதான். ஓநாய்களிடமிருந்து ஏதோ கசமுசா என்று மட்டும்தான் சத்தம் வரும்! ஓநாய் கோஷ்டி வேட்டையாளி. அது வேட்டையாடும் விதம் சுவாரஸ்யமானது. சில வேளைகளில் ஓநாய்க் கூட்டம் நூற்றுக்கணக்கான மைல்கள் உணவைத் தேடி யாத்திரை போகும். கூர்மையான மோப்பம் - கண்கள்.

நாய்கள் போல் கல், மரம் இவற்றைக் கண்டால் மூத்திரம் அடிக்கும். இந்த மூத்திர வாசனை மற்ற ஓநாய்களுக்கு வழிகாட்டி. முகர்ந்து பார்த்துவிட்டு, 'அட, நம்ம முன்சாமி இந்த வழி போயிருக்கான்' கேஸ். மாமிசம்தான். பிரதான உணவு. ஆடு, மாடு கிடைக்கவில்லையெனில் பழம்கூடத் தின்னும். சளைக்காமல் வேட்டை. சில ஓநாய்கள் பின்னாலிருந்தும் தாக்க கோஷ்டியாகக் கொன்றுவிட்டு கோஷ்டியாகச் சாப்பிடும். அசுரத் தீனி. ஒவ்வொரு ஓநாயும் பதினைந்து பவுண்டு வரை இறைச்சி சாப்பிடும். மிச்சத்தைத் தோண்டிப் புதைத்துக் கொள்ளும். நரி - இதோடு ஒப்பிட்டால் ரொம்ப சில்லறை அடாசு.

✉ **எஸ்.ராஜகோபால்,** சுவாமிமலை.

✍ **சாதாரண காக்கைக்கும் கழுத்துக் கறுப்பாக உள்ள அண்டங்காக்கைக்கும் வித்தியாசம் என்ன?**

முன்னது சிறியது. கழுத்தில் சாம்பல், அண்டங்காக்கை அளவில் பெரியது.

நம் ஊர் காக்கைகளை அமெரிக்காவில் பார்க்க முடியாது. அங்கேயெல்லாம் அண்டங்காக்கைதான் அதிகம்.

✉ **பா.சீனிவாசன்,** மதுரை.

✍ **விலாங்கு மீன், பாம்பு போலவே இருக்கிறதே - அதைப்பற்றி...?**

விலாங்கு என்று நீங்கள் குறிப்பிடுவது ஈல் வகை. அது பாம்பல்ல; ஒரு வகை மீன்தான். பாம்பு போல் ஷேப் கொண்டு நழுவும் மீன். முதுகெலும்பு உண்டு. எப்போதும் தண்ணீரில் வாழும். செதில்கள்மூலம் மூச்சு விடும். பொதுவாகக் கடலில்தான் வாழும். நதிக் கரையில் மிகச் சில வாழ்ந்தாலும் தன் வாழ்நாட்களில் ஒரு பகுதியையாவது கடலில் கழிக்கும். ஏனெனில் முட்டையிடுவதற்கு அவற்றுக்கு உப்புத் தண்ணீர் வேண்டும். எனவே, நதிவாழ் ஈல் மீன்களால் கடலுக்குப் போவதற்காகவென்றே சில சமயம் தரைமேலும் ஊர்ந்து செல்ல முடிகிறது. அப்படிக் கடல் நோக்கித் தரையில் ஊர்ந்து செல்கையில் அவற்றுக்கு மூச்சு வாங்குவதற்கு அவற்றின் சருமத்தின் மேலிருக்கும் ஒரு விதமான ஜவ்வு பயன்படுகிறது. இந்த மாதிரி அல்லல் படுவதெல்லாம் பெண் ஈல்களே. முட்டையிடுவதற்காக நாடு கடந்துகூடக் கடலுக்கு வந்து சேரும் பெண்களைக் கடலோர ஆண் ஈல்கள், (அளவில் சற்று சிறியவை) 'வா நாமெல்லாம் ஜாலியாக நீஞ்சலாம்' என்று அழைத்துச் செல்ல, பெண்கள் இந்தப் பேச்சைக் கேட்டு ஆண்களுடன் நூறு மைல்கணக்காக நீந்திக் கடலுக்குள் சந்தோஷப்பட்டு முட்டையிட்டுச் செத்துப்போகும். ஐரோப்பிய நதி மீன்கள் சில இம்மாதிரி முட்டையிட பெர்முடா வரை வருவதும் உண்டு. அங்கே இட்ட முட்டைகள் 'லார்வா' பருவத்தில் நீரோட்டத்தில் மறுபடி ஐரோப்பிய நதிகளின் முகவாய்வரை சென்று அங்கே முழு மீனாக மாறுகின்றன! விலாங்கு மீன் கடிக்கும். ஆனால், விஷமில்லை. பெரும்பாலும் ஒன்றரை, இரண்டடி நீளமிருக்கும். 'மோரே' என்கிற வகை ஈல் பத்தடி வரைகூட வளரும். எலெக்ட்ரிக் ஈல் என்று சொல்லப்படும் மின்சார மீன், ஈல் வகை அல்ல.

பாம்பல்ல... மீன்தான்!

✉ **எஸ்.சம்பத்ராஜ்,** காஞ்சிபுரம்.

✍ **மனிதனுக்கு முன்பு டினோஸர்கள் என்னும் ராட்சத பிராணிகள் இருந்ததைப் போல, மனித இனம் முடிந்த பிறகு ஏதாவது மிருகங்கள் பூமியில் இருக்குமா?**

பூமியின் சரித்திரத்துடன் ஒப்பிட்டுப் பார்க்கும்போது அதில் மனித இனம் இருக்கப்போவது கொஞ்ச காலம்தான் - அதாவது சில கோடி வருஷங்கள்! சுமார் ஐந்து கோடி ஆண்டுகளுக்குப் பின் மனிதன், (பல காரணங்களால்) பூமியில் இருக்கமாட்டானே தவிர, விசித்திரமான, புதுவகையான மிருகங்கள் நிச்சயமாக உலவிக்கொண்டிருக்கும். அவை எப்படித் தோற்றமளிக்கும் என்பதை பயாலஜிஸ்டுகள் கற்பனை செய்திருக்கிறார்கள்.

நீண்ட கால்களுடன் ஆறடி உயரத்துக்கு முயல்கள்... 30 அடி தூரத்துக்கு விஷத்தை பீச்சியடிக்கும் பயங்கரப் பாம்புகள்... வாலையே 'பாராஷூட்'டாகப் பயன்படுத்தும் ராட்சத அணில்கள்... தோற்றத்தில் காண்டாமிருகம் போல மாறியிருக்கும் மான்கள்... இவற்றைத் தவிர, வெளவாலிலிருந்து ஒரு விசித்திரமான பிராணி உருவாகுமாம்.

'நைட் ஸ்டாக்கர்' என்று இப்போதைக்குப் பெயர் வைத்திருக்கிறார்கள். (படத்தில் பார்த்துப் பயப்படுக!)

வேறு ஏதாவது ஒரு கிரகத்தில் குடியேறப்போகும் உங்கள் சந்ததியர் யாராவது 31, அக்டோபர், ஐந்து கோடியே தொளாயிரத்து எண்பத்து மூன்றாம் வருஷம் பூமிக்கு ராக்கெட்டில் வந்தால் இப்படிப்பட்ட பல விசித்திரமான மிருகங்கள் உலவிக்கொண்டிருப்பதை நேரிலேயே பார்க்கலாம்!

✉ **எஸ்.ஸ்ரீனிவாசன்,** *கல்பாக்கம்.*

✍ **பறவைகளுக்கும் தாய்-தந்தை, சகோதர உறவெல்லாம் உண்டோ?**

நம் மனித உறவுகள் போல அத்தனை நீடித்த உறவுகள் இல்லை. சொந்தக் காலில் நிற்கும் வரை மட்டுமே உறவுகள் தொடரும். 'தாய் நாடு, தாய்க்காக தியாகம், தங்கையை நிந்தித்தவனை உயிருள்ள வரை விடமாட்டேன்' இந்த பிஸினஸ் எல்லாம் அவற்றுக்குக் கிடையாது.

✉ **எஸ்.சிவசங்கர்,** *ஸ்ரீமுஷ்ணம்.*

✍ **அடிபட்டுத் தப்பிய நாகப்பாம்பு பழி வாங்குமாமே... பாம்புக்கு அவ்வளவு ஞாபக சக்தி உண்டா?**

✉ **தேவிப்ரியன்,** *கோவை-3.*

✍ **நல்ல பாம்பு + மகுடி - தொடர்பை விளக்கவும்?**

✉ **எஸ்.முகமதலி,** *மேட்டுப்பாளையம்.*

✍ **பாலை 'மடக் மடக்' என்று குடிக்கும் பாம்புகளைப் பார்த்திருக்கிறீர்களா?**

✉ **ஒய்.செல்வராஜ்,** *கொடைக்கானல்.*

✍ **பாம்புகளைப் பற்றிச் சுவையாக ஏதாவது...?**

✉ **குமாரி கலாராணி,** *ஆண்டக்கா பாளையம்.*

✍ **பச்சைப் பாம்பு கண்ணைக் கொத்துமா?**

✉ **நா.பிரபாகர்,** *தேனி.*

✍ **நாகப்பாம்புக்கு ஜோடி, சாரைப் பாம்பு தானே?**

பாம்புகள் 13 கோடி வருஷங்களாக உலகில் இருந்து வருகின்றன. மொத்தம் 3,000-க்கு மேற்பட்ட பாம்பு வகைகளில் விஷமுள்ள பாம்பு வகைகள் 175-தான். விஷ பாம்பு, சாதா பாம்பு என்று பாம்புகள் பாட்ஜ் எதுவும் அணிந்துகொள்ளாததால் நமக்கு எந்தப் பாம்பைப் பார்த்தாலும் விஷப் பாம்பாகத் தெரிகிறது. விஷப் பாம்பா, இல்லையா என்று

தெரிந்துகொள்ள, அதன் வாயைத் திறந்து அதற்கு விஷப் பல் (*Fangs*) இருக்கிறதா என்று பார்ப்பது ஒன்றுதான் வழி!

மலைப் பாம்பு வகைகள்தான் முதலில் தோன்றின. விஷப் பாம்புகள் ரொம்ப பிற்பாடு வந்தவை. பாம்புகளைப் பற்றிப் பரப்பப்படும் விஷயங்களில் 99 சதவிகிதம் ரீல்களே! கேட்டால் நல்ல விட்டேகர் ரொம்ப வருத்தப்படுவார்.

'பாம்புச் செவி' என்பது நம்பர் ஒன் ரீல். பாம்புக்குக் காது கிடையாது. தேவையில்லை. ஆனால், தரையில் மிகமிக லேசான 'வைப்ரேஷன்' இருந்தாலும் போதும்... தலையைத் தூக்கிப் பார்க்கும். ஆகவே, மகுடியின் இசைக்குப் பாம்பு படமெடுத்து ஆடுவதில்லை. வெறுமனே அசைந்தவாறு பார்த்தால் தரையில் தாளம் போட்டே பாம்பை ஆட்டுவிக்கலாம். மகுடி இசை நமக்காகத்தான்!

எல்லாப் பாம்புகளுக்கும் 'ஷார்ட் ஸைட்' பிரச்னை உண்டு. டீடெய்ல் தெரியாதே தவிர, கொஞ்சம் மூவ்மெண்ட் இருந்தாலும் பார்த்துவிடும். மூவ்மெண்ட் இல்லாத, செத்துப் போன விஷயங்களைப் பாம்பு தொடுவதில்லை.

பாம்பின் நாக்குக்கு விஷம் கிடையாது. உண்மையில் அது நாக்கே இல்லை; மூக்கு! அருகில் என்ன இரை இருக்கிறது என்பதை நாக்கை நீட்டி வாசனை பார்த்துத் தெரிந்து கொள்கிறது. (காதலியின் வாசனையும் தெரியும்!)

எல்லா பாம்புகளும் நான்-வெஜிட்டேரியன்தான். தவளை, எலி, முயல், என்று டிபன் வகைகள் வேண்டுமானால் மாறுபடலாம்.

நல்ல பாம்பு, சாரைப் பாம்பு 'லவ் மேக்கிங்' விஷயமும் ரீலே! நல்ல பாம்பு (*Cobra*) வேறு. சாரைப் பாம்பு (*Rat Snake*) வேறு. ஒன்றுக்கொன்று திரும்பிக்கூடப் பார்க்காது. பாம்பு ரொம்ப 'ஜாதி' பார்க்கும்.

உடலுறவுக்கு முன்பு நல்ல பாம்பு தம்பதி ரொம்ப நேரம் வளைந்து, நெளிந்து உடலை உராய்ந்து டான்ஸ்

பண்ணுகின்றன. இது நம்ம ஜாதிதான் என்று முடிவு செய்துகொள்வதற்கும்தான்.

பாம்புகளில் முட்டையிடுகிற, குட்டி போடுகிற இரண்டு வகையும் உண்டு. தென் ஆசிய நாடுகளில் (இந்தியா உட்பட) காணப்படும் மலைப்பாம்புகள்தான் ரொம்ப நீளம். ஈஸியாக 20-லிருந்து 30 அல்லது 35 அடி வரை பிரமாண்டமான பாம்பு தென் அமெரிக்கக் காடுகளில் வசிக்கும் 'அனகொண்டா' என்னும் மலைப் பாம்பு வகையே. வயிற்றுப் பகுதியின் குறுக்கு அளவே மூன்றரை அடி இருக்கும். அனகொண்டா மலைப் பாம்பு பிடிப்பதில் மெக்ஸிகோவில் வசிக்கும் மைக் வல்லவர். மிகவும் நீளமான விஷப் பாம்பு ஆசியக் காடுகளில் காணப்படும் (சுமார் 18 அடி) ராஜநாகம். ஒவ்வொரு நாட்டுக்கென்று பயங்கர விஷப் பாம்புகள் இருக்கின்றன. அமெரிக்காவில் ராட்டில் ஸ்னேக், இந்தியாவில் நல்ல பாம்பு, ஆப்பிரிக்காவில் மாம்பா... என்று! ஆப்பிரிக்காவில் இருவகை மாம்பாக்கள் உள்ளன. கறுப்பு மாம்பா பச்சை மாம்பா என்று. உலகிலேயே பயமில்லாத, முன் கோபமுள்ள மிக வேகமாக ஊர்ந்து செல்லும் பாம்பு மாம்பாதான். பச்சை மாம்பா மட்டுமே பச்சைப் பாம்புகளில் விஷப் பாம்பு. மற்ற அத்தனையும் சாதுவானவையே! கண் கொத்திப் பாம்பு என்று எதுவும் கிடையாது.

விஷம் துப்பும் நல்ல பாம்பு வகை ஒன்று உண்டு. 8 அல்லது 10 அடி வரை

துளியும் வேர்க்காது... (ஒட்டகத்துக்கு!)

விஷத்தைப் பீச்சியடிக்கும் - அதுவும் கண்களைக் குறிபார்த்து! கண்ணை விரலால் தேய்த்தால் பார்வை போய்விடும்.

நல்ல சாரைப் பாம்புக்கு (Rat Snake) சாதுப் பாம்பு என்றே பெயர் வைக்கலாம். விஷம் கிடையாது. 14 அடி வரை நீளம். எலி என்றால் உயிர். பால் சாப்பிடுகிற பாம்புகளெல்லாம் கிடையாது. மற்றபடி மாணிக்கக்கல், விஷத்தைக் 'கல்லால்' இறக்குவது, பழி வாங்குவது போன்ற விஷயங்கள் ஒவ்வொன்றும் ஒரு கி.மீ ரீல்களே!

✉ **எஸ்.மாணிக்கம்,** சென்னை-23.

✍ **ஒட்டகத்தின் உடம்பில் 'தண்ணீர் டாங்க்' இருப்பது உண்மையா?**

டூப். கொதிக்கிற வெயிலில் பாலைவனத்தில் எவ்வளவு தூரம் நடந்தாலும் ஒட்டகத்துக்குத் துளியும் வேர்க்காது. அதாவது சிஸ்டத்திலிருந்து தண்ணீர் வேஸ்ட் ஆவதில்லை. நீர் அருந்தும்போது பதினைந்து நிமிடத்துக்குள் இருபது கலான் தண்ணீர் உறிஞ்சுவது மட்டும் உண்மை!

✉ **அ.ஜோசப் செல்வராஜ்,** செந்துறை.

✍ **மந்திரவாதி கண்ணைக் கட்டிக்கொண்டு எளிதாக மோட்டார் சைக்கிள் விடுகிறாரே! இது எப்படி?**

சிம்பிள்! 'நோஸ்பீக்' எல்லா மாஜிக் நிபுணர்களுக்கும் தெரிந்தது. கண்களைச் சேதப்படுத்தாமல் எத்தனை இறுக்கமாகக் கட்டினாலும் இரண்டு மூக்குக்கு அருகிலும் கீழ்வாட்டாக இரண்டு சின்ன இடைவெளி வழியாக வெளிச்சம் வருவதைத் தவிர்க்கவே முடியாது. இந்த இடைவெளியை நெற்றியைச் சுருக்கி, அந்தப் பக்கம் இந்தப் பக்கம் திரும்பிச் சாமர்த்தியமாக மாஜிக் நிபுணர்கள் பெரிதுபண்ணிக் கொள்வார்கள். ஹௌதினி, சர்க்கார் போன்றவர்கள் இந்த 'எக்ஸ்ரே' வித்தையைச் செய்து காட்டியிருக்கிறார்கள். நிஜமாகவே ஒருவரைப் பரிசோதிக்க வேண்டுமானால் என்ன செய்ய வேண்டும் தெரியுமோ?

கண்ணையெல்லாம் கட்டாதீர்கள். கழுத்தில் தோள்பட்டை வரை ஒட்டும்படியாக ஒரு முழு அலுமினியப் பெட்டியால் முகம், தலை முழுவதையும் மறைத்துவிட்டு மூச்சு விடுவதற்கு மட்டும் போனால் போகிறது என்று பின்பக்கத்தில் மூன்றிரண்டு ஓட்டை போட்டு, 'இப்போது ஓட்டு' என்று மோட்டார் சைக்கிளைக் கொடுங்கள். (அப்படியே ஆம்புலன்ஸுக்கு அவசியம் சொல்லி வைக்கவும்.)

✉ **சி.ஜே.ரமேஷ்,** சென்னை-4.

✍ **பூரான் பற்றி ஏதாவது சுவையான விஷயங்கள்...**

பூரானை செண்டிபீடு என்று சொல்வதைப் போல் நூறு கால்கள் இல்லை. சிலவற்றுக்குத்தான் சுமார் நூறு கால். சிலவற்றுக்கு இருபது முப்பதோடு சரி. மில்லி பீடுகளுக்கு ஆயிரம் கால்கள் என்று சொல்கிறார்கள். நான் எண்ணிப் பார்த்ததில்லை. இவையும் சரித்திர காலத்துக்கு முன்பிருந்தே உயிர் வாழ்பவை. ஜோடி ஜோடியாக, உடம்பில் ஜாயிண்ட் ஜாயிண்டாக இருக்கும் கால்கள் மூலம் இவை நடப்பது ஒரு விந்தைதான். தலைக்குப் பக்கத்தில் இரண்டு கொம்புகள் போலவும் வாயில் விஷமும் உள்ள பூரானின் விஷம் மனிதனுக்கு

அபாயமில்லை. ஆப்பிரிக்காவில் உள்ள ஒரு வகை பத்து இனச் பூரானின் விஷம் பறவைகளைக் கொல்ல வல்லது. முட்டையிலிருந்து வெளிவரும்போதே சில பூரான் இனங்கள் அத்தனை கால்களுடன் வெளிவருகின்றன. மற்றவை ஏழு ஜோடிக் கால்களுடன் முதலில் பிறந்து, ஒவ்வொரு தடவை தோலுரிக்கும்போதும் ஒரு ஜோடி கால்களைச் சேர்த்துக்கொள்ளும். காலையில் கல்லடியில் மறைந்திருந்து ராத்திரிதான் வெளியே வ...ரு...ம்!

✉ **சி.சுந்தரேசன்,** *திருச்சி-20.*

✍ **வௌவாலுக்குக் கண் இல்லை என்று கூறுகிறார்கள். அது உண்மையா? உண்மையெனில் அது எப்படிப் பார்க்கிறது? சில வௌவால்கள் ரத்தத்தை உறிஞ்சிக் குடிக்குமாமே?**

எந்த வகை வௌவாலைப் பற்றிக் கேட்கிறீர்கள் மிஸ்டர் சுந்தரேசன்? மொத்தம் இருக்கும் 2000 வகை பற்றியும் சொல்ல வேண்டுமென்றால் தொடர்ந்து ஒரு வருஷத்துக்கு 'வௌவால் கேள்விக்கு' மட்டும்தான் பதில் சொல்லவேண்டும். பொதுவாக ஏதோ கொஞ்சம் சொல்ல நானே போதும்!

வௌனால் - பறவையல்ல - இராத்திரி மிருகம். அப்போதுதான் அதன் தேவைக்கான உணவு (பூச்சிகள், கொசுக்கள்) நிறைய கிடைக்கின்றன.

பகல் நேரத்தில் தலைகீழாகத் தொங்கிக்கொண்டு தூங்கும். குட்டி போட்டுப் பால் தரும். இரண்டு மாதங்கள் வரை குட்டிக்கு அம்மாதான் ஏரோப்ளேன்! வௌவாலுக்குக் கண் உண்டு. ஆனால், கண் பார்வை அதற்கு அதிகம் தேவையில்லை. இந்தத் திறமைமிக்க ஐந்து சவுண்ட் ரேஞ்சிங் *(Sound Ranging)* என்னும் ஒரு முறைப்படி இருட்டில் மோதிக் கொள்ளாமல் தன் இஷ்டத்துக்குப் பறக்கிறது. இதற்கு உதவுவது 'அல்ட்ரா சவுண்ட்' *(Ultra Sound)*. அப்படி என்றால் என்ன? மனிதர்களால் ஒலி அலைகளைச் சுமார் எண்பது சைக்கிளிலிருந்து பதினையாயிரம் அல்லது இருபதாயிரம் சைக்கிள்கள் வரைதான் உணர முடியும். (நம்ம ரெண்டு சக்கர சைக்கிள் அல்ல. மீட்டர், கிலோ மாதிரி ஒலிகளுக்கான அளவு!) எஸ்.ஜானகி தன் அதி கீச்சுக் குரலில் பாடினால் சுமார் ஆயிரத்தைந்நூறு சைக்கிள் இருக்கலாம். எனவே, இருபதாயிரத்துக்கு அப்புறம் நம்மால் உணர முடியாது. ஒரு வௌவாலின் தொண்டை ஒரு விசில் போல. 'ப்ஹா' என்று இயங்கும்போது ஒரு லட்சத்து ஐம்பதாயிரம் சைக்கிள் கீச்சில் சவுண்டு வெளிப்படுகிறது! நமக்கெல்லாம் கேட்கவே கேட்காது. தொடர்ந்து அதால் இந்த லட்சத்து சொச்சத்தை ஊதிக்கொண்டிருக்க முடியாது. அவ்வப்போது விட்டு விட்டுத்தான் கிறீச்சிட்டுக் கொண்டிருக்கும். இதற்காக காற்றழுத்த தேவையைக் கணக்கிட்டுப் பார்த்திருக்கிறார்கள். தொண்டையில் ஒரு நீராவி பாய்லருக்கு உண்டான அழுத்தமாம்! பரவாயில்லையல்லவா?

இந்த மாதிரி சின்ன சின்ன துடிப்பலைகளாக செகண்டுக்கு அஞ்சிலிருந்து அறுபதுவரை, சில வகை வௌவால்கள் இருநூறு வரைகூட வெளியிடுகிறது. ஒவ்வொரு துடிப்பும் மிகக் குறைந்த கால அளவே நீடிக்கும். ஒரு செகண்டில் ஐயாயிரம் பாகம்!

இப்போது பதினேழு மீட்டர் தூரத்தில் ஏதாவது தடை இருந்தால் வௌவால் வெளிப்படுத்தும் அல்ட்ரா ஒலி அதைப்

போய் அடைந்து திரும்புவதற்குச் சுமார் ஒரு செகண்டில் பத்து பாகம் ஆகும். எனவே, வெளிப்படுத்தும் சவுண்டுக்கும் எதிரொலித்துத் திரும்பி வரும் சவுண்டுக்கும் உள்ள நேர வித்தியாசத்திலிருந்து அந்தப் பொருள் எவ்வளவு தூரத்தில் இருக்கிறது என்று கண்டுபிடித்துவிடலாம். இதுதான் வெளவாலின் சாமர்த்தியம். ஒரு வெளவால் சுவரை நோக்கி வேகமாகப் பறக்கிறது என்று வைத்துக் கொள்வோம். முதலில் ஒரு ஒலித் துடிப்பை அனுப்பும். அது போய் சுவரில்பட்டு எதிரொலித்து அதன் காதில் விழுந்ததும் அடுத்து துடிப்பை அனுப்பும். சுவர்கிட்டே வர வர ஒலித்துடிப்புகளின் எண்ணிக்கையும் ஜாஸ்தி பண்ணிக் கொண்டே போகும். ரொம்ப கிட்டத்தில் வந்துவிட்டால் துடிப்பை அனுப்பின மாத்திரத்தில் பதிலும் வந்துவிடும். உடனே டேஞ்சர் என்று சட்டென்று பறக்கும் திசையை வெளவால் மாற்றிக் கொண்டுவிடும்.

ஆகவே, வெளவாலுக்கு காதுதான் கண்! இதை முதலில் கண்டுபிடித்தவர் லாஸரோஸ் பாஸ்லான்ஸானி(!) என்னும் விஞ்ஞானி. வெளவாலின் இரண்டு காதுகளையும் துணியால் கட்டிப் பறக்கவிட்டார் அவர். தூண், கதவு, சுவர் மேலேயெல்லாம் 'டங்கு டக்'கென்று மோதிக்கொண்டு தொப்பென்று விழுந்து விட்டது வெளவால்!

மிக மிக விந்தையான மிருகம் இது! ஒரு மில்லி மீட்டருக்கும் குறைவான ஒலியான கம்பிகளைக் குறுக்கும் நெடுக்கும் ஒரு அறையில் கட்டி இருட்டில் அதை விட்டுப் பாருங்கள். கம்பிமேல் படாமல் அழகாக ஊடே பறக்கும். வெளவாலின் ஒலித் துடிப்புக்குள் (*Sonar*) ஒரு கொசு (எடை .002 கிராம்) வந்துவிட்டால் போதும்; அது எங்கே போனாலும் கும்மிருட்டிலும் துரத்திச் சாப்பிட்டு விடும்.... இப்படிப் பறந்துக்கொண்டே நிமிஷத்துக்குப் பத்து கொசுக்கள் பிடிக்கும்.

மீன் சாப்பிடுகிற, பழம் சாப்பிடுகிற, தேன் சாப்பிடுகிற... என்ற சமத்து வெளவால்களைத் தவிர ரத்தம் சாப்பிடுகிற வெளவாலும் உண்டு. (டிராகூலாவுக்கு ஐடியா கொடுத்தவர் இவர்!). தென் அமெரிக்காவில் உள்ள இந்த வெளவால் தூங்கிக் கொண்டிருக்கிற ஒருவரைக் கடித்தால், கடிபட்டவர் துளிக்கூட வலி தெரியாமல் தொடர்ந்து, குறட்டைவிட்டுக் கொண்டிருப்பார். ரத்தத்தை இது காபி, கூல்டிரிங்ஸ் சாப்பிடுவது போல உறிஞ்சிக் குடிப்பதில்லை. பாயசம் ஸ்டைல் தான். பல்லால் ஒரு சின்ன கட் - பிறகு நாக்கினால் நக்கிக் குடிக்க வேண்டியது! ரத்தம் கெட்டிப்பட்டு விடுமே என்பீர்கள். நோ. ஃப்ளீஸ்! வெளவாலின் எச்சிலுக்கு ஒரு ஸ்பெஷல் சக்தி - ரத்தம் வழிந்துகொண்டேயிருக்கும்!

✉ **ஜி.ஸ்ரீதர்,** சேத்துப்பட்டு.

✍ **சிலந்திப் பூச்சிகளின் வலை பின்னும் கலை பற்றி...?**

சிலந்தி வலை மட்டுமல்ல, சிலந்திப் பூச்சியே ஒரு ஆச்சரியகரமான பிறவிதான்! எந்த சீதோஷ்ண நிலையிலும் காணப்படும் சிலந்திகள் வானில், நீரில்,

தரையில்கூட வாழ்கின்றன. சுமார் மூன்று இன்ச்சிலிருந்து கண்ணுக்கே தெரியாத அளவு சின்ன சிலந்திகள்கூட உள்ளன. ஒரு வருஷம் வரை தண்ணியில்லாத காட்டில் விட்டால்கூடப் பிழைத்துக் கொள்ளும். தரான்டுலா என்னும் சிலந்தி பதினைந்து வருஷம் உயிர்வாழக்கூடியது. (மற்றவை பெரும்பாலும் ஒரு வருஷம்தான்). சிலந்தியைப் பூச்சி வகையில் சேர்ப்பதே தப்பு என்று விஞ்ஞானிகள் சொல்கிறார்கள். (ஐந்து?) எட்டுக்கால், எட்டுக்கண், இறக்கை கிடையாது. உடல் இரண்டே இரண்டு பாகம்தான்.

சிலந்தி பின்னும் வலை ஒரு ஆச்சரியம். அந்த நூலை அதன் அடிவயிற்றுப் பகுதியில் இருக்கும் சுரப்பிகளிலிருந்து மிக நுட்பமான துவாரங்கள் மூலம் வெளியே அனுப்புகிறது. வெளியே வரும் போது திரவ வடிவத்தில் இருக்கும் நூல் காற்றுப்பட்டதும் இறுகி விடுகிறது.

சிலந்தி நூலில் பலவகை உண்டு ஒட்டிக் கொள்ளும் நூல். இது இரைகளைப் பிடிப்பதற்கென்றே ஸ்பெஷல். சிலந்தி வலைக்குக் குறுக்கே அமைப்படும் நூல் கொஞ்சம் வலுவாக இருக்க வேண்டும். இதற்காக அமைக்கப்படும் நூல் ஒட்டாத வகை. இதோடு, முட்டையிடும்போது அதைப் பாதுகாக்கச் சுருட்டப்படும் நூல் பஞ்சு மெத்தை போல இருக்கும். வலுவாக நார் நாராகவும் இருக்கும்.

வலைகளிலும் நிறைய டிஸைன் வைத்திருக்கிறது. வட்ட வடிவ வலை, இரை பிடிக்க மட்டும் தான் பின்னுகிறது. முதலில் சுமாராக ஒரு நீண்ட சதுரம் அமைத்துக் கொண்டு... இதுதான் அஸ்திவாரம். அப்புறம் குறுக்குக் கோடுகள். அதன்பின் மூன்று அல்லது நான்கு சுற்றுக் கோடுகள் டிஸைன். கடைசியில் குறுக்குக் கோடுகள் போடும்போது தான் பிசின் சேர்த்துப் போடும்.

சில வலைகள் தட்டையாக இருக்கும் அல்லது புனல் போல இருக்கும் அல்லது டோம் போல. சில சிலந்திகள் பாட்டில் போல ஒட்டைபோட்டு மூடியை மறைத்து வைத்திருக்கும். மற்றொரு வகை - பூமியில் துளை போட்டு, அதன் சுவர்களில் சில்க் லைனிங் கொடுக்கும்.

சிலந்தி ஒரு ஆச்சரியம்... அதன் வலை அதைவிட ஆச்சரியம்...!

நீரில் வாழும் சிலந்திகள் உண்டு. மணி வடிவத்தில் நீர்ப் பரப்புக்குக் கீழே ஒரு ரூம் கட்டி முட்டையிட்டுக் கொள்கிறது. அதில் காற்றை நிரப்பி முட்டையை வைக்கிறது. எல்லாச் சிலந்திகளும் வலை பின்னுவதில்லை.

✉ **பி.நாராயணமூர்த்தி,** பாண்டிச்சேரி.

✍ **பச்சோந்தி எப்படி தான் இருக்கும் இடத்துக்கு ஏற்ப தன் நிறத்தை மாற்றிக் கொள்கிறது?**

அபாயம் வந்தால் பச்சோந்தி தன் சூழ்நிலைக்கு ஏற்ப கலர் மாறிக் கொள்ளும் அதிசயப் பிறவி. பல்லி இனம். பச்சோந்தியிலும் ஜாதிகள் உண்டு. ஜாதிக்கு ஜாதி நிறமாலை மாறும். பொதுவாக மஞ்சள் அல்லது க்ரீம் அல்லது பச்சை, கரும்பழுப்பு என்று சூழ்நிலையின் நில, தாவர நிறங்களுக்கு ஏற்ப மாறும்.

அபாயம் வந்தால் மட்டும் இல்லை... வெளிச்சம், உஷ்ணம், எண்ண ஓட்டம்

பச்சோந்தி

இப்படிப்பட்ட சங்கதிகளுக்கும் பச்சோந்தி தன் கலரை மாற்றிக் கொள்ளும். பச்சோந்திகள் நிறமாற்றத்திலேயே பேசிக்கொள்வதும் உண்டு. நோஞ்சான் பச்சோந்தி, தன்னைத் தாக்க வரும் பலசாலி பச்சோந்தியிடம், 'நான் வீக்... என்னைத் தாக்காதே' என்கிற மாதிரி தன்கலரை டல்லடித்து மாற்றிக்கொள்ளும். அதன் நெர்வஸ் சிஸ்டத்தில் இருக்கிறது நிறம் மாறும் சூட்சுமம். பச்சோந்தியின் ஹார்மோன்களின் விசேஷம், சருமத்துக்குள் சில பிக்மெண்ட் ரசாயனப் பொருட்களை அனுப்பி வண்ண வண்ண மாக சூழ்நிலைக்கேற்ப பரவ வைக்கிறது.

✉ **எஸ். மகேஷ்,** *சென்னை-17.*

✍ **கடலுக்கு அடியில் நிறைய மலைகள் இருக்கின்றதாமே, உண்மையா?**

நிறைய! இதுவரை இரண்டாயிரத்துக்கும் மேல் எண்ணிக்கையாகி விட்டது. நீள, அகல, உயரக் கணக்கும் ஓவர். இன்னும் ஆயிரக்கணக்கில் பாக்கியிருக்கின்றன வாம். இவற்றில் முக்கால்வாசிக்கு மேல் செத்துப்போன எரிமலைகள்தான்.

ஒரு கிலோ மீட்டர் உயர மலைகள் ஏராளம். மிக உயரமான மலையின் உச்சிகூட ஒரு மைல் ஆழத்தில்தான் இருக்கிறது. ஆகவே 'கப்பல் போகும்போது தடுக்காதா?' என்று பயப்பட வேண்டாம்! பூமியிலேயே மிகவும் நீளமான மலைத்தொடரும் கடலுக்கடியில்தான் இருக்கிறது. அட்லாண்டிக் கடலுக்கு அடியில் - *Mid-Atlandic Ridge* என்று அழைக்கப்படும் இந்தத் தொடரின் மொத்த நீளம் *10,000* மைல். (நிச்சயம்

கடலுக்கடியில் மலைகள் மயம்!

ஸ்கேலால் அளந்திருக்கமாட்டார்கள் என்பது உறுதி!)

✉ **வி.எம்.செய்யது புகாரி,** அதிராம் பட்டினம்.

✍ **புகை பிடிக்கும் பழக்கத்தை அறவே நிறுத்த முடியாதா?**

தினத்துக்குப் பத்து சிகரெட்டுக்குக் குறைவாகப் பிடிக்கிறீர்கள் என்றால், அமெரிக்கா ஸ்டாண்டர்ட்படி பெரிய பிரச்னை இல்லையாம்! பத்தோ, இருபதோ முழுக்க நிறுத்துவது நல்லது. சிகரெட் பிடிப்பதைக் குறைப்பது என்பது தம்மைத் தாமே ஏமாற்றிக் கொள்வது! ஒரு நாளைக்குப் பத்தில் இருந்து அஞ்சு, இரண்டு என்று படிப்படியாகக் குறைப்பது என்பது கூடாது. பட்டென்று வெட்டிவிட வேண்டும். இதற்கான உபாயங்கள்; நிறுத்துவதற்கு முன் 'நிறுத்தப் போகிறேன், நிறுத்தப் போகிறேன்' என்று நண்பர்கள், உறவினர்கள் எல்லோரிடமும் தம்பட்டம் போட்டுவிடுங்கள். 'நான் சிகரெட் பிடிப்பதைப் பார்த்தால் அஞ்சு ரூபாய் தரேன்!' என்று பெட்கூட வைத்துக்கொள்ளலாம். அதாவது, மீண்டும் பிடிப்பதில் உள்ள தர்ம சங்கடத்தை அதிகரித்துக்கொள்ளுங்கள். விடுமுறையின்போது நிறுத்துங்கள். சட்டென்று நிறுத்திவிட வேண்டும். முதல் தினம் நரகமாக இருக்கும். சிகரெட் குடிக்கும் பேராசை வரும் போதெல்லாம் ஒரு டம்ளர் குளிர்ந்த தண்ணீர் அருந்துங்கள். நிறையப் பசிக்கும். நன்றாகச் சாப்பிடுங்கள். சாப்பிட்டுவிட்டு உடனே தூங்கிவிடுங்கள். முதல் நாளை தாண்டிவிட்டால் இரண்டாம் மூன்றாம் நாளெல்லாம் ஈஸிதான். எத்தனை நாளைக்கு விடவேண்டும் தெரியுமோ? ஐந்து வருஷம். அப்போதுதான் பழக்கத்தை முற்றிலும் துறந்ததாக சொல்லலாம். இடையில் ஒரு சிகரெட் பிடித்தாலும் அழுகுணி ஆட்டம். உடனே பழைய ரேட்டுக்கு வந்துவிடுவீர்கள். ஸோ, குட்லக்!

✉ **ஜே.ரூபன்ராஜ்,** விருதுநகர்.

✍ **குழந்தைகளைப் பள்ளிக்கு அனுப்ப சரியான வயது என்ன?**

இப்போதெல்லாம் கைஇப்போதெல் லாம் கைக்குழந்தையைக்கூட 'க்ரஷ்' களில் வைத்துவிட்டுப் பெண்கள் வேலை பார்க்கச் செல்லும் சூழ்நிலைகள் உருவாகியிருக்கின்றன. பள்ளிக்குச் செல்வது என்பது குழந்தைக்கு உணர்ச்சிப்பூர்வமான அதிர்ச்சி என்று சொல்கிறார்கள். முதன்முதலாக வீட்டைவிட்டு, தாயைவிட்டு வெளியுலகத்துக்கு அது அனுப்பப்படுகிறது. தாயின் அரவணைப்பு குறைவாக வளர்க்கப்பட்ட குழந்தைகள்

பிற்காலத்தில் குற்றம் புரிபவர்களாகப் பரிணமிக்கிறார்கள் என்பதற்கு ஆதாரம் இருக்கிறது. தாய் மூன்று, நான்கு வருஷமாவது குழந்தையுடன் இருக்க வேண்டும். அதற்காகப் பள்ளியில் சேர்க்க ரொம்ப லேட் பண்ணவும் கூடாது!

✉ **கனகா கெங்கைமுத்து,** அருப்புக்கோட்டை.

✍ **'கழுகுக்கு மூக்கில் வியர்ப்பது போல்...' - உவமை உண்மையிலேயே சரியானதா?**

கழுகுக்கு மூக்கில் வியர்ப்பதாகச் செய்தியில்லை. ஆனால், அதற்கு மிக நுட்பமான உயரப் பார்வை (*Birds eye view*) உண்டு. ஆஜராகிவிடும். சற்று ஒல்லியான ஆசாமியைப் பார்த்தாலே மேலே பறக்க ஆரம்பித்துவிட்டால் ஆச்சரியப்படக்கூடாது.

✉ **யு.அருள்,** திருச்சி.

✍ **ஸ்ட்ராபிஸ்மஸ் (ஸ்க்வின்ட்) எப்படி ஏற்படுகிறது? சரிப்படுத்த முடியுமா?**

ஒன்றரைக் கண் என்பது இருவகை. ஒன்று, கண்ணை இழுத்துப் பிடித்திருக்கும் தசைகளின் பலவீனத்தால் வருவது. மற்றது வலது, இடது கண்ணில் பார்வைத் தரத்தில் வித்தியாசமாகி இரண்டுக்கும் மாறுபட்ட 'பவர்' ஏற்படுவதால் 'உன்னைப் பிடி, என்னைப் பிடி' என்று விழிகள் வடமேற்காகவும், தென்கிழக்காகவும் இருந்தால் தான் பார்வை சரியாகத் தெரியும் நிலை ஏற்படுவது. சிலவகை ஸ்க்வின்ட்டுகளை ஆபரேஷன் மூலம் சிகிச்சை செய்யலாம் என்று சொல்கிறார்கள். மதுரை ஆஸ்பத்திரி இதில் பிரசித்தம்.

✉ **ஆர்.ரம்யா,** காஞ்சிபுரம்-3.

✍ **'ஐலண்ட்' படத்தில் ஏதோ ஒரு கடல் பிராணியைக் கொண்டு ஒருவரை சித்ரவதை செய்கிறார்கள். என் நண்பர் அது பயங்கர ஜெல்லி ஃபிஷ் - பெயர் 'போர்ச்சுகீஸ் மேன் ஆஃப் வார்' என்றார். சுறாவை விடவா பயங்கரம் அது?**

'போச்சுகீஸ் மேன் ஆஃப் வார்' என்பது ஜெல்லி ஃபிஷ் ரகம்தான். கொஞ்சம் பெரிசு. பர்ப்பிள் நீலத்தில் பார்க்கப் பிரமாதமாய் இருக்கும். அது உண்மையில் ஏகப்பட்ட 'போ, மேன்' கள் ஒன்றாய் சேர்ந்த, 12 அடி தொப்பியும் நூறு அடிக்குச் சுற்றிலும் ரிப்பன் ரிப்பன்களாய் தொங்கிக் கொண்டிருக்கும் ஒரு விநோத விஷ காலனி. படுபயங்கர விஷம் அடங்கிய ஐந்து லட்ச ஸெல்களாலான ஒவ்வொரு ரிப்பனும் நல்ல பாம்புக்குத் தம்பி! தண்ணீருக்கு மேலே மிதக்கும் தொப்பி மாதிரியான பாகத்தில் அவ்வளவு விஷத்தனம் கிடையாது.

கொடிகளாகத் தொங்கிக் கொண்டிருக்கும் போச்சுக்கீஸ் மேன் ஆஃப் வாரின்

"என்ன அண்ணே... ஒரு கண் மட்டும் சிவப்பா இருக்குது?"

"எனக்குப் பாதி கோபம்!"

‘ரிப்பன்களில் ஒன்றைத் தொட்டால் போதும்.... ஆயிரம் வாட் ஷாக் அடித்தாற் போலிருக்கும்.... தப்பித் தவறி அது உங்களை அணைத்துக் கொண்டால் சில நிமிடங்களில் ஆள் க்ளோஸ்.

பீச் ஓரம் காலில் செருப்பு போடாமல் நடந்து போகும்போது திடீரென்று கொதிக்கிற தணலை மிதித்தாற் போலிருக்கும். காலை நகர்த்திவிட்டு பார்த்தால் மிதித்த இடத்தில் கொழகொழவென்ற சின்னத் துண்டாக போ. மேன் ஆஃப் வாரின் ஏதாவது ஒரு பகுதி கிடக்கலாம்!

மெடூஸா போன்ற ஜெல்லி ஃபிஷ்களும் இதே ரகம்தான்!

ஜெல்லி ஃபிஷ் ஒரு விநோத விஷ காலனி...

✉ **டி,குமரகுரு,** சென்னை-63.

✍ **இந்த ரத்தத்தை உறிஞ்சும் அட்டை இருக்கிறதே - உண்மையில் என்ன பிராணி சார் அது?**

அட்டைக்கும் மண் புழுவுக்கும் உறவு உண்டு. பெரும்பாலான அட்டைகள் தட்டையாக இருக்கும். பச்சை, பழுப்பு அல்லது கறுப்பு கலரில் ஒரு இன்ச்சிலிருந்து மூன்று அடிவரை கூட சைஸ் இருக்கும். பெரும்பாலும் நீரில் வசிப்பவை. பெரிய வகைகள் கடலிலும், சில நிலத்திலும் வசிப்பவை. அட்டையின் தலைப் பகுதியில் அரம்போல பல்லும், ரத்தம் உறிஞ்சக்கூடிய வாயும் உள்ளது. அட்டைக்கு ரத்தம் என்றால் பிரியம். கடிப்பது வலிக்கவே வலிக்காது. சில வேளைகளில் அட்டை கடிதத்துக்கு அடையாளம் அவை விட்டுப்போனதும் ஏற்படும் ரத்தக் கசிவை வைத்துக் கொண்டுதான் சொல்லமுடியும். கடியில் விஷமில்லை. ஆனால் சிலர், காட்டில் அட்டை உறிஞ்சி ரத்தம் இழந்து செத்துப் போயிருக்கிறார்கள். மருத்துவத்தின் ஆரம்ப காலத்தில் கெட்ட ரத்தத்தை உறிஞ்சுவதற்காக அட்டைகளை வைத்தியர்கள் உபயோகித்தது உண்டு. (வைத்தியர்களுக்கு அட்டைகள் என்று பெயர் இருந்தது) இன்று அட்டையின் எச்சிலிலிருந்து ஹிருடின் என்கிற சங்கதி எடுக்கிறார்கள். ரத்தம் உறைவதைத் தடுக்கும் மருந்து அது.

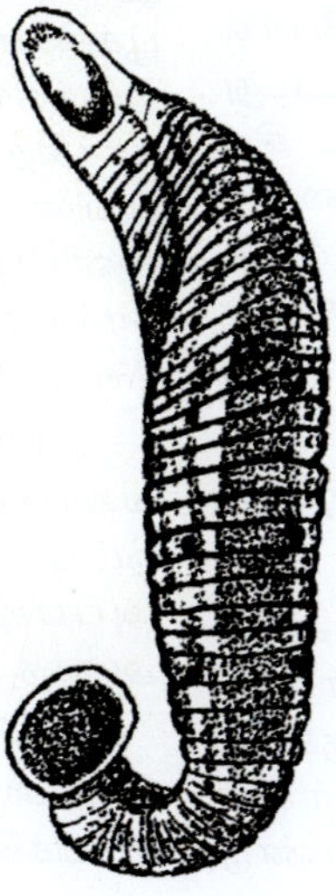

✉ **எஸ்.ஆனந்தன்,** கும்பகோணம்.

✍ **யூரிகெல்லரின் சக்தி - ரஸ்புட்டினின் சக்தி. விஞ்ஞான விளக்கம் தருக.**

யூரி கெல்லருக்கு இள வயசு. இஸ்ரேலி. சும்மா கண்ணால் உற்றுப் பார்த்தாலே போதும்... இரும்புக் கம்பி வளைந்துவிடும். டெலிபதி விஷயத்திலும் சின்ன வயசிலிருந்தே ஆசாமி கில்லாடி. ஸ்கூலில் பரீட்சை எழுதும்போதுகூட இப்படியே புத்திசாலி மாணவனின் மூளையை படித்து எழுதி பாஸ் செய்துகொண்டு வந்ததாக கெல்லரே சொல்லியிருக்கிறார். கெல்லரைப் பற்றி புகாரிஷ் என்பவர் *‘A Journal of the Mystery of Ure Geller’* என்ற புத்தகம் எழுதி வெளியிடப் போய், கெல்லர் ஒரே வருடத்தில் ஏகமாகப் புகழடைந்தார். ‘அவர் நிகழ்த்திய டெலிவிஷன் நிகழ்ச்சிகளைப் பார்த்துக் கொண்டிருந்தவர்கள் வீட்டின் ஓடாத கடிகாரங்கள்கூட

ஓடின. சாவி முனைகள் வளைந்தன...' என்றுகூட நியூஸ் வந்தது. கெல்லர் சின்னப் பையனாக இருந்தபோது செய்த விஷமத்தில் அவருக்கு அடித்த எலெக்ட்ரிக் ஷாக்தான் அவரது மாயசக்திகளுக்கெல்லாம் காரணம் என்றார்கள். தற்சமயம் அமெரிக்காவில் செட்டில் ஆகியிருக்கிறார். கெல்லர் நிகழ்த்துபவை எல்லாமே மாஜிக்தான் என்று ஆணித்தரமாகக் கட்டுரைகள் வர ஆரம்பித்தவுடன் கண்மூடித்தனமாக கெல்லரைப் புகழ்ந்து கொண்டிருந்த ஆடியன்ஸ் கூட்டம் குறைந்துவிட்டது.

Mad Monk of Russia என்று அழைக்கப்பட்ட ரஸ்புட்டின் கதை வேறு.... நீண்ட தாடியுடன் ரௌடித்தனமாக உலாத்திக் கொண்டிருந்தவரை, ஒரு 'ரஷ்ய முனிவர்' பிடித்து வைத்து வித்தைகள் கற்றுக்கொடுத்ததாகச் சொல்கிறார்கள். மற்ற மாஜிக்குகளில் எப்படியோ தெரியாது... பெண்களை மயக்கும் மாஜிக்கில் ரஸ்புட்டின் மாஸ்டர்! ஜல்சா பேர்வழி. நிரந்தரமாக வோட்கா அருந்திக் கொண்டு, சல்லாபத்தில் ஈடுபட்டுக் கொண்டிருப்பதே ரஸ்புட்டினின் தினப்படி வாழ்க்கையாகிவிட்டது.

செத்துப் போன சில பேரைப் பிழைக்க வைத்தார் என்றும், நோய்களை 'ஃபூ' ஊதிப் போக்கினார் என்றும் சொல்லிக் கொண்டார்கள். பிறகு ஜார் அரண்மனைச் சமையலறை வரை இஷ்டம்போல் போய் வரும் செல்வாக்கு வந்துவிட்டது. இதனால் பொறாமை கொண்ட சில ராஜ பரம்பரைகள் ரஸ்புட்டினைத் துப்பாக்கியால் சுட்டு, கத்தியால் குத்தி, ஐஸ் ஆற்றில் தூக்கிப் போட்டார்கள்.

✉ **எஸ்.சேகர்,** *சென்னை-39.*

✍ **லயன்ஸ் ஷேர் என்றால் என்ன? 'நிஜ லயன்ஸ் ஷேர்'...?**

பிடுங்கி வாங்கும் பெரும்பாலான பங்குக்குத்தான் சொல்வார்கள். மர நிழலில் தூங்கிக் கொண்டிருக்கும் ஆண் சிங்கம், மனைவிமார்கள் வேட்டையாடி இழுத்துக் கொண்டு

யூரி கெல்லர்

ரஸ்புட்டின்

வரும் இரையைப் பார்த்தால் போதும்... உடனே சுறுசுறுப்பாகி, திருமதி சிங்கத்தை அதட்டித் துரத்திவிட்டு இரையின் 'டேஸ்ட்'டான பகுதிகளை ஒரு கை பார்க்கும். ஆனால், சிங்கத்துக்கு இப்படி எப்போதும் லயன்ஸ் ஷேர் கிடைத்து விடுவதில்லை. சுற்றுப்பட்ட மற்ற மிருகங்களும், கழுகுகளும் சிங்கங்களை ஏமாற்றிச் சாப்பிடுவதுதான் அதிகம்.

✉ **ஆர்.கமலா,** நியூடெல்லி.

✍ **பூக்களில் தேன் - தேனீக்காகத்தானே?**

அப்படியெல்லாம் பூக்கள் 'இலவச தேன் வழங்கும் திட்டம்' எதையும் செயல்படுத்தவில்லை. தேன் சுரப்பு - மலர்களின் சுயநல டெக்னிக்.

மலர்களில் இருக்கும் (ஆண்) மகரந்தத் தூளை பெண் பூவின் சூல் பையில் தூவிவிட பூச்சிகளின் ஹெல்ப் தேவைப்படுகிறது. அதற்காகப் பூச்சிகளை ஈர்க்க பூக்கள் சுரக்கிற ஸ்வீட் அட்ராக்ஷன்தான் தேன்! பூவின் அடிப்பாகத்தில் இருக்கும் சில இனிப்புச் சுரப்பிகளிலிருந்து *(Nectaries)* சுரக்கிற ஒரு வகை சர்க்கரைக் கரைசல் *(Nectar)* திரவம்தான் இந்தத் தேன்.

ஆண் பூவுக்குள் புகுந்து தேனருந்திய வண்டின் உடம்பில் மகரந்தத் தூள் ஒட்டிக்கொண்டு விடும். அதே வண்டு அப்படியே பெண் பூவுக்குள் தேன் அருந்த நுழையும்போது....

தேனின் இந்த உபயோகத்தை ஐந்தாம் கிளாஸ் பையன்கூட 'டப்பா' அடித்து ஒப்பிக்கிறான் கமலா அவர்களே!

✉ **என்.சௌந்தரராஜான்,** காஞ்சிபுரம்-2.

✍ **'தேனீயின் பாதை' (Bee line) பற்றி கொஞ்சம் கோடிட்டுக் காட்டுங்களேன்.**

தங்கள் சக தோழர்களுக்கு உடனுக்குடன் விஷயத்தை இன்ஃபார்ம் செய்ய தேனீக்கள் போட்டுக் காட்டும் சங்கேதப்பாதைதான் '*Bee line*'! பாதையை ஆராய்ந்தால் தேனீ தன் கூட்டுக்குத் திரும்ப மிக மிகச் சுருக்கு வழியாக (அதுவும் நேர்கோடாக) இருக்கும்.

தேனீயின் பாதையில் தென்படும் டான்ஸ் மூவ்மெண்ட்ஸ் அத்தனையும் சிக்னல்! தேன் இருக்கும் இடம், மலரின் கலர், 'செமத்தையான தேனீ... ஸாரி... தீனி'. 'இல்லை... கம்மிதான் என்றெல்லாம் அந்த மூவ்மெண்ட்ஸிலேயே மற்ற தேனீக்களுக்குத் தகவல்கள்! பிரில்லியண்ட்!

✉ **என்.சிவசங்கர்,** திருச்சி-620 002.

✍ **இந்திய யானைக்கும் ஆப்பிரிக்க யானைக்கும் உள்ள வித்தியாசம் என்ன? ஏன் அவ்வாறு வித்தியாசப்படுகிறது?**

இந்திய யானை என்கிற ஆசிய யானை சின்னது. சுலபத்தில் பழகி ஒத்தாசைகள் செய்யக்கூடியது. சாது. ஆப்பிரிக்க யானைகள் எதிர்மறை. காது, தந்தம், உடம்பின் அளவுகளில் ஆப்பிரிக்க யானை பெரியவர். இ.யானையின் உயரம் மூன்று மீட்டர் என்றால் ஆப்பிரிக்க யானை மூன்றரை. இந்தியனின் எடை ஆறு டன். ஆப்பிரிக்கா ஏழு.

தும்பிக்கையை நீட்டச் சொல்லி சற்றே உற்றுப் பாருங்கள். இந்திய யானைக்கு துதிக்கை நுனியில் ஒரே ஒரு 'விரல்' இருக்கும். ஆப்பிரிக்க யானையின் நீளமான (இரண்டு காலன் கொள்ளளவு!) துதிக்கையில் மேலும் கீழுமாக இரண்டு விரல்கள்!

இந்திய யானைக்குக் குவிந்த முதுகு - ஆப்பிரிக்க யானைக்கு முதுகில் லேசாய்க் குழி விழுந்திருக்கும். பெருத்த சரீரத்தின் வெப்பத்தைக் குறைப்பதற்கு யானைகள்

இந்திய யானை

ஆப்பிரிக்க யானை

தங்கள் காதுகளை விசிறிகளாகப் பயன்படுத்துகின்றன. ஆப்பிரிக்காவில் வெப்பம் அதிகம்போல இருப்பதால் அவ்விடத்து யானைகளுக்கு அகலப் பரிமாணத்தில் காதுகள். இரண்டு யானைகளுக்குமே கண்கள் சின்னது. பார்வையும் சற்று மந்தம். மோப்ப சக்தி உச்சம். நின்றுகொண்டே தூங்குகிற டைப். எவ்வளவு ஆழம் இருந்தாலும் தண்ணீரில் அநாயாசமாக நீந்துகிற பிரமாண்ட உயிரினமான யானைகளுக்கு வால் மட்டும் தக்கனுண்டுக்கு இருப்பது இயற்கையின் குறும்பு!

✉ எம்.சுப்ரமணி, திருவனந்தபுரம்-8.

✎ புத்திக் கூர்மையை அளவிட முடியுமா?

புத்திசாலித்தனம் என்பது என்ன என்பதைப் பற்றியே கருத்து வேறுபாடுகள் உள்ளன. "எங்க விசு இருக்கானே ஜீனியஸ்!" என்று பெருமைப்பட்டுக் கொள்ளும்போது, "அப்படியா, எப்படிச் சொல்றீங்க?" என்று கேட்டால்,

"கணக்கில் நூத்துக்கு நூறு வாங்கறானே. அது போறாதா!" என்று பதில் வரலாம். அதுதான் புத்திசாலித்தனமா? பரீட்சையில் நிறைய மார்க் வாங்கினவர்கள் எல்லோரும் ஜீனியஸ் என்றால் நம் நாடு

கணித மேதை ராமானுஜன்

நகரம் பூராவும் ஐன்ஸ்டைன்களாகவும் ராமானுஜன்களாகவும் பரவியிருக்க வேண்டுமே! ஐன்ஸ்டைனின் ஆசிரியர்கள் ஒருவரேனும் அவருடைய திறமையைக் கண்டுபிடித்ததாகத் தெரியவில்லை. ம்யூனிக் கிம்னேசியத்தில் (நகரத்தின் பிரதான பள்ளிக்கூடம்) அவர் படித்துக் கொண்டிருந்தபோது ஆசிரியர் இளம் ஐன்ஸ்டைனைக் கூப்பிட்டு, "பாருப்பா நீ ஒண்ணும் உருப்படவே மாட்டே! நீ இந்த கிளாஸில் இருக்கிறதே எனக்கு மரியாதை போயிடறது" என்றார். ராமானுஜன் கணக்கில் மாமேதையாக இருந்தாலும் ஆங்கிலத்தில் கோட் அடித்திருக்கிறார். ஹார்பரில் கிளார்க்காக இருந்தவரின் மேதையை உணர்ந்துகொள்ள லண்டனிலிருந்து ஒரு ஹார்டி வரவேண்டியிருந்தது. எனவே, பரீட்சை மார்க்குக்கும் புத்திசாலித்தனத்துக்கும் சம்பந்தம் இருப்பதாகத் தெரியவில்லை. சிந்தனை, உற்சாகம், கடும் உழைப்பு இவை மூன்றும் சேர்ந்ததுதான் புத்தி கூர்மை என்று ஃப்ரான்ஸில் கால்ட்டன் என்பவர் சென்ற நூற்றாண்டில் சொன்னார். தர்ஸ்டோன் என்பவர் புத்திசாலித்தனத்துக்கு ஏழு அம்சங்கள் சொன்னார். பேச்சுத்திறமை, வார்த்தை சரளம், எண்களில் திறமை, முப்பரிமாண சிந்தனை,

உணர்வு, ஊகம், ஞாபகம். கில்ஃபோர்டு என்பவரோ 'ஏழு இல்லை, மொத்தம் நூற்றிருபது அம்சங்கள் ஒரு புத்திசாலிக்கு உண்டு' என்றார். (சரிதான், நான் அம்பேல்!)

புத்திசாலித்தனத்தை அளப்பதற்கு பற்பல சூழ்நிலைகளில் அவசியம் ஏற்படுகிறது. விண்வெளிப் பயணிகள், கம்ப்யூட்டர் விஞ்ஞானிகள் இவர்களையெல்லாம் தேர்ந்தெடுப்பதற்கு - படு ரிஸர்ச் பண்ணி ஐ க்யூ (IQ) என்று ஒரு அளவை மனோதத்துவர்கள் கண்டுபிடித்துள்ளார்கள். ஐ க்யூ என்பது (Intelligence Quotient) ஒரு எண். ஆயிரக்கணக்கான மனிதர்களின் புத்திக்கூர்மையைப் பல்வேறு சூழ்நிலைகளில் அளந்து ஒரு சராசரி மனிதனுக்கு - இப்போது நான் இல்லையா என்னைப் போல ஒரு பட்சிக்கு - ஐ க்யூ 100 என்று வைத்துக் கொண்டிருக்கிறார்கள். இந்தச் சராசரி மனிதனுடன் ஒப்பிடும்போது உம்முடைய ஐ க்யூ என்ன என்று கண்டுபிடிப்பது தான் இந்த முறையின் குறிக்கோள். உலக ஜனத்தொகையில் அறுபத்தெட்டு சதவிகிதத்தினருக்கு 85-லிருந்து 115 வரை, பதிமூன்று சதவிகிதத்தினருக்கு 116 முதல் 130 வரை, 130-க்கு மேலே? இரண்டே இரண்டு சதவிகிதம்தான்!

✉ **என்.சௌந்தரராஜன்,** சிதம்பரம்.

✍ **உலகத்திலேயே மிக உயரமான மிருகத்துக்கு கழுத்து எப்படி அவ்வளவு நீளமாயிற்று?**

ஒட்டகச்சிவிங்கியின் கழுத்து நீளமாக இருப்பதற்கு லாமார்க் என்னும் (பிரெஞ்சு நாட்டைச் சேர்ந்த) 'நேச்சுரலிஸ்ட்' 1809-ல் சொன்ன காரணம்: 'கொஞ்சங்கொஞ்சமாகச் சூழ்நிலைக்கேற்ப மிருகங்களுக்கு உடலில் மாறுதல் ஏற்படுகிறது. உயரத்தில் இருக்கும் இலைகளை எம்பி எம்பிக் கழுத்தை நீட்டிப் பறிக்க முயன்று - ஒட்டகச்சிவிங்கியின் கழுத்து நீளமாகி விட்டது'.

இந்த ஐடியா தவறு என்று பிற்பாடு மற்ற விஞ்ஞானிகள் கருத்தைத் தெரிவித்தார்கள். இவர்கள் கருத்து - கொஞ்சம் நீளமான கழுத்துடன் பிறந்த ஒட்டகச்சிவிங்கிகளுக்கு நிறைய உணவு கிடைத்தது. மற்ற ஓ.சி.கள் காலி. நீளக் கழுத்து ஒட்டகச்சிவிங்கிகளுக்கு இன்னும் கொஞ்சம் நீளமான கழுத்துடன் குட்டிகள் பிறந்தன. உயரமானவருக்கு இன்னும் உயரமாகப் பிள்ளைப் பிறப்பதைப் போல. இப்படியே நீளமானதுதான் ஒட்டகச்சிவிங்கியின் கழுத்து. நீளமாக இருந்தாலும் அதன் கழுத்தில் உள்ள எலும்புகள் ஏழுதான் - மனிதனைப் போல! முட்செடிகளைச் சுருட்டி

'லபக்'கென்று விழுங்கும் அளவுக்கு சொற சொறவென்ற ஒண்ணரை அடி நீள நாக்கு. உங்கள் முதுகில் ஒட்டகச்சிவிங்கி நாக்கால் ஒரு இழு இழுத்தால், சிராய்ப்புக்கு ஆயிண்ட்மெண்ட் போட்டுக்கொள்ள வேண்டியிருக்கும். இருப்பினும் ஒட்டகச்சிவிங்கி ரொம்ப கொயட்டான பிராணி. சில சமயம் லேசாகச் சப்தமிடும். எப்போதாவது கீச்சென்று குரலெழுப்புவது உண்டு. 'வௌவால் ஸ்டைல்' - அல்ட்ராஸானிக் - நமக்குக் கேட்காது! இதெல்லாம் இருக்கட்டும். ஒட்டகச்சிவிங்கிக்குப் பிறக்கும் குட்டி ஒரு மணி நேரத்தில் அம்மா பின்னாடி திபுதிபுவென்று ஓடுகிறது. உங்களால் முடியுமா?!

✉ **என்.எஸ்.லட்சுமி,** சென்னை.

✍ **இரண்டு தலை பாம்பு இருக்கிறதா?**

இந்தக் கேள்விக்கு 'ஜீன் ம்யூட்டேஷன்' என்பதிலிருந்து ஆரம்பித்துதான் பதில் சொல்ல வேண்டும். பெற்றோர்களிடமிருந்து சந்ததிகளுக்குப் பரம்பரைப் பண்புகளைக் கடத்திக் கொண்டு போகிற ஜீன்கள் 'ம்யூட்டேஷ'னில் அடிபடும்போது இதுமாதிரி இரண்டு தலை பாம்பு, ஏழு விரல் ஆறுமுகம், மூன்று கால் முயல்கள் உருவாவது ஆச்சரியமான விஷயம். ம்யூட்டேஷன் என்பது ஒரு பாதிப்பு. அந்தப் பாதிப்பில் ஜீனின் பரம்பரைக் குணங்கள் கொஞ்சம் வேறு மாதிரி மேக்கப் போட்டுக்கொண்டு விடுவதால்தான் இந்த தமாஷ் எல்லாம்.

படத்திலிருப்பது அந்த மாதிரி ஜீன் கோளாறுடன் பிறந்த பாம்புதான்! இரண்டு தலை பாம்பு, மூன்று தலை பாம்பு போன்ற ஆதிசேஷன்களின் இனம் இருப்பதற்குச் சாத்தியமில்லை.

எப்போதாவது...!

✉ **என்.புஷ்பா,** சென்னை.

✍ **குரங்குகளுக்குள் அழகான குரங்கு, அவலட்சண குரங்கு என்று உண்டா...?!**

மார்மோஸெட் என்னும் ஒரு வகைக் குரங்கு. மற்ற குரங்கெல்லாம் பொறாமைப்படுகிற அளவுக்கு ஏகப்பட்ட அழகு! ஷாம்பூ விளம்பரப்படங்களில் வரும் பெண்களின் கூந்தலைப் போன்ற முடி இதற்கு ஒரு பெரிய அட்ராக்ஷன். கூட்டமாக உட்கார்ந்து உச்சஸ்தாயியில் நிறைய பேசிக் கொண்டேயிருக்கும். அழகு விஷயத்தில் இதற்கு நேர் எதிரிடை - போர்னியாவில் காணப்படும் ப்ரோபோஸிஸ் குரங்கு. இருக்கும் கொஞ்ச நஞ்ச 'அழகை'யும் அழிக்கும் கார்ட்டூன் மூக்கு. துப்பாக்கி மாதிரி வேறு டபக்கென்று நிமிர்ந்துகொள்ளும். ஏனோ ஆண் குரங்குகளுக்கு மட்டும்தான் இப்படி மூக்கு. பெண் குரங்குகளுக்கு சப்பட்டைதான்!

✉ **ஆர்.எஸ்.குமார்,** சென்னை-31.

✍ **ஜெர்மன் அறிஞர் நீட்ஷேயின் கருத்தை எளிய முறையில் விளக்க முடியுமா?**

1844-ல் பிறந்த நீட்ஷே கெட்டிக்கார இளைஞர். ப்ரொபஸர். ஹிட்லரின் நாஜி இயக்கத்தின் சிந்தனை வடிவங்களுக்குக் காரணமாக இருந்தவர் என்று சொல்லப்படுகிறார். நீட்ஷே ஹிட்லரை அங்கீகரித்திருப்பாரா என்று சந்தேகம். ஆனால், அவர் கருத்தின்படி ஒரு குறிப்பிட்ட உயர்ந்த மனிதர்கள் மற்ற சாதாரண ஜனங்களை ஆளத்தக்கவர்கள். அவர்களுக்குத் தார்மீகக் கோட்பாடுகளும் மூட நம்பிக்கைகளும் கிடையாது என்று கருதினார். நீட்ஷே 'சாதாரண' மக்களை மிகவும் வெறுத்தார். அவருடைய

‘ஜாரதுஷ்டிரன் இவ்வாறு பேசினான்’ என்ற புத்தகத்தில் சூப்பர்மேன் - உயர்ரக மனிதனைப் பற்றிப் பேசுகிறார். அந்த உயர் மனிதனுக்கு நம் சாதாரண மனிதர்களின் தினசரிக் கோட்பாடுகள் யாவும் சரியல்ல என்றார்.

✉ **சி.பாஸ்கர்,** சென்னை.

✍ **உங்கள் பையனுக்கு இருக்கிற அறிவுத்திறன் அவன் வயதில் உங்களுக்கு இருந்திருக்குமா?**

இல்லைதான். இந்த நாட்களில் இளைஞர்களுக்கு ‘எக்ஸ்போஷர்’ அதிகம். இது தலைமுறைக்குத் தலைமுறை மட்டும் இன்றி தேசத்துக்குத் தேசம்கூட வித்தியாசப்படுகிறது. சம வயதுள்ள ஜப்பானிய, அமெரிக்க, இந்திய மாணவர்களின் அறிவுத்திறன் வித்தியாசப்படுகிறது. ஆனால், பின்னால் ஒரு ஸ்டேஜில் எல்லோரும் சேர்ந்து விடுகிறார்கள் என நினைக்கிறேன். என்னிடம் இருக்கும் சில இன்ஜீனியர்கள் எந்த அமெரிக்க நிபுணருக்கும் குறைவில்லை.

✉ **எஸ்.சாம்பசிவன்,** சென்னை-28.

✍ **தங்களையே வியக்கவைத்த விஞ்ஞானக் கண்டுபிடிப்பு எது?**

இந்த ‘யே’ எல்லாம் வேண்டாம். என்னை வியப்பில் ஆழ்த்தியது 1971-ல் கண்டுபிடிக்கப்பட்ட ‘மைக்ரோ ப்ராஸஸர்’தான். டெட் ஹாஃப் என்கிற இளைஞர் இண்டெல்கம்பெனிக்காகக் கண்டுபிடித்தது.

ஒரு கம்ப்யூட்டரின் ஆதார அமைப்பு களை ‘சிப்’ என்று சொல்லப்படும் சிறிய சிலிகன் சதுரத்தில் கொண்டுவரும் ஐடியாவை அவர் துவங்கியது. இன்று ஒரு சிலிகன் புரட்சியே நடந்து கொண்டிருக்கிறது. எல்லாவற்றிற்கும் காரணம் மைக்ரோதான் *Mighty Micro!*

✉ **க.பாண்டியன்,** விழுப்புரம்.

✍ **மனிதனுக்கு நகைச்சுவை உணர்வு எவ்வாறு ஏற்படுகிறது?**

சிரிப்பு-சந்தோஷம். சந்தோஷ மென்றால் ரிலாக்ஸேஷன். டென்ஷன் இல்லை. சிரிக்கிறவர்கள் நீண்ட நாள் வாழ்வதற்கு வாய்ப்புகள் உள்ளன.

குழந்தை பிறந்த சில தினங்களிலேயே புன்னகைக்கத் துவங்கி விடுகிறது. சிரிப்பது என்பது 20-வது வாரத்தில் துவங்கி விடுகிறது. சத்தம் போட்டுச் சிரிப்பது ஆறாவது மாசம். கண் பார்வையில்லாமல் பிறந்த குழந்தைகூடப் புன்னகைக்கின்றது. எனவே இந்த உணர்ச்சி அம்மாவைப் பார்த்துக் கற்றுக்கொண்டதல்ல.

ஸிம்பன்ஸியும் கொரில்லாவும் மனிதர்களைப்போல சிரிப்பு, புன்னகை இரண்டும் கொண்டிருக்கின்றன. கிச்சுகிச்சு பண்ணினால், ஏன், கிச்சுகிச்சு பண்ணுவதாகப் பாவனை செய்தாலே, அவை சிரிக்கும். பொதுவாக, அவற்றின் சிரிப்பு ஒருவிதமான வில்லன் சிரிப்புபோல

கார்ட்டூன் மூக்கு...!

இருக்கும். கஷ்டம் வந்தால் கண்ணீர் இல்லாமல், அழுவதுபோல் மூஞ்சியை வைத்துக்கொள்ளும். அவற்றைப் பார்த்துக் கேலி செய்தால் அவற்றுக்குக் கோபம் வரும்.

மனிதனுக்கு உள்ளுக்குள்ளாகவே ஏற்பட்ட இந்தச் சிரிப்பு, அவன் வளர வளர அவனுடைய சமூகத் தேவைகளுக்கு ஏற்ப ஒருவிதமான கட்டுப்படுத்தப்பட்ட உணர்ச்சியாகிறது. அழுத்தக்காரர்கள் லேசில் சிரிக்கமாட்டார்கள். நகைச்சுவை உணர்வு எல்லோருக்குமே இருக்கிறது. சமூகத் தேவைகளுக்கு ஏற்ப இந்த உணர்ச்சியை நாம் உன்னதப்படுத்திக் கொண்டிருக்கிறோம்.

✉ **க.மீனாட்சிசுந்தரம்,** *சென்னை-39.*

✍ புதுமணத் தம்பதிகள் உல்லாசப் பயணம் செல்வதைத் 'தேனிலவு' என்று அழைக்கிறோம். தேனுக்கும் நிலவுக்கும் என்ன சம்பந்தம்?

தேனிலவு என்பது ஹனிமூன் என்னும் ஆங்கில வார்த்தையின் நேரடி மொழிபெயர்ப்பு. இந்த வார்த்தை நவீன தமிழில்தான் பயன்படுத்தப்படுகிறது. ஹனிமூன் என்கிற ஆங்கில வார்த்தை ஹனி மந்த் (*Honey Month*) என்கிற பழைய ஆங்கில வார்த்தையிலிருந்து வந்தது. அதாவது, 'கல்யாணம் ஆகி ஒரு மாதம்தான் தேன்போல இனிக்கும்' என்கிற கருத்து அவர்களிடையேயும் இருந்திருக்கிறது! ஹனி மன்த் என்கிற வார்த்தை 'மோகம் முப்பது நாள்' என்கிற தமிழ்ப் பழமொழியிலிருந்து வந்திருக்கிறதா என்று யாராவது ஆராய்ச்சி பண்ணிப் பார்க்கலாம்.

✉ **ஆர்.ரம்யா,** *காஞ்சிபுரம்-3.*

✍ கோடிக்கணக்கான ஆண்டுகளுக்கு முன்பு பூமியில் திரிந்த டினோஸர் எனப்படும் பிராணிகளில் மிகப்பெரியது எது? அவை சாதுவா, முரடா?

பதினைந்து கோடி ஆண்டுகளுக்கு முன்பு வட அமெரிக்காவிலும், ஆப்பிரிக்காவிலும் திரிந்துகொண்டிருந்த பிராகியோஸரஸ்தான் பிரமாண்டம். தலை, தரையிலிருந்து 40 அடி உயரத்தில். எடை சுமார் நூறு டன். உதாரணமாக, இப்போது அண்ணாசாலையில் நீங்கள் பஸ்ஸில் போகும்போது அது குறுக்கே போனால் எப்படியிருக்கும்? ஒரு கற்பனை செய்து பாருங்கள்.

டினோஸர்களிலேயே ரொம்ப பயங்கரமானது ஏழு கோடி ஆண்டுகளுக்கு முன் இருந்த டிரன்னோஸரஸ். எப்போதும் கொலை வெறி. 15 அடி உயரம். ஒரு பென்சில் நீளத்துக்குப் பற்கள். மற்றா டினோஸர்களை மடக்கி டார் டாராகக் கிழிப்பது இதற்கு ரொம்பப் பிடிக்கும்.

✉ **ஜி.ஆர்.ராமசாமி,** *கல்லிடைக்குறிச்சி.*

✍ எறும்புகள் எவ்வாறு வரிசையாகச் செல்கின்றன? அவற்றுக்குக் கண் உண்டா? அவை வரிசையில் செல்லும்போது சில மோதிக்கொள்வது போல் தோன்றுவதேன்?

அடுத்த தடவை எறும்பு வரிசையாக 'க்யூ'வில் போகும்போது ஒரு சந்தர்ப்பத்தில் அவற்றின் பாதையில் இடைவெளி கிடைத்தால் அந்த இடத்தில் தரையை அல்லது சுவரை விரலால் அழிப்பது போல் தேய்த்து விடுங்கள். அந்த இடம் வந்ததும் அடுத்த எறும்புகள் தடுமாறும். காரணம், நம் கண்ணுக்குத் தெரியாமல்

எறும்பு ஒரு வாசனையை மெல்லிய நூலளவுக்குப் படர விட்டுக்கொண்டே செல்கிறது. அதை மோப்பம் பிடித்துக் கொண்டே பின்னால் வரும் எறும்பை நீங்கள் 'டிஸ்டர்ப்' செய்து விடுகிறீர்கள். எறும்புகளுக்குக் கண் உண்டு. மோதிக் கொள்வதுபோல பாவ்லாதான் காட்டு கிறது. அதைப் போல ஒழுங்கான பிரஜை இல்லை. எல்லாமே ரொம்ப சிநேகிதம். எறும்புகள் வீட்டில் பசு மாடு போல பூச்சிகளைக் கட்டி வளர்க்கின்றன. சில எறும்புகள் இன்னொரு 'காலனி'யிலிருந்து எறும்புகளைக் கடத்திக் கொண்டுவந்து அடிமைகளாக வைத்துக் கொள்கின்றன. அவற்றுக்கு ஆக்கிரமிப்பு உண்டு. படையெடுப்பு உண்டு. சில ஆப்ரிக்க, தென் அமெரிக்க எறும்பு வகைகள், ராணுவ அதிகாரிகள் வியக்கும்படி படைகளைப் படு எச்சரிக்கையுடன் நடத்திச் செல்கின்றன. முன்னணிப் படை, பக்கவாட்டுப் படை, ஒற்றர்கள் எல்லாம் உண்டு. உணவைக் கச்சிதமாக அடுக்கி வைக்க சின்ன குச்சி, இலைநுனி போன்றவற்றை ஆயுதங்களாக உபயோகிக்கும் எறும்புகளும் உண்டு. இவை எல்லாமே கூட்டமாக இயங்கும் போதுதான்! தனியாக இருக்கும் எறும்பு ஏறக்குறைய ஒரு சைபர்.

✉ **என்.எஸ்.லட்சுமி,** *சென்னை-78.*

✍ **மலை போல மண்ணால் வீடு கட்டும் எறும்புகள் எந்த வகை? அவை நம் வீட்டு எறும்புகள் இல்லையே?**

எறும்புகளிலேயே ஆயிரம் தினுசுகள் உள்ளன. பாலைவனத்தில் எறும்புகள் உள்ளன. கடற்கரையில், மலைச்சாரலில், காட்டில்.... எவரெஸ்ட் சிகரத்தை தவிர பெரும்பாலும் உலகின் மற்ற இடங்களில் எல்லாம் எறும்புகள் உள்ளன. ஆயிரம் வகையிருந்தாலும் தேனி, குளவி வகை களுக்குக் கொஞ்சம் சொந்தம் உண்டு.

அதி உயர புற்றுகள் அமைப்பதில் (சுமார் உயரம் 20 அடி!) கில்லாடி டெர்மைட்ஸ் என்ற வகை எறும்புகள்தான். ஆப்பிரிக்க, வட அமெரிக்கக் காடுகளுக்குப் போனால் டெர்மைட் பிரஜைகளை மீட் பண்ணலாம்.

✉ **டி.எஸ்.தியாகராஜன்,** தஞ்சை.

✍ **எறும்பு, கறையான் என்ன வித்தியாசம்?**

டினோஸர் காலத்திலிருந்தே மில்லியன் வருஷங்களாகக் கறையான்கள்

பிரமாண்டம்...
பிராகியோஸரஸ்!

உள்ளன. இன்றைய தேதிக்கு மனிதக் கறையான்களைத் தவிர்த்தால் இரண்டாயிரம் வகை கறையான்கள் உள்ளன. ஆனால், எறும்புகளினின்றும் வித்தியாசமானவை. இடுப்பு பெரிசு. லைட் கலர், முகத்தில் ஆன்டெனா என்று ஏரியல் போல 'ஃபீலர்'கள் உண்டு. வருஷத்துக்கு அமெரிக்காவிலேயே நாற்பதுகோடி ரூபாய் நஷ்டம் ஏற்படுத்தும் கறையான்கள், மரத்தில் சமூகங்கள் அமைத்து வாழும். இவற்றிலும் சிப்பாய், தொழிலாளி, ராணி எல்லாம் உண்டு.

ஒவ்வொரு கறையானின் வயிற்றிலும் ஒரு திரவம் உண்டு. அதை மைக்ராஸ்கோப் மூலம் பார்த்தால் ஆயிரக்கணக்கான ஒற்றை செல் ஜந்துக்கள்.... ப்ரோட்டோ ஜோவன்ஸ்... மரத்தில் இருக்கும் செல்லுலோஸைச் சர்க்கரையாக மாற்றி தொழிலாளிக் கறையான்கள் ஜீரணம் பண்ணி மற்ற கறையான்களுக்குக் கொடுக்கும்.

எறும்பு சிப்பாய்கள் கிளம்பிவிட்டனர்

எந்த ஸ்கூலில் சேர்க்கலாம்...?
பென்குவின் பெற்றோர் ஆலோசனை!

✉ **ஆர்.சித்ரா,** சென்னை-33.

✍ **அண்டார்டிகாவுக்கு அடிக்கடி மனிதர்கள் விசிட் போகிறார்களே... அங்குள்ள போலார் கரடிகளால் ஆபத்து வராதா?**

பென்குவின்கள் அண்டார்டிகாவில் சாவதாணமாக நடை பயில்வதிலிருந்தே அங்கே போலார் கரடிகளெல்லாம் இல்லையென்று யூகிக்க வேண்டாமா? பென்குவின்களிடம் விசாரித்தால், 'போலார் கரடியென்றால் என்ன?' என்று திருப்பிக் கேட்கும். காரணம் - போலார் கரடிகள் வசிப்பது ஆர்டிக் பிரதேசம். பென்குவின் மே/பா. அண்டார்டிகா.

ஆனால் பென்குவின், போலார் இரண்டுமே படுவேகமாக நீச்சல் அடிப்பவை!

அதிசய உலகம்!

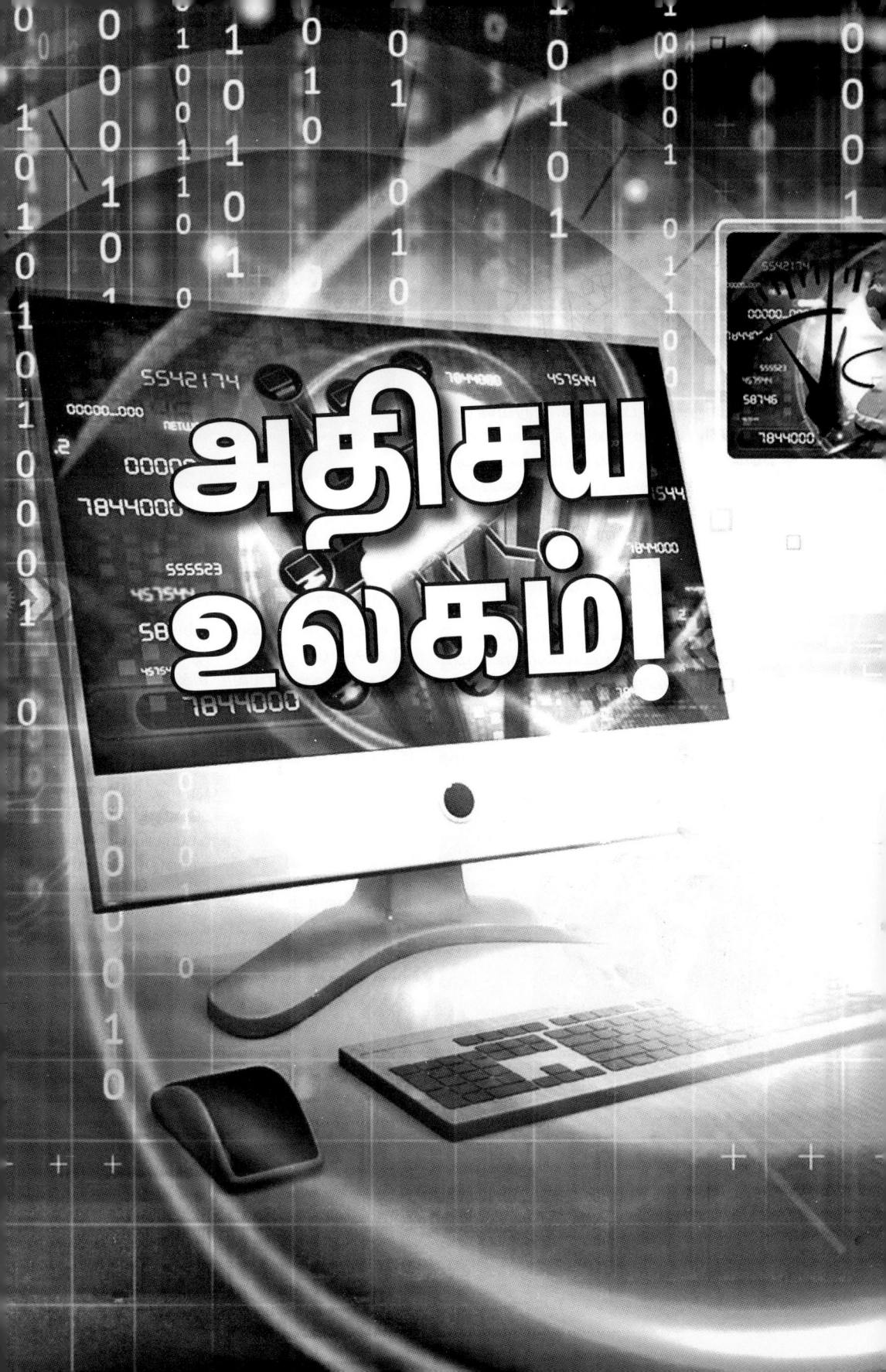

✉ **மகாதேவன்,** மாமல்லபுரம்.

✍ **ஸி.டி. எப்படி வேலை செய்கிறது? ஆடியோவில் ஸி.டி-க்குப் பின் என்ன முன்னேற்றங்கள்? விவரமாக விளக்கம தேவை (படங்களுடன்)**

ஸி.டி.-கம்பாக்ட் டிஸ்க் என்னும் வார்த்தைகளின் முதல் எழுத்துக்கள் - டிஸ்க் தகடு. இந்த வட்டமான ஆச்சரியத் தகடு 1978-ல் கண்டுபிடிக்கப்பட்டது. 1982-ல் முதலில் வியாபாரத்துக்கு வந்தது. நெதர்லாந்தின் பிலிப்ஸ் நிறுவனமும் ஜப்பான் ஸோனி நிறுவனமும் கண்டுபிடித்தன. சங்கீதம் கேட்பதில் ஒரு புதிய தரத்தை, புதிய துல்லியத்தை அறிமுகப்படுத்தியது ஸி.டி.! ஒருமுறை கேட்டால் யாரும் டேப்பைத் தொட மாட்டார்கள். உலோகத்தகடாக் இருந்த இதை, இப்போது பிளாஸ்டிகில் கொண்டு வந்து விட்டார்கள். ஸி.டி-யில் எல்லாமே டிஜிட்டல், பாட்டு, பேச்சு, டெலிவிஷன் பிம்பங்கள்... ஏன், முழு சினிமாகூட, கம்ப்யூட்டர் செய்திகள்கூட அவற்றில் பதித்துக்கொள்ள முடியும். பாட்டு, டி.வி எல்லாம் அனலாக் என்று சொல்வார்கள். இந்த அலை வடிவத்தை

ஸி.டி. ஆடியோ

முதலில் டிஜிட்டலாக - அதாவது, பைனரி இரு நிலை எண் ரூபத்துக்கு மாற்றுகிறார்கள்.

பைனரி என்றால் இரண்டே இலக்கம். 0, 1 இப்படி எண் வடிவத்துக்கு எல்லா சிக்னல்களையும் மாற்றமுடியும். என்ன... கொஞ்சம் சரநீளம் அதிகமாகும். பரவாயில்லை. இப்படி மாற்றி அந்தச் செய்தியைத் தகட்டில் மேடுபள்ளங்களாகச் செதுக்கி விடுவார்கள். 1 என்றால் மேடு, 0 என்றால் பள்ளம். இப்படி மாற்றும்போது பல சாகசங்கள் கம்ப்ரெஷன் ரன்லெந்த் என்கோடிங் என்று எத்தனையோ உண்டு. அதெல்லாம் கொஞ்சம் சிக்கலான விஞ்ஞானம். இப்படி மேடுபள்ளம் செதுக்கப்பட்ட தகட்டை ஒரு லேசர் மூலம் படிப்பார்கள். பள்ளமாக இருந்தால் ஒளி பிரதிபலிக்காது. மேடாக இருந்தால் பலிக்கும். இப்படி மீண்டும் 1, 0 வடிவங்கள். ஸி.டி ப்ளேயரில் இதுதான் நடக்கிறது. லேசர் படிக்கும் டிஜிட்டல் சிக்னல்கள் மறுபடி 'அனலாக்' உவம அலை வடிவமாக ஆக்குவதற்கு 'டி.ஏ. கன்வர்ட்டர்' (D.A. Converter) என்கிற சாதனம் உண்டு. அப்படி அலை வடிவமாக்கப்பட்டதைப் பெரிசு பண்ணிக் காதிலோ, ஸ்பீக்கரிலோ ஒலிக்க வைக்கிறார்கள். கம்ப்யூட்டர்களில் ஏராளமான செய்திகளைச்

சேர்த்து வைப்பதற்கு ஸி.டி-யைப் பயன்படுத்துகிறார்கள். இதை 'ஸி.டி.ராம்' *(C.D. Rom)* என்பார்கள்.

ஸி.டி-க்கு அப்புறம் இப்போது டிஜிட்டல் ஆடியோ டேப் வந்திருக்கிறது. 'டாட்' *(DAT)* என்று பெயர். அது காஸெட் டேப்பில் ஸி.டி-யின் தரத்தைக் கொண்டு வருகிறது. அது இன்னும் மக்கள் சந்தைக்கு வரவில்லை. ஆனால் ஸ்டுடியோ ரிக்கார்டிங்குகளில் இந்த 'டாட்' பயன்படுத்துகிறார்கள்.

ஏ.ஆர்.ரஹ்மானின் 'திருடா... திருடா...' பாடல் முதல் பிரதிகளையெல்லாம் 'டாட்'டில்தான் கேட்டேன்.

✉ **சி.த.வைரவன்,** சென்னை-*14.*

✍ **பசும்பாலிலிருந்து பவுடர்பால் தயாரிப்பது போல, தாய்ப்பாலிலிருந்து பவுடர் பால் தயாரித்து டின்களில் விற்பனை செய்தால், குழந்தைக்குத் தாய்ப்பால் ஒழுங்காகக் கொடுக்க முடியாத தாய்மார்கள் பசும்பாலை நாடவேண்டிய அவசியம் ஏற்படாதே? ஆனால், ஏன் மேலைநாடுகளில்கூடத் தாய்ப்பாலின் மூலம் அப்படி பவுடர்பாலைத் தயாரித்து விற்க முடியவில்லை?**

தாய்ப்பால் சுரக்கத் தாய்மார்கள் தேவை. தாய்மையில்லாமல் பால் சுரக்காது. அப்படிப் பிறந்த குழந்தைக்குக் குறைந்தபட்சம் *600* மில்லி பால் ஒரு நாளைக்கு வேண்டும். அந்தக் குழந்தைக்கு புட்டிப்பாலைக் கொடுத்து, இந்தம்மாவின் பாலை புட்டியில் அடைப்பது கேனத்தனம். அதுவுமில்லாமல் வைக்கோக்கன்றுகுட்டியெல்லாம் இவர்களிடம் செல்லாது. மேலும் பெண்ணுரிமையாளர்கள் எதிர்ப்பார்கள். -'நாங்கள் என்ன பால்சுரக்கும் இயந்திரமா?' என்று. ஸர்ரகேட் மதர் - செவிலித்தாய்கள் இதற்குத் தேவலாம். அண்மையில், டெலிவிஷனில் தாய்ப்பாலின் சிறப்புகளைப் பற்றிய நிகழ்ச்சிகளில் ஒரு தாய் தன் இரண்டு முலைகளிலும் இரட்டைக் குழந்தைகளுக்குப் பால் கொடுத்துக்கொண்டிருக்கும் கண்கொள்ளாக்காட்சி!

✉ **எஸ்.காந்திராஜ்,** மதுரை-*2.*

✍ **பாம்பு கடித்தால் வாயில் நுரை தள்ளுவது ஏன்?**

பாம்பு கடித்த இடத்தில் எரிச்சல், வலி, அரிப்பு ஏற்படும். அந்த இடம் சிவப்பாகி, விஷம் நுழைந்த இடத்தில் வீங்கிவிடும். பதினைந்து நிமிடங்களிலிருந்து இரண்டு மணிக்குள் தலைசுற்றல், மந்தம், தசைநார்களில் பலவீனம், குடித்ததுபோல மயக்கம், வாந்தி எல்லாம் வரும். தசை பலவீனம் அதிகமாகி கால்கள் மறத்துப்போய் நிற்க, நடக்க முயற்சித்தால் பொத்தென்று விழுவோம். மெல்ல மெல்ல இடுப்புக்குமேல் மரத்துப்போக துவங்க, தலைக்கு வந்ததும் தலை தொங்கிப்போகும். கண் இமைகள் சரியும். உதடுகள், நாக்கு, தொண்டை எல்லாம் செயலிழக்க - பேச முடியாமல், முழுங்க முடியாமல் வாயில் எச்சில் சேர்ந்துகொண்டு... அதுதான் நீங்கள் கேட்ட நுரை, அடிக்கடி அதை விரலால் தள்ள முயற்சிப்பார்கள். மூச்சுத் திணறும். மூச்சு நின்று போய் சில நிமிடங்களில் இதயம் நின்றுபோகும். அதற்குள் உயிலில் கையெழுத்து வாங்கிவிடுவது நல்லது!

✉ **சுகிரா,** கடையநல்லூர்.

✍ **மலைகள் இல்லாவிட்டால் உலகம் என்னவாகும்?**

ரோடு போடக் கல் கிடைக்காது!

✉ **கே.ஷர்மிளா,** கொச்சி.

✍ **யானையின் காதில் எறும்பு நுழைந்தால் யானை இறந்துவிடும் என்கிறார்களே, உண்மைதானா? அது எப்படி சார் அவ்வளவு பெரிய உருவம் படைத்த யானைக்கு சிறிய எறும்பு மூலம் மரணம் சம்பவிக்கிறது?**

உண்மையில்லை! யானையின் மிக அதிசயமான அங்கம் - தும்பிக்கை. அதில் 40,000 தசைகள் உள்ளன. அதன் நுனியில் அதனால் ஒரு சிறிய ஊசியைக்கூடப் பொறுக்கிக்கொள்ள முடியும். எறும்பு என்ன பிரமாதம்!

✉ **ஹெச்.எம்.ஹபீப் ரஹ்மான்,** அய்யம்பேட்டை.

✍ **யானைகளுக்குத் தந்தத்தால் என்ன பயன்?**

தந்தம் என்பது அதன் அதிகப்படியான வளர்ந்த முன்பற்கள்தான். கீழே தரையைக் கீறி கிழங்கு முதலிய உணவுகளைத் தோண்டி எடுக்கவும், சண்டை போடும் போது தற்காப்புக்காகவும் அவை பயன்படுகின்றன - நாம் பொம்மை பண்ணுவதற்காக அல்ல.

✉ **எஸ்.சரிகமபரியன்,** நெய்வேலி-1.

✍ **'எக்ஸிபிஷனிஸம்' என்பது மனநோயின் அறிகுறியா? விரிவாக விளக்கவும்.**

எக்ஸிபிஷனிஸத்தைப் பற்றி ஒரு ஜூனியர் விகடன் முழுவதும் பதில் எழுதலாம். அத்தனை ஆராய்ச்சி செய்துள்ளார்கள். 1877-ல் முதன்முதல் Lasgue என்பவரால் வர்ணிக்கப்பட்ட இந்த வக்கிரம், தன் அந்தரங்க உறுப்புகளை மற்றவர்களுக்குக் குறிப்பாக, எதிர்பாலினத்தைச் சேர்ந்தவர்களுக்குக் காட்டுவதிலேயே செக்ஸ் இச்சைகளைத் தீர்த்துக்கொண்டு நிறைவு ஏற்படுவது. அறியாப் பருவத்தில் விளையாட்டாகத்தான் துவங்குகிறது. வளர்ந்துவரும் அங்கங்களைக் குறிப்பாக, பெண்கள் மார்பகங்களை மிகைப்படுத்திக் காட்டும் இச்சை இருப்பதைச் சிலரிடம் கவனிக்கலாம். இது இயற்கையானதே. ஃப்ராய்டு (Freud), சின்னக் குழந்தைகளுக்கு அம்மணமாக

இருப்பதில் உள்ள ஆசை பற்றிக் குறிப்பிட்டிருக்கிறார். படுக்கையில் 'தொம் தொம்' என்று குதிப்பது, அவ்வப்போது ஆடைகளை உயர்த்தி அல்லது தாழ்த்திக் காட்டுவது... அதற்கெல்லாம் (ஃப்ராய்டு), நாம் இழந்துவிட்ட ஈடன் தோட்டத்து ஞாபகங்களைக் காரணம் சொல்கிறார். இந்த மாதிரி சின்ன வயசில் அறியாமையில் கிளம்பும் இச்சை, சிலரிடம் வயசுக்கு வந்ததும் எக்ஸிபிஷனிஸமாக மாறுகிறது. 'பலமுறை அரைகுறை ஆடையில் இருப்பதாகக் கனவு காண்பவர்கள், பிற்காலத்தில் எக்ஸிபிஷனிஸ்டுகளாக ஆகிறார்கள்' என்று புட்நம் என்ற அறிஞர் கூறுகிறார். பெண்களில் பெரும்பான்மையினர், அவர்களது இளமைக் காலத்தில் அந்தரங்க டில்டோக்களைச் சடக்கென்று காட்டிய ஆண்களை எதிர்பாராமல் சந்தித்து அதிர்ச்சியுற்றிருப்பார்கள். ஆனால், வெளியே சொல்லமாட்டார்கள். செக்ஸ் சம்பந்தமான குற்றங்களில் மிகப் பெரும்பான்மையானது இது. 'இன்டீஸண்ட் எக்ஸ்போஷர்' என்று சொல்வார்கள். இவ்வாறு காட்டுபவர்கள் உபத்திரவமில்லாதவர்கள். காட்டுவதுடன் சரி.... அதன் உணர்ச்சிபூர்வமான அனுபவம் போதுமாகிறது. மேற்கொண்டு ஏதும் கேட்கமாட்டார்களாம். காட்டிவிட்ட திருப்தியுடன் விலகி விடுவார்கள். இந்தப் பழக்கத்தைப் பலவிதத்தில் பாகுபடுத்துகிறார்கள். சும்மா பார்ப்பது.... பார்க்கப்படுவது, குறிப்பாக... குழந்தைகளிடம் இது நார்மல். கையாலாகாதவர்கள் அல்லது இயலாதவர்கள் காட்டுவது ஒரு வகை.

செக்ஸுக்கு அழைக்க ஒரு முன்னுரை யாகக் காட்டுபவர்களும் உண்டு. இதைப் பற்றி முப்பது பக்கங்கள் ஹேவ்லாக் எல்லிஸ் எழுதியிருக்கிறார்.

✉ **கி.ராமதாஸ்,** சென்னை-23.

✍ **நம் நாட்டில் பெரியம்மை நோய் அறவே ஒழிக்கப்பட்டது போல் ரேபிஸ் வெறிநோயை ஒழிக்க முடியுமா?**

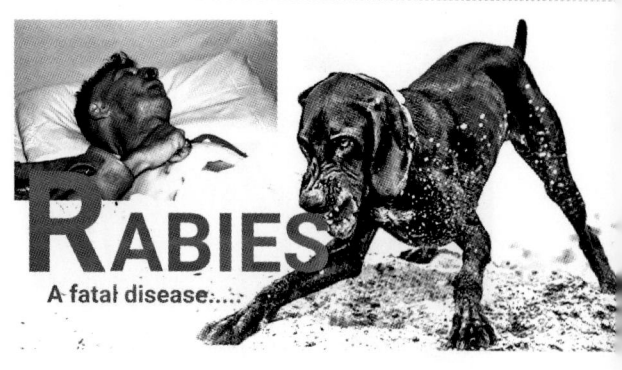

RABIES
A fatal disease.....

முடியும் - நாய்கள், பூனைகள், குரங்குகள், வௌவால்கள் இவை யனைத்தும் இல்லாவிட்டால்! உலகத்தில் வருஷத்துக்கு 35,000 பேர் ரேபிஸ்ஸால் செத்துப் போகிறார்கள். அதில் 25,000 பேர் இந்தியாவில்.

✉ **வி.பரமசிவம்,** மதுரை-16.

✍ **ஒருவனுக்குத் திருமணத்துக்கு முன்பு பிளாஸ்டிக் சர்ஜரி மூலம் முகம் மாற்றப் படுகிறது. அவனுக்குத் திருமணமான பின்பு பிறக்கும் குழந்தை, அவனது எந்த முகச் சாயலில் இருக்கும்?**

பி.மு. சாயல்தான்!

✉ **பெ.பச்சையப்பன்,** கம்பம்.

✍ **உடலுக்கு நன்மை தரக்கூடிய போதை வகை ஏதும் உண்டா?**

இருக்கிறது. இயற்கை அழகு தரும் போதைதான்!

✉ **தி.ரங்கசாமி,** கோயம்புத்தூர்.

✍ **அலுமினியம் நமது ரத்தத்தில் கலந்து மூளையைப் பாதிக்கும் என்கிறார்கள். அப்படியானால், அலுமினியப் பாத்திரத்தில் சமையல் செய்வதை ஏன் சட்டப்படி தடுக்கக் கூடாது? அலுமினிய சமையல் பாத்திர உற்பத்தியை ஏன் தடை செய்யக்கூடாது?**

அலுமினியத்தை நேரடியாக உண்டால் சிறுநீரகம் பாதிக்கப்படும். பான் போன்ற சமாசாரங்களிலும் சில வடநாட்டு ஸ்வீட்களிலும் சில்வர் பேப்பர்

என்று மேலே பரப்புகிறார்களே. அது சில்வராக இருந்தால்கூடக் கெடுதல்தான். அலுமினியப் பாத்திரங்களில் உள்ள அலுமினியம் நம் சிஸ்டத்தில் புகுந்துகொள்ளும் சாத்தியம் மிகக் குறைவு. அப்படிப் பார்த்தால் வெள்ளி டம்ளர்களில்கூட அதே அபாயம் இருக்கிறது.

✉ **கே.கண்ணன்,** கோவை.

✍ **ஃப்ராங்கென்ஸ்டீன், டிராகுலா, இன்விசிபிள் மேன் - இதெல்லாம் கற்பனை என்றால் மனிதனுக்கு இப்படிப்பட்ட கற்பனைகள் ஏன் தோன்றுகின்றன?**

எல்லாமே கற்பனைகள்தாம். இந்தக் கற்பனைகள் தோன்றக் காரணம், சாதாரணக் கற்பனைகள் அலுத்துப் போய் புதிய உயிரினங்களை யோசித்துப் பார்த்ததில் பிறந்தவை. சயின்ஸ்ஃபிக்‌ஷனின் முறையே இதுதானே!

✉ **இரா.கௌரிசங்கர்,** ராசிபுரம்.

✍ **ஆடியோ காஸெட்டுகளில் இருபுறமும் ஒலியைப் பதியவைப்பதுபோல் ஏன் விடியோவில் (காஸெட்) முடிவதில்லை?**

ஆடியோ காஸெட்டுகளில் இருபுறமும் பதியவைப்பதில்லை. காந்தக் கலவை பூசிய மேல்புறத்தில்தான் இரண்டாகப் பிரித்து மேல்-கீழ் ட்ராக்குகளாக நுட்பமாகப் பதியவைக்கிறார்கள். சில சமயம் எட்டு ட்ராக்கூட பதியவைக்க முடியும். விடியோ வேறு. அதற்கு அலை அகலம் (*Pand Width*), அடியோவைப் போல சுமார் இருநூற்றைம்பது மடங்கு அதிகம் வேண்டும். அதனால் டேப்பில் நிறைய நீளம் வேண்டும். இதற்கான தகிடுதத்தங்கள் செய்து விடியோ டேப்பில் நேராக ரிக்கார்டு செய்யாமல் சாய்த்துச் சாய்த்துக் குறுக்கே ரிகார்டு பண்ணிக்கிடைக்கும் நீளத்தை அதிகப்படுத்திக்கொள்கிறார்கள். விடியோ டேப் - அளவில் பெரிதாக இருப்பதற்கும் இதுதான் காரணம்.

✉ **சிவ.சீனிவாசன்,** கும்பகோணம்-1.

✍ **மனிதன் முதலில் கண்டுபிடித்த விஞ்ஞானப் பொருள் என்னவாக இருக்கும்?**

சக்கரம்தான்! மனிதனின் மிகப்பெரிய கண்டுபிடிப்புகளில் ஒன்று அது. நமக்குத் தெரிந்தவரை முதல் சக்கரங்கள் மெஸப்பட்டோமியாவில் (தற்போது இராக்) கி.மு. 3500-லிருந்து 3000 காலகட்டத்தில் தோன்றின. இரண்டு வகைச் சக்கரங்கள் - குயவனின் சக்கரம், வண்டிச்சக்கரம். இரண்டுமே மனித நாகரிகத்தின் முன்னேற்றத்தைத் துவக்கின என்று சொல்லலாம். ஆரம் வைத்த சக்கரம் முதலில் கி.மு 2000-த்தில் தோன்றியது.

✉ **ஈ.டி.விஜயகுமார்,** *ஈரோடு.*

✍ **ஜப்பான் மக்கள் எல்லோருக்கும் மூக்கு ஒரே மாதிரி சப்பையாக இருக்கக் காரணம்?**

மனித இனத்தை, தோற்ற மாறுதலை வைத்துக்கொண்டு நான்கு மெயின் பிரிவுகளாக வகைப்படுத்தியிருக்கிறார்கள். முறையே நீக்ராய்டு, மங்கோலாய்டு, ஆஸ்திரேலாய்டு, காகஸாய்டு! இவற்றிலிருந்து மாயா, எஸ்கிமோ, நியுகினி, ஜப்பானிய, சைனீஸ், இங்கிலீஷ், இத்தாலியன், பிக்மி, புஷ்மென் என்று மேலும் பிரிகிறது. ஜப்பானியர்கள் சீனத்து மெயின்லாண்டிலிருந்து பிரிந்து ஒரு தீவு நாட்டில் நமக்குள்ளேயே வாழ்ந்ததால் மற்றவர்களுக்கு அவர்கள் அனைவரும் ஒரே தோற்றமுள்ளவர்கள் போல் காணப்படுகிறார்கள். கிட்டத்தில் பழகினால் வித்தியாசம் தெரியும்.

✉ **ஆர்.விஜி,** *அரகண்டநல்லூர்.*

✍ **ஆணுமன்றி, பெண்ணுமன்றி 'அலி'யாகப் பிறப்பதற்கு உண்மையான மருத்துவக் காரணம் என்ன?**

இது ஒரு பிறவிக் கோளாறு. சிலருக்குத் தாய் வயிற்றில் கர்ப்பமான தருணத்திலிருந்தே க்ரோமோஸோம்கள் சரியாக அமைவதில்லை. ஆணாகவோ (XY) அல்லது பெண்ணாகவோ (XX) நார்மலான செக்ஸ் க்ரோமோஸோம்கள் அவர்களுக்குக் கிடைப்பதில்லை. இதற்குக் காரணம், கர்ப்ப தருணத்திலோ, ஸெல் பிரியும்போதோ ஏற்படும் தப்புகள்தான்.

கூவாகம் 'திருநங்கைகள் திருவிழா'வில் எடுத்தது...

விளைவு - வயசுக்கு வரும்போதுதான் தெரியும். இவ்வகை ஆசாமிகள் ஆண்போல இருக்கும் அலிகள் - இருவகைப்படுவர். இவர்களிடம் எக்ஸ்ட்ராவாக ஒரு *Y* க்ரோமோஸோம் இருக்கும் - *XYY*. இவர்கள் நார்மலான ஆண்கள் போலத்தான் பழகுவார்கள். ஆனால், இவர்களிடம் செக்ஸ் சம்பந்தமில்லாத சில கோளாறுகள் இருக்கும். இரண்டாவது வகையினரிடம் எக்ஸ்ட்ராவாக ஒரு *X* க்ரோமோஸோம் இருக்கும். இது பல வகையில் இருக்கும். சில சமயம் எக்ஸ்ட்ராவாக *Y* யும் இருக்கலாம். இவ்வகையில் *XXY, XXXY, XXXXY, XXYY* என்று பலவகை விசித்திரங்கள், இவர்கள் யாவரும் ஆண்களே. ஆனால், இவர்களின் ஜனன உறுப்புகள் சரியாக வளராது. மேலும், இவர்களிடம் பெண்மைத் தனமான சில குணங்கள் தென்படும். அதிகப்படியாக ஒரு இருப்பவர்கள் எப்போதுமே மலடுகள். செக்ஸ் க்ரோமோஸோம்கள் சரியாக அமைந்தவர்கள்கூடச் சில சமயம் ஹார்மோன் கோளாறுகளால் கஷ்டப்படலாம். இவர்களுக்கு வயசுக்கு வரும்போது, ஜனன உறுப்புகளின் வளர்ச்சி சரியாக இருக்காது. 'லேட்' ஆகும். இந்த வகைக் கோளாறுகளை ஹார்மோன்கள் கொடுத்துக் குணப்படுத்திவிடுகிறார்கள்.

✉ **எஸ்.செந்தில்குமார்,** பழநி.

✍ **வழுக்கை விழுதல் ஒரு பரம்பரைக் காரணி என்றால், டி.என்.ஏ-வில் அந்தக் காரணியை மட்டும் நீக்க முடியாதா?**

முடியும்! டி.என்.ஏ சரத்தில் எந்த இடத்தில் 'இந்த ஆள் வழுக்கை' என்ற செய்தி எழுதியிருக்கிறது என்பதை இனம் கண்டுபிடிக்கவில்லை. கண்டுபிடித்தால், அந்தச் செய்தியை வெட்டி ஒட்டிவிட்டால் ரோமம் செழிப்பாக வளரும்.

✉ **ப.இளமுருகு,** நாகூர்.

✍ **பரிணாம வளர்ச்சியின் இறுதிக்கட்டம் மனிதனா?**

நல்ல கேள்வி! பரிணாம வளர்ச்சியின் இறுதிக் கட்டம் மனிதனில்லை. இன்னும் நாம் பரிணாமம் பெற்றுக் கொண்டிருக்கிறோம். நம் மனித மூளை என்பது சுமார் *40,000* வருஷங்களாக இதே மாடல். இந்த நாற்பதாயிரம் வருஷங்களில் பரிணாம ரீதியில் நரம்புச் சரடுகளுக்கு மேல் 'மையலின்' என்னும் மெலிதான போர்வை ஒன்றுதான் புதுசாக அடைந்திருக்கிறோம். இது நரம்புகளுக்கு இடையே போகும் செய்திகளை மேலும் துரிதப்படுத்துவற்காக. எனவே, பரிணாம வளர்ச்சி என்பது மிக மிக மிக மெதுவானது.

அப்போது உயிர் வாழத் தேவைக்காக நம் பழக்கங்களை, குணங்களை நாமே மாற்றிக்கொள்வோம் என்கிறார்கள்.

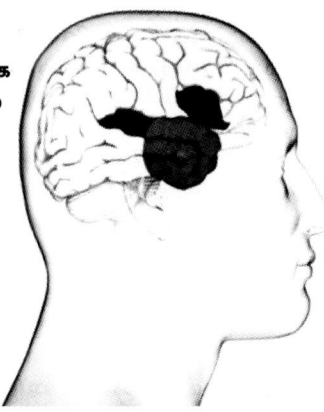

40,000 வருஷங்களாக இதே மாடல் தான்!

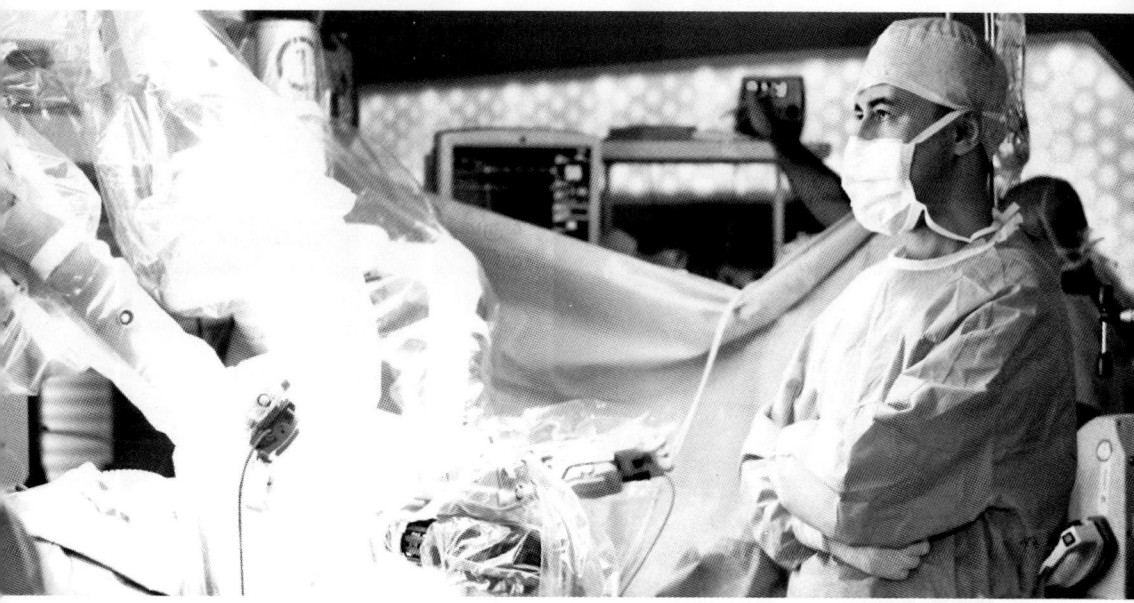

அதையெல்லாம் செய்ய மூளையில் நிறைய இடம் காலியிருக்கிறது. நிறைய நியூரான்கள் உபரியாக உள்ளன என்றும் சொல்கிறார்கள். பரிணாம ரீதியில் எதிர்கால மனிதன் மூக்கின் சுற்றுப்புறத்தில் அதிகப்பட்டுவிட்ட கார்பன் மானாக்ஸைடை வடிகட்டும் ஜவ்வுகளை வளர்க்கவும், பின்பக்கத்தில் கத்திக்குத்து அதிகமாகிப்போனதால் 'பிடரி'யில் ஒரு கண்கூட வளர்க்கலாம்! எதுவும் சாத்தியம்தான்!

✉ **ஆர்.விஜி,** அரகண்டநல்லூர்.

✍ **இதய அறுவை சிகிச்சையை 'ரோபாட்' செய்கிறதாமே... எப்படி சார்...?**

அறுவை சிகிச்சைக்கு ரோபாட் பயன்படுத்துவதாகத்தான் படித்தேன் தவிர, இதய அறுவை சிச்சைக்குப் பயன்படுகிறதா என்பது சந்தேகம். 'ரோபாட் - ஆர்ம்' என்று சொல்லக்கூடிய ரோபாட் கைகள் மிகத் துல்லியமாக, தப்பில்லாமல் ஒரு இடத்துக்கு நகரக்கூடியவை. கொஒடு போகக்கூடியவை. கையில் 'ஸ்பிரே பெயிண்ட்'டைக் கொடுத்தால் சீராக, மென்மையாக சேர், காருக்கெல்லாம் வண்ணம் பூசும். செய்து காட்டியிருக்கிறார்கள். கத்தியைக் கொடுத்துக் கீறச் சொன்ன இடத்தில், சொன்ன அளவு, சொன்ன ஆழம் கீறும். சர்ஜன்கள் இன்னும் அதை அங்கீகரிக்கவில்லை.

✉ **எஸ்.குருபிரசாத்,** சென்னை-5.

✍ **நட்சத்திரங்கள் மின்னுவதற்குக் காரணம் Refraction எனப் படித்திருக்கிறேன். ஒரு atmosphere-ஐ விட்டு இன்னொன்றுக்கு (Medium) ஒளி செல்வதால் Recfraction ஏற்பட்டு நட்சத்திரம் மின்னுகிறது எனப் படித்திருக்கிறேன். அப்படியென்றால், அதே மீடியத்தில் உள்ள சந்திரன் ஏன் மின்னுவதில்லை? தூரம்தான் காரணம் என்றால், பூமிக்கு அருகில் உள்ள நட்சத்திர மான சூரியன் ஏன் மின்னுவது இல்லை?**

சந்திரன் நட்சத்திரம் இல்லை. அது சூரிய ஒளியைப் பிரதிபலிக்கும் கிரகக் கண்ணாடி. சூரியன் நட்சத்திரம்தான். ஆனால், அது நம் மிக அருகாமையில் பெரிசாகத் தெரியும் நட்சத்திரம். அதை நாம் பார்க்கும் வேளை, அதுவே கொடுத்த பகல் வேளை. இரவில் சூரியனைப் பார்க்கவே முடியாது!

✉ **ஆர். வெங்கடாஜலபதி,** அரியலூர்.

✍ **ஒரு நாக்கு இத்தனை சுவைகளை எப்படி இனம் பிரிக்கிறது? ஒரு மூக்கு எத்தனை வாசனைகளை இனம் பிரிக்கிறது?**

நாக்குதான் ஐம்புலன்களிலேயே ரொம்ப வீக்கு! அதற்கு நான்கு ஆதார ருசிகள்தான் தெரியும். எலுமிச்சையின் புளிப்பு, சர்க்கரையின் தித்திப்பு, காபியின் கசப்பு. உப்பு, இதைத் தவிர ஸேவரி என்று சொல்கிற டேஸ்ட் எல்லாம் இந்த நான்கு ஆதார ருசிகளின் கலப்புதான். இந்த ருசிகளைத் தொட்டு அறிய நாக்கில் வெவ்வேறு இடங்கள் உண்டு. தித்திப்பு - நுனி நாக்கு. உப்பு - பரவலாக, குறிப்பாக நுனியில் கசப்பு - உள்நாக்கு, புளிப்பு, ஸேவரி - நாக்கில் வலது-இடது புறங்கள்! ஒரு சராசரி மனிதனுடைய நாக்கில் 9,000 சுவை அரும்புகள் உண்டு. அலட்டல் வேண்டாம். குழந்தையின் நாக்குடன் ஒப்பிடும்போது இது ஒன்றுமே இல்லை. ஏதாவது மருந்தை நாக்கில் தொட்டால் குழந்தைகள் என்னமாக 'எக்ஸ்பிரஷன்' காட்டுகின்றன! பிறந்த குழந்தை அம்மாவின் மார்பகத்தை நோக்கி முகம் தூக்குவதுகூடப் 'பார்த்து' இல்லை. வாசனைதான்! மேலும், சுவைக்கு வாசனையும் சேரவேண்டும். இரண்டும் ஒத்துழைத்தால்தான் பாதாம் அல்வா, ஐஸ்க்ரீம் போன்றவற்றை ரசிக்கமுடியும். மூக்கைப் பிடித்துக்கொண்டு ஐஸ்க்ரீம் சாப்பிட்டுப் பாருங்கள். ஜில்லென்று இருக்கும். அவ்வளவே. கூடவே சூடும், உணவின் தோற்றமும் முக்கியம். மூக்குக்கு மொத்தம் ஏழு வாசனைகள்: கற்பூர வாசனை, மஸ்க் என்னும் அரபு ஷேக் செண்ட் வாசனை, ஈத்தம் அல்லது பெட்ரோல் வாசனை, அழுகிய முட்டை வாசனை, காட்டமான அமில வாசனை. இந்த ஏழு வாசனைகளின் கலப்புகளால் நம்மால் ஆயிரக்கணக்கான வாசனைகளை உணர முடிகிறத்உ. கீழ்க்காணும் வாசனைகளை யோசித்துப் பாருங்கள். மரம் எரிவது, இலை எரிவத்உ, முடி எரிவது, கூவம் மணம், மீன் நாற்றம், கருவாடு நாற்றம், ஷேவிங் சோப், குழந்தையின் வாய், வியர்வை, மல்லிகை.

✉ **ஏ.முருகன்,** கம்பம்.

✍ **பிரபஞ்சத்தின் மூலப்பொருள் என்ன சார்?**

தொண்ணூறு சதவிகிதம் ஹைட்ரஜன், ஒன்பது சதவிகிதம் ஹீலியம், மற்ற ஒரு சதவிகிதம்தான் பெரும்பாலும் ஆக்ஸிஜன், நைட்ரஜன், நியான், ஆர்கான், கார்பன், கந்தகம், சிலிக்கன், இரும்பு அடிப்படையாக இன்னும் பார்த்தால் லெப்டான் க்வார்க் (*Lepton Quark*) என்ற சில துகள்களே.

✉ **கே.முத்துசெல்வம்,** வள்ளியூர்.

✍ **ஆத்மா என்பது ஆறறிவுள்ள மனிதனுக்கு மட்டும்தானா? ஐந்து அறிவுள்ள விலங்குகளுக்கும் உண்டா?**

ஆத்மா என்பதே சந்தேக கேஸ். பாஸுயி (Basui) என்கிற ஜென் பௌத்தர், ஓர் ஆசாமி இறக்கும்போது கீழ்வருமாறு ஆறுதல் சொன்னார். 'உன் சாரம் பிறக்கவில்லை... அதனால் அது இறக்காது. அது உயிர் அல்லது உயிரில்லை. அது சூன்யமில்லை. ஆனால் அதற்கு வடிவில்லை. அதற்கு இன்பமில்லை, வலியுமில்லை. உன்னுள் எது இந்த வியாதியின் துன்பத்தை உணர்கிறது என்று யோசித்துப் பார்த்தாயானால், உன் மனம் வானில் நீராவிபோலக் கரைந்து போகுமானால், மறுபிறவியின் பாதை அடைந்துபோய் விடுதலைக் கணம் வந்துவிடும்!' ஆறறிவுள்ளவர்களுக்கே நினைத்துப் பார்க்கக் கஷ்டமாக இருக்கிறது இந்த ஆத்மா. எங்கள் வீட்டு நாய் இதைப் பற்றி யோசித்தால், ஒரே இடத்தில் சுற்றிச் சுற்றி நடக்க ஆரம்பித்துவிடும்.

✉ **ஜி.சிவரஞ்சனி,** திருப்பத்தூர்.

✍ **என் குடும்பத்தில் நானும் எனக்கு ஒரு மூத்த சகோதரியும் உண்டு. சகோதரி சராசரி உயரம் உள்ளவர். நானோ சற்றுக் குள்ளமாக இருக்கிறேன். என் பெற்றோர் இருவரும் சராசரி உயரம் உள்ளவர்கள். இதுகுறித்து விளக்கவும்...**

உயரம் என்பது முழுக்க முழுக்க வம்சத்தில் வருவதல்ல என்று சொல்கிறார்கள். ஒரு மனிதப் பிரிவின் உயரம், நிறம் போன்ற சில குணாதிசய வேறுபாடுகள் நார்மல் டிஸ்ட்ரிப்யூஷன் என்னும் வகையில் இருக்கின்றன. இதன் வீச்சு அதிகம். இதற்கு அர்த்தம், நம் இந்தியர்களில் 90 சதவிகிதம் பேர் இந்த நார்மலின் உள்ளேதான் இருக்கிறோம். அதாவது, ஐந்திலிருந்து ஆறு அடி வரைக்கும். மிகச் சில கேஸ்களில்தான் ஆறு அடி வரைக்கும். மிகச் சில கேஸ்களில்

தான் அறரைக்கு மேலும் மூன்றடிக்குக் கீழும் இருக்கிறார்கள். ஆகவே நீங்கள் நார்மல்தான். கவலைப்படாதீர்கள்!

✉ **எம்.ஆர்.சரவணன்,** நாமக்கல்.

✍ **ஒரு முடி என்கிறோமே... அது ஒரே ஒரு முடிதானா? நம்முடைய விரலை வெட்டிக் கொண்டால் வலிக்கிறது. ஆனால், முடியை வெட்டினால் வலிப்பதில்லையே, ஏன்?**

முடியில் நரம்புகள் இல்லை. நரம்பில்லா இடத்தில் வலி இல்லை. இதயத்தைத் தொட்டால்கூட வலிக்காது. காரணம், அதில் நரம்புகள் இல்லை. அங்குபங்க்சர் முறைகளில் வலி ரத்து செய்யப்படுவது மூளைக்கு நரம்பு தரும் வலிச் செய்தியைத் தடுத்துதான்! தலையிலிருந்து பிய்த்து எடுக்கப்பட்ட ஒரே ஒரு முடியை, 2,000 மடங்கு பெரிதாகக் காட்டும் எலெக்ட்ரான் மைக்ராஸ்கோப் வழியாகப் பார்த்தால், 'ஒரு முடியா அது?!' என்று அசந்துபோவீர்கள்.

✉ **கே.சேகர்,** உதகை-6.

✍ **தமிழ்நாட்டுக் கோயில்கள் பலவற்றிலும் கல்வெட்டு சாஸனங்கள் உள்ளன. அந்தக் கல்வெட்டுகள் ஏன் எழுதப்பட்டன..? அந்த எழுத்துகள் நமக்குப் பழக்கமான எழுத்துகளிலிருந்து மாறுபடுகின்றன..? இதுபோன்ற கல்வெட்டு சாஸனங்கள் வடநாட்டிலும் பிற நாடுகளிலும் உண்டா..?**

காலத்தால் அழியாமல் இருப்பதற்காகத்தான் கல்வெட்டு சாஸனங்கள். பெரும்பாலும் அரசர்கள் மான்யங்களாகக்

கொடுத்த நிலம், சொத்து போன்றவற்றைச் சாஸ்வதப்படுத்துவதற்கு அரசாட்சியில் முக்கிய நிகழ்ச்சிகள், வெற்றிகள். பட்டத்துக்கு வந்தது இவற்றைச் சொல்லவும் கல்வெட்டுகளை அரசாங்க கெஜட்டுகளாகப் பயன்படுத்தினார்கள். கல்வெட்டுகளில் யாரும் கவிதை எழுதவில்லை. வடநாட்டிலும் பிறநாடுகளிலும் உண்டு. எகிப்திய 'ஹியரோ கிளிஃபிக்ஸ்' என்னும் பட எழுத்துக்களைப் புரிந்து கொள்ள, நெப்போலியன் எகிப்தைப் படையெடுத்தபோது கண்டுபிடித்த ரோஸெட்டா ஸ்டோன் என்பது சரித்திரத்தில் மிகப் பிரசித்த கல்வெட்டு. அதேபோல் அசோகரின் சாஸனங்கள், கல் எழுத்துகள், தமிழின் பழைய கால பிரம்மி, வட்டெழுத்து போன்ற வரிவடிவங்களில் இருந்திருக்கின்றன. அநத வடிவங்கள் தற்காலத் தமிழிலிருந்து மாறுபட்டவை. சில நூற்றாண்டுகளுக்கு முன்புவரை தமிழில் 'ே' கிடையாது. 'ஈ' கிடையாது. ஒற்றைக் கொம்பு 'ெ' வுக்கு மேற்புள்ளி வைத்து எழுதிக்கொண்டிருந்தார்கள். அதேபோல - இ வீரமாமுனிவர் வந்து இதை மாற்றியிருக்கிறார்.

✉ **நாகை ஆசைத்தம்பி,** கோவை-17.

✍ **முஸ்லிகள் சுன்னத் (ஆரம்ப காலத்திலேயே) செய்வது பாதுகாப்பு கருதியா? அல்லது மதச்சடங்கா? சுன்னத் செய்தால் எய்ட்ஸ் வராமல் தடுக்க இயலுமா?**

இயற்கையான நிலையில் ஆணுறுப்பு நுனியில் முன்தோல் - 'ஃபோர் ஸ்கின்' என்று சொல்லப்படும் மூடி போன்ற தோலால் மூடப்பட்டிருக்கிறது. இது ஆரம்ப நாட்களில் ஆணுறுப்பின் மிகத் துடிப்பான பகுதியைப் பாதுகாக்க ஏற்பட்டிருக்கலாம் என்று சொல்கிறார்கள். பல சமயங்களில் இந்த 'ஃபோர் ஸ்கின்' என்பதை வெட்டிவிடுவார்கள். இதற்குப் பெயர்தான் ஸர்கம்ஸிஷன். பெரும்பாலும் சமூக அல்லது மதக் காரணங்களால்தான் இது சின்னக் குழந்தையிலேயே வெட்டப்படுகிறது. யூதர்களும் முஸ்லிகளும் மதக் காரணனங்களால் வெட்டி நீக்கிவிடுகிறார்கள். அமெரிக்காவில் ஆஸ்பத்திரியில் பிறக்கும் எல்லா ஆண் குழந்தைகளுக்கும் பண்ணிவிடுகிறார்கள். இதன் பயன் பற்றிக் கருத்துவேறுபாடுகள் உண்டு. இதற்கும் செக்ஸ் தகுதிக்கும், அதில் கிடைக்கும் சந்தோஷத்துக்கும் சம்பந்தமில்லை என்றுதான் சொல்கிறார்கள். ஆனால், முன்தோல் மூடியிருக்கும் போது உள்ளே 'ஸ்மெக்மா' என்னும் வஸ்து சேர்ந்து கொள்கிறது. ஆகவே, சுத்தமாக இருக்கவேண்டும். சிலவேளைகளில் ஆணுறுப்பில் கான்ஸர் வருவதற்கும் இந்த ஸ்மெக்மாவுக்கும் சம்பந்தம் இருப்பதாகச் சொல்கிறார்கள். இதனால் பெண்களுக்கு ஸெர்விக்ஸ் கான்ஸர் வரும். சாத்தியமும் இருக்கிறது. இதனால் வெட்டிவிடுவது உசிதம் என்று சொல்கிறார்கள். வெட்டாவிட்டாலும் உறுப்பைச் சுத்தமாக வைத்துக்கொண்டால் அபாயமில்லை. பலருக்குச் சுன்னத் தேவையில்லை. கைமைதுனம் பண்ணுவதால் பெரும்பாலான பையன்களுக்கு சுன்னத் பண்ணியது போல ஷேப்புக்கு வந்துவிடும். பரவாயில்லை. முன் தோலைச் சற்றும் முன்பின் அசைக்க முடியாமல் ரொம்ப 'டைட்' ஆகிவிட்டால்தான் பிரச்னை!

எல்லா உடல் பிரச்னைக்கும் முதல் வேலையாக ஒரு பெயர் வைத்துவிடும் டாக்டர்கள், இதை 'ஃபிமோஸிஸ்' என்று அழைக்கிறார்கள். பிரிட்டனில் ஒரு பெரிய ஆஸ்பத்திரியில் 'நிஜ ஃபிமோஸிஸை' சந்திக்க நேரும் டாக்டர்கள் உடனே ஓடிப்போய் மேலிடத்துக்கு ரிப்போர்ட் செய்கிறார்கள். ஏனெனில், கண்டுபிடித்துச் சொல்லும் டாக்டருக்கு ஐந்நூறு ரூபாய் மதிப்புக்குப் பரிசு உண்டு. கடந்த பத்தாண்டுகளில் பரிசு பெற்ற டாக்டர்கள் இரண்டே பேர்தான்!

பின்குறிப்பு: மிக நீண்ட ஆணுறுப்புக்கு சுன்னத் இருக்கிறதோ இல்லையோ, கின்னஸ் இருக்கிறது. எத்தனை நீளம் தெரியுமா? ரெக்கார்டு பன்னிரண்டு இன்ச். மிகக் குறைந்தது அரை இஞ்ச். இருந்தும், ஆசாமி நார்மலாகச் சுகித்துக் கொண்டுதான் இருந்தாராம்!

✉ **சாமா,** சீர்காழி.

✍ **காளானைப் பற்றி ஒரு சந்தேகம்... உணவுக் காளான் சைவமா, அசைவமா? அதை எப்படித் தயாரிக்கிறார்கள்?**

சைவம்தான். தாவரங்களை வளர்ப்பது போலத்தான் பண்ணைகளில் வளர்க்கிறார்கள். எதிர்காலத்தில் காளான்களைச் சாப்பிட நாம் பழகிக் கொள்ளவேண்டும் என்று சொல்கிறார்கள். ஜனத்தொகை பெருகி, உணவுப் பற்றாக்குறை ஏற்பட்டு, மனிதன் பெஞ்சு-நாற்காலிகளுக்கெல்லாம் கொஞ்சம் உப்புப் போட்டுச் சாப்பிடும் நிலை வரலாம் என்று ஹேஷ்யம் சொல்கிறார்கள். அதற்குக் காளான்கள் பரவாயில்லை. ப்ரோட்டீன் அதிகம்... என்ன கொஞ்சம் 'நமக்... ஞயக்' என்று டேஸ்ட்டே இருக்காது.

✉ **தாரா,** பனப்பாக்கம்.

✍ **டெலக்ஸ், ஃபேக்ஸ் வித்தியாசம் என்ன? மேலும் ஓர் ஊரில் 'அனைத்து மொழிகளிலும் ஃபேக்ஸ் செய்யப்படும்' என்று போர்டு வைத்து இருந்தனர், இது எப்படி?**

டெலக்ஸ் என்பது தந்திபோல. வேகத் தந்தி. ஒவ்வொரு எழுத்துக்கும் ஒரு சங்கேதம் *(Code)* அமைத்து மின்சாரமாக மாற்றிக் கம்பி ரேடியோ அல்லது ஸாட்டிலைட் மூலம் அனுப்புவார்கள். டெலக்ஸுக்காகத் தனி இணைப்புக் கேட்டு வாங்கவேண்டும். ஃபேக்ஸ் இயந்திரத்தைச் சாதாரணமாக டெலிபோனுடனேயே இணைத்து எக்ஸ்சேஞ்ச் மூலம் டயல் செய்து தொடர்பு பெற்று மற்றொரு ஃபேக்ஸ் மெஷின் அங்கே இருந்தால் செய்தியை அப்படியே - கொடுத்த வடிவத்திலேயே அனுப்பலாம். நீங்கள் கொடுத்த காகிதத்தில் என்ன எழுதியிருந்தாலும் சரி - படமோ, கவிதையோ, தமிழோ, இன்ங்கிலீஷோ எதாக இருந்தாலும் அதை ஸ்கேன் பண்ணிக் கறுப்பு - வெளுப்பு என்ற சாதனத்தின் மூலம் அனுப்புகிறது.

'அனைத்து மொழிகளிலும் ஃபேக்ஸ் செய்யப்படும்' என்று போர்டு வைப்பது, அனைத்து மொழிகளிலும் டெலிபோன் பேசலாம் என்பதைப் போல! அதன் இயற்கையான குணத்தை விளம்பரப்படுத்துவதாகும். அப்படி விளம்பரம் செய்பவரைக் கவனித்துக்கொண்டிருங்கள்... அவர் அரசியல்வாதியாக ஆகப்போகிறார்!

காளான் - சைவம்தான்!

✉ **எஸ்.எஸ்.ராஜசேகர்,** கரூர்.

✍ **மனித உடலில் வியர்க்காத பகுதி உதடு தான் என்கிறான் என் நண்பன். உண்மைதானே?**

இல்லை! எங்கெங்கே சருமம் இருக்கிறதோ அங்கங்கே வியர்வைச் சுரப்பிகள் உள்ளன. நம் உடலில் உஷ்ணம் அதிகமாகாமல் பார்த்துக்கொள்ள ஏற்பட்டது வியர்வை. உடல் உஷ்ணத்தில் 85 சதவிகிதம் அது நீக்குகிறது. வியர்வை பெரும்பாலும் தண்ணீர்தான். அதனுடன் சில சில கெமிக்கல்களையும் கழிவுப் பொருட்களையும் உடல் நீக்குகிறது. அரை பைண்ட் (ஒரு பைண்ட் - லிட்டரைவிட சற்றே குறைவு!) வரை வியர்வை, சருமத்தில் இருபதிலிருந்து ஐம்பது லட்சம்

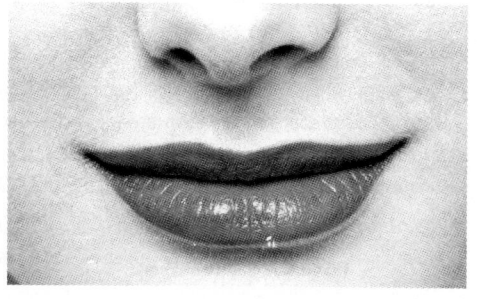

வியர்க்காது!

நுட்பமான துவாரங்கள் மூலம் வழிகிறது. இந்தத் துவாரங்கள் உடல் முழுவதும் பரவியுள்ளன. உள்ளங்கைகளிலும் காலடியிலும் அவற்றின் அடர்த்தி அதிகம். ஒவ்வொரு துவாரத்தின் கீழும் ஒரு வியர்வைச் சுரப்பி இருக்கிறது. இது தவிர, அபாக்ரின், ஸெபாஷியஸ் (*Apocrin, Cebacious*) சுரப்பிகளும் உள்ளன. கட்கத்தில், முலைக்காம்பில், அந்தரங்க பாகங்களில் உள்ளது அபாக்ரின். திரவங்களை அவை ரோமங்கள் மூலம் சுரக்கும். கொஞ்சம் கலங்கலாக இருக்கும். உலர்ந்ததும் கோந்து போல ஆகிவிடும். ஸெபாஷியஸ் சுரப்பிகள் உள்ளங்கை, கால் தவிர எல்லா இடத்திலும் உண்டு. தலையில் கொஞ்சம் அதிகம் சிபம் (*Cebum*) என்னும் எண்ணெய் பதார்த்தத்தைச் சுரக்கின்றன. இதற்கு வாட்டர் ப்ரூஃப் குணங்கள் உண்டு. செப்டிக் ஆகாமலும் தடுக்கும்.

✉ **கு.கண்ணன்,** *சென்னை-94.*

✍ **நூறு கிலோ மீட்டருக்கு அப்பால் ஒரு பிணம் கிடைத்தால், கழுகுக்கு மூக்கில் வியர்வை வடியும் என்கிறார்கள். இது உண்மையா? அப்படியென்ன அபூர்வ சக்தி?**

கழுகுக்கு மூக்கு வியர்க்காது. அதற்குப் பார்வை கூர்மை. மேலும், அதிக உயரத்தில் பறப்பதால் அதன் பார்வையில் வீச்சும் அதிகம். நூறு கிலோ மீட்டர் கொஞ்சம் ஜாஸ்திதான். சென்னைக் கழுகு விழுப்புரம் போகுமென்றா சொல்கிறீர்கள்? ம்... ஹூம்! ஜூ.வி. ஆபீஸ் கழுகுக்குத்தான் சாத்தியம்!

✉ **கண்ணப்பன்,** *சென்னை.*

✍ **உலகிலேயே மிகச்சிறிய பறவை எது? அதைத் தாங்கள் சந்தித்ததுண்டா?**

க்யூபா தேசத்தில் மட்டும் உள்ள சிங்காரத் தேன்சிட்டு மெல்லிஸூகா ஹெலனே (என்ன மெல்லிசான பெயர்) என்னும் (*Bee Humming Bird*) பறவைதான் உலகிலேயே சின்னப் பறவை. அதன் எடை இரண்டு கிராம். மூக்கிலிருந்து வால் வரை இரண்டு இன்ச். அதன் ஆண் பறவைகள்தாம் உலகத்திலேயே சின்னப் பறவை. பெண்கள் ஒரு கால் இன்ச் ஜாஸ்தி. செகண்டுக்கு எண்பது தடவை துடிக்கும். அதன் இறக்கைகளின் துடிப்பைக் கண்ணால் பார்க்க முடியாது. அப்படிப்பட்ட 'விர்ர்'. அந்தப் பறவை ஒரு தனிப்பிறவி. பெண்ணுடன் சேர ஆகும் சில செகண்டுக்கு விட்டு மற்ற சமயமெல்லாம் தனியாகத்தான் பறக்கும். மரக்கிளைகளில் சிலந்தி வலையைக்கொண்டு பின்னப்பட்ட அதன் கூடு. சின்னக்

குழந்தைகளின் சொப்பி சைஸுக்கு இருக்கும். சுறுசுறுப்பாக இருப்பதால், அதற்கு அதிகம் உணவு தேவைப்படுகிறது. சின்னச் சிலந்திகளையும் ஈக்களையும் சாப்பிட்டாலும், அதன் மெயின் டயட் - பூந்தேன்தான்! இந்த அதிசயப் பறவைத் துணுக்கு அழிந்து போகக்கூடிய அபாயத்தில் உள்ளது. சீக்கிரமே க்யூபா போய்ப் பார்த்து விட்டு வரவேண்டும் என்று ஒரு யோசனை இருக்கிறது.

✉ **மலைஅரசன்,** அருகந்தம்பூண்டி.

✍ **மிக நீ...ண்ட தூரம் பறவைகளால் எப்படிக் களைப்பின்றி, இளைப்பாறாமல் பறக்க முடிகிறது?**

ஆர்க்டிக் டெர்ன் போன்ற பறவைகள் ஒரு சீஸனில் வடதுருவத்திலிருந்து தென்துருவம் வரை பறக்குமாம். ஆனால், பறக்கும்போது அவை சக்தியை விரயம் செய்யாமல், அவ்வப்போது மிதந்து காற்றின் திசையைப் பயன்படுத்துவது மட்டுமின்றி உடலின் ஷேப்பை, எதிர்ப்புசக்தி மிகக் குறைவாக இருக்கும்படி ஏரோடைனமிக்காக மாற்றியமைத்துக் கொள்கின்றன. ஆர்க்டிக் பறவை ரொம்ப பிரிட்டிஷ் டைப். காதலியைச் சந்தித்தவுடன் உடம்பைத் தாழ்த்தி, மண்டியிட்டு வணங்கி, அலகோடு கொண்டுவந்த சின்ன சைஸ் மீனை 'பொக்கே' மாதிரி தந்துவிட்டு, ஆசைக் காதலியை நாலைந்து தடவை சுற்றிவந்த பிறகுதான் 'லவ்'வையே ஆரம்பிக்குமாம்! அதிசயம்தான். அதைவிட அதிசயம் - சில பறவைகளின் வேகம் பெரிக்ரைன் ஃபால்கன் என்னும் கழுகு வகைப் பறவை 362 கிலோ மீட்டர் வேகத்தில் பறக்கக்கூடியது. மனிதன் மனைவியிடமிருந்து '*Bar*'-க்கு ஓடும்போது நாற்பத்தேழு கிலோ மீட்டரைத் தொட்டிருக்கிறான்.

ஆர்டிக் டெர்ன் - சக்தியை விரயம் செய்யாமல் பயணம்!

✉ **ஆர்.பார்வதி,** சென்னை-53.

✍ **'பாம்பு ஒருவரைக் கடித்தபின், உடனே 'இன்னொருவரைக் கடித்தால், இரண்டாவது நபர் சாகமாட்டார்' என்று சொல்கிறார் ஒருவர்... இது எந்த அளவு உண்மை?**

பாம்புகள் எப்போதும் விஷத்தை வேஸ்ட் பண்ணாது. பல்லில் தோல் பட வேண்டும். எனவே, விஷம் எடுப்பவர்கள் டம்ளரில் தோலைக் கட்டிப் பாம்பை ஏமாற்றிக் கடிக்க வைப்பார்கள். மாட்டிக் கொள்வது பாம்பாக இருந்தாலும் எதையும் முழுசாகக் கறக்கும் வரை மனுஷந்தான் விடமாட்டானே! இப்படித் தொடர்ந்து விஷத்தை எடுக்க ஒவ்வொரு முறை பாம்பின் கன்னத்தை 'கிள்ளும்'போதும் விஷத்தின் அளவு குறைந்துகொண்டேதான் வருகிறது. உடலில் சுரக்கும் எல்லா திரவத்துக்குமே இது பொருந்தும் என்கிறது விஞ்ஞானம். எனவே, பாம்பிடம் கடிபடும்போது எதற்கும் 'இதுக்கு முன்னால எப்பப்பா கடிச்சே?' என்பதைத் தவறாமல் விசாரிக்கவும்.

ஏமாற்றித்தான் கறக்க வேண்டும்!

✉ **அ.சம்பத்குமார்,** ஜோலார்பேட்டை.

✍ **Achilles-க்கு குதிகாலில் உயிர் இருந்த தாகவும், இதேபோல் பீமனுக்குத் தொடையில் உயிர் இருந்ததாகவும் கூறுகிறார்கள். கர்ணனுக்கு கவச குண்டலத்தைக் கழற்றிக் கொடுத்தால் தான் உயிர் போகும் என்கிறார்கள். இதைப் பற்றி தாங்கள் கூறுவது என்ன? ஒவ்வொருவருக்கும் உயிர் என்பது ஏதாவது ஒரு இடத்தில் உண்டா?**

உயிர்நிலை அந்த இடங்களில் இருந்ததாக எல்லாம் கதை. எல்லாருக்கும் ஒரு பலவீனம் - ஒரு வீக் பாயிண்ட் உண்டு. கிளிண்டனுக்கு மனைவி ஹிலாரி இல்லையோ, அதேபோல, அதைச் சொல்ல ஏற்பட்ட கற்பனை உயிர்நிலைகள் இவை. மயில் ராவணன் தான் இதில் சூப்பர்.

✉ **தமிழோசை,** கம்பம்.

✍ **சுடுகாட்டில் சில சமயங்களில் நீல(ள) நிற ஜுவாலையுடன் எரிவதுபோல் தோன்றுவது எதனால்?**

அருகில் உள்ள சக்திகளிலிருந்து வெளிப்படும் (Phosphene) பாஸ்பின் போன்ற வாயுக்கள் எரிவதால்தான்.

✉ **ஜே.சிராஜுதீன்,** திருச்சி-2.

✍ **பூமியில் இருந்து எவ்வளவு தூரம் மேலே சென்றால், பூமியின் முழு (உருண்டை) வடிவத்தைக் காணமுடியும்? அத்துடன் பூமியின் சுற்றளவு, சுழலும் வேகம் (மணிக்கு) என்னவென்பதையும் தர வேண்டுகிறேன்.**

தினம் டிவி-யில் பார்க்கிறீர்களே 'இன்ஸாட்' படம்.... அது 36,000 கிலோ மீட்டரிலிருந்து எடுத்தது. இன்னும் முப்பதாறாயிரம் போனால் உருண்டை முழுசாகத் தெரியும். பூமியின் சுற்றளவு பூமத்திய ரேகையில் 12,756 கிலோ மீட்டர். மேலாக போலார் சுற்றளவு 12,714 கிலோ மீட்டர். பூமி சுழலும் வேகம்? இருபத்து நாலு மணி நேரத்தில் முழுச் சுற்று சுற்றுகிறது. அதாவது 12,756 கிலோ மீட்டர். ஒரு மணிக்கு எவ்வளவு என்று கணக்குப் போட்டுத்தான் பாருங்களேன்.... எல்லாம் நான் சொல்லவேண்டுமா? கால்குலேட்டர் இருக்கோல்லியோ?

பின்குறிப்பு: *சூரியனை பூமி சுற்றும் வேகம் - சராசரியாக ஒரு செகண்டுக்கு 29.78 கிலோ மீட்டர்!*

✉ **சு.கல்யாணசுந்தரம்,** ஈரோடு.

✍ **பாலை நிலத்திலுள்ள காக்டஸ் செடிகள் மற்றும் மரங்களுக்கும் நீர்வளமுள்ள நிலங்களில் பயிராகும் மரங்களுக்கும் வளர்ச்சி முறை, ஆயுட்காலங்கள் ஒன்றா, வேறா...?**

ஆயுட்காலம் மட்டும் இல்லை. வகையே வேறு. பாலைவனத்தில் வளரும் சப்பாத்திக் கள்ளி வகையறாக்களை ஹாலிவுட் கௌபாய் படங்களில் நீங்கள் பார்த்திருக்கலாம். மற்ற வகைச் செடிகளைப் போல அவ்வப்போது தொடர்ந்து கிடைக்கும் தண்ணீரை வைத்துக்கொண்டு காக்டஸால் ஜாலியாக இருக்கமுடியாது. எப்போதோ பெய்யும் மழையை நம்பி வாழவேண்டும்! அந்தத் தண்ணீரைத் தனக்குள்ளே நிரப்பிக்கொண்டு, அதைக் கொஞ்சம் கொஞ்சமாக எச்சரிக்கையுடன் பயன்படுத்திக்கொள்ளும். தவிர, காக்டஸ் செடிகள் ஆமைவேகத்தில் மெல்ல வளர்ந்து, நூற்றுக்கணக்கான வருடங்கள் உயிரோடு வாழ்பவை!

✉ **லெனின்,** சென்னை.

✍ **கரு உருவான பிறகு ஜீன்களையெல்லாம் ரிப்பேர் செய்து வியாதியே இல்லாத வாழ்க்கையை உருவாக்கிட முடியாதா?**

முடியும்! இன்னும் நூறு வருஷம் ஆகும்.

✉ **ஆர்.கண்ணன்,** ஓசூர்.

✍ **பலநாட்கள் நீரின்றி ஒட்டகத்தால் எப்படி வாழமுடிகிறது?**

நீண்ட பயணத்தின் முன் ஒட்டக ஓட்டி அதற்கு அதிகப்படியாக உப்பைக் கொடுத்து நிறையத் தண்ணீர் குடிக்கச் செய்கிறார். சுமார் எழுபத்தைந்து - எண்பது லிட்டர் குடிக்கும் ஒட்டகத்துக்கு மூன்று வயிறு. முதல் வயிற்றில் உணவைச் சேர்த்து வைத்துக்கொள்கிறது.

இரண்டாவதில் ஜீரணத்துக்கு உண்டான திரவங்கள் சுரக்கிறது. மூன்றாவது வயிற்றில் அசை போட்ட பண்டங்கள் ஜீரணமாகிறது. முதல் இரண்டு வயிறுகளின் சுவர்களில் பை பையாக நிறைய வைத்துக் கொண்டிருக்கிறது. அதில் தண்ணீரைச் சேர்த்து வைத்துக்கொள்ளும். இந்தப் பைகளில் நீர் நிரம்பியவுடன் தசைகள் மூடிவிடும். தண்ணீர் தேவைப்பட்டபோது திறந்து சுரக்கும். ஒரு ஒட்டகம் மெல்ல, அதிகம் லோடு ஏற்றாமல் சென்றால் பத்து நாள்கூட தண்ணீர் தாங்கும். சில சமயம் பாலைவனங்களில் தாகம் தாங்காமல் மனிதர்கள் ஒட்டகத்தைக் கொன்று உள்ளேயுள்ள தண்ணீரை வடித்துக் குடிப்பார்கள். துரோகம்!

✉ **ஈ.டி.விஜயகுமார்,** ஈரோடு.

✍ **உலகின் அதிகபட்ச டெம்பரேச்சர் எவ்வளவு..?**

லிபியா பாலைவனத்தில் நிழலிலேயே 136.4 டிகிரி ஃபாரன்ஹீட் (58 டிகிரி சென்டிகிரேடு) என்கிறது கின்னஸ் புத்தகம்.

✉ **வி.அன்னக்கிளிவேலு,** சேலம்-1.

✍ **ஆகாய விமானம் பெட்ரோலில்தான் ஓடுகிறது என்கிறேன். என் தோழி கிருஷ்ணாயிலில் (கெரஸின்) தான் ஓடுகிறது என்கிறாள். தயவுசெய்து விளக்கவும்.**

தோழிதான் சரி. சுத்தப்படுத்தப்பட்ட கெரஸின்தான் பயன்படுகிறது. விமானம் விபத்துக்குள்ளானால் தீப்பற்றிக் கொள்ளச் சாத்தியக்கூறு குறைவு என்பதால் ஏற்படுத்திய எரிபொருள். ஏவியேஷன் டர்பைன் ஃப்யூவல் என்பது இதற்குப் பெயர். ஆமாம், தோழியுடன் இதுபற்றித்தான் பேசுவீர்களா?

அதிக டெம்பரேச்சர்...!

✉ **கே.திருஞானம்,** *பாலக்காடு.*

✍ **ரஷ்யாவில் ஒரு மனிதனை அவனுடைய சம்மதத்துடன் ஒரு கண்ணாடிக் கூண்டில் அடைத்து 'ஷாக்' ட்ரீட்மெண்ட் கொடுத்து இறக்க வைத்துள்ளனர். அவன் இறந்தபோது ஒளிப்பிழம்பு ஒன்று உடலில் இருந்து கிளம்பிச் சென்றது. அதனால் கண்ணாடிக் கூண்டு உடைந்துவிட்டதாகவும், அந்த ஒளிப்பிழம்பு ஒரு சில விநாடிகளே இருந்ததாகவும் ரஷ்ய விஞ்ஞானிகள் கூறினர். அதுவே ஆத்மாவாக இருக்கக்கூடும் என்று தாங்கள் நம்புவதாகவும் அந்த விஞ்ஞானிகள் கூறியதாகத் தமிழ் வாரப் பத்திரிகையில் படித்தேன். ஆத்மா இருப்பது உண்மையா? விளக்கம் தருக.**

ஆத்மாவும் கிடையாது. ஒரு மண்ணாங்கட்டியும் கிடையாது!

✉ **கோ.சுரேஷ்குமார்,** *தஞ்சாவூர்-1.*

✍ **பிரமிடின் வடிவம் ஒன்றை அட்டையில் செய்தால்கூட அதனுள் அபரிதமான சக்தி உண்டாகிறது என்று ஒரு புத்தகத்தில் படித்தேன். அது எவ்வாறு சாத்தியமாகிறது?**

புத்தகத்தை நம்புவதற்கு முன் நீங்களே செய்து பாருங்களேன். சக்தியுமில்லை, யுக்தியுமில்லை! புராதன எகிப்திய ராஜாக்கள் இறந்தபின் நல்வாழ்க்கை பெற, உடல் கெடாமல் இருக்கவேண்டும் என்று நம்பினார்கள். அதற்காக கட்டப்பட்ட ராட்சத வடிவங்கள்தாம் பிரமிடுகள். உடலைப் பதம் பண்ணி உள்ளே ஒளித்து வைத்துப் போதிய உணவும் நகை நட்டுகளும் வைத்து, திருடர்கள் வராமல் அடைத்தார்கள். எகிப்தின் மிகப்பெரிய பிரமிடைக் கட்ட ஒரு லட்சம் பேர் இருபது வருஷம் முனைந்தார்கள். உள்ளே வைக்கப்பட்ட செத்த ராஜா வத்தலாகத்தான் கண்டுபிடிக்கப்பட்டார்.

✉ **ஈ.டி.விஜயகுமார்,** *ஈரோடு.*

✍ **பல குழந்தைகளுக்கு நடுவில் தனது குழந்தையை ஒரு தாயால் அடையாளம் காண முடியுமா?**

முடியும்! ஆனால், சினிமாவில் போல இருபது வருஷம் கழித்து கோர்ட்டில் பாட்டுப் பாடி அல்ல!

✉ **எம்.கதீஜா ஹனீஃபா,** *திருச்சி-6.*

✍ **சீனர்கள், ஜப்பானியர்களெல்லாம் விஷ ஜந்துக்களைப் பிரியமாக அல்வா சாப்பிடுவது போல் சாப்பிடுகிறார்களே... அதனால் எந்தப் பாதிப்பும் ஏற்படாதா?**

அவற்றைச் சமைக்கும்போது விஷத்தை நீக்கிவிடுவார்கள். உதாரணமாக பஃபர் (Puffer) என்ற கடல்வாழ் மீன், படுபயங்கர

பத்து நாட்கள் தண்ணீர் இல்லாமல் தாக்குப் பிடிக்கும்!

மான விஷம் கொண்டது. அந்தக் காலத்தில் போரில் தோற்றுத் திரும்பும் ஜப்பானிய வீரர்கள் தற்கொலை செய்துகொள்ள இதைத்தான் விழுங்கிவைப்பார்கள். 15 நிமிடங்களுக்குள் சத்தியமாக உயிர் போய்விடும். விஷத்தை முறியடிக்க மருந்து கிடையாது. ஆனால், அந்த மீனின் டேஸ்ட்... 'வாவ்!' (ஜப்பானியர்கள் சொல்வது!) விஷத்தை நைச்சியமாக நீக்கிவிட்டு இதை சமைப்பதற்கென்று ஸ்பெஷல் சமையல் கலைஞர்கள் உண்டு. 'ஃபூகூ' எனப்படும் இந்த மீன் உணவு படுகாஸ்ட்லி! இவர்கள் திறமையைச் சோதித்துப் பார்த்து, அரசு ஸ்பெஷல் லைசென்ஸ் வழங்குகிறது. அப்புறம் 'ஃபூகூ உண்டு மரணம்' செய்திகள் அவ்வப்போது பேப்பரில் வருவதுண்டு! உலகம் அழிவதற்கு அஞ்சு நிமிஷம் முன்பு 'ஃபூகூ' சாப்பிடும் ஐடியா ஒன்று உண்டு!

'வாவ்' பஃபர் மீன்!

✉ **எம்.ஐ.தீவி,** சென்னை-17.

✍ **அரை கிலோ ஆர்.டி.எக்ஸ். ப்ளஸ் சில ஜெலட்டின் குச்சிகள், எவ்வாறு ஒரு பெரிய கட்டடத்தைத் தகர்க்கிறது? அதிலிருந்து தப்ப வழியில்லையா? ஒரு பாம் வெடிக்க பத்து விநாடி உள்ளது. சுற்றிலும் கட்டடங்கள்... என்ன செய்வது? தண்ணீர் அல்லது மண் உதவுமா?**

அதில் சேர்ந்துள்ள ரசாயனச் சேர்க்கையின் அடர்த்தியும் அது பற்றிக்கொள்ளும் வேகமும்தான் அதன் அழிவுச்சக்தியைத் தீர்மானிக்கிறது. இந்த வினை, சீனர்கள் வெடிமருந்து கண்டுபிடித்ததிலிருந்து ஆரம்பித்தது. கிறிஸ்து சகாப்தத்துக்கு முன்பே, 14-ம் நூற்றாண்டில் ஐரோப்பியர்கள் சண்டைகளுக்கு இதைப் பயன்படுத்தினார்கள். அப்போதெல்லாம் வெறும் பொட்டாஷியம் நைட்ரேட், கரி, கந்தகம் இத்தனைதான், சிவகாசி வெடியைவிடக் கொஞ்சம் பவர்ஃபுல்... அவ்வளவுதான். 1845-ல் ஷோன்பீன் என்னும் ஜெர்மானியர் பருத்தியை நைட்ரிக் - சல்ப்யூரிக் அமிலங்களில் நனைத்து நைட்ரோ செல்லுலோஸ் அல்லது கன் காட்டன் செய்தார். அது கன் பவுடரைவிட மிக அதிகமாக வெடித்தது. அதே சமயம் ஸொப்ரேரோ என்னும் இத்தாலியர் கிளிஸரினுடன் பரிசோதனை நடத்தினார். அதைச்

பிரமிடு

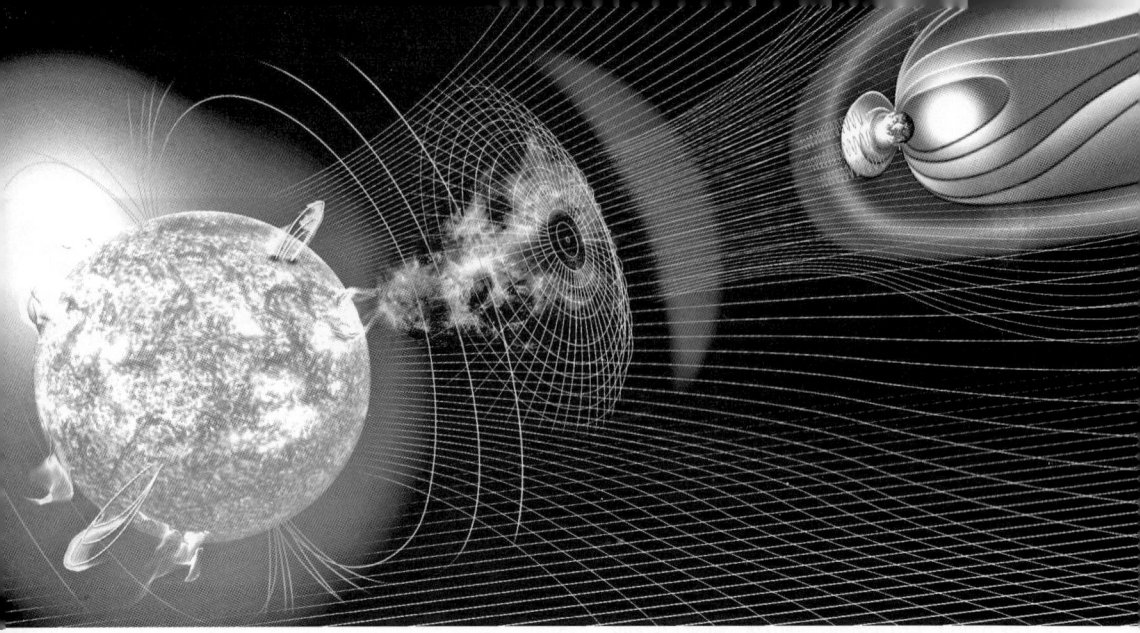

சொட்டுச் சொட்டாக நைட்ரிக் அமிலத்திலும் கந்தக அமிலத்திலும் விழவைத்து நைட்ரோகிளிஸரின் செய்தார். அது கன் காட்டனைவிட இன்னும் பலமாக வெடித்தது. இருபது வருஷம் கழித்து ஸ்வீடன் தேசத்தைச் சேர்ந்த ஆல்ஃப்ரட் நோபல் தற்செயலாக டைனமைட் கண்டுபிடித்தார். நைட்ரோகிளிஸரினைத் திரவ ரூபத்தில் இடம்மாற்றும்போது அது வெடித்துவிடும் அசௌகரியம் இருப்பதால், ஒருநாள் நைட்ரோகிளிஸரினைப் பக்கத்தில் வைத்திருந்த எரிமலை மண்ணான கிஸல்கர் என்னும் மண்ணுடன் கலந்துவிட, அது சட்டென்று கட்டி தட்டிப்போக, அதை எடுத்துப்போவது சுலபமாயிற்று. அப்போது சரித்திரம் திரும்பியது. ஆரம்பித்தது முழுவினை! ஆர்.டி.எக்ஸ் என்பது 'ரிஸர்ச் டிபார்ட்மெண்ட் எக்ஸ்ப்ளோஸிவ்' *(Research Department Explosive)* போன்றவை எல்லாம் இவ்வாறு எளிதில் கடத்துவதற்கும் எந்த ஷேப்பில் வேண்டுமானாலும் செய்வதற்கும், அதிகச் சக்தியுடன் வெடிப்பதற்குச் செய்யப்படும் ஆராய்ச்சி வெடிகள்தான். பத்து விநாடிகள் உள்ளது என்றால் அப்படியே ஏதாவது கட்டில் மேஜைக்கு அடியில் படுத்துவிடுவதுதான் உத்தமம் என்று சொல்கிறார்கள். தண்ணீர், மண் எல்லாம் உதவாது!

✉ **வை.தியாகராஜன்,** கோவை-*1.*

✍ **பூமியில் புயல் தோன்றுவதுபோல் சூரியனிலும் ஏதாவது புயல் தோன்றுகிறதா? அப்படித் தோன்றினால் அந்தப் புயல் மற்ற கிரகங்களைக் குறிப்பாக, நமது பூமியைத் தாக்குமா?**

சூரியனில் புயல் என்பது காற்றால் வருவதல்ல, சூரியனைச் சுற்றிலும் பூமியைப்போல காற்று மண்டலம் கிடையாது. சூரியன் என்பது ஹைட்ரஜன், ஹீலியம் வாயுக்களின் பிரமாண்டப் பந்து. அதன் மகத்தான உஷ்ணத்தால் அது ஒளிர்கிறது. மிக வலுவான சூரியப் புயல்கள் விசிறியடிக்கும்போது நம் பூமியில்... நல்லவேளை, தூரத்தில் இருப்பதால் ரேடியோ தொடர்பு மட்டும் பாதிக்கப்படும் மிக மிக உஷ்ணமான வாயுக்கள் சிறகடித்துச் சூரியனின் காந்தப் புலத்தால் பெரிசான கோபச் சிறகுகளை விரிக்கும். இதெல்லாம் நிகழ்வது, சூரியனின் மேற்பரப்பில். அங்கே உஷ்ணம் *6,000* டிகிரிதான். உள்ளே போனால் நாலு கோடி டிகிரி!

✉ **டி.ராமசாமி,** மைசூர்.

✍ **ஒரு ஸாட்டிலைட்டின் ஆயுட்காலம் எவ்வளவு?**

அதை நினைவுபடுத்துவதற்காக ஒரு பெரிய த்ரஸ்டரும் சுமார் ஒரு டஜன் சின்னச் சின்ன த்ரஸ்டர்களும்

வைத்திருப்பார்கள். அவற்றுக்குத் தேவையான ஹைட்ரஜன் போன்ற திரவங்களின் அளவைப் பொறுத்தது அதன் வாழ்நாள். சிக்கனமாகச் செலவழித்தால் ஒரு ஸாட்டிலைட் குறைந்தபட்சம் ஏழு வருட காலம் பணிபுரியும். அதன்பின், புது ஸாட்டிலைட்டுகள் அனுப்பி விடுவார்கள். இன்சார்-1 பி, செப்டம்பர் 1983-ல் விட்டது. 93 வரை உயிருடன் இருந்ததாக என் நண்பரும், இஸ்ரோவின் உயர் அதிகாரியுமான ராமச்சந்திரன் சொன்னார்.

✉ **ஹெச்.எம்.ஹபீப் ரஹ்மான்,** அய்யம்பேட்டை.

✍ **ஸ்பெர்ம் உற்பத்திக்கு மூலப்பொருள் எது? அது உற்பத்தியாக உடல் சக்தியைப் பயன்படுத்துகிறதா?**

ஸ்பெர்ம் என்பது உயிரணு ஸெல். தலைமுடி போல, நகம் போல அதுவும் உற்பத்தியாகிறது. விரைக்குள் இருக்கும் நுண்ணிய குழாய்களில் வயசுக்கு வந்தவர்களுக்கு ஒரு மாசத்துக்கு சராசரி ஆயிரம் கோடியிலிருந்து மூவாயிரம் கோடி ஸ்பெர்ம்கள் உற்பத்தியாகின்றன. ஒவ்வொன்றுக்கும் ஒரு இன்ச்சில் 500 பாகம் சைஸுள்ளது. இவை முழுவதும் வளர 60-லிருந்து 72 நாட்கள் ஆகின்றன. இந்த நாட்களில் இவை எபிடிடைமைடு என்னும் மெல்லிய குழாய்களில்

முட்டை சபைக்குள் நுழைந்தவர் ஒருவர்தான் டெபாஸிட் இழந்தவர்கள் வெளியே!

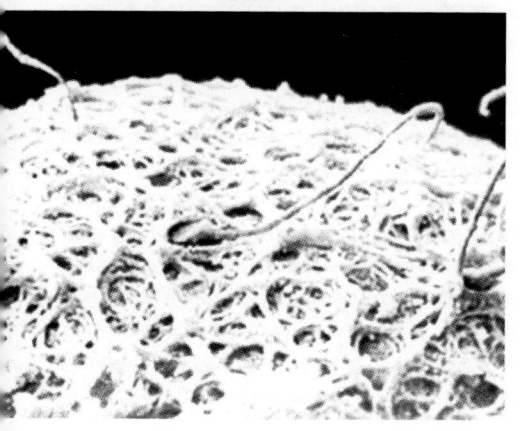

விஞ்ஞானிகளின் ஸாட்டிலைட் செக்-அப்!

சேர்த்துவைத்து வேளை வரும்போது செக்ஸ் செய்கையாலோ அல்லது சொப்பன ஸ்கலிதத்தாலோ அல்லது கை மைதுனத்தாலோ வெளிப்படுகிறது. வெளிப்படும் அளவு - சராசரி மூன்றரை மில்லி மீட்டர் அல்லது ஒரு சின்ன தேக்கரண்டி அளவு. இது சில சமயம் கால் மில்லியிலிருந்து ஆறு மில்லி வரை வேறுபடுகிறது. திரும்பத் திரும்பச் செய்தால் அளவு குறைகிறது. ரொம்ப நாள் கட்டுப்பாடாக இருந்தால் 13 வரை போகலாம். எந்த அளவாக இருந்தாலும் அது பெரும்பாலும் திரவ வடிவுதான். இந்தத் திரவத்தின் சதவிகிதம் நாம் குறிப்பிட்ட வெஸிக்கிள் என்னும் ட்யூப்களிலிருந்து வருகிறது. 38 சதவிகிதம் ப்ராஸ்டேட் என்னும் உறுப்பிலிருந்து வருகிறது. அதிலிருந்துதான் அதன் பிரத்தியேகமான வீச்சமும் கிடைக்கிறது. மிச்சமுள்ள இரண்டு சதவிகிதத்தால் ஸ்பெர்ம் உயிரணுக்கள் உள்ளன. மொத்தமாக பார்த்தால் 90 சதவிகிதம் தண்ணீர்தான். இத்தனை கொஞ்சூண்டு இருக்கும் ஸ்பெர்ம்களின் எண்ணிக்கை எத்தனை தெரியுமா? ஒரு தடவைக்கு 15-லிருந்து 40 கோடி! ஸ்பெர்ம் எப்போது ஊறிக் கொண்டிருக்கும். கோடை நாட்களில் கொஞ்சம் கரைசலாக

இருக்கும். ஸ்பெர்ம் உண்டாக நம் உடல் உஷ்ணம் உதவாது. கொஞ்சம் ஏஸி போல இரண்டு டிகிரி கம்மியாக இருக்கதான் விரைகளை ஆண்டவன் வெளியே தொங்கும்படி அமைத்திருக்கிறான். உஷ்ணம் அதிகரித்தால் ஸ்பெர்ம் செத்துவிடும். தொட்டாற்சிணுங்கி. இருக்க வேண்டியதுதானே... உங்கள் வம்சச் செய்தி அத்தனையும் அந்த உயிரணுவின் ஒவ்வொரு ஏணிப்படியிலும் எழுதியுள்ளதே. இந்திரியங்களை அடக்கி வெளிவராமல் உள்ளேயே வைத்திருப்பதில் ஏதும் பெரிய சாதனை இல்லை. அவ்வாறு செய்தால் ஸெபெர்ம்கள் மீண்டும் அழிந்துபோய் உள்ளேயே கரைந்துவிடும். அதிருக்கட்டும்... ஒரு நாளைக்கு அதிகப்படி ரெக்கார்டு என்ன தெரியுமா? கின்ஸே ரிப்போர்ட்டின்படி ஆறு தடவையாம். குறைந்தபட்ச ரெக்கார்டு முப்பது வருஷத்துக்கு ஒரு முறையாம்! பெண்ணின் முட்டையை ஒரே ஒரு ஸ்பெர்ம் தாக்கி நுழைந்த பிறகு மற்றவை முட்டை மீது படிந்திருப்பதை படத்தில் காண்க.

✉ **பி.முபாரக்,** சிங்காரப்பேட்டை.

✍ **பழங்கள், காய்கறிகளைக் குளிர்ச்சியுடன் வைத்திருந்தால் அழுகுவதில்லை ஏன்? விஞ்ஞான முறையில் பதில் கூறவும்.**

குறைந்த உஷ்ண நிலையில் வைத்திருந்தால் அவற்றைக் கெடவைக்கும் பாக்டீரியா அதிகம் இருப்பதில்லை. அதனால் தற்போது ஆராய்ச்சி - பழங்களைக் கெடாமல் இருக்கும்படி அதில் 'ஜெனட்டிக்' மாற்றம் செய்யும் *Bio-Engineering* முறை. இந்த முறைப்படி தக்காளி ஆறு மாசம் வெளியிலேயே கெடாமல் இருக்கிறதாம். எப்படி என்பதைத்தான் சொல்லமாட்டார்கள்! 'டங்கெல்'லில் கையெழுத்துப் போடு என்கிறார்கள்! மேலும் *Map* என்று புதுசாக ஒன்றைக் கொண்டு வந்திருக்கிறார்கள். *Modified Air Packing* காற்றில் உள்ள ஆக்ஸிஜனைக் குறைத்து, கார்பன்-டை-ஆக்ஸைடை அதிகப்படுத்தி, ஈரத்தைக்

குறைத்து, தனிப்பட்ட பிளாஸ்டிக் பைகளில் பழுத்த பழங்களை சீல்வைத்து விற்கிறார்கள். ஒரு வருஷம் ஆனாலும் ஒரு மணி முந்தான் பழுத்த பழத்தைப் போலக் கெடாமல் இருக்கிறதாம்!

✉ **யு,மோஹன்ராஜ்,** கரூர்.

✍ **பத்திரிகைத் துணுக்குச் செய்தி ஒன்றில் ஆதிவாசிகளில் ஒரு பிரிவினர், உணவில் உப்பைச் சேர்த்துக்கொள்ளாததால், அவர்களின் உமிழ்நீர் விஷமாகியிருக்கிறது என்றும், அது தடவப்பட்ட அம்புகள் பாய்ந்தால் உடனே மரணம் சம்பவிக்கும் என்றும் வெளியாகி யிருக்கிறது! சாத்தியந்தானுங்களா?**

ஆதிவாசிகள் விஷம் தடவி அம்பு விடும் திறமை படைத்தவர்கள் என்பது உண்மை. ஆனால், உப்பில்லாமல் உணவு உண்டால், உமிழ்நீரில் விஷம் வரும் என்பது ரீல். அப்படிப் பார்த்தால், பிளட் பிரஷர் உள்ளவர்கள் எல்லாரும் சைடு பிஸினஸாக விஷ அம்பு தயாரிப்பில் ஈடுபடலாம். விஷயம் என்னவென்றால், தென் அமெரிக்கக் காடுகளில் தங்க நிறத்தில் ஜொலிக்கும் தவளை இனம் ஒன்று உண்டு. உங்கள் கட்டை விரல் சைஸ் அதனுடைய முதுகுப் பக்கம் எச்சில் மாதிரி ஊறும் திரவத்தை ஒரு முறை சுரண்டி எடுத்தால், அதை வைத்துக்கொண்டு இருபதாயிரம் எலிகளை க்யூவில்

நிற்கவைத்துக் கொல்லலாம்! அம்புகளின் நுனிப் பகுதியில் இந்த விஷத்தைத் தடவிக்கொண்டுதான் அங்கே காடுகளில் வசிக்கும் ஆதிவாசிகள் வேட்டைக்குக் கிளம்புவார்கள். இந்தச் செய்திதான் கோவிந்தசாமி, ராமனாதன் என்றெல்லாம் காது மாறி, மோஹன்ராஜ் காதுக்கு வரும்போது 'ஆதிவாசிகளின் உமிழ்நீராக' ஆகியிருக்க வேண்டும்!

✉ **ஏ.முருகன்,** கம்பம்.

✍ **மனித வாழ்க்கையின் சுவாரஸ்யம் என்ன சார்?**

வாழ்வதுதான்... வேறென்ன?

✉ **இரா.நப்பின்னை,** சென்னை-106.

✍ **சமீபத்தில் நான் தலைச்சன் குழந்தைக்குத் தாயானேன். இப்போது அதன் வயது ஐம்பது நாட்கள். குழந்தை தூக்கத்தில் புன்னகைக்கிறது, அல்லது குலுங்கிக் குலுங்கிச் சிரிக்கிறது. சில சமயங்களில் மிரண்டு பயந்து அழுகிறது. ஆனால், விழித்திருக்கும்போது என்ன சிரிப்புக் காட்டினாலும் சிரிப்பதில்லை, ஏன்? விளக்கம் தாருங்கள்.**

குழந்தை பிறக்கும்போது ஆதாரமான பார்வை, காது கேட்பது, சத்தம் பண்ணுவது இந்த மூன்று செயல்பாடுகளும் கொண்டுதான் பிறக்கிறது. வெள்ளைப் பின்னணியில் பெரிய கரும்புள்ளி இருந்தால் அதன்மேல் அதற்குக் கண் பார்வை படியும். அதன் பார்வையின் முழுத்திறமையும் பிறப்பில் உண்டாவதில்லை. அதே போல் பாப்பாவின் கை, கால், தசை அசைவெல்லாம் ஆரம்பத்தில் ரிஃப்ளெக்ஸ் செயல்கள்தான். எனவே, குழந்தையின் புன்னகை அது ஒவ்வொரு தசையாக 'ப்ராக்டீஸ்' பண்ணும்போது ஏற்படுவதுதான். உங்கள் ஜோக்கையோ, கெஞ்சலையோ கேட்டல்ல. குலுங்கிக் குலுங்கிச் சிரிப்பது என்பது கொஞ்சம் நம்பக் கஷ்டமாக இருக்கிறது. அழுகை - பசி அல்லது உபத்திரவத்தைக் குறிக்கும் ஒரே ஆயுதம். உங்கள் குழந்தை, நீங்கள் சிரிப்புக் காட்டும்போது அதுவும் சிரித்துக் காட்ட ஆறு மாதம் ஆகும்.

✉ **டி.ஜெயசிங் தனபாலன்,** கோவை.

✍ **உலகம் முழுவதையும் ஒரே நேரத்தில் அழிக்கக்கூடிய அணுகுண்டு உள்ளதா? எந்த நாட்டிடம்? அதன் சக்தி பற்றி...?**

உலகம் முழுவதையும் ஒரே குண்டால் அழிக்க முடியாது. ஒரு நகரத்தை அழிக்கக்கூடிய குண்டுகள் உண்டு. அதுவும் அணுகுண்டு இல்லை... அணுகுண்டைவிடப் பத்திலிருந்து ஆயிரம் மடங்கு அதிகச் சக்தி வாய்ந்த ஹைட்ரஜன் குண்டு. ஒரு மெகாடன் (பத்து லட்சம் டன் டி.என்.டி வெடிமருந்துக்கு ஈடான!) குண்டு, 16 கிலோ மீட்டர் சுற்றுவட்டாரத்தில் உள்ள அத்தனை கட்டடங்களையும் உயிர்களையும் அழித்துவிடும். ஓரிரண்டு கரப்பான் பூச்சிகள்தான் பாக்கி இருக்கும்!

✉ **ரா.கண்ணன்,** சென்னை-2.

✍ **வருடா வருடம் திருப்பதி கோயில் காணிக்கைத் தொகையும் சபரிமலைக்குச் செல்பவர்களின் எண்ணிக்கையும் அதிகரிப்பது ஏன்? மக்கள் ஆன்மீகத்தில் திளைக்கிறார்களா, இல்லை பிரச்னைகள் அதிகமா?**

அதற்குக் காரணம் டாமினோ எஃபெக்ட் என்பதே. ஒரு புத்தகம் சரிய, ஒரு வரிசைப் புத்தகமே சரிகிறது. அதுபோல் ஒரு ஆசாமி மலைக்குப் போய் அல்லது பதிக்குப் போய், அதில் பலன் இருக்கிறது என்று சொல்ல... நூற்றாண்டுக்கணக்காக

வாய் வார்த்தையாக எண்ணிக்கை மெல்ல மெல்ல அதிகரிக்கிறது. குறிப்பாக, உலகத்திலேயே சபரிமலை மிகப்பெரிய க்ஷேத்திராடனமாகிக் கொண்டிருக்கிறது. போகுமுன், மாலை போட்டுக்கொண்டு கடுமையான விரதம் இருக்கிறார்களே... அதிலே பலருக்கு ஆரோக்கியம் ஏற்படுகிறது.

✉ **விஜய்,** ஈரோடு.

✍ **சிம்பன்சி குரங்கின் தொண்டையில் அறுவை சிகிச்சை செய்து பேசவைக்க வாய்ப்புண்டா?**

அறுவை சிகிச்சையால் பேசவைக்க இயலாது. அது இல்லாமலேயே பேசும் சில மிருகங்கள், பறவைகள் உள்ளன. டால்ஃபின்கள் கவிதையே சொல்லுமாம். என்ன, நமக்குப் புரியாது... அவ்வளவுதான்.

✉ **வி.அருண்பிரகாஷ்,** அருப்புக்கோட்டை.

✍ **போதைப் பொருளில் அப்படி என்னதான் (சுவை) இருக்கிறது?**

போதைப்பொருள்கள் நாக்குக்கு அல்ல, நரம்புக்கு. பெரும்பாலும் சுவை கசக்கும். துவர்க்கும். சிலருக்குச் சில சமயம் போதைக்குப் பதில் அலர்ஜி வந்து உடம்பெல்லாம் கொப்பளம் வரும். இருந்தும்கூட ஆசை கிளம்பிவிட்டால் போதும், தங்கள் இடது கையைக்கூட வெட்டி விற்று, அதில் கிடைக்கும் பணத்தைக் கொண்டுபோதைப் பொருளை வாங்கிவிடுகிற பழக்கத்தின் உக்கிரத்தை என்ன சொல்ல? நான் நடைபழகும் பார்க்கில் இளைஞர்கள் மாலை வேளைகளில் 'ஆராமா'க சிகரெட்டில் தூள் அடைத்துப் பற்ற வைத்து இழுத்து நைலான் கனவுகளை நாடுகிறார்கள். யாரும் அவர்களைக் கண்டுகொள்ளாமல் கடந்து செல்கிறார்கள். எல்லோருக்கும் இந்தக் காட்சி பழகிவிட்டதுபோலும்.

✉ **ஆர்.விஜி,** அரகண்டநல்லூர்.

✍ **இருப்பதிலேயே அபாயகரமான போதை மருந்து என எதைச் சொல்லலாம்?**

எந்த போதை மருந்தும் அபாயகரமானது தான். இந்தியாவில் ஹஃபிம் என்று சொல்லப்படும் ஓப்பியம்தான் சுலபமாகக் கிடைக்கும் அபாயகரமான போதைப் பொருள். கால் கிராம் போதும், ஆள் காலி! போதை மருந்துகளை பொதுவாக இருவகைப்படுத்தலாம். கெட்ட பழக்கமாகிவிடக்கூடியவை, பழக்கமாகும் அபாயம் இல்லாதவை. அமெரிக்காவில் சுமார் எண்பது சதவிகிதம் மக்கள் எப்போதாவது ஒருமுறை முயன்று பார்க்கும் 'கோக்' என்னும் கொக்கேய்ன் உறிஞ்சல், இரண்டாவது வகையைச்

சார்ந்தது. ஏர்லைன்ஸ் பைலட்டுகள் சிலர்கூட இந்த 'கோக்' பழக்கம் உள்ளவர்கள் என்று ஒரு பிட்ஸ்பர்க் ரிப்போர்ட் படித்தேன்.

✉ **எம்.பானு,** சோழன்மாளிகை.

✍ **தந்தையின் வியாதி மகனுக்கு வரும் வாய்ப்பு உண்டா? என்னவெல்லாம் வியாதிகள்?**

உண்டு! குறிப்பாக டயாபடிஸ், ஷுட்ஸோஃபிரினியா போன்ற வியாதிகள் மையோபியா என்னும் ஷார்ட் சைட்டிலிருந்து சிக்கலான, ரத்த சம்பந்தப்பட்ட வியாதிகள் ஆல்பினிஸம், ஸெரோடெர்மா என்று பல வியாதிகள் உள்ளன. அவற்றை ஜெனோடைப் ஃபெனோடைப் என்ற விதமாக அலசியிருக்கிறார்கள். இதை விளக்க ஜெனடிக்ஸ் என்னும் சமுத்திரத்துக்குள் கால்வைக்க வேண்டும்.

✉ **பி.விஸ்வநாதன்,** கோட்டுச்சேரி-9.

✍ **வெயில் அடிக்கும் நேரத்தில் நிழலில் உட்கார்ந்துகொண்டு கண்களைக் கசக்கிப் பார்க்கும்போது கண்களுக்கு முன்னால் வளையம் ஒன்று பறக்கிறதே... அது ஏன்? விரிவான விளக்கம் ப்ளீஸ்...**

கண்ணின் காரினியாவுக்கும் ஐரிஸ்ஸுக்கும் இடையே ஒரு திரவம் இருக்கிறது. அக்வஸ் ஹ்யூமர் என்று பெயர். இது கண்ணாடிபோல் தெளிவானது. சில வேளையில் அதில் சின்ன அசுத்தங்கள் இருக்கலாம். இந்த அசுத்தங்கள் கண்திரையில் நிழலாக விழும்போது நீங்கள் குறிப்பிடும் வளையம் வளையமாகத் தெரியலாம். ஆபத்தில்லை!

✉ **டி.என்.இமாஜான்,** நாகூர்.

✍ **நாம் வெளியிடும் மூச்சு எங்கிருந்து வருகிறது என விஞ்ஞானிகள் கண்டுபிடித்து விட்டார்களா?**

மூச்சு என்பது நம் முக்கியமான செயல்களில் ஒன்று. நம்மைச் சுற்றியுள்ள காற்றில் கலந்துள்ள ஆக்ஸிஜன் நமக்கு உயிர்வாழத் தேவைப்படுகிறது. நம்முடைய செல்கள் அனைத்துக்கும் ஆக்ஸிஜன் தேவை. கார்போஹைட்ரேட்டுகள், கொழுப்புச் சத்துகளையெல்லாம் பிரித்துச் சக்தியாக மாற்றுவதற்கு இந்த ஆக்ஸிஜன் தேவைப்படுகிறது. சாதாரணமாக மூச்சு விடும்போது, நாம் சுமார் எட்டு லிட்டர் காற்றை ஒரு நிமிஷத்துக்குச் சுவாசிக்கிறோம். பஸ் பிடிக்க ஓடும்போது அதைவிட டபுள் ஆகும்.

"நமக்கு பேச வருமான்னு கேக்கறாங்க..."

உள்மூச்சு என்பது காற்றில் உள்ள ஆக்ஸிஜனை நம் ரத்தத்தில் உள்ள ஹீமோக்ளோபினுக்குக் கடத்துவதுதான். வெளிவரும் மூச்சு, ரத்த ப்ளாஸ்மாவில் இருக்கும் வேண்டாத கார்பன்-டை-ஆக்ஸைடை வெளியே விடுவிப்பது, ரத்தத்தில் கலந்துள்ள வாயுக்களின் விகிதாச்சாரத்தை ஒரு குறுகிய எல்லைக்குள் வைத்துக்கொள்ளும் சாகசம் இது. ஆகவே, உங்கள் கேள்விக்கு விடை, நாம் வெளியிடும் மூச்சு - உள்ளே போகும் மூச்சைத்தான் மாற்றி ஆக்ஸிஜனைக் குறைத்து கார்பன் - டை - ஆக்ஸைடைக் கலக்கி அனுப்புகிறோம்.

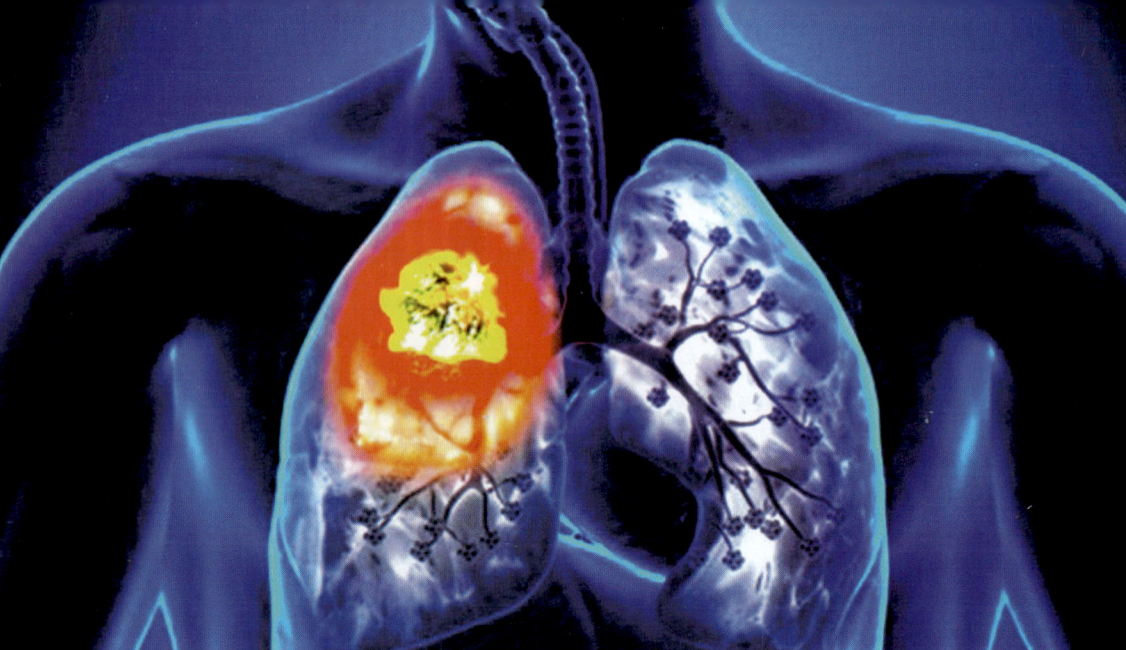

நுரையீரல் கான்சர்

✉ **ஆர்.டி.இளங்கோ,** *ராசிபுரம்.*

✍ **புகைபிடிக்காத என் நண்பருக்குப் புற்றுநோய். கடந்த 50 வருடங்களாகப் புகைபிடிக்கும் என் தந்தை ஆரோக்கியமாக இருக்கிறார். இது எப்படி?**

நீங்கள் குறிப்பிடுவது எல்லாம் விதிவிலக்கு விஷயங்கள். புகைபிடிப்பவர்களில் பெரும்பான்மையினருக்கு கான்சர் வருவதாகக் கண்டுபிடித்திருக்கிறார்கள். மேலும், புற்றுநோய் வருவதற்குப் புகை பிடிப்பது மட்டுமே காரணம் அல்ல, உங்கள் தந்தை புகைபிடிக்காமல் இருந்தால் இன்னும் ஆரோக்கியமாக இருப்பார்.

✉ **டி.பி.சரவணன்,** *திருப்பூர்-3.*

✍ **மெட்டல் டிடெக்டரும் பாம் டிடெக்டரும் ஒன்றுதானா? அப்படியென்றால், மெட்டல் இல்லாமல் பாம் தயாரிக்கப்பட்டால் எவ்வாறு கண்டுபிடிக்கிறார்கள்?**

இல்லை. மெட்டல் டிடெக்டர் வேலை செய்யும் விதம் வேறு. அதனுள் இருக்கும் ஆஸிலேட்டர் அலைப்பான், அதன் கபாஸிட்டரின் அளவு மாறி அலைகளை எழுப்பும். பாம் உலோகத்தால் பண்ணியிருந்தால்தான் மெட்டல் டிடெக்டர் கண்டுபிடிக்கும். பிளாஸ்டிக் பாம்களை கண்டுபிடிக்க திருட்டு விழியும் திறந்து பார்த்தலும் மோப்ப நாய்களும்தான் இப்போது வழி.

✉ **ஜி.நீலகண்டன்,** *பெங்களூர்-3.*

✍ **எனக்கு ரொம்ப நாளாகவே ஒரு சந்தேகம் சார்... எல்லாக் கடல்களிலும் நீரில் உப்பு ஒரே மாதிரியாக, ஒரே அளவில் இருக்குமா? உலகத்தில் இருக்கும் எல்லாக் கடல்களிலும் ஒரே லெவலில் உப்பு இருந்தால், இயற்கை எப்படி ஒரே சீராக அதை மெய்ன்டெய்ன் பண்ணுகிறது என்று சற்று விரிவாகச் சொல்ல முடியுமா..?**

எல்லாக் கடல்களிலும் உப்பு ஒரே அளவில் இருப்பதில்லை. மூன்றிலிருந்து மூன்றரை சதவிகிதம் வரை மாறுபடுகிறது. கடலுக்குள் எப்படி உப்பு செல்கிறது என்பதை இன்னமும் விஞ்ஞானிகள் முழுவதும் கண்டறியவில்லை. உப்பு - நீரில் கரைவது. அதனால் மழைத் தண்ணீருடன் சேர்ந்து கடலுக்குள் இருக்கும் இத்தனை உப்புக்கு கணக்கு சரியாக வரவில்லை. எத்தனை உப்பு? முந்நூறு கிலோ மீட்டர் உயரம், இரண்டு கிலோ மீட்டர் அகலத்துக்கு உலகத்தில் உள்ள உப்பை வைத்துக்கொண்டு ஒரு சுவர் அமைத்தால், அந்தச் சுவர் பூமியை பூமத்திய ரேகையில் ஒரு சுற்றுச் சுற்றிவரும். அத்தனை உப்பு! உலகத்துக்கு BP அதிகமாக இருப்பதில் ஆச்சரியமில்லை. அஞ்சு லிட்டர் கடல் நீரில், சுமார் அரை கிலோ உப்பு சராசரியாக கரைந்திருக்கிறது.

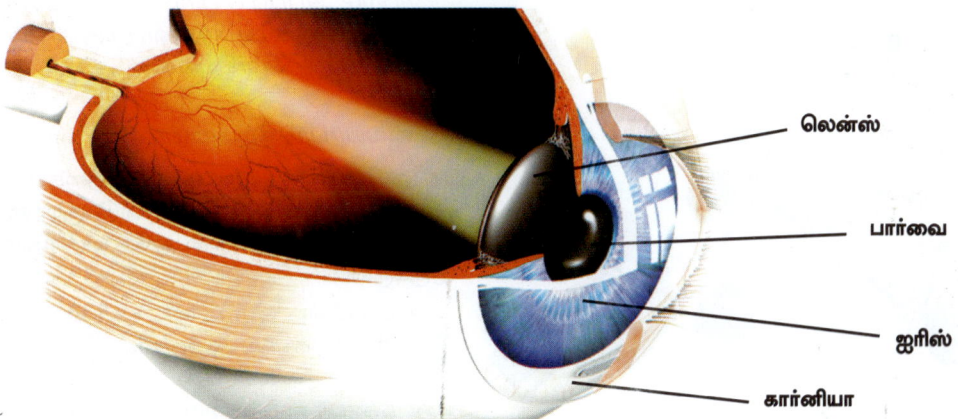

லென்ஸ்
பார்வை
ஐரிஸ்
கார்னியா

✉ **நாகை ஆசைத்தம்பி,** கோவை-17.

✍ குழந்தையாகப் பிறந்து மனிதன் வளர்ச்சி அடைகிறான். அவன் அப்படியே வளர்ந்து கொண்டே போகவேண்டியதுதானே! ஏன் உடம்பு சுருங்கி, பார்வை, பேச்சு, செயல்கள் அனைத்தும் படிப்படியாகக் குறைந்து இறந்து போகிறான்?

மரணம் இல்லையேல் - அழிவு இல்லையேல் நமக்குப் பயம் இல்லை. பயம் இல்லையேல் வாழ்க்கையில் அர்த்தமோ... சுவாரஸ்யமோ இல்லை. கிரிக்கெட் மாட்ச்சை ஒரு நாள் ஆடினால் நன்றாக இருக்கிறது. ஐந்து நாளும் பரவாயில்லை. நிறுத்தாமல் வருஷம் பூரா ஆடலாம். அதுவும் அவுட்டே கிடையாது என்று 'ரூல்' போட்டால் யாராவது பார்ப்பார்களா? அதுபோலத்தான் எதற்கும் முடிவு வேண்டும் என்பது இயற்கை நியதி.

'மலைமேல் எல்லாம் மௌனம்

ஒரு மரத்திலும் ஒரு இலையிலும்

ஒரு மூச்சின் சலனத்தைக்கூட

பார்க்க முடியாது

பறவைகள் அனைத்தும்

பாடுவதை நிறுத்திவிடும் - காத்திரு

நீயும் சீக்கிரமே மரணத்தில்

மௌனமாவாய்'

கத்தே (Goethe) - நாடோடியின் இராப் பாட்டு.

✉ **டி.புஷ்பராஜ்,** சென்னை-94.

✍ பரந்து விரிந்து கிடக்கும் இந்த மாபெரும் பிரபஞ்சத்துக்கு (Universe) முடிவு அதாவது, முற்றுப்பெறும் எல்லை ஒன்று உண்டா... இல்லையா? முடிவின் எல்லையாக ஒரு தடுப்புச் சுவர் இருப்பதாகக் கற்பனை செய்துகொண்டாலும் அந்தச் சுவருக்குப் பின்னால் என்ன இருக்கும் என்று நினைக்கத் தோன்றுகிறதே? உங்கள் முடிவு என்ன?

நவீன இயற்பியல் காஸ்மாலஸ்ஜி சிந்தனைகளின்படி பிரபஞ்சத்துக்கு எல்லை உண்டு. நம்மால் உணரக்கூடிய பிரபஞ்சத்தின் எல்லை என்பதில் இருந்து ஒளி இங்கு வந்து சேர 14,000,000,000 வருஷங்கள் ஆகும். ஒளி ஒரு சராசரி வருஷத்தில் 9,460,528,405,000 கிலோ மீட்டர்கள் பயணம் செய்கிறது. பெருக்கிப் பார்த்துக்கொள்ளுங்கள். பிரபஞ்சம் எத்தனை பெரிசு என்பதை! அந்த விளிம்பில் சென்று பார்த்தால் தடுப்புச்சுவர் எதுவும் நான் பார்க்கவில்லை. அதற்கப்பால் என்ன என்று கேட்டால் எதுவும் கிடையாது. அதாவது சூன்யம் கூட, வெட்டவெளிக் கூட கிடையாது. அப்பால் என்ன என்று கேள்வியே தப்பு!

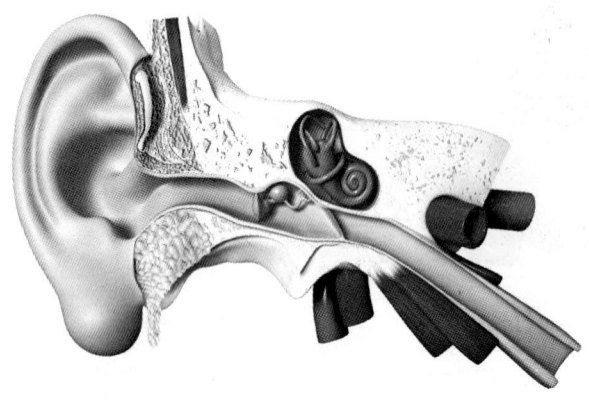

✉ **ஏ.முருகன்,** கம்பம்.

✍ **தற்போது மனிதனின் கால் சுண்டுவிரலில் எவ்வித உபயோகமில்லாமல் இருப்பதால், எதிர்காலத்தில் அதனுடைய வளர்ச்சி பாதிக்கப்படுமா?**

சுண்டுவிரல் உபயோகமில்லை என்று யார் சொன்னார்கள். மேலும், உபயோகமில்லாத அங்கங்களை மெல்ல மெல்லத்தான் துறப்போம். இப்போது தான் தலைமுடியை மெல்ல இழக்கத் துவங்கியிருக்கிறோம். சுண்டுவிரலுக்கு வர இன்னும் கோடி வருஷம் ஆகும். அதுவரை அதன் சின்ன நகத்தைச் சன்னமாக வெட்டிக் கொண்டிருப்போம்.

✉ **இரா.முருகன்,** சிவகங்கை.

✍ **செவிகளுக்கு ஓட்டை மட்டும் போதுமே! மடல்கள் எதற்கு?**

செவிக்கு வரும் ஓசையைக் குவித்து ஓட்டையில் செலுத்த மடல்கள் தேவை. காது கொஞ்சம் செவிடாக இருப்பவர்கள் அடிக்கடி செவி மடலை மடக்கிச் சத்தம் வரும் திசையில் திருப்புவதைக் கவனித்திருக்கலாம்.

✉ **மலை அரசன்,** அருகந்தம்பூண்டி.

✍ **மிருகங்களின் உடல் பாகங்களைச் சாப்பிட்டால், நம் உடம்பிலுள்ள அந்தந்தப் பாகங்களின் வலு கூடும் என்கிறார்களே... இது நிஜமா?**

பொய்! அப்படிப் பார்த்தால் ஆட்டின் மூளையைச் சாப்பிடுபவருக்கு என்ன ஆகும் என்று யோசியுங்கள்.

✉ **வையாபுரி,** கீழ்அம்மாப்பேட்டை.

✍ **ஒட்டிப் பிறந்த இரட்டைக் குழந்தைகளை ஆபரேஷன் செய்தாலும் இரண்டு குழந்தைகளின் செயல்பாடுகளும் ஒரே மாதிரிதான் இருக்குமா?**

சயாமீஸ் இரட்டையரின் சில செயல்பாடுகளில் ஒற்றுமை இருக்கும் என்று சொல்லக் கேட்டிருக்கிறேன். என் நண்பர்களின் இரட்டைக் குழந்தைகளிலேயே 'இவ மெட்ராஸ்ல தும்மினா அவளுக்கு அதே சமயம் பெல்காம்ல தும்மல் வரும் சார்!' என்று சொல்லக் கேட்டிருக்கிறேன். நம்புவதற்குக் கொஞ்சம் கஷ்டமாக இருக்கிறது. இருவருக்குமிடையில் பொறாமை இல்லாமல் பிரியம் இருப்பதற்காகக் கட்டிவிடப்பட்ட கதையாக இருக்கலாம் அது. இரட்டையரை இரண்டு தனிப்பட்ட குழந்தைகளாக வளர்ப்பதுதான் விவேகம் என்கிறார்கள் மனோதத்துவர்கள்.

✉ **ஹெச்.மைதீன் பாட்சா,** வல்லம்.

✍ **கறையான் புற்று என்பது கறையான்களின் கழிவுதானே..?**

இல்லை! அதன் குடலின் பின் பகுதியில் உள்ள ஒரு திரவத்தை மைக்ராஸ்கோப் மூலம் பார்த்தால் ஆயிரக்கணக்கான நுண் கிருமிகள் உள்ளன. அவை மரத்தில் உள்ள செல்லுலோஸைச் சர்க்கரையாக மாற்ற வல்லவை. அதை வேலைக்காரக் கறையான்கள் ஜீரணித்துக்கொண்டு மற்றவர்களுக்கு விநியோகம் செய்கின்றன. கறையான் புற்று, மண்ணால் பண்ணி ஒட்டவைப்பது. சாதாரணமாக நினைக்காதீர்கள். கறையான்கள் கின்னஸ் ரெக்கார்டுகூட வைத்திருக்கின்றன. சோமாலியாவில் 1968-ல் உலக சாதனை உண்டாக்கிய கறையான் புற்றின் உயரம் 3.7 மீட்டர்! மற்றொரு செய்தி தெரியுமா? கறையான்களுக்குக் கண் கிடையாது!

✉ **கி.முருகன்,** *மாப்பிள்ளைக்குப்பம்.*

✍ **பூமிக்கோள் 23.5 டிகிரி சாய்வாக உள்ளதாகக் கூறப்படுகிறது. இவ்வளவு துல்லியமாக எப்படிக் கூறப்படுகிறது? சந்திரனில் இருந்து எடுக்கப்பட்ட பூமியின் படங்கள் சாய்வாக இல்லையே... ஏன்?**

பூமி தனக்குத்தானே சுற்றுவது நமக்கெல்லாம் தெரியும். அது தனக்குத்தானே சுற்றிக்கொள்ளும் அச்சு (*Axis*) சூரியனைப் பூமி சுற்றிவரும் பரப்புக்குச் செங்குதானதாக இல்லை. அதிலிருந்து 23.5 டிகிரி சாய்ந்திருக்கிறது. சற்றே தலையாட்டம். நடுவே ஒரு புள்ளி வைத்துப் பம்பரத்தைச் சுற்றிவரச் செய்தால், பம்பரம் நல்ல வேகத்தில் செங்குத்தாகச் சுற்றுகிறது. அப்படியில்லாமல் அது சற்றுத் தள்ளாடிக் கொண்டு சுற்றினால் எப்படியிருக்கும் என்று யோசித்துப் பாருங்கள். அதுபோல்தான் பூமி சாய்மானமாகச் சூரியனைச் சுற்றுகிறது. இதை எப்படிக் கண்டுபிடித்தார்கள்? சுலபம்..! இதனால்தான் பருவ மாறுதல்களே ஏற்படுகின்றன. ஜுன் மாதத்தில் பூமியின் வடதுருவம் சூரியனை நோக்கி 23.5 டிகிரி சாய்ந்து இருப்பதால் பூமத்திய ரேகைக்கு வட பகுதிகளில் கோடைகாலம் ஏற்படுகிறது. ஆறு மாதங்கள் கழித்து டிசம்பரில் தென்துருவம் சூரியனை நோக்கிச் சாய, தென்பகுதியில் சம்மர். வருஷம் பூரா சூரியனை நாம் கவனிக்கும்போது, அது பூமத்திய ரேகையிலிருந்து 23.5 டிகிரி தெற்கிலும் வடக்கிலும் திரிவதுபோலத் தோன்றுகிறது. சந்திரப் பின்னணியில் சூரியன் இந்தத் திரியும் பாதையை 'எக்லிப்டிக்' என்பர்.

✉ **டி.ரமேஷ்,** *அகப்பைக்குளம்.*

✍ **நாய் உடலுறவுகொள்ளும்போது மட்டும் இழுபறி நடப்பது ஏன்?**

இயற்கை, உத்தரவாதமாகக் கர்ப்பமாவதற்காக நாய்களின் ஜென்மத்துக்கு இந்த மாதிரி ஏற்பாடு ஒன்றைச் செய்திருக்கிறது. புணர்ந்த பின் ஆண் நாயின் குறி உள்ளே பெரிசாகிவிட,

புற்று... யம்மாடியோவ்!

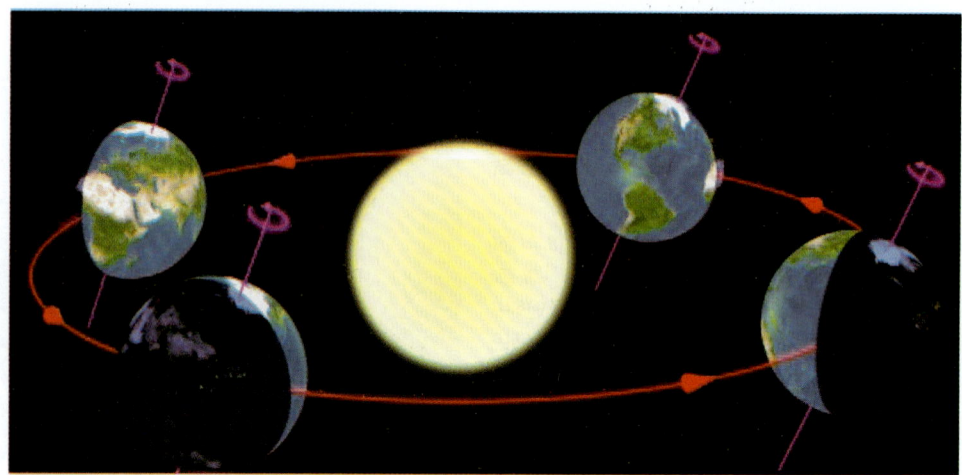

பெண் நாயின் ஸ்பிங்ஸ்டர் சுருங்கிப்போகச் சரியானபடி சிக்கிக்கொண்டு வெளியே எடுக்க ஒருமணி நேரம் ஆகும். அந்த இடைவெளியில் நிமிடத்துக்கு ஒரு முறை 'ஸெமன்' சுரக்கும். பிறகு நாய்க்குட்டி உத்தரவாதம்! பாவம், நம்மைப் போல அதற்கு பெட்ரூம் இல்லை என்ற ஒரு காரணத்துக்காக 'அங்கு' கல்லால் அடிக்கிறீர்கள்!

✉ எஸ்.ராஜன், சென்னை-93.

✎ துன்பத்தில் கண்களிலிருந்து நீர் வரும். மகிழ்ச்சியிலும் கண்ணீர் (ஆனந்தக் கண்ணீர்) வருகிறதே... இது எப்படிச் சாத்தியமாகிறது?

கண்ணீரைச் சுரக்க வைப்பது லாக்ரிமல் சுரப்பி. கண்ணில் தூசி விழுந்தாலும், அதீதமாக உணர்ச்சிவசப்பட்டாலும் கண்ணைச் சுத்தம் செய்வதற்காகச் சுரக்கும் சற்றே உப்பான கண்ணீர். உணர்ச்சிவசப்படும்போது கண்களில் ஈரம் குறைந்துவிடும் சாத்தியம் இருப்பதால், கண்ணீர் வருகிறது. அது துக்கத்தின் போதும், வலியின்போது, ஆனந்தத்தின் போதும் ஏற்படுகிறது. கண் விரியும்போது காற்றுப்படுவதால் ஈரம் குறைகிறது. அதனால் விழி பெரிசாக உடையவர்கள் அதிகம் கண்ணீர் சுரப்பார்கள்.

✉ ஆர்.சுரேஷ்பாபு, ராசிபுரம்.

✎ காலப்போக்கில் மனிதனின் பரிணாம வளர்ச்சியில் உடலில் ஏதாவது ஓர் உறுப்பு மறையவோ அல்லது தோன்றவோ வாய்ப்புள்ளதா?

உள்ளது! இதயம் மறைந்து லஞ்சம் வாங்க மூன்றாவது கை தோன்றும் என்பது என் ஹேஷ்யம். அறிவியலின் ஹேஷ்யம் - நம் உடலில் பரவியிருக்கும் முடி மற்றும் நகங்களும் மறைந்தே போகலாம் என்கிறது.

✉ டி.சண்முகம், தஞ்சாவூர்.

✎ நமது உடலின் சுற்றளவு கூடும்போது நமது சருமத்தின் பரப்பும் அதிகமாகிறது. மீண்டும் எடை குறைந்து நமது சுற்றளவும்

சோகமா? சந்தோஷமா..?

குறையும்போது, சருமத்தில் உண்டான புதிய (செல்கள்) பரப்பின் நிலைமையென்ன?

சுருங்குவதும், குறைவதும் ஸெல்கள் தாம். சருமம் வேறல்ல, ஸெல்கள் வேறல்ல. தினம் தினம் நம் சருமத்தில் ஸெல்கள் இறந்து பிறக்கின்றன.

✉ **என்.ஏகம்பவாணன்,** வேலூர (சேலம்).

✍ **சுகம், இன்பம் - அறிவியல்பூர்வமான விளக்கம் தேவை?**

இரண்டுமே மூளையில்தான் புறப்படு கிறது. ஸெரிப்ரல் கார்ட்டெக்ஸிலிருந்து லிம்பிக் சிஸ்டம் என்னும் பகுதிக்குப் போகும் செய்திகளைப் பொறுத்து சுகம், இன்பம் என்பது ஏற்படுகிறது. நோராட்ரினலின் என்ற நியூரோ டிரான்ஸ்மிட்டர்களின் அளவைப் பொறுத்து லேசான சுகமோ அல்லது அதிக இன்பமோ ஏற்படும். ஹைபோதலாமஸ்ஸில் உள்ள டார்லஸ் பகுதிதான் இன்பத்தின் ஸ்தலம் என்கிறார்கள். அதில் தக்க பகுதியை நிரடினால் உடனே நீங்களும் களுக்கென்று சிரித்து 'இன்னொரு தடவை பண்ணு' என்று டாக்டரைக் கெஞ்சுவீர்கள்.

✉ **ஏ.முருகன்,** கம்பம்.

✍ **ஹோமியோபதி மருந்து எதிலிருந்து எவ்வாறு தயாரிக்கப்படுகிறது?**

ஹோமியோபதி என்பது ஆரம்ப நாட்களில் மூலிகை சமாச்சாரங்களி லிருந்து கிடைத்தது என்று சொல்கி றார்கள். பதினெட்டாம் நூற்றாண்டின் இறுதியில் ஸாம்யுவெல் ஹானெமான் என்னும் ஜெர்மானியர் புதிய சித்தாந்தம் கொண்டுவந்தார். ஒரு வியாதியின் அறிகுறிகள் என்று நாம் நினைப்பது, அந்த வியாதியை நம் உடல் எதிர்ப்பதன் அறிகுறிகள். உதாரணமாக, ஜுரம் என்பது நம் உடம்பின் எதிர்ப்புச் சக்திகள் செயல்படுவதன் அடையாளம். அதுபோல

மலேரியா வியாதி வந்து அவ்வப் போது நடுங்கும் ஜுரம் வந்தால், ஹோமியோபதி முறைப்படி ஜுரம் தரும் மூலிகையையோ அல்லது மருந்தையோ பிரயோகிக்கவேண்டும். அப்போதுதான் மலேரியா விலகும். ஜுரம் என்பது எதிர்ச்சக்தியின் அடையாளம் என்பதால், இவ்வகை சித்தாந்தத்தின்படி ஹானெமான் அதற்கு மிகக் குறைந்த அளவிலேயே மருந்து கொடுத்தால் போதுமானது என்று தீர்மானித்தார். ஒரு மருந்துடன் நீர் கலக்கக் கலக்க அதன் சக்தி அதிகமாகிறது என்றே எண்ணினார். அதனால் நல்ல பலன் தருவதற்கு மிக மிகக் குறைந்த அளவில்தான் மருந்து தரவேண்டும் என்பது ஹோமியோவின் ஆதார சிந்தனை. இது விஞ்ஞானரீதியான முறை அல்ல என்று அலோபதி வைத்தியர்கள் கடுமையாகத் தாக்கினாலும், ஹோம்யோபதி ஒரு மாற்றுச் சிகிச்சை முறையாக இன்றும் தனித்து நிற்கிறது. சில சரும சம்பந்தமான வியாதிகளுக்கு ஹோமியோபதி நல்ல குணம் அளிக்கிறது என்று சொல்கிறார்கள். உங்கள் கேள்விக்கு விடையளிக்க, ஹோமியோ மருந்துகள் 'லைக் க்யூர்ஸ் லைக்' என்னும் தத்துவத்தின் அடிப்படையில் தயாரிக்கப்பட்டவை. எந்த வியாதிக்குச்

'உனக்கு மட்டும் ரகசியம்..!'

ஹோமியோபதி மருந்து...!

சிகிச்சையோ, அதே வியாதியைக் கொண்டு வரக்கூடிய சங்கதியை மிக மிக நீர்த்த அளவில் தருவது, விஷத்தை விஷத்தால் முறிப்பதுபோல. ஓர் ஆளுக்கு ஜுரம் வந்து முகமெல்லாம் சிவந்துபோனால் சம்பிரதாய சிகிச்சை பெனிஸிலின் கொடுக்கிறது. பெல்லடோன்னா என்னும் விஷம், ஜுரம் மாதிரியே அதே சிவப்பை உண்டாக்கக் கூடியது. உடம்பில் சிவப்பு உண்டாவது என்பது உடல் வியாதியை எதிர்ப்பதின் அடையாளம் என்றுகொண்டு, ஹோம்யோபதிக் காரர்கள் ஜுரத்துக்குக் கொஞ்சூண்டு பெல்லடோன்னா கொடுப்பார்கள். ஹோமியோபதியின் சிறப்பு அத்தனை கொஞ்சமாக விஷம் கொடுத்தாலும் நம் உடம்பை ஒன்றும் செய்யாது. பெரும்பாலும் இதன் வெற்றியை '*Placebo*' விளைவினால் என்று கருதுகிறார்கள். பல வியாதிகளைச் சும்மாவிட்டாலே குணமாகிவிடும்.

ஆனால், ஹோமியோபதி டாக்டர்கள், பேஷண்ட்டின் வியாதி அடையாளங்களைத் தீர விசாரித்து, அதன்படி சிகிச்சை மருந்து தயாரிப்பது போல் சம்பிரதாய டாக்டர்கள் அத்தனை நுணுக்கமாக விசாரிப்பதில்லை. ஹோமியோபதிக்காரர்கள் கூற்றில் ஜுரம் என்பது பாக்டீரியா தாக்குதலின் விளைவு மட்டும் அல்ல, அந்தத் தாக்குதலை நம் உடம்பு எப்படி சமாளிக்கிறது என்பதன் அடையாளமும்கூட. எனக்குக் காலில் ஆணிபோல் இருந்தது. ஹோமியோ டாக்டர் ஒருவர் சின்னதாகப் பொட்டலம் வெள்ளைப் பொடி கொடுத்து, அதில் பாதியைக் காலில் குழைத்துத் தடவிக் கொண்டு, மற்ற பாதியை விழுங்கச் சொன்னார். இரண்டு பக்கமும் அதைத் தாக்குமாம்.

✉ **எஸ்.கிருஷ்ணசாமி,** *சென்னை-14.*

✍ பூமியில் பறப்பன, ஊர்வன, நடப்பன... இவ்வுயிரினங்கள் விருத்தியாக ஆண்பால் - பெண்பால் செக்ஸ் உறவு தேவை. வேறு கிரகங்களில் உயிரினம் ஏதேனும் இருந்தால் அவை/அவர்களும் இனவிருத்தி செய்ய செக்ஸ்தான் அடிப்படையாக இருக்குமா அல்லது வேறு மாதிரி பரிணாம வளர்ச்சியா?

வேறு கிரகங்களில் வேறுவிதமாக இருக்கலாம். நம்போலவே உயிரினங்கள் இருக்கச் சாத்தியக்கூறு மிகக் குறைவு என்று சொல்கிறார்கள். இருந்தாலும் சுமார் பத்து லட்சம் கிரகங்களில் நம் பால்வீதியிலேயே உயிர் இருக்கும் சாத்தியம் இருப்பதாகச் சொல்கிறார்கள். ம்.... வேற்றுகிரகம் என்றதும் வசந்த் எனக்குச் சொன்ன ஜோக் ஞாபகம் வருகிறது. ஒரு வேற்றுக்கிரகத்திலிருந்து பூமிக்கு வந்த விஞ்ஞானிகள், நம் விஞ்ஞானிகளைச் சந்தித்துப் பல விஷயங்களைப் பற்றிக் கருத்துப் பரிமாறிக் கொண்டார்கள். பேச்சுவாக்கில் 'உங்கள் கிரகத்தில் இனவிருத்தி எப்படி?' என்றபோது, வேற்றுகிரகத்தவர், 'நாங்கள் ஒருவருக்கொருவர் கைகுலுக்கிக் கொள்வோம். கொஞ்ச நேரத்தில் பாக்கெட்டிலிருந்து ஒரு புதிய பிரஜையை எடுத்துக் கொடுப்போம். அவ்வளவுதான். 'சிம்பிள்' என்று சொல்லி, 'உங்கள் பூமியில் எப்படி? பார்க்க விரும்புகிறோம்' என்றார்கள். அவர்களுக்காக அறிவியல் முன்னேற்ற நோக்கத்தில் நம் பூமியில் ஆணும் பெண்ணும் இனவிருத்திக்கு என்ன செய்கிறார்கள் என்பது காட்டப் பட்டது. அதைப் பார்த்த அவர்கள், 'ம்... சுவாரஸ்யமாக இருக்கிறது. எங்கே உங்கள் புதிய பிரஜை?' என்றபோது,

'அதற்கு இன்னும் ஒன்பது மாதம் ஆகும்' என்றார்களாம் நம் விஞ்ஞானிகள். 'ஒன்பது மாதமா? அப்படியானால், கடைசியில் ஏன் இத்தனை அவசரம்?'

✉ **எஸ்.நியமத்துல்லா,** வேலூர்-4.

✍ **நைஷ்டிக பிரம்மச்சரியம் என்றால் என்ன? அதை எப்படிக் கடைபிடிக்க வேண்டும்? கடைபிடிப்பதற்கு வழி என்ன?**

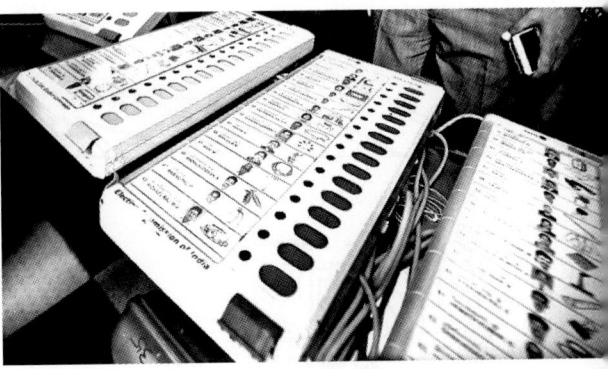

நைஷ்டிக பிரம்மச்சரியம் என்பது கல்யாணம் பண்ணிக்கொள்ளாமலும் அதேசமயம் சந்நியாசி ஆகாமலும் கடைப்பிடிக்கும் பிரம்மச்சரியம். பிரம்மச்சரியம் கடைப்பிடிப்பது எப்படி என்று சொல்கிறேன். முடியுமா? பார்த்து அப்புறம் நைஷ்டிகத்துக்கு வாருங்கள். நாள்தோறும் விடியற்காலையில் எழுந்து காலைக் கடன்களை முடித்து சுத்த ஜலத்தில் குளித்து, தேவரிஷி பித்ரு தர்ப்பணங்களையும் இஷ்ட பூஜை களையும் முடித்து இரு வேளைகளிலும் சமிதா தானம் செய்ய வேண்டும். தேன், மாமிசம், கந்தம், புஷ்பம், தித்திப்பு, ஸ்திரீகள், தயிர், பால், நெய், மோர், ஜீவஹிம்ஸை, சூது, அப்யங்கனம், அங்கனம், செருப்பு, குடை, காமம், குரோதம், லோபம், கூத்துப்பாட்டு, பதில் சொல்லல், பொய், மாதர்களை ஆசையுடன் பார்த்தல் இவற்றை நீக்க வேண்டும். தனியே படுக்கவேண்டும். தண்ணீர், மலர்கள், தருப்பை, சாணம் முதலியவை குருவுக்குத் தினம் தரவேண்டும். வேதம் படித்த கிரகஸ்தர்கள் பிச்சையெடுத்து உண்ணவேண்டும். குருவுக்கு முன்னால் மறைக்கவேண்டிய உறுப்புகளை வஸ்திரத்தால் மறைத்துக் கல்வி கற்றுக்கொள்ள வேண்டும். பிறர், குருவை நிந்தித்தால் காதைப் பொத்திக் கொள்ள வேண்டும். குருவின் வீட்டில் இருக்கையில் தாய் - தந்தையர் வந்தால், குருவின் உத்தரவின்றி அவர்களைப் பார்க்கவும் கூடாது. எந்தச் சூழ்நிலையிலும் குருவின் மனைவிக்கு எண்ணெய் தேய்த்தல், குளிப்பாட்டுதல், உடம்பு தேய்த்தல், தலையாற்றுவித்தல் செய்யக்கூடாது. தலையை மொட்டையடிக்க வேண்டும் அல்லது சடை வளர்த்துக் கொள்ளலாம். ஆசார்யன் - பரமாத்மா, தகப்பன் - பிரமன், தாய் - பூமிதேவி, சகோதரன் - ஆத்மா என்று எண்ண வேண்டும். குருவுக்குப் படிக்கும்போது பணம் கொடுக்கவேண்டும். முடிந்த பின்பு கொடுக்கலாம். இவற்றையெல்லாம் கடைப் பிடிக்க முடியுமா, பாருங்கள். இல்லையேல், பேசாமல் ஒரு... வேண்டாம். (நன்றி: அபிதான சிந்தாமணி).

✉ **இரா.கருணாநிதி,** உடையார்பாளையம்.

✍ **விஞ்ஞானம் பற்றி இவ்வளவு தெரிந்து வைத்திருக்கும் நீங்கள், விஞ்ஞானபூர்வமாக ஏதாவது இதுவரையில் செய்ததுண்டா (பதிலைத் தவிர)?**

நான் பாரத் எலெக்ட்ரானிக்ஸ் நிறுவனத்தில் ஓய்வுபெற்றது, அதன் மைய ஆராய்ச்சி சாலையின் பிரதான விஞ்ஞானியாக. அதற்குமுன் ஜெனரல் மானேஜராக இருந்து டிஃபென்ஸ் சம்பந்தப்பட்ட பல ஆராய்ச்சிகளை வழிப்படுத்தியிருக்கிறேன். இந்தியாவின் ஏவுகணைகளான ப்ருத்வி போன்றவற்றில்கூட எங்கள் பங்கு உள்ளது. அதன் விவரங்களை உங்களுக்குக் கொடுக்க இயலாது. விவரம் கொடுக்கக்கூடிய ஒரு சாதனை, எலெக்ட்ரானிக் வோட்டிங் மெஷின் - அது அடியேனின் தலைமையில்தான் உருவாக்கப்பட்டது. வோட்டுப்பதிவு இயந்திரம் - அதைப் பயன்படுத்த அரசியல்வாதிகள் எதிர்க்கிறார்கள்.

"வாழும் பல்லிங்க..! அதுபாட்டுக்கு அங்கேயே
இருக்கும்... ஒண்ணும் பண்ணாது..!"
(மதன் ஜோக்ஸ் - II புத்தகத்திலிருந்து...)

காரணம் - உங்களுக்கெல்லாம் தெரியும். அதில் திரிசமன் ஏதும் செய்யமுடியாது.

✉ ஜி.எஸ்.ஸ்ரீதர், தஞ்சாவூர்-7.

✍ மனிதனாகவும் பின் பாம்பாகவும் மாறக் கூடிய தன்மை 'இச்சாதாரி' என்ற ஒரு பாம்பு வகைக்கு உண்டு என்று படித்திருக்கிறேன். அப்படி ஒரு பாம்பு உண்மையிலேயே இருக்கிறதா?

பார்த்திருக்கிறேன். எங்கள் ஸ்ரீரங்கம் மார்கழித் திருவிழாவில் மனிதத் தலையும் பாம்பு உடலாகவும் ஒரு ஜந்துவைச் சின்ன வயசில் பார்த்திருக்கிறேன். ஷோ முடிந்ததும் அந்த ஆசாமி, பாம்புத்தோலைத் தோளில் போட்டுக்கொண்டு பீடி குடித்துக் கொண்டிருந்ததையும் பார்த்தேன்..

✉ கே.கோபிநாத், ஈரோடு.

✍ மனிதனுக்கு மூன்றாவது கண் உள்ளதாமே?
ஆம். மனசாட்சி!

✉ கி.முருகன், மாப்பிள்ளைக்குப்பம்.

✍ பெண்கள் அந்த நாட்களில் (மாதவிலக்கு) சமைத்தால் சுவை இருக்காது என்றும், பொருள் உற்பத்தி நிறுவனங்களில் பணியாற்றினால் 'தரம்' குறையும் என்றும் ஒரு புத்தகத்தில் படித்தேன். இது உண்மையா? ஆம் என்றால் காரணம் கூறவும்!

பெண்கள் அந்த நாட்களில் கொஞ்சம் சோர்ந்து, களைத்து இருப்பதுதான் காரணம்.

✉ டி.என்.இமாஜான், நாகூர்.

✍ பல்லிகூட சட்டை உரிக்குமாமே?
நம் ஊர் பல்லிகள் உரிப்பதில்லை. சட்டை போட்டுக்கொள்ளும் அளவுக்குப் பெரிசாக வளர்கின்றன. மதன் வரைந்த 'வாழும் பல்லி' நினைவிருக்கிறதா?

✉ எஸ்.காந்திராஜ், மதுரை-2.

✍ இன்னும் 50 ஆண்டுகளில், இறக்கும் மனிதர்களைப் படுக்கவைத்துப் புதைக்க முடியாது... நிற்க வைத்துப் புதைக்கக்கூட இடமிருக்காது என்ற செய்தி படித்தேன். உண்மையா?

உண்மைதான்! எதிர்காலத்தில் எரிப்பார்கள் அல்லது பூமிக்கடியில் இப்போது டோக்கியோவைப் போல நூறு மாடிக் கல்லறைகள் செய்வார்கள். அதைவிட மனித உடலை பயோடீக்ரேடபிளாகச் செய்துவிடலாம் அல்லது அதை வைத்துக்கொண்டு சுருக்கி பேப்பர்வெயிட் போன்ற உபயோகமான பொருள்களாகச் செய்யலாம்!

✉ ஜி.மாஜினி, சென்னை-52.

✍ அதிகம் சிந்திப்பவர்களுக்கு முடி உதிர்ந்துவிடும் என்பது உண்மையா?

முடி உதிர்வதற்கு பல காரணங்கள் உண்டு. தலையில் அடிபட்டு அந்த இடத்தில் டாமேஜ் ஆகித் தழும்பு ஏற்பட, முடி வளராது. அல்லது தீக்கயம் ஏற்பட்டால் ரோமக்கால்கள் சேதப்பட்டு வளராது. டெரமடைட்டில், ஸோரியஸிஸ், சில அலர்ஜி போன்ற காரணங்களுக்காகவும் முடி உதிரும். அனீமியாவால் உதிரும். மெர்க்குரி

பாய்ஸனிங் ஆகிவிட்டால் உதிரும். அதிகம் சிந்தித்தால் முடி உதிராது. ஆனால், அதிகம் கவலைப்பட்டால் நிச்சயம் உதிரும். அதன் காரணம் மனக்கவலை, ஹார்மோன் உற்பத்தியைப் பாதிக்கிறது. ஆனால், இந்தக் கவலைகள் தீர்ந்த பின் மீண்டும் முடி வளரும்! மேற்படி எல்லாக் காரணங்களிலும் ஆதார வியாதியைக் குணப்படுத்தினால் முடி உதிர்வது நின்றுபோகும். ஆனால், ஆண்களுக்கு நடுத்தர வயதில் வழுக்கை விழுவது மிக அதிகம் காணப்படும். விளைவு... அதன் காரணம், ஆண்களுக்கே உரிய ஒரு வகை ஹார்மோனால் விளைவது. வயசாவதாலும் வம்சக் காரணங்களாலும் இந்த ஹார்மோன் பாதிப்பு ஏற்படும். இதை ஒன்றும் செய்யமுடியாது. அதற்கான எந்த விளம்பரங்களையும் நம்பாதீர்கள்.

✉ **க.கல்யாணசுந்தரம், ஈரோடு.**

✎ மிகப்பெரிய நீர்வாழ் பிராணியான திமிங்கலத்துக்கும் மிகச்சிறிய மீனுக்கும் வேறுபாடு உள்ளதா?

வேறுபாட்டு அளவில் மட்டும் இல்லை. திமிங்கலம் முட்டையிடுகிற பிராணியல்ல. குட்டி போடும் பிராணி என்பது முக்கிய மான வித்தியாசம். டால்ஃபின்களுடன் சேர்ந்து திமிங்கலங்கள் நிலத்தில் வாழ்ந்த மிருகங்களிலிருந்து கிளைத்தவை. இதற்கான அடையாளங்கள் திமிங்கிலங்களின் உடலமைப்பில் உள்ளன. அவற்றின் செதில்களில் பொதிந்துள்ள எலும்புகள் ஐந்து விரல்கள் போல் இருக்கின்றன. சில திமிங்கிலங்களின் பின்பாகத்தில் கால்களின் எலும்புகள் புதைந்திருக்கின்றன. அவை குட்டிப் போட்டு பால் கொடுப்பவை. திமிங்கலங்கள் நீர்பரப்புக்கு மேல் வந்துதான் மூச்சுவிடும். உள்ளே எலும்புக்கூடு அமைப்பு வேறுபட்டது. திமிங்கலம் தண்ணீருக்குள் தப்பிப் பிறந்துவிட்ட நிலப்பிராணியாதலால், அதற்கேற்ப அவை தங்களை மாற்றிக் கொண்டுவிட்டன. அவற்றின் ரத்தம்

வெள்ளைத் திமிங்கிலம்தான்! வாசகர்களுக்காக வாயைத் திறந்துகாட்டச் சொன்னோம்.

வெள்ளைத் திமிங்கிலம்

வீனஸ்

சூடாக இருக்கவேண்டும். அதற்காக 'ப்ளபர்' என்று சுமா ஒரு அடி கெட்டியான போர்வை வைத்துக்கொண்டு உள்ளே டெம்பரேச்சரைக் கட்டுப்படுத்துகிறது. திமிங்கிலங்களால் முக்கால் மணி நேரம்தான் நீருக்குள் இருக்கமுடியும்.

✉ **டி.ஆனந்த்,** பெங்களூர்-8.

✍ **நாடி ஜோசியத்துக்காகச் சென்றால் அங்கே அவர்கள் நமது அப்பா, அம்மா, பெயர், தொழில், வீட்டில் அனைவரைப் பற்றிய விவரங்கள் போன்றவற்றைக் கூறுகிறார்களே... இது எப்படி முடிகிறது? முக்கியமாக அந்தப் பெயர்கள்?**

அப்படியே அப்பா பேர் ஆர்.கோவிந்தராஜன், அம்மா பேர் சிவகாமி, தொழில் எலெக்ட்ரிக் காண்ட்ராக்டர், வீட்டில் இரண்டு கம்ப்யூட்டர் இன்ஜீனியர்கள், அவர்களில் ஒருவன் மிருதங்கம் வாசிப்பான்.. இப்படியா இருக்கிறது? நாடி ஜோசியத்தில் எல்லா விஷயங்களும் பொதுவாக இருக்கும். கொஞ்சம் கற்பனையை இழுத்தால் நமக்குப் பொருந்துவதுபோல இருக்கும். நம்புவதைவிட நம்ப விரும்புவதே அதில் அதிகம்.

'கேளப்பா மகனே, உன் பேர்
கேளிக்கை கொண்டதென்பேன்...
ஊரப்பா, மேற்குப் பக்கம்
உட்கார்ந்தே சம்பாதிப்பாய்...'

என்று நான் உங்களுக்கு நாடி எடுத்துக் கொடுத்தால் கேளிக்கை - ஆனந்தம் -ஆனந்த். பேர் இருக்கிறது. மேற்குப் பக்கம் ஊர் என்றால் பெங்களூர், உட்கார்ந்தே சம்பாதிப்பது என்பது ட்ராஃபிக் போலீஸ்காரரைத் தவிர மற்ற எல்லோருக்கும் பொருந்தும்!

✉ **ஈ.டி.விஜயகுமார்,** ஈரோடு.

✍ **நவக்கிரகங்களில் கவர்ச்சியான கிரகம் எது?**

வீனஸ் - வெள்ளியைச் சொல்கிறார்கள். ஆனால், அண்மைக்காலக் கண்டுபிடிப்புகளின்படி அதைப் போல நரகம் கிடையாது! உஷ்ணம் 900 டிகிரி. காற்றழுத்தம் நம்மைப்போல 90 மடங்கு. நண்பகலிலும் நள்ளிரவிலும் உஷ்ணத்தில் வித்தியாசமே இல்லை. கிரகத்தைச் சுற்றிலும் நாற்பது மைல் உயரத்தில் கந்தக அமில மேகங்கள். அறிவியல் கண்டுபிடிப்புகள் சில சமயம் இரக்கமற்றவை என்று சொல்லலாம். வீனஸ் என்பதை காதலின் கடவுளாக நினைத்துச் சலவைக்கல் சிலைகள் அமைத்தார்கள் சிற்பிகள்!

✉ **அ.சம்பத்குமார்**, ஜோலார்பேட்டை.

✍ **'Athletic Face' என்கிறோம். அதேபோல் முட்டாளின் முகம், அறிவாளியின் முகம், பணக்கார முகம், ஏழையர் முகம் - வரையறுக்க முடியுமா?**

முடியும் என்கிறார்கள் சிலர். பிஸியோக்னமி என்னும் இயலின்படி சில பொதுத் தோற்றங்களும் குணங்களும் பெரும்பாலும் ஒத்துபோகிறது என்று சொல்லி அதை ஒரு கலையாகவே வளர்த்திருக்கிறார்கள். இதெல்லாம் சரிதானா என்று பாருங்கள்: ஒல்லியான ஆசாமி அறிவாளியாக இருப்பானாம். பெரிய நெற்றி, சின்ன முகம், செதுக்கினாற் போல் முக அடையாளங்கள், குச்சி கை கால்கள் இவர்கள் எல்லோரும் மூளை சுறுசுறுப்பு... ஆனால், சோம்பேறிகள். நன்றாகப் பேசுவார்களாம்.

உணர்ச்சிவசப்படமாட்டார்களாம். நிறையப் படிப்பார்களாம். கலையில் ஈடுபாடு உண்டாம். விளையாட்டில் மோசமாம். பகுத்தறியும் திறன் உள்ளவர்களாம். தேவைப்பட்டபோது ஆழ்ந்து கவனிக்க கூடியவர்களாம். உங்களுக்குத் தெரிந்த ஒல்லியானவர்களிடம் இந்தக் குணங்கள் இருக்கிறதா என்று சரிபார்த்துக் கொள்ளுங்கள். இதுபோலவே குண்டு, கட்டை, நெட்டை, உருண்டை முகம், கிளிமூக்கு எல்லாவற்றுக்கும் பொதுப் படையான அம்சங்கள் சொல்கிறது இந்த பிஸியோக்னமி இயல். இதைத் தெரிந்துகொண்டால் கல்யாணங்களில் பெண்கலை இம்ப்ரெஸ் செய்ய உதவும்.

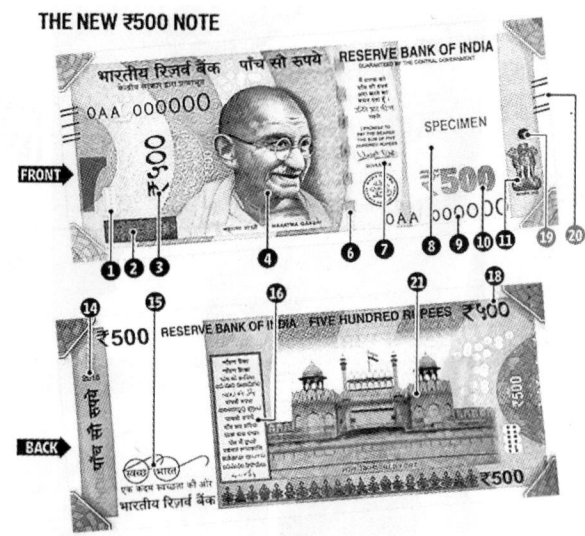

✉ **குடிசைவாசி,** ராசிபுரம்.

✍ **கள்ள நோட்டுகளை எப்படிக் கண்டு கொள்வது?**

1. பேப்பர் கொஞ்சம் வித்தியாசப்படும். நிஜ நோட்டு பேப்பர், ஸ்பெஷல் பேப்பர். தொட்டுப் பார்த்தாலே வேறு மாதிரியிருக்கும். 2. பெரிய நோட்டுகளில் செக்யூரிட்டி மார்க் இருக்கும் - ஒரு தனிப்பட்ட இழை. 3. வெள்ளை பாகத்தில் வாட்டர் மார்க் சரியாக இருக்காது. 4. நோட்டுக் கொடுத்தவன் திருதிருவென்று விழிப்பான். தாராளமாகச் செலவழிப்பான். ஒரு பீடா வாங்க டாக்ஸியில் போவான். 'மீதி சில்லறை வேண்டாம்' என்பான்.

✉ **சு.கல்யாணசுந்தரம்,** ஈரோடு-11.

✍ **ஈரோட்டில் ஒருவர் குடிபோதையாலும் விரக்தியாலும் மனமொடிந்து, கத்தியால் தன் ஆணுறுப்பைத் துண்டித்துவிட்டதாகப் பல வருடங்களுக்கு முன் படித்தேன். சிகிச்சைக்குப் பின் அவர் உயிர் வாழ்கிறாரா, இல்லையா என்று தெரியவில்லை. ஆண் உறுப்பின்றி உயிர் வாழ இயலுமா?**

விரலை வெட்டினால் விரல் மறுபடி முளைக்கிறதா? அதுபோல், 21-ம் விரலான ஆணுறுப்பும் முளைக்காது. உயிர் வாழ

முடியும். ஆணாக இயங்க முடியாது. துண்டுபட்ட லுல்லாவை உடனே எடுத்து வைத்துவிட்டால், உறுப்பு திரும்பப் பெற சான்ஸ் இருக்கிறது. மனதில் ஏற்பட்ட டேமேஜை ஒட்டவைக்க முடியாது.

✉ **ஆர்.வி.கனகமணி,** விழுப்புரம்.

✍ **என் தம்பி தூங்கும்போது பற்களை நறநறவென்று கடிக்கிறான். (முகம் கோபமாக வெல்லாம் இல்லை) ஏன் இப்படி?**

வயிற்றில் பூச்சி இருந்தால் பல் கடிக்கும் என்று பாட்டி சொல்வாள். பச்சரிசியை பிடிப்பிடியாகச் சாப்பிட்டாலும் ஆகும். ஒருவிதமான சோகை இது. கீரைப் பதார்த்தங்கள் நிறையச் சாப்பிடவும். குறிப்பாகப் பொன்னாங்கண்ணிக் கீரை. காலை மலஜலம் கழிக்கும்போது தீர்க்கமாக 'ஓம்' என்று சொல்லவும்.

✉ **வி.காவேரி,** கோயம்புத்தூர்-7.

✍ **மனநிலை பாதிக்கப்பட்டவர்கள் ட்ரீட்மெண்ட் எடுத்துக்கொண்டு பூரணமாகக் குணமடைந்த பின்னும் அஷ்டமி, நவமி, பௌர்ணமி திதிகளில், மனச்சோர்வடைந்தும் மனநிலை பாதிக்கப்பட்டு நடந்துகொள்வதும் ஏன்? கிரகங்களின் சஞ்சாரத்துக்கும் நம் மூளைக்கும் தொடர்பு உண்டா?**

இவர்தான் முதலில் கொட்டாவி விட்டார். உடனே...

அஷ்டமியும் இல்லை. நவமியும் இல்லை. மனநிலை பாதிக்கப்பட்டு ட்ரீட்மெண்ட் எடுத்துக் கொண்டவர்களை, கண்ணாடிப் பாத்திரம் போலப் பாதுகாக்கவேண்டும். சுற்றுப்பட்டவர்களே இந்த மாதிரி அஷ்டமி, நவமியின்போது மீண்டும் பாயைப் பிறாண்டுவார் என்று சொல்லி எதிர்பார்த்துப் பைத்தியம் பிடிக்க வைக்கிறார்கள். கன்னடத்தில் சரபஞ்சர (அம்புக்கூடு) என்கிற திரிவேணியின் நாவல் - புட்டண்ணா கனகலின் படம் இந்தத் தீமையை அற்புதமாகச் சித்திரித்தது. குணமடைந்து வந்தவளைச் சுற்றுப்பட்டவர்களே மீண்டும் பைத்திய மடித்து திருப்பியனுப்பி விடுவார்கள்.

✉ **எஸ்.கே.மங்கள்ராஜ்,** திருச்சி-2.

✍ **கொட்டாவி மெக்கானிஸம் பற்றிச் சொல்லவும். மற்றவர் கொட்டாவி விடுவதைப் பார்த்ததும் நமக்கு கொட்டாவி வருவது எதனால்? இந்தத் தொற்றுவியாதி மிருகங்களுக்கும் உண்டா?**

உள்வாங்கும் காற்றில் ஆக்ஸிஜன் குறைவாகி கார்பன் - டை - ஆக்ஸைடு அதிகமாகிவிட்டால் உபரியாகக் காற்றை உள்வாங்க - நுரையீரல்களை நிரப்பிக்கொள்ள கொட்டாஆஆவி விடுகிறோம் என்று சொல்கிறார்கள். தூக்கமின்மையாலும் இந்த விளைவு ஏற்படுகிறது. மற்றவர் கொட்டாவி விடும்போது சூழ்நிலை அதே என்பதால் நாமும் விடுகிறோம். மிருகங்களுக்கும் கொட்டாவி உண்டு. ஒன்று விட்டால், மற்றொன்று விடுமா என்று ரெண்டு நாய் வளர்ப்பவர்கள் சொல்லலாம்.

✉ **கு.வேங்கடரங்கன்,**
கேட்டவரம்பாளையம்.

✍ **பயானிக்ஸ் (பயாலஜிகல் -எலெக்ட்ரானிக்ஸ்) துறையைப் பற்றிக் கூற முடியுமா?**

பயாலஜி - எலெக்ட்ரானிக்ஸ் என்னும் இரண்டு இயல்களின் சங்கமமாகத் துவங்கியது, இன்று பல திசைகளில் விரிந்திருக்கிறது. நம் உடலில் சின்னச் சின்ன மின்சார வித்தியாசங்கள் உள்ளதைச் சென்ற நூற்றாண்டிலிருந்தே கவனித்து வந்திருக்கிறார்கள். நம் உயிரணுக்கள் என்னும் செல்லில்

ரசாயனப் பரிமாற்றம் நிகழும்போது, அதில் கொஞ்சம் வோல்டேஜ் வருகிறது என்று கண்டுபிடித்தார்கள். 1939-ல் அமெரிக்கர்கள், நரம்பின் வெளிப்புறத்துக்கும் உள் சங்கதிகளுக்கும் இடையில் சுமார் நாற்பதில் இருந்து ஐம்பது மில்லிவோல்ட் மின்சக்தி ஏற்படுவதாகக் கண்டறிந்தார்கள். மில்லிவோல்ட் என்பது ஒரு வோட்டில் ஆயிரம் பாகம். டிரான்ஸிஸ்டர் பாட்டரி மின்சக்தி ஒன்றரை வோல்ட். இம்மாதிரியான மிகச் சிறிய மின் வித்தியாசங்களை நம் உடலின் உள்நிலையைக் கண்டறியப் பயன்படுத்த, அத்தனை குறைவான சக்தியைப் பெரிதுபடுத்தும் ஆற்றல் தேவையாக இருந்தது. அதற்கு எலெக்ட்ரானிக்ஸ் இயலில் ஆபரேஷனல் ஆம்ளிஃப்பயர் என்று லட்சக்கணக்கில் பெரிது படுத்தக்கூடிய இணைப்புகள் கண்டுபிடித்ததும் இ.ஸி.ஜி, இ.இ.ஜி, போன்ற சமாசாரங்கள் புழங்கத் துவங்கின. எலெக்ட்ரானிக்ஸும் பயாலஜியும் சேர்ந்து பயானிக்ஸ் என்ற தனிப்பட்ட இயல் துவங்கி, இன்று உடலின் நுட்ப மின் அளவுகள் அனைத்தையும் பெரிதுபடுத்தி வரைந்தோ அல்லது திரையில் காண்பித்தோ அல்லது கம்ப்யூட்டர் மூலமோ தசைநார்களின் செயல்பாடு, இதயத்தின் கோளாறுகள், மூளை ஆரோக்கியம் எல்லாவற்றையும் அறிகிறார்கள். பயானிக்ஸில் இன்று முதுகலைப் படிப்பு, டாக்டரேட் படிப்புகூட உள்ளது. டாக்டர்களும் படிக்கிறார்கள். இன்ஜினீயர்களும் படிக்கிறார்கள்.

✉ **எஸ்.எஸ்.மணி,** திருவனந்தபுரம்.

✍ **தூக்கம் ஏன் பகலில் வராமல் இரவில் மட்டும் வருகிறது? இருட்டுக்கும் தூக்கத்துக்கும் ஏதாவது தொடர்பு இருக்கிறதா?**

பகலில் வெளித்தூண்டல்கள் அதிகம். தூக்கத்தில் பல வகைகள் உண்டு. அதில் மூளைக்கு முக்கியமானது ரெம் (*Rem*) வகைதான். அது மூளையை அவ்வப்போது புதுப்பிக்கும் வேலையைச் செய்கிறது என்று சொல்கிறார்கள். அது, வெளித்தூண்டுதல்கள் இல்லாத போது மூளை தன்னைத்தானே தூண்டிக் கொள்ளும் கட்டம். அதற்குச் சரியான நேரம் இரவுதான்!

தூக்கத்தை எது துவக்குகிறது என்பது பற்றி வேறுபட்ட சித்தாந்தங்கள் உண்டு. அதில் ஒன்று, மூளைக்கு வெளியிலிருந்து வரும் சிக்னல்கள் குறையும்போது, அதன் ஆக்ஸிஜன் உள்போக்கு குறையும்போது தூக்கம் துவங்குகிறது என்பது இதன் படியும் இரவுதான் தோதான சமயம். யாவரும் பகலில் தூங்கினால் ஜோக் எழுத்தாளர்களுக்கு வேலை போய்விடும்!

✉ **ஹெச்.எஃப். ஹபீப் ரஹ்மான்,** அய்யம் பேட்டை. ✍

1974-ல் அனுப்பப்பட்ட 'பயனியர் 10' என்ற விண்கலம் கட்டுப்பாட்டு எல்லை மற்றும் சூரிய எல்லையைத் தாண்டிவிட்ட பிறகும் நமக்குச் செய்திகள் அனுப்புதல் எவ்வாறு முடியும்?

கலிபோர்னியாவின் ஜெட் ப்ரொபல்ஷன் ஆராய்ச்சிசாலையின் மகத்தான சாதனை, இந்த பயனியர் வகை விண்கலங்கள். அவற்றிலிருந்து புறப்படும் மிகமிகச் சுரத்து இழந்த ரேடியோ சிக்னல்கள் சுற்றுப்பட்ட ஓசையில் புதைந்திருக்கும் அவற்றை 'டிஜிட்டல் சிக்னல் ப்ராஸஸிங்' என்னும் முறையை வைத்துக்கொண்டு மீட்கிறார்கள். இதன் ஆதாரமான சிந்தனை சிக்னல் என்பது ஒழுங்கானது. ஓசை என்பது ஒழுங்கற்றது. ஒழுங்கற்ற சூழ்நிலையில் ஒழுங்கை எதிர்பார்த்துத் தேடி அவற்றை மீட்பது இந்த 'டி.எஸ்.பி.' வேலை. இதற்குமேல் எளிதாக இதை விளக்க முடியாது. யாராவது ஐ.ஐ.டி பையன்களைக் கேட்கவும்!

✉ **எஸ்.ஹரி,** *தூத்துக்குடி-8.*

✍ **ஃபிலடெல்பியா பரிசோதனை என்றால் என்ன? அதில் என்ன விசேஷம்?**

இரண்டாம் உலகப் போரின்போது ராடார் சாதனங்களிலிருந்து போர்க் கப்பல்கள், விமானங்கள் தப்புவதற்காக யு.எஸ். நேவல் ரிசர்ச் விஞ்ஞானிகள் ஃபிலடெல்பியா நகரில் மேற்கொண்ட ஒரு சோதனை வேறு மாதிரி 'பூமராங்' ஆகிவிட்டதாக ஒரு தகவல் உண்டு. ராடார் கண்ணில் மட்டும் படாமல் மறைவதுதான் திட்டம் ஆனால், ஏதோ கோளாறினால் சோதனைக்காகப் பயன்படுத்தப்பட்ட யு.எஸ்.எஸ். எல்டிரிட்ஜ் என்னும் போர்க்கப்பல் ஒன்று அம்பேல் என்று ஒரேயடியாக மறைந்துவிட்டது. இந்த ஐடியாவை வைத்துக்கொண்டு, 1984-ல் 'ஃபிலடெல்பியா சோதனை' என்று ஒரு சினிமாகூட எடுத்தார்கள். சினிமாவில், கப்பலில் இருந்த ஒரே மாலுமி மட்டும் (1944-ல்) தப்பித்து சில நாட்கள் கழித்து அமெரிக்கத் துறைமுகம் ஒன்றில் கரையேறினால் - ஊரே மாறியிருக்கிறது. வருஷம் என்னடாவென்றால், 1984!

✉ **அ.ஜெயவேல் முருகன்,** *சாத்தூர்.*

✍ **பரிணாம வளர்ச்சியின் குறிக்கோளே முழுமையின்மையிலிருந்து முழுமையை அடைவதுதானே? கரப்பான்பூச்சி கோடிக் கணக்கான வருடங்களாக எந்தவித மாற்றமும் இல்லாமல் இருப்பதாகக் கூறுகிறார்கள். அப்படியானால் அது முழுமையடைந்து விட்டதா? ஏன்?**

பரிணாம வளர்ச்சிக்கு 'குறிக்கோள்' என்று எதுவும் கிடையாது. 'ம்யுட்டேஷன்' (*Mutation*) என்கிற சங்கதியின்படி ஒரு உயிரிலிருந்து செல் (*Cell*) தன்னை மறுபிரதி எடுத்துக்கொள்ளும்போது தற்செயலாகச் சில தவறுகள் நிகழ்ந்து, இந்த செல் பிரிவால் ஏற்பட்ட உயிர் சற்று வித்தியாசப்படுகிறது.

ம்யூட்டேஷனால் நன்மை ஏற்பட்டு, அந்த உயிரின் வாழும் தகுதி அதிகரித்தால் புதிய உயிர் நீடிக்கிறது. இல்லையேல் புதிய உயிர் நாளடைவில் மறைந்துவிடுகிறது. இந்த முறைப்படித்தான் கோடிக்கணக்கான வருஷங்களில் நாம் பாக்டீரியாவிலிருந்து மனிதன் ஆகியுள்ளோம். கரப்பான்பூச்சி

கரப்பான்பூச்சிதான்..!

- இம்மாதிரி பல ம்யூட்டேஷன்களின் பாதையில் எங்கோ திசை மாறிப்போன ஜந்து.

✉ **கோ.ரவி,** குருக்காபுரம்.

✍ **டொர்னாடோ சூறாவளி எப்படி சார் உருவாகிறது? அதன் விளைவுகள் மிகவும் பயங்கரமாக இருக்கும் என்பது உண்மையா?**

டொர்னாடோ என்பது மேலே நோக்கி விரைவாகச் செல்லும் காற்றினால் ஏற்படுவது. அது சுமார் 500 மீட்டர் அகலமுள்ள காற்றுச்சூழல் சுழற்காற்றின் வேகம் சுமார் இருபதிலிருந்து அறுபது கிலோ மீட்டர் இருக்கும். சேதம் நிறைய ஏற்படும்.

✉ **ஏ.எல்.கிருஷ்ணகுமார்,** சென்னை-91.

✍ **விஞ்ஞானம் எவ்வளவோ முன்னேறியிருந்தும் 'கோமா' என்ற நிலை ஏன், எப்படி ஏற்படுகிறது என்பது புரியவில்லையே? இதற்குத் தீர்வு?**

கோமாவுக்குப் பல காரணங்கள் உண்டு. முக்கியக் காரணம், மூளையில் அடிபட்டு உள்ளே ரத்தக் கசிவு. இது மூளையின் சகல பாகங்களையும் பாதித்துச் செயலிழிக்க வைத்துவிட்டாலும் மூச்சுவிடும். இதயத் துடிப்பைக் கட்டுப்படுத்தும் பகுதி மட்டும் உள்ளே பத்திரமாக இருப்பதால் சேதமடைவதில்லை. விளைவு... கோமா. மற்றொரு காரணம். Stroke என்று மூளைக்குள் ரத்தக் கட்டி ஏற்பட்டு அல்லது அதிக ரத்த அழுத்தத்தால் மூளைக்குள் ரத்தம் கசிந்து மூளை ஸெல்களைப் பயங்கரமாகப் பாதிக்கும் ஸெரிப்ரல் த்ராம்பாஸிஸ் (*Cerebral Thromposis*), ஸெரிப்ரல் எம்போலஸ் (*Celebral Embolus*) என்று உண்டு. டாமேஜ் அதிகமில்லையென்றால் கோமாவிலிருந்து பலர் வெளிவந்திருக்கிறார்கள். சிலர் வருஷக்கணக்கில் இருந்து வெளிவந்து, 'என்ன எல்லாருக்கும் வயசாகிவிட்டதே?' என்று கேட்டிருக்கிறார்கள் - ரிப்வான் விங்கிள் என்னும் கற்பனைக் கதாபாத்திரம் போல!

✉ **கே.என்.பாலகிருஷ்ணன்,** கும்பகோணம்.

✍ **விளையாட்டு வீரர்களுக்குப் பரிசளிக்க கோப்பை தேர்ந்தெடுக்கப்பட்டுள்ளது ஏன்?**

கிரேக்க நாட்டின் ஒலிம்பியாவில் முதல் விளையாட்டுப் போட்டிகள் நடந்தபோது வெற்றி பெற்றவர்களுக்கு 'லாரல்' (*Laurel*) என்னும் கொடியால் எளிமையான கிரீடம் பண்ணி இளம்பெண்கள் சூட்டினார்கள். அதன்பின், அது போதாதென்று

வெற்றிவாகைக்குப் பதிலாகக் கோப்பையில் மது அளித்தார்கள். மது போய் கோப்பை நின்றுவிட்டது!

✉ **எஸ்.சிவகுமார்,** காவேரிப்பாக்கம்.

✍ டைப்ரைட்டர் மாதிரி அல்லாமல் தொடர்ந்து வேகமாக கம்ப்யூட்டர் கீ போர்டில் டைப் செய்வதால் உடல்நலன் பாதிக்கப்படுமா?

டைப்ரைட்டரில்தான் அதிகம் அடித்தால் விரல்கள் நோகும். காரணம், டைப்ரைட்டரின் காரேஜை இயக்கும் சக்தி, நம் விரல்களிலிருந்துதான் போகிறது. மாறாக - கணிப்பொறி விசைப்பலகையில் எழுத்துகளைத் தொட்டாலேபோதும், கொஞ்சம் பொறுங்கள் சிவகுமார்... நேரடியாகப் பேசுவதை கம்ப்யூட்டர்கள் டைப் அடித்துவிடும் காலம் அருகிலேயே இருக்கிறது. விரல்களே வேண்டாம்!

✉ **வி.காவேரி,** கோயம்புத்தூர்-7.

✍ நாயும் பூனையும் ஒன்றையொன்று பார்த்துவிட்டால் எவ்விதக் காரணமும் இல்லாமலே பயங்கரமாகச் சண்டையிட்டுக் கொள்கின்றனவே... அது ஏன்? முன்ஜென்மப் பகை என்கிறார்கள்! அதெல்லாம் உண்மையா?

முன்ஜென்மம் எல்லாம் இல்லை. நாய், தன் வீரத்தைப் பூனையிடம்தான் காட்டமுடியும்! 'எஜமானையும் இம்ப்ரெஸ் பண்ண வேண்டும். கடியும் படக்கூடாது' என்கிற ரீதியில் நாய் ஒரு கல்லில் இரண்டு மாங்காய் அடிக்கிறது. பழக்கப்படுத்தப்பட்ட வீட்டு மிருகங்களின் எல்லா நடத்தைகளிலும் அவற்றின் உயிர் நீடித்தல் (சர்வைவல்) சம்பந்தப்பட்டிருப்பதைக் கவனிக்க முடியும். பூனை? நாய் குரைப்பதால் பதிலுக்குக் கிறீச்சிடுகிறது!

✉ **கபி.இறைமகன்,** கருங்காலி.

✍ குழந்தைகள் கண்ணாடியைப் பார்த்தால் ஊமையாகிவிடும் என்று சொல்கிறார்களே... உண்மையா?

குழந்தைகள் மட்டுமென்ன, நாம் எல்லோருமே கண்ணாடியைப் பார்த்தவுடன் சற்று நேரம் ஊமையாகி சைடுவாகாகப் பெருமையாகப் பார்த்துக் கொள்வதில்லையா!

✉ **எஸ்.நாகராஜன்,** மேலப்பாதி.

✍ பூனைக்கு மீசையின் பயன் என்ன? பூனை எங்கு நுழைந்து சென்றாலும் அதன் மீசை தடுத்தால், அந்த வழியே உள்ளே புகாது என்று கூறுகிறார்களே... உண்மையா?

மீசை தடுத்தால் வழியின் அகலம் பற்றாது. உடல் உள்ளே போகாது என்று தயங்குவதற்கு... காற்றின் சலனங்களை அறிவதற்கு... என்று பலவிதங்களில் மீசையைப் பயன்படுத்தும் பூனை, சுமார் 5,000 வருஷங்களாக மனிதனுடன் வாழ்ந்து வந்திருக்கிறது.

✉ **எஸ்.ராமச்சந்திரன்,** கடலூர்.

✍ பால் பொங்குவதற்கு என்ன காரணம்? தண்ணீர்விட்டதும் ஏன் பால் அடங்கி விடுகிறது?

நாம் பாலைச் சூடாக்கும்போது, பாலின் மேற்பரப்பில் ஒரு ஏடு படுகிறது. அதனால், ஆவி வெளியே செல்ல முடியாமல், அந்த ஏட்டோடு மேலே எழும்பிப் பொங்கி விடுகிறது. தண்ணீர் விட்டவுடன் அந்த ஏடு அப்புறப்படுத்தப்படுகிறது. எனவே, ஆவி வெளியே எளிதாகச் சென்று விடுகிறது. இதனால் பால் பொங்குவது அடங்கிவிடுகிறது.

✉ **ஈ.டி.விஜயகுமார்,** ஈரோடு.

✍ **ஆப்பிரிக்காவில் இன்னும் நரமாமிசம் சாப்பிடும் ஆசாமிகள் இருப்பது உண்மையா?**

ஆப்பிரிக்கா, தென் அமெரிக்கா, தென் பசிபிக் தீவுகள், மேற்கிந்தியத் தீவுகள் இப்படி உலகமெங்கும் பல பகுதிகளில் நரமாமிசம் சாப்பிடும் பழக்கம் இருந்ததுண்டு. ஆனால், எதிரிகளைத்தான். சக மனிதனைத் தின்கிற பழக்கம் எங்குமே இருந்ததாகத் தெரியவில்லை. பனிமலையின் உச்சியிலோ கடல் நடுவிலோ பட்டினியாகச் சாக வேண்டிய நிலைக்கு தள்ளப்படும்போது ஏற்கெனவே இறந்துவிட்ட சக பயணியின் உடல் பகுதிகளை (இடது கையால் தன் கண்களை மூடிக்கொண்டு!) மனிதன் 'டின்னர்' பண்ணியிருக்கிறான். பழங்குடியினரிடமும் நரமாமிசம் சாப்பிடுவது ஒரு சடங்காகத்தான் இருந்து வந்திருக்கிறது. எதிரியைக் கொன்று தின்றால், அவனுடைய பலமெல்லாம் தன் உடம்புக்குள் புகுந்துகொள்வதாக ஒரு நம்பிக்கை! நரமாமிசம் சற்று உப்புக்கரிக்கும் என்று சொல்லப்படுகிறது. அதனாலோ என்னவோ மெல்ல மெல்ல எதிரியின் தலையை மட்டும் வெட்டி,

அதை ஒரு 'டிராஃபி' மாதிரி வீட்டில் வைத்துக்கொள்ளும் பழக்கம் வந்தது.

சில பழங்குடியினரிடையே, நெருங்கிய உறவினர்கள் யாராவது இறந்துபோனால் அந்த உடம்பில் இருந்து ஏதாவது ஒரு பகுதியைக் கொஞ்சூண்டு பிரசாதம் போல பிய்த்துச் சாப்பிடுவது சம்பிரதாயம். இது இறந்தவர்களுக்குச் செய்யப்படும் மரியாதை. இதெல்லாம் பழங்கதை. நீங்கள் சொல்லும் ஆப்பிரிக்காவில், எல்லோரும் நாகரிகப்படுத்தப்பட்டு

என்கிட்ட வாலாட்டாதே
நான் 5000 வருஷமா மனிதனோட தோழனாக்கும்..!

ஒலிம்பிக்கில் தங்க மெடல்களை ஜெயிக்க ஆரம்பித்துவிட்டார்கள்.

☒ **கே.மதுரகீதா,** கும்பகோணம்.

✍ **காமிராவின் ஆரம்ப நிலையும் தற்போதைய வளர்ச்சியும் பற்றி...**

1578-ல் ஜ்யாபாட்டிடஸ்டா டெலலாபோர்டா என்பவர் முதல் காமிரா அப்ஸ்க்யூரா (*Camera Obscura*) என்னும் ஊசி ஓட்டை காமிராவைக் கண்டுபிடித்தார். வில்லியம் ஹைடு உல்லாஸ்டன் (*William Hyde Wollaston*) என்பவரால் 1812-ல் காமிரா லூஸிடா என்னும் கருவி கண்டுபிடிக்கப்பட்டது. டிராயிங் பேப்பரில் ஒரு பிம்பத்தை ப்ரொஜெக்ட் செய்து அதை வரைந்து கொள்வதில் ஆரம்பித்தது. காமிரா ரோல் ஃபிலிம் 1884-ல் டபுள்யூ.எச். வாக்கர் (*W.H.Walker*) என்பவரால் கண்டுபிடிக்கப்பட்டது. ஜார்ஜ் ஈஸ்ட்மென் (*George Eastman*) 1888-ல் அதை முதலில் வியாபாரம் செய்தார். எட்வின் லாண்ட் (*Edwin Land*) என்பவர் 1948-ல் முதல் போலராய்டு வகை -காமிராவுக்குள்ளேயே டெவலப் செய்யும் வகையைக் கண்டுபிடித்தார். இப்போது லேட்டஸ்ட், இரண்டு வருஷங்களுக்கு முன்னால் கோடக் அறிவித்த காமிரா டிஸ்க் (*Camera Disk*). அதற்கு ஃபிலிம் கிடையாது. கம்ப்யூட்டர் முறையில் ஒரு தகட்டில் பதித்து வைத்துக்கொண்டு அதை டிவி திரையிலோ, கம்ப்யூட்டரிலோ படம் பார்க்க முடியும். நன்றாக இருந்தால் அச்சடித்துக் கொள்ளவும் முடியும்.

☒ **இரா.கல்யாணசுந்தரம்,** ஈரோடு.

✍ **பாம்பு, பூனை ஆகியவை குட்டி போட்டவுடன் ஒரு குட்டியைத் தனது பிரசவ வலி தீர்க்கும் மருந்தாகச் சாப்பிட்டு விடுகிறதாமே? ஏன்?**

மருந்துக்காகச் சாப்பிடுகிறது என்று சொல்லிவிட முடியாது. குட்டி போட்டதும் அதன் மேல் இருக்கிற 'மியூக்கஸ்' என்கிற கோட்டிங்கைத் தன் நாக்கால் நக்கியே சுத்தப்படுத்தும். நக்குகிறபோது பல் பட்டு குட்டிக்கு அதிகப்படியான ரத்தம் வர ஆரம்பித்தாலோ, குட்டி செத்துவிட்டது என்று தாய் உணர்ந்தாலோ வெயிட் பண்ணவே செய்யாது... குட்டி டிபன்தான்! பாம்பு வகைகளில் அப்படியில்லை. பெரிய பாம்புகளுக்கு, இளம் பாம்புகள் எப்போதுமே 'நூடுல்ஸ்' மாதிரிதான்! தன் குட்டி பொன் குட்டி என்றெல்லாம் பார்க்காது! தன் குட்டிப் பாம்பு என்பது தெரியாமலேயே சாப்பிட்டுவிடும். 'பெரியவர்களி'டம் தப்பிய இளசுகள்தான் பிழைக்கும்!

☒ **கண்ணம்மா ராமசாமி,** திருச்சி-9.

✍ **இதை எழுதியது சுஜாதா, இந்த எழுத்து லா.ச.ரா. - என்றெல்லாம் கண்டுபிடித்துச்**

சொல்லும் கருவி உடலில் எங்கே உள்ளது? இதை பழுதுபடச் செய்ய இயலுமா? (சில பத்திரிகை ஆசிரியர்களின் வசதிக்காகத்தான் இந்தக் கேள்வி!)

கருவி என்றில்லை. மூளையில் உள்ள நியூரான்களில் அடையாளம் காணும் பகுதி பாட்டர்ன் ரெகக்னிஷன் என்று ஒன்று உண்டு. அதன் மூலம் இந்த அடையாளங்களைக் காண்கிறோம். சில வேளை, ஒரு வாக்கியத்தைப் படித்தோ அல்லது ஒரு வார்த்தையைப் படித்தோ கண்டுபிடிக்கிறோம். சில வேளைகளில் முழுச் சிறுகதையையும் படிக்க வேண்டியிருக்கும். Fuzzy Logic என்னும் புதிய இயலில் இதெல்லாம் வருகிறது.

✉ **எம்.கதீஜா ஹனீஃபா,** *திருச்சி-6.*

✍ **தேன் மட்டும் எத்தனை ஆயிரம் ஆண்டுகளானாலும் கெடாமல் இருக்கிறதே... அதற்கு என்ன காரணம்?**

நீங்கள் சொல்வது நிஜம்தான்! இதற்குக் காரணம் தேனீக்கள், தேன் பண்ணும் முறையில் இருக்கிறது. தேனீக்கள், பூக்களிடம் விஜயம் செய்து சேகரிக்கும் பூந்தேனை அப்படியே சேர்த்து வைப்பதில்லை. வயிற்றில் உபரியாக இருக்கும் சிறிய பையில் அதை வைத்து தேன்கூட்டுக்குக் கொண்டுவருகிறது. வயிற்றுக்கும் இந்தப் பைக்கும் ஒரு வால்வு இருக்கிறது. முதலில் இந்தத் தேனில் சில ரசாயன மாற்றங்கள் செய்கிறது. குறிப்பாகத் தேனில் இருக்கும் சர்க்கரையில் அதன்பின் தேனில் இருக்கும் தண்ணீரைப் பெரும்பாலும் நீக்கிவிடுகிறது. அது தேன் கூட்டில் இருக்கும் உஷ்ணத்தால் ஏற்படுகிறது. தேன்கூட்டில் சேகரித்து வைக்கப்பட்ட தண்ணீரற்ற தேன், சாரம் கெடவே கெடாது. ஆயிரம் வருஷம் என்ன, லட்சம் வருஷமானாலும் கெடாது என்கிறார்கள். நாலாயிரம் வருஷத்துக்கு முன் இறந்துபோன எகிப்திய ஃபாரோ மன்னானோடு பிரமிடுக்குள் வைக்கப்பட்ட தேன் (கலப்படம் செய்வது எல்லாம் அப்போது இல்லாததால்) இதுவரை கெட்டுப்போகவில்லை!

தேனீக்கள் சுறுசுறுப்புடன்...

தேனீக்கள் மலர்களில் மட்டும் தேன் சேகரிப்பதில்லை. சில சமயம் மற்ற பூச்சிகளிலிருந்தும் அல்லது செடிகளின் மற்ற பாகங்களிலிருந்தும் சேகரிக்கிறது! சாதாரணமாக ஒரு பவுண்டு தேன் சேகரித்துக் கொண்டுவர ஒரு தேனி எவ்வளவு மைல் அலைந்து உழைக்க வேண்டும் தெரியுமா? சுமார் 45,000 மைல்!

✉ **டி.என்.இமாஜான்,** *நாகூர்.*

✍ **நம் தலையில் உள்ள ஒரு முடி எத்தனை முறை விழுந்து முளைக்கும்?**

இரண்டிலிருந்து நான்கு வருஷத்துக்கு ஒருமுறை. எனவே, மொத்தம் நீங்கள் நூறு ஆண்டு வாழ்ந்தால், அதிகப்படியாக ஐம்பது முறை விழுந்து முளைக்கும். நாம் அனைவரும் ஒரு லட்சத்திலிருந்து இரண்டு லட்சம் வரை தலைமுடி வைத்துக்கொண்டிருக்கிறோம். அவை ஒரு மாதத்துக்குள் ஒன்றேகால் சென்டிமீட்டர் வளர்கின்றன. எல்லா ரோமமும் ஃபாலிக்கிள்ஸ் என்று சொல்லக்கூடிய தனிப்பட்ட நுட்பமான பாக்கெட்டுகளிலிருந்து வளர்கின்றன. இவை அனைத்துமே செல்கள். மேல் சருமத்திலிருந்து கீழ் சருமத்துக்குத் துளைத்தவை. இந்தப் பைகள் எத்தனை, அதனால் ஏற்படும் ரோம அடர்த்தி எவ்வளவு என்பது வம்சத்தைப் பொறுத்தது. அவை நம் ஜீன்களில்

தலைமுடி வருஷத்துக்கு 6 இன்ச்...

இருக்கின்றன. ரோம பாக்கெட்டுகள், நாம் மாதாவின் வயிற்றில் இருக்கும்போது இரண்டாவது மாசத்திலிருந்து ஐந்தாவது மாசத்துக்குள் அமைந்துவிடுகின்றன. தலைமுடியின் நிறமும் பிறப்பிலேயே தீர்மானிக்கப்படுகிறது. பல தலைமுறைகள் கடந்து வரும் தலைமுடி சுருட்டையாக இருக்கிறதா, நீளமாக இருக்கிறதா என்பதும் வம்சச் சமசாரம்தான். ஃபாலிக்கிள் வட்டமாக இருந்தால் ரோமம் நீட்டமாக வளரும். முட்டை வடிவில் இருந்தால் ரோமம் நெளியும். ரோமம் தொடர்ந்து ஒவ்வொரு ஃபாலிக்கிளிலிருந்தும் வளர்வதில்லை. அது ஒரு கணக்கு வைத்துக்கொண்டிருக்கிறது. முதலில் சுறுசுறுப்பாகப் பைகளிலிருந்து தள்ளி வெளியே வருகிறது. இது இரண்டிலிருந்து நான்கு வருஷம். அதன்பின் சில வாரம் சோர்ந்து அப்புறம் உதிர்கிறது. ஃபாலிக்கிள்கள் பின்னர் மூன்று அல்லது நான்கு மாதங்கள் சும்மா இருக்கின்றன. அப்புறம் மறுபடியும் முடி வளரத் துவங்குகிறது. ஒவ்வொரு தலைமுடியும் தனிப்பட்ட வாழ்நாள் கொண்டது. ஆகவே, தினம் தினம் முடி உதிர்கிறது. ஒரு நாளைக்கு 40-லிருந்து 100 ரோமம் வரை உதிரத்தான் செய்கின்றன. சில ரோமங்கள் எப்போதும் மீட்கப்படுவதால் பொதுவாக ரோம அடர்த்தி நமக்கு ஒரே மாதிரிதான் இருக்கிறது. ரோமம் வளரும் வேகம் ஆளுக்கு ஆள் மாறுகிறது. ஒரே ஆளின் உடம்பில் ஒரு பகுதியிலிருந்து மற்றொரு பகுதி வேறுபடுகிறது. தலைமுடி வருஷத்துக்கு 15 சென்டிமீட்டர் (6 இன்ச்) வளர்கிறது. நான்கு வருஷத்துக்கு ஒரு முறை அவை உதிர்ந்துவிடுவதால் தலைமுடி ஒருசில அடிதான் நீளமாக வளரமுடியும். முடி இழப்பு பெரும்பாலும் ஆண்களின் பிரச்னை. பெண்களுக்கு வழுக்கை விழுவது மிக அரிது. குழந்தை பிறந்த பின்னும் மெனோபாஸுக்கு அப்புறமும் தலைமுடி கொட்டலாம். கர்ப்பமாக இருக்கும்போது ஹார்மோன் விகிதங்கள் மாறுவதால் பெண்களுக்குத் தலைமுடி அலைமுடியாக, அடர்த்தியாக வளரும். ஆனால், பிள்ளை பிறந்ததும் கொட்டோ கொட்டென்று வாரத்துக்கு ஆயிரக்கணக்கில் கொட்டும். வழுக்கை என்பது கொஞ்சம் வம்சாவளி, கொஞ்சம் அண்ட்ரோஜன் ஆண் ஹார்மோன் சுரப்பு அதிகப்படியானால் வருவது. வழுக்கையாளர்கள் காதலில் கில்லாடி என்பதில் உண்மை இருக்கிறது.

✉ **நாகை பாபு,** நாகப்பட்டினம்-1.

✍ **அனைத்து ஜீவராசிகளும் தனித்தனியாக இரை தேடி அலையும்போது, எறும்புகள் மட்டும் சாரிசாரியாகச் செல்வது ஏன்?**

எறும்புகள் தங்களுக்குள் பேசிக் கொள்வது, தகவல் தெரிவிப்பது எல்லாம் மூக்கிலிருந்து துருத்திக்கொண்டிருக்கும் ஆன்ட்டனா மூலம்தான்! ஆன்ட்டனா தொட்டுக்கொள்வதன் மூலம் சங்கேத பாஷை தவிர, நாம் போஸ்டர் ஒட்டி விஷயத்தைச் சொல்வது மாதிரி, இதுகள் போகிற பாதையில் 'சென்ட்'

மாதிரி ஒருவித 'ஹார்மோன்கள்'களைத் தெளித்து அடையாலக் குறியிட்டும் செய்தியைத் தெரிவித்துக்கொள்கின்றன! பெரும்பாலும் 'ரிஸ்க்' எடுப்பதில்லை... ஒரே 'ரூட்'டில்தான் போக்குவரத்து! பெரிய சைஸில் எதையாவது இழுத்து வரவேண்டுமென்றால் கிரேன் கொண்டு வரலாமா என்றெல்லாம் யோசிக்காது.... அத்தனையும் பேரணியாக ஸ்பாட்டில் ஆஜராகிவிடும்... பிறகு 'ஐலேசா'தான்!

'Weaver Ants' என்ற வகை எறும்புகள், இலைதழைகளாலேயே கூடு கட்டிக்கொள்கிற ஜாதி! இதற்குத் தேவையான பெரிய சைஸ் இலைகளை இழுத்து வருவதற்கு இவை சங்கிலி போல ஒன்றை ஒன்று பிடித்தபடி ஒத்துழைப்பதில் ரொம்ப ஸ்ட்ராங். நிஜ எறும்புக்கயிறு! என்ன... வாயால் கடித்தபடி இழுப்பதால் ஐலேசா சொல்ல முடியாது.

தேனீ மாதிரியே ஆண் எறும்பு, ராணி எறும்பு, வேலைக்கார எறும்பு.. இங்கும் தலைவி ராஜ்யம்தான்! ஒரு தடவை புற்றுக் கட்டிவிட்டால் வருஷக்கணக்கில் அப்படியே இருக்கும். ஒரு எறும்பு காலனியில் சுமார் லட்சம் எறும்புகள் வரை இருக்கும்! புற்றில் உள்ள அத்தனை எறும்புகளும் ஒரே ஜீவன் என்ற ஒரு தியரி உண்டு. தனி எறும்புகளுக்கு அடையாளம் கிடையாது. அதன் உள்ளுணர்வின்படி அது ஒரு பெரிய சமூகத்தின் அங்கமான ஆதர்ச அடிமை. அது *Social Creature*.. ஏன்? இம்மாதிரி செயல்பாடுகள் மனிதர்களிடமே இருக்கின்றனவே! தொழிற்சாலையில் கார்களைக் கட்டும்போது, வீடு கட்டும்போது, கால்பந்து அல்லது பாஸ்கெட் பால் விளையாட்டின் போது - இந்தக் குழு இயக்கத்தை மனிதர்களிடமே பார்க்கலாம்!

✉ **எஸ்.கீதா,** ஊட்டி.

✍ **பூமி, சுக்கிரன், சனி போன்ற கிரகங்கள் தன்னைத்தானே சுற்றுவதுபோல் சூரியனும் சுற்றுகிறதா? சூரியனைச் சுற்றி கிரகங்களுக்கு வட்டப்பாதை இருப்பதுபோல சூரியனும் அண்டவெளியில் ஒரு நியதிக்கு உட்பட்டு இடம்மாறிக்கொண்டே இருக்கிறதா?**

என்ன கோதண்டம்...
கத்திரி வெயில் எப்படி
இருக்கு?

ஐயோ... மாடிவீட்டு
குப்புசாமி வர்றாரே...
சரியான அறுவை!

ஆம். பிரபஞ்சத்தில் பெரும்பாலான வஸ்துக்கள் சுழன்றுகொண்டிருக்கின்றன. பூமி, சுக்கிரன் போன்றவை கிரகங்கள். சூரியன் ஒரு நட்சத்திரம். மில்கி வே - பால்வீதி அல்லது ஆகாசகங்கை என்னும் கேலக்ஸியைச் சேர்ந்த ஓர் ஓரம் கட்டப்பட்ட சாதா நட்சத்திரம். இந்த கேலக்ஸிக்கு ஒரு மையப்புள்ளி இருக்கிறது. கோடிக்கணக்கான நட்சத்திரங்களைக் கொண்ட இந்த கேலக்ஸியின் மையப்புள்ளிக்கும் கேலக்ஸியின் விளிம்புக்கும் இரண்டுக்கு மூன்று பாகம் ஓரத்தில் சூரியன் உள்ளது. கணவன், மனைவிமேல் கோபித்துக்கொண்டு ராத்திரி மொட்டைமாடிக்குச் செல்லும்

போது தூய வானத்தில் மேலே பார்த்தால் பாலேடு போல் பிசிறாகத் தெரிகிறதே, அதுதான் நம் 'மில்கி வே' கேலக்ஸி. உள்ளே இருந்து பார்க்கிறோம். அதனால் நமக்கு நம் கேலக்ஸியின் மையம் தெரிவதில்லை. தூசு மேகங்கள் மறைத்திருக்கின்றன. (நட்சத்திரத் தூசு, நம்மூர் தூசு இல்லை) நம் அருகில் இருக்கும் அடுத்தாத்து கேலக்ஸி ஆண்ட்ரமீடா கேலக்ஸி ஊட்டியிலிருந்து ஏறத்தாழ இருபது லட்சம் ஒளிவருஷம் தூரம். (ஒரு ஒளிவருஷம் என்பது... ஒளி ஒரு வருஷம் பயணம் செய்யும் தூரம். ஒளி ஒரு செகண்டுக்கு பயணிப்பது மூணு லட்சம் கிலோ மீட்டர்!) ஆண்ட்ராமீடா நம்முடைய பால்வீதி போன்ற கேலக்ஸிக்களை ஸ்பைரல் கேலக்ஸி என்பார்கள். இவை எல்லாம் அவையவற்றின் ஈர்ப்பு விசையின் மையப்புள்ளிகளைச் சுற்றிச் சுழன்று கொண்டிருக்கின்றன. இந்த கேலக்ஸிகள் ஒன்றிலிருந்து ஒன்று விலகி தலைதெறிக்கிற வேகத்தில் பிரிந்துகொண்டிருக்கின்றன. அதை விவரித்தால் தலை சுற்றும்.

✉ **ஈ.டி.விஜயகுமார்,** ஈரோடு.

✍ **பிரபஞ்சத்தில் சுமார் எத்தனை சூரியக் குடும்பங்கள் இருக்கும்?**

கோடிக்கணக்கில் இருக்கலாம். வானத்தில் மின்னும் அத்தனை நட்சத்திரங்களும் சூரியன்கள் போன்ற, சூரியனைவிடப் பெரிதான நட்சத்திரங்கள்தாம். அவற்றைச் சுற்றிக் கிரகங்கள் இருக்கின்றனவா என்று கண்டுபிடிக்க.... முதலில் நம் கருவிகள் சூரியக் குடும்பத்தை விட்டு வெளியே போகவில்லையே!

✉ **முத்து ஆனந்த்,** தோட்டப்பாளையம்.

✍ **உறவு முறையில் முறைப்பெண்ணையோ, முறைப்பையனையோ மணந்துகொண்டால், ஊனமுள்ள குழந்தைகள் பிறக்கிறது என்கிறார்கள். இது ஏன்? இதை மாற்ற வழி இல்லையா?**

ரத்தத் தொடர்பை கன்ஸாங்வினிட்டி என்று சொல்கிறார்கள். உறவுக்காரர்கள், நெருக்கமான ரத்த சம்பந்தத்தினால் சில வம்சாவளி வியாதிகள் குழந்தைகளுக்கு வருவதற்கு அதிகச் சாத்தியக்கூறுகள் (ஒன்றுக்கு இரண்டு மடங்காக!) இருப்பதால் உறவுக் கல்யாணங்களைத் தவிர்ப்பது நல்லது. உறவோ உறவில்லையோ... கல்யாணம் செய்வதற்கு ஜாதகப் பொருத்தம் பார்ப்பதற்கு முன் ரத்தப் பொருத்தம் பார்ப்பது நல்லது!

✉ **ஏ.முருகன்,** கம்பம்.

✍ **செக்ஸை ஏன் நமது சமூகம் தொடர்ந்து வெறுக்கிறது?**

வெறுக்கிறதா! முருகன் எந்தச் சமூகத்தில் நீங்கள் இருக்கிறீர்கள்? நம் உலகத்தில் நடக்கும் அத்தனை விஷயங் களிலும் பின்னணியில் செக்ஸ் இருக்கிறது. -வாலிபால் மாட்ச் உட்பட!

✉ **டி.சிவகாமி,** அனுமனேந்தல்.

✍ **விபத்தில் இறந்துவிட்ட ஒரு பையனும் அவனது குதிரையும், சில வருடங்களுக்குப் பின்னால் அவனது குடும்பத்தில் நடந்த சுப நிகழ்ச்சியில் எடுத்த போட்டோவில் வெண்மையான நிழல் போல் (அந்தப் பையனும் குதிரையும்) தெரிந்ததாக ஒரு வார இதழில் படித்தேன். இது சாத்தியமா? சற்று விளக்குங்கள் சார்?!**

சாத்தியம் - போட்டோக்காரர் மோசமான போட்டோக்காரராக

இருந்தால். ஏதாவது 'ஓவர் எக்ஸ்போஸ்' ஆகி குதிரை மட்டும் என்ன, மகாத்மா காந்திகூடத் தெரிவார். முதலில் அந்த வார இதழ் வாங்குவதை நிறுத்தவும்.

✉ **ஏ.முருகன்,** *கம்பம்.*

✍ **நீரில் H_2O உள்ளது போல், காற்றில் O_2 உள்ளது போல், வெப்பத்தில் என்ன பொருள் அடங்கியுள்ளது?**

வெப்பம் திடப்பொருள் அல்ல. அது சக்தி வடிவம். ரேடியேஷன். ரேடியோ, ஒளி அலைகளைப் போல அது அலை. உங்கள் வீட்டு வி.ஸி.ஆரின் ரிமோட் கண்ட்ரோலை இயக்குவது வெப்ப அலைகள்தான். இதை இன்ஃப்ரா ரெட் (*Infra Red*) என்பார்கள். ஒளி அலைகளில் சிவப்பு அலை வரிசைக்கு இந்தப் பக்கம் இருப்பதால் *Infra Red* என்று பெயர்!

✉ **எஸ்.ஷாகுல் ஹமீது,** *புலிக்காடு.*

✍ **பூமி சுழல்வதற்கு மாறாக அப்படியே நிற்கிறதாம்! அது உருண்டை வடிவத்திலும் இல்லையாம்! தட்டையாக உள்ளதாம்! இதை குஜராத் பாலிடானாவில் உள்ள ஜைன யாத்ரீகர் மையத்தில் உள்ள ஸ்ரீஜம்புத்வீப் விக்யான் ரிசர்ச் சென்டரின் டைரக்டரான ஜெயேந்திர ஷா, ஜைன பிரபஞ்சவியலை விளக்குகிறார். நவீன விஞ்ஞானம் சுத்தப் பித்தலாட்டம் என்கிறார், உங்கள் விளக்கம் என்ன?**

விண்வெளியில் சென்ற வாயேஜர் போன்ற கப்பல்களிலிருந்தும், ஸாட்டிலைட்டின் மூலமும், பூமியை எடுத்த எண்ணற்ற போட்டோக்கள் அனைத்தும் பூமி உருண்டையைத் தெளிவாகக் காட்டுகின்றன.

✉ **கே.சிவகுமார்,** *சென்னை-1.*

✍ **இருட்டில் மனிதனுக்கே கண் சரியாகத் தெரியாதபோது, கொசுவுக்கு மட்டும் எப்படி பார்வை துல்லியமாகத் தெரிகிறது?**

கொசுவுக்கு இருட்டில் பார்வை தேவையில்லை. அதற்கு ரத்த வாசனையும் சூடும் தெரியும். சூடு என்பது ஒருவித வெளிச்சம்தானே. இன்ஃப்ரா ரெட் அலைவரிசை.

ஒண்ணுமில்லை.. திருவாளர் கொசுதான்..!

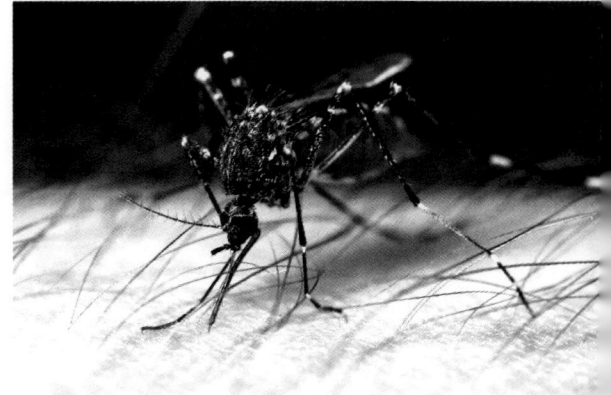

✉ **சிவ.கலாதரன்,** சிதம்பரம்.

✍ **இது கலியுகம்னு சொல்றாங்களே, அப்படின்னா இந்த உலகம் எப்ப அழியும்? விஞ்ஞான ரீதியில் இதற்கான விளக்கம் தேவை.**

கலியுகத்தில் அவர்கள் சொல்கிற புராணக் கணக்குப்படி உலகம் அழியப்போவதில்லை. உலகம் எப்போது அழியுமென்றால், சூரியன் குளிர்ந்து மசாலா காலியாகி சக்தியை இழக்கும்போது! அதற்கெல்லாம் கோடிக்கணக்கான வருஷங்கள் ஆகும். அதற்குள் ஒரு வீடு வாங்கிவிட உத்தேசம்! விஞ்ஞானப்படி அழிவு என்பதே கிடையாது. அணுக்களும் சக்திகளும் பரஸ்பரம் மாறுவது, அவ்வளவே.

✉ **ஏ.முருகன்,** கம்பம்.

✍ **இந்த உலகம் அழியும் என்பது நிஜமா? எப்படி? லேட்டஸ்ட்டாக என்ன சொல்கிறார்கள்?**

சூரியன் இன்னும் 500 கோடி வருஷம் *Fusion* என்னும் முறையில் எரியும். அதன்பின் அதில் உள்ள ஹைட்ரஜன் காலியாகிப் போய் ஹீலியம் அதிகமாகி புஸ¬புஸ¬வென்று கோபத்தால் சிவப்பாகி வீங்கிக்கொண்டு *Red Giant* என்ற ராட்சத நிலைக்கு வந்து 400 கோடி கிலோ மீட்டர் தொலைவுக்கு வீங்கும். அருகில் உள்ள கிரகங்கள் அனைத்தும் நெய்ரோஸ்ட்தான்! பத்துக்கோடி வருஷம் இப்படி வாழ்க்கை(?) செல்ல, மற்ற கிரகங்களும் ஒவ்வொன்றாக எரிந்துபோக, அதன்பின் சூரியன் சுருங்கத் துவங்கி வெள்ளைக் குள்ளனாகும் *(White Darf)*. அப்போது பூமியில் பாதி சைஸ¬க்கு வந்துவிடும். இப்படி ரொம்பநாள் ஒளிர்ந்துவிட்டு முடியும். நம் பூமி சாகும்போது முதலில் ஆர்ட்டிக், அண்டார்டிக் ஐஸ் தொப்பிகள் உருகும். கரையோரப் பிரதேசங்களில் வெள்ளம் பெருகும். கடல்நீர் ஆவியாகி மேலே மேகங்கள் அதிகரிக்க, இதனால் கொஞ்சம் போர்வை கிடைக்கும். கடைசியில் கடல்நீரின் கொதிநிலை கொந்தளிக்க, நம்மைச் சுற்றியுள்ள காற்றுமண்டலம் பறந்துபோக, எல்லோரும் செத்துப் போவோம். ஆனால், அந்தச் சமயத்தில் மனிதன் பரிணாம ரீதியில் மிக மிக முன்னேறியிருப்பான். இந்த முடிவை

நிராகரித்துத் தப்பும் வழிகளை யோசித்து வைத்திருப்பார்கள். தற்காலிகமாகச் செவ்வாய் கிரகத்துக்குப் போக முயற்சிக்கலாம். இறுதியில் அண்டை கேலக்ஸியில் மற்றொரு காலி கிரகத்துக்கு ஜாகை மாற்ற ப்ளான் போட்டு 'வீட்டுமனைகள் குறைந்த விலைக்கு - ஆண்ட்ரமீடா ரயில்வே ஸ்டேஷன், பஸ் நிலையம் சமீபம் - கல்கண்டு மாதிரி தண்ணீர்! ஒவ்வொரு ஞாயிறும் இலவச ராக்கெட் பயணம்' என்று விளம்பரங்கள் வரலாம். அதற்கு இன்னும் 800 கோடி வருடங்கள் உள்ளன.

✉ **ஏ.ஜே.நாசர்,** நாகூர்.

✍ **ஏரியல், ஆன்ட்டனா இரண்டுக்கும் என்ன வித்தியாசம்?**

இரண்டும் ஒன்றுதான்! ஏரியல் என்பது காற்று, வானம் என்பதிலிருந்து வந்த கிரேக்க வார்த்தை. ஆன்ட்டனா என்பது பூச்சிகளின் ஃபீலர்ஸ்க்கு (*Feelers*) ஏற்பட்ட லத்தீன் வார்த்தை. இரண்டும் நவீன ரேடியோ எலெக்ட்ரானிக்ஸ் இயலில் சிக்னல்களை அனுப்புவதற்கோ வாங்குவதற்கோ ஏற்பட்ட கம்பியைக் குறிப்பிடுவது. அவர்கள் கலைச்சொற்கள் அமைப்பதில் எடுத்துக்கொண்ட சுதந்திரத்தைக் காட்டுகிறது. ஷேக்ஸ்பியரின் 'டெம்பெஸ்ட்'-டில்-ஏரியல் என்கிற (ஸ்பெல்லிங் வித்தியாசமான) அறியாமையின் பாதுகாவலான தேவதை, காலிபானுக்கு அடிமையாகி கொடுமைப்படுத்தப்பட்டு ப்ராஸ்பெரோவால் விடுவிக்கப்பட்டு நன்றிக் கடனாகப் பதினாறு வருடங்கள் சேவைசெய்த தேவதை.

✉ **ஆர்.விஜி,** அரகண்டநல்லூர்.

✍ **விஞ்ஞான உலகில் கொசுக்களை வெற்றி கொள்ள முடியவில்லையே..?**

கொசுவத்தி வில்லை விற்பவர்கள் பிழைக்க வேண்டாமா? முந்நூறு கோடி ரூபாய் பிஸினஸ் இது - இந்தியாவில்!

✉ **டி.ஜெயசிங் தனபாலன்,** கோயம்புத்தூர்-1.

✍ **மனைவி எத்தனை அழகாயிருந்தாலும் அடுத்த பெண்ணைப் பார்க்கும்போது 'தனி கிக்' ஏற்படுகிறதே... இதற்கு விஞ்ஞானபூர்வமாக ஏதாவது காரணம்?**

அடைவதில் உள்ள அபாயம்தான் காரணம்!

✉ **எஸ்.மலர்பிரியன்,** கம்பம்.

✍ **கழுதையுடன் உறவுகொண்டால் வி.டி. வராது என்றும், வி.டி. இருப்பவர்களுக்கு**

குணமாகிவிடும் என்றும் கிராமப்புற மக்கள் சொல்வது உண்மையா?

பேத்தல்! அவ்வாறு செய்தால் எக்கச்சக்கமான இடத்தில் கழுதை உதைத்துவிடும் சாத்தியக்கூறுகள் அதிகம்!

✉ **ஜி.செந்தில்குமார்,** *மயிலாடுதுறை-3.*

✍ **கீரியில் ராஜ கீரி என்ற ஒன்று உண்டென்றும், அது கீரியின் முதுகில் ஏறிவரும் என்றும் கூறுகிறார்களே.. உண்மையா?**

அப்படி எதுவும் இல்லை! ஜாலி பண்ணிக்கொண்டிருக்கிற கீரியை யாரோ பார்த்துக் கட்டுக்கதை விட்டிருக்கிறார்கள்!

✉ **ஈ.டி.விஜயகுமார்,** *ஈரோடு.*

✍ **உலகில் அதிகபட்ச நீளமான மலைப்பாம்பு எங்கு பிடிக்கப்பட்டுள்ளது?**

ரீகல் பைத்தான் என்று அழைக்கப்படுகிற 'ரெடீகுலேட்டட் பைத்தான்'தான் அதிகம் நீளம். முப்பத்து மூன்றிலிருந்து முப்பதைந்து அடி நீளம் வரை அளந்திருக்கிறார்கள். இது மலேஷியா, பர்மா (மியான்மார்), இந்தோசைனா, பிலிப்பைன்ஸ் பிரதேசங்களில் வாழ்கிறது. அடுத்தது - அனகோண்டா. இருபத்தைந்து அடி. தென் அமெரிக்காவில் இருப்பது. இந்திய மலைப்பாம்பு, கதாநாயகிக்கு மாலை போடுவார்களே - ராம. நாராயணன் படங்களில்... அது இருபத்து இரண்டிலிருந்து இருபத்தைந்து அடி வரை வளர்கிறது. ஆஸ்திரேலிய மலைப்பாம்பு இருபது அடி வளர்கிறது. 'உலகத்திலேயே மிக நீளமான மலைப்பாம்பு' என்று தப்பாக எடுத்துக்கொள்ளப்பட்டிருக்கும் போகன்ஸ்ட்டிராக்டர் என்னும் தென் அமெரிக்கப் பாம்பு பதினாறு அடிதான் வளர்கிறது. ராஜநாகமும் அவ்வளவே... கொச்சின் மிருக காட்சி

சாலையில் ஒன்று இருக்கிறது பாருங்கள்... அனகோண்டாதான் எடையில் கூடுதல். 350 பவுண்டு! அதைவிட மலைப்பாம்பு நூறு பவுண்டு குறைவு. மிக நீளமான விஷப்பாம்பு - ராஜநாகம்தான்.

✉ **செல்வநாயகம், கோயம்புத்தூர்-1.**

✍ எனது நண்பனுக்கு இரட்டைக் குழந்தை பிறந்தது. தனது ஆண்மை குறித்து மிகவும் பெருமைப்பட்டுக்கொள்கிறான். இதற்கு முழுமையான விளக்கம் தேவை.

வழக்கமாக எல்லா ஆண்களிடமும் விந்துத் திரவத்தில் 25 கோடி ஸ்பெர்ம்கள் வெளிவரும். அவற்றில் ஒன்றுதான் பெண்ணின் முட்டைக்குள் நுழையும். சில சமயம் தற்செயலாக பெண் இரண்டு முட்டை சுரக்கலாம். இதை டைசைகோடிக் (Dizygotic) இரட்டையர் என்பர். அல்லது ஒரு ஸ்பெர்ம் ஒரு முட்டையைத் துளைத்த பின் அந்த உயிரணு இரண்டாகப் பிரியலாம். இது மானோசைகோடிக் இரட்டை. இதிலேயே சயாமிய இரட்டை வகையும் உள்ளது. இதில் சாயலில் ஒரே மாதிரி இருந்து, அவன் திருடினால் இவனைக் கைது செய்யக்கூடும். இரட்டைக் குழந்தைக்காகப் பெருமைப்பட வேண்டியது தற்செயலை நிர்ணயிக்கும் கணித சாஸ்திரம்தான்!

✉ **ஆர்.விஜி, அரகண்டநல்லூர்.**

✍ டினோசரின் எலும்புகள் மண்ணோடு மட்கிப் போகாமல் இவ்வளவு காலம் கழித்தும் அப்படியே இருக்கக் காரணம்?

டினோசரின் எலும்புகள் மட்டும் இல்லை. காலத்தால் பழைய - மிகப் பழைய எதுவுமே இவ்வளவு காலம் சென்றும் அப்படியே இருப்பதற்குக் காரணம் ஃபாஸிலைஸேஷன் என்னும்

விளைவுதான். ஃபாஸில் என்பது புராதன காலத்து ஜந்துவோ, தாவரமோ, எலும்போ, கிளிஞ்சலோ இயற்கையாகக் கற்பாளங்களின் இடையில் மாட்டிக்கொண்டு அப்படியே அழியாமல் இருப்பது. படிந்த ஃபாஸிலை வைத்துக்கொண்டு பாறையின் வயதைக் கணிப்பார்கள்.

✉ **எஸ்.டி.ராஜன்,** ஆறுமுகநேரி.

✍ **ஆந்திர மாநிலம் ராஜமுந்திரி அருகே பாலயோகி என்ற சாமியார், பூட்டிய அறைக்குள் உணவு எதுவுமின்றித் தவம் செய்கிறாராமே. இது சாத்தியமா?**

சாத்தியம் - சில நாள்வரை சாத்தியம்! வருஷக்கணக்கில் என்றால், சாமியாரின் சொர்க்கப் பிரவேசம் உத்தரவாதம்.

✉ **பா.ஆல்பர்ட்குமார்,** சென்னை-21.

✍ **பயணிகள் விமானம் - ராணுவ விமானம்... வித்தியாசங்கள் என்ன? ஒற்றுமைகள் என்ன? ராணுவ விமானங்களில் Single Pilotதான் உள்ளார். Commercial Purpose விமானங்களில் நான்கைந்து பேர் இருக்கிறார்களே! ஏன்?**

பயணிகள் விமானம் நீண்ட பயணத்துக்குச் சிக்கனமாகப் பறப்பதற்கு.. ராணுவ விமானம் குறைந்த தூரப் பயணத்துக்கு. பயணிகள் விமானத்துக்குப் பத்திரம் முக்கியம். ராணுவ விமானத்துக்கு *Manoeuvrability*-யும் வேகமும் முக்கியம். எதிரிகளின் விமானத்தைச் சாகசமாகத் தாக்க, தப்பிக்க, குண்டு பொழிந்துவிட்டு உடனே ஓட, இதனால் என்னென்னவோ சாகசங்கள் செய்வார்கள். அபாய எல்லைக்கு அருகே விரட்டுவார்கள். வேகமும் ஜாஸ்தி! பெரும்பாலானவை ஒலியின் வேகத்துக்கு இரண்டு மூன்று தடவைமேல் போகும். அதனால் ஸானிக் பூம் *(Sonic Boom)* போன்ற உபாதைகள் உண்டு. உயரமும் அதிகம். காற்று அழுத்தம், ஆக்ஸிஜன் குறைவு, பயணி விமானத்தில் ஒரு இன்ஜின் பழுதுபட்டாலும், மற்றொரு இன்ஜினில் ஓடும். சிலவற்றுக்கு மூன்று இன்ஜின்கள், நான்கு இன்ஜின்கள் கூட உண்டு. ஒரு பைலட்டின் உதவிக்கு கோ-பைலட் இருப்பார். ராணுவ விமானத்துக்கு நிறையத் தளவாடங்கள்லோடு பண்ணவேண்டியிருப்பதால் எடைக் குறைப்பு முக்கியம். அதனால் ஒரு பைலர் மட்டுமே போதும். அவருக்கு உதவ எத்தனையோ எலெக்ட்ரானிக் சாதனங்கள் உள்ளன. ஆபத்தென்றால், விமானத்தைப் புறக்கணித்துக் குதித்துவிட எஜெக்ஷன் ஸீட் உண்டு. ராணுவ விமானம் மேலேறும்போது மிக அதிகமான ஈர்ப்பு சக்திகள், ஜி சக்திகள் பைலட்டின்மேல் இழுப்பதால் ரத்தமெல்லாம் காலில் சேர்ந்துகொண்டு மூளைக்கு ரத்தம் பாயாமல் மயக்கம் போட்டுவிடும் அபாயமும் உண்டு. அதற்கென்று ஸ்பெஷலாக 'ப்ரஷர் ஸூட்' போட்டுக்கொள்ள வேண்டும். இரண்டும் வேறு வேறு துறை - குஷ்புவும் மோனிகா செலஸும்போல!

பொது

	ப.எண்
ஸோடியம் க்ளோரைடு	8
ஈஸிஜி	9
மில்லி வோல்ட்	9
எலெக்ட்ரோ என்ஸெஃபலோகிராம்	17
நியூட்ரான்கள்	50,84,98,111,112,141,155
குதிரைத் திறன் (Horse power)	10
எலெக்ட்ரிகல் இன்ஜினீயரிங்	10
Static Electricity	11
பாதரச ஆவி விளக்கு (Tube Light)	11
சோடியம் ஆவி விளக்கு	11
கால்ஷியம் டங்ஸ்ட்டேட்	11
ஜிங்க் சல்ஃபைடு	11
ஸிலிகேட்	11
அல்ட்ரா வயலெட் ஒளி	33
எலெக்ட்ரான்	23,27,35,47,56,60,79,98
பை-மெட்டாலிக் ஸ்ட்ரிப்	12
பிளாட்டினம்	13,116
ரெஸிஸ்டன்ஸ் தர்மா மீட்டர்	13
சவுண்ட் டிராக்	14
போட்டோ எலெக்ட்ரிக் செல்	14
ஆம்ப்ளிஃபயர்	43
ஃபார்மலின்	15
ப்ளாக் ப்ரேக்	16
நியூமாட்டிக் ப்ரேக்	16
ஆக்ஸிலியரி ரிஸர்வாயர்	16
வெல்டிங் ஹவுஸ் சிஸ்டம்	17
நூஸ் நார் ப்ரேக்	17
ஆல்ஃபா அலை	17
ரப்பர்	20,68
நிலையான இயக்கம்	21
பூமராங்	23
ஃபோட்டான்	23,49,56
ப்ரோட்டான்	23,64,98,111,141
நீர்மூழ்கிக் கப்பல்	19
டெட்-ஸீ	25
மழை	20,50
அணு ஆயுதம்/நச்சுத்தன்மை	27
அணு ஆயுதம்	33
டெலக்ஸ்-டெலிபிரிண்டர்	28,82
பாடாட் கோடு	28
பூச்சி உண்ணும் செடிகள்	29
பிட்சர் (ஜாடி) செடி	28
ஸன் ட்யூ	28
வினஸ் ஃப்ளை ட்ராப்	28
கோனிக்கல் வடிவ நெருப்பு	29
விமான எரிபொருள்	57, 215
ஃபாரன்ஸிக் சயின்ஸ்	30
கண்ணாடி - (Glass)	19,26,31,32,49,61,80
புல்லட் புரூஃப் ஆடை	31
புதைகுழி	32
'ஏரோஸால்' ஹாலோகார்பன்	33
பைசா நகரத்து கோபுரம்	34

போரின் (Bohr) மாடல்	36	தேன்	62,74,184,190,191
ஹீலியம் அணு	35	ஃபிரமோன்ஸ்	63
ஜோதிடக் கலை	37	பாம்பிகோல்	63
மால்துஸின் சித்தாந்தம்	37	ஈசோஉபனிஷத்	64
ஆஸிலேட்டர்	44	ஜிப்	64
ப்ளிவெட்	46	க்வாண்டம் மெக்கானிக்ஸ்	63
பண்பேற்றம் (Modulation)	78	தர்மல் கரண்ட்ஸ்	65
ப்ரிகாக்னிஷன்	48	ஸெயில் ப்ளேன்	65
ஈ.எஸ்.பி.	48	ஏர்பிரேக்	65
ஆண்-பெண் கையெழுத்து	50	அல்கெமி	66
பீரியாடிக் டேபிள்	50	பார்ட்டிக்கிள் ஆக்ஸலரேட்டர்	66
நியான்	57	குளியல்	66
ஐஸோடோப்	84	வயர் போட்டோ	67
க்யூவெர்ட்டி கீ போர்டு	53	பில்லி சூனியம்	68
'நாட்டிக்கல்' மைல்	53	அதர்வனவேதம்	68
பிரமிடு	52	ஸ்டீரியோ	72
லைட் ஹவுஸ்	54	ஸ்டீரியோஸ்கோப் விஷன்	72
எலெக்ட்ரிக் கார்பன் ஆர்க் விளக்கு	54	அம்மி மிதித்து அருந்ததி பார்த்தல்	73
மெர்க்குரி ஆர்க் லாம்ப்	54	உலக அதிசயங்கள்	74
ஸ்ட்ரோபோஸ்பிக் எஃபெக்ட்	221	மின்சாரம் தாக்குதல்	75
ஐஸ்க்ரீம்	208	எலெக்ட்ரிக் சேர்	77
லேசர்	61	எஃப்.எம் (F.M.)	78
புஷ்பக விமானம்	58	Amplitude Modulation	78
பால் பாயிண்ட் பேனா	59	எஃப்.எம். மைக்	77
'பை' = 22/7	59	கைரேகைப் பதிவு	78,158
ஆம்பர்	60	மக்னீஸியம் கார்பனேட்	79
Resonance	60	ஃபெர்ரிக் ஆக்ஸைடு	79
எலெக்ட்ரானிக் டைப்ரைட்டர்	74	அலுமினியம் பவுடர்	79
கற்பூரம்	62	தையோ ஸல்ஃபைட்	79

ஃபார்மால்டிஹைடு	79	கடவுள்	144
ரேடியோ கார்பன்	84	கோரோஜன்	167
பனி மனிதர்கள்	79	அல்ட்ராஸோனிக் ஒலி	168
எக்ஸ்ரே க்ளாஸ்	80	நோஸ்பீக்	182
இன்ஃப்ரா ரெட்	80	அல்ட்ரா சவுண்ட்	183
லை-டிடெக்டர்	81	சர்க்கரைக் கரைசல் (Nectar)	190
தந்தி முறை	81	புத்திக் கூர்மை	193
மோர்ஸ் கோடு	82	ஐ க்யூ (I Q)	193
ஆஸ்கி	82	தேனிலவு	196
ஹெலிகாப்டர்	85	ஹனி மந்த் (Honey Month)	196
ஏர்-ஸ்க்ரூ	88	கம்பாக்ட் டிஸ்க் (ஸி.டி)	200
விமான தளம்-ரன் வே	89	மலை	202
கறுப்புப் பெட்டி (Black Box)	89	அலுமினியம்	203
மலர்களில் வாசனை, வாசனைகள்	90,208	ஆடியோ காஸெட்	204
வைரக் கற்கள்	91	விடியோ	204
ஸாக்ஸபோன்	96	சக்கரம்	205
அடால்ஃப் ஸாக்ஸ்	97	மனித இனம்	179
பைமெஸான்	98	பரிணாம வளர்ச்சி	228
எலெக்ட்ரான் மைக்ராஸ்கோப்	139	நியூரான்	207
கோத்திரம்	128	கல்வெட்டு	209
Acid Rock	131	ஃபேக்ஸ்	211
மாமிச உணவு	132	காளான்	210
அல்ட்ரா - வயலெட்	117	டெம்பரேச்சர்	234
மட்டோர்கள்	151	விமானம்	215
ஸோஷியோ பயாலஜி	152	காக்டஸ்	214
எண்ணெய் தேய்த்துக் குளிப்பது	154,231	ஃடூகூ	217
நியூட்ரான் குண்டு	156	ஆர்.டி.எக்ஸ்	217
ஓஸோன் ஓட்டை	115	பயோ இன்ஜினீயரி	118
பன்சாய்	161	டாமினோ எஃபெக்ட்	221

ஹைட்ரஜன் குண்டு 235
ஓப்பியம் 222
கொக்கேய்ன் 222
மெட்டல் டிடெக்டர் 224
பாம் டிடெக்டர் 224
நாடி ஜோசியம் 234
பிஸியோக்னமி 234
கள்ளநோட்டு 235
பயானிக்ஸ் 237
இ.இ.ஜி 237
ஃபிலடெல்பியா பரிசோதனை 238
கம்ப்யூட்டர் கீ போர்டு 53
காமிரா 242
நரமாமிசம் 241
ஏரியல் 249
ஆன்ட்டனா 244

கம்ப்யூட்டர் / ரோபாட்

ராண்டம் ஆக்ஸஸ் மெமோரி 37
கம்ப்யூட்டர் 41
ஜெர்மோனியம் 41
சிலிக்கன் துண்டு 41
இண்டெக்ரெட்டட் சர்க்யூட் 41
எல்.எஸ்.ஐ. (Large Scale Integration) 41
பர்ஸனல் கம்ப்யூட்டர் (PC) 42
டிஃபென்ஸ் அட்வான்ஸ்ட் ரிஸர்ச் ப்ராஜெக்ட் ஏஜென்ஸி (DARPA) 43
Marked Card Sensor 43
கேலியம் ஆர்ஸனைடு 43
Dot Matrix 45
ரோபாட், ரோபாட் ஆர்ம் 207
ஆப்டிகல் ஸென்ஸர் 46
ஸ்டிமுலேடட் எமிஷன் 56
ஹோலோகிராம் 110
மைக்ரோ ப்ராஸஸர் 195
மைக்ரோ - Mighty Micro 195

பூமி

வரைபடம் 12
தியோடோலைட் 12,13
ஆக்ஸிஜன், நைட்ரஜன் 133,208,223
கடல் ஆழம் 19,131
கான்டினெண்டல் ஷெல்ஃப் 19
பேத்திஸ்கேப் 19
ஐஸ் ஏஜ் 21
காலம் - Atomic Clock 28
அனிமா மீட்டர் - புயல் 28
காந்தம் (Magnet) 35
ஃபாஸில் ஃப்யூல் 57
ஸூப்பர் கண்டக்டிவிட்டி 58
கடல் அலை 71
ஸுநாமி 71

Horizontal Arch 72
ஆர்ச்சின் சக்தி 72
Carbon Dating 82
ஸ்ட்ராட்டிகிராபி 83
ஆர்ட்டிஃபாக்ட்ஸ் 83
ரிலேட்டிவ் ரோனாலஜி 83
ஆப்ஸிடியன் ஹைட்ரெஷன் 83
க்ரோனோமெட்ரிக் டேட்டிங் 83
பொட்டாசியம் ஆர்கான் 83
ஃப்ளூரின் நைட்ரஜன் 84
எக்ஸ்ரே க்ரிஸ்டலோக் ராஃபி 84
ரேடியோ கார்பன் டேட்டிங் 84
ரேடியோ கார்பன் 79
Low tide, High tide 85
சிம்பிள் ஹார்மோனிக் மோஷன் 93
பூமியின் எடை 94
பிரபஞ்ச புவிஈர்ப்பு விதி 94
டார்ஷன் பாலன்ஸ் 94
பெர்மூடா முக்கோணம் 95
க்ளியர் ஏர் டர்புலன்ஸ் 95
ஸீலா மீட்டர் 96
எரிமலை 99,71
மக்மா 98
லாவா 99
ரிலேட்டிவிட்டி தியரி 92
லோரன்ஸியன் கண்ட்ராக்ஷன் 98
பூமி சுற்றிக் கொள்ளும் வேகம் 100,227
அண்டார்டிக்கா 121,154,198
கடல் இயல் (Oceanography) 122
ஜப்பான் 200
நியூசிலாந்து 154
சாலமன் தீவு 154
கடல் அடி 19
Mid-Atlantic Ridge 187
ஹைட்ரஜன் 218
பாஸ்பின் வாயு 214
லிபியா பாலைவனம் 215
கடல் உப்பு 257
சோமாலியா 226
எக்லிப்டிக் 227
டொர்னாடோ 239
உலக அழிவு 248

விண்வெளி

கேலக்ஸிகள் 8
விண்வெளி நகரம் 8
பால் வீதி (Milky Way) 8
டாக்கியான்கள் 14
செரன்கோவ் விளைவு 15
ஒளியின் வேகம் 39
அண்டத்தின் வடிவம் 39
Big Bang 39
நிறமாலை (Spectrum) 49,107
ஆங்ஸ்ட்ராம் யூனிட் 49
திருப்பாவை 52
ஸோலார் ப்ராமினன்ஸ் 67

ஸ்பிக்யூல்ஸ் 67
ஸன் ஸ்பாட் 67
காஸ்மாலஜி 225
தியர் ஆஃப் ரிலேட்டிவிட்டி 92
தர்மோ டைனமிக்ஸ் 100
மின்னல் 102
இடி 115
சுக்கிரன் (வீனஸ்) 101,106,175,245
கிரகங்கள் 101
கிரகங்களில் மழை 101
அஸ்ட்ரோநாட் - காஸ்மோநாட் 102
பாரலாக்ஸ் (Parallax) 107
ஆல்ஃபா சென்ட்டாரி 107
பார்செக் 107
டாப்ளர் எஃபெக்ட்ஸ் 107
ஸ்பெக்டராஸ்கோப் 107
மேகங்கள் 108
க்யூமுலஸ் 108
க்யூமுலோ நிம்பஸ் 108
ஸ்ட்ரேட்டஸ் 108
ஸிர்ரஸ் 108
பிளாக் ஹோல் 111
காஸ்மிக் கதிர் 113
ஸூப்பர் நோவா 113
ஓஸோன் வாயு 115
அஸ்டிராய்ட்ஸ் 117
ஸிரிஸ் 117
டைட்டன் 169
மீத்தேன் 169
இன்ஃப்ரா ரெட் 169
க்ரீன்ஹவுஸ் எஃபெக்ட் 170
ஹைட்ரோ கார்பன் 169
மெர்க்குரி 175
IRS 5 170
ஓரியான் நெபுலா 176
எரிகல் (Meteors) 178,177
வால் நட்சத்திரம் 177
பூட்டான் 177
Geo Stationary Orbit 178
ஸாட்டிலைட் 100
உலோகக் குப்பை 178
சில்வர் பேப்பர் 203
வெள்ளி டம்ளர் 204
ரெஃப்ராக்ஷன் (Refraction) 207
நட்சத்திரங்கள் 207
சந்திரன், சூரியன் 207
லெப்டான் க்வார்க் 208
சூரியப்புயல் 218
பயனியர் விண்கலம் 237
சூரியக் குடும்பம் 106

விலங்கு... பறவை... பூச்சி...

கரப்பான் பூச்சி 9,221,238
எலெக்ட்ரிக் ஈல் 179
நாய் - நன்றி - உடலுறவு 227
நெருப்புக்கோழி 26
டாப்பிட்டம் 26
பறவை - விமானம் 72

ஸ்டெனோனிகோசாரஸ் இனீக்வாலிஸ்	87	மார்சுப்பியல்	173
டினோஸர்	87,179,196	கழுதைப் புலி	177
அஸ்காரிஸின் (கொக்கிப் புழு)	86	பஞ்சவர்ணக்கிளி	174
Flat Worm	87	பாம்பு	174,180,182,194
Killer Whale	87	கழுகுகள்	174
வெள்ளைத் திமிங்கிலம் - இசை	87,233	Kissing Gourami	176
விடெல் ஸீல்	121	ஓநாய் - நரி	178
வாத்து	146	காக்கை - அண்டங்காக்கை	179
அன்னப் பறவை	146	விலாங்கு மீன் - ஈல்	179
Sea Horse	147	மோரே	179
மேனடி - கடல் பசு	149	நைட் ஸ்டாக்கர்	180
Colour Blind	149	Cobra	181
புல்ஃபைட்	150	Rat Snake	182
ஸ்கூவா	154	அனகொண்டா	181
வைட் டர்க்கி	154	ராஜநாகம்	181
ஆர்ட்டிக் டெர்ன்	154,213	ராட்டில் ஸ்னேக்	181
மயில்	156	நல்ல பாம்பு	181
கொசு	101,247	கறுப்பு மாம்பா	181
புனுகுப் பூனை, பூனை	159,240	பச்சை மாம்பா	182
டால்ஃபின்	160	ஓட்டகம்	182
சிம்பன்ஸி	162	பூரான்	182
கொரில்லா	195	மில்லி பீடுகள்	183
நத்தை	163	வெளவால்	184
காண்டாமிருகம்	180	சவுண்ட் ரேஞ்சிங்	183
மின்மினிப் பூச்சி	164	சிலந்திப் பூச்சி	185
லூமினஸென்ஸ்	164	தரான்டுலா	185
லூஸிஃபெரின்	164	பச்சோந்தி	185
லூஸிஃபரேஸ்	164	ஹார்மோன்	122
எலி-மூஞ்சுறு	165	போர்ச்சுகீஸ் மேன் ஆஃப் வார்	188
கங்காரு	173	மெடூஸா	189

அட்டை 189
ஹிருடின் 189
லயன்ஸ் ஷேர் 190
தேனீயின் பாதை (Bee line) 191
யானை 161,191,192,202
ஒட்டைச்சிவிங்கி 161,193
மார்மோஸெட் - குரங்கு 194
ப்ரோபோஸிஸ் குரங்கு 194
பிராகியோஸரஸ் 197
டிரன்னோஸரஸ் 196
எறும்பு 196,197,202,244
டெர்மைட்ஸ் 197
பரோட்டோ ஜோவன்ஸ் 198
பென்குவின் 198
போலார் கரடி 198
பாம்புக்கடி 181,201
யானைத் தந்தம் 202
மெல்லிஸுகா ஹெலனே 212
விஷம் எடுத்தல் 213
பஃபர் மீன் 216
தவளை 220
இச்சாதாரி 232
பல்லி 186
ரெடீகுலேட்டட் மலைப்பாம்பு 250

உடல்

இன்ஃப்ராக்ஷன் 10
ஸிம்பிள் ஃப்ராக்ச்சர் 10
டிஷ்யூ ஸெல் 11
லிம்ஃப் 10
கால்ஷியம் 153,171
கெராட்டின் 11,134,260
REM 17,237
தூக்கம், கொட்டாவி 17,18,54,237
ஸெரிப்ரல் கார்ட்டெக்ஸ் 110,229
ஸெரோடோனின் 18
நோராட்ரினலின் 18,229
மைக்ரோ ஸ்லீப் 18
லங்ஸ் 25
மயக்கம் 27,39,252
கண்பார்வை 66,69,118,174,183
கார்ட்டிஸோன் 36
அமினோ அமிலங்கள் 36
அக்குபங்க்சர் 38
தாவிஸம் 38
மூளை 40,203,206,243
ந்யூரோஃபோன் 43
கான்டாக்ட் லென்ஸ் 61
அலர்ஜி 61,74,232
ஆராக்கிடோனிக் ஆஸிட் 62
முதுமை - உயரம் 64
மச்சம் 66,134
ஸ்டெதாஸ்கோப் 68
ஆஸ்குல்டேஷன் 68
Sleep Paralysis 70
கார்டியாக் அரெஸ்ட் 71

லாஸரஸ் ஸிண்ட்ரோம்	71	ஜீன் மியூட்டேஷன்	120
நாய்க்கடி	72	டிகம்பரெஷன் சிக்னெஸ்	122
காட்டரைஸேஷன்	72	தாய்ப்பால்	122
ஆன்ட்டி ஹிஸ்டமைன்	74	ஹைப்போதாலமஸ்	122,133,142
ரைனோதெர்ம்	74	ஈஸ்ட்ரோஜன்	122
இடதுகைப் பழக்கம்	80	ப்ராகஸ்ட்ரோன்	122
கைகளில் ரேகை	157	ப்ரோலாக்டின்	122
ஹைப்போ கோன்ட்ரியாக்	109	அல்வியோல்	123
சைக்கோபாத்	109	பிட்யூட்டரி	142
யோசிப்பது	110	கொலஸ்ட்ரம்	123
Schizophrenia	110	மசக்கை	123
ஸெரிப்ரல் கார்ட்டெக்ஸ்	110	XX, XY க்ரோமோஸோம்கள்	124
லிம்பிக் சிஸ்டம்	110	குழந்தை - குங்குமப்பூ	124
பிளாஸ்டிக் சர்ஜரி	111	பெண் குரல்	125
ஞாபக சக்தி	41,180	ஆண்ட்ரோஜென்	125
நுகரும் சக்தி	114	மார்பகக் கவர்ச்சி	122,125,153
அஸ்ஃபிக்ஸியா (Asphyxia)	114	சுய இன்பம்	126
ஸெரிபரல் இஸ்க்மியா	114	ஆண்மை இல்லாமை	126
மாலிக்யூலர் பயாலஜி	118	அஜுஸ்பெர்மியா	126
பயோமெடிக்கல் இன்ஜினீயரிங்	118	ஹைமன்	127
பெல்ஸர் யூனிட்	118	வஜைனா	127
பேஸ் மேக்கர்	119	கொனாடோட்ராஃபின்ஸ்	127
கரு-நியூக்ளியஸ்	120	in Breeding	128
நியூக்ளிக் ஆஸிட்	120,121	ஃபாலோப்பியன் டியூப்	127,136,139,147
டி.என்.ஏ.	120,124,135,167,206	ஓவரி	127,135,137,147,152
ஜெனட்டிக்ஸ்	121	டயாபடிஸ்	128
ஜீன்	121,214,243	Compatibility Test	128
அல்பினிசம்	121	ஹ்யூமன் செக்ஸுவல் இன்அடிக்வஸி	129
ஹெமோஃபீலியா	121	எண்டாக்ரின் சுரப்பி	129
க்ரோமோஸோம்	120,124,135,205,206	Rapture of the Depth	130

அட்ரினல் சுரப்பி	130,131	கனவு நிலை	142
அட்ரினோ ஜெனிட்டல் சிண்ட்ரோம்	131	தூக்க நடை	143
ஹிர்ஸ்யூடிஸம்	131	இளம்பிள்ளை வாதம்	144
தலைவலி	132	வைரஸ்	144
மெனிஞ்சைட்டிஸ்	131	ஸ்பைனல் கார்டு	144
என்ஸெஃபலைட்டிஸ்	132	மாரடைப்பு	144
மைக்ரேன்	132	கரானரி த்ராம்பாஸிஸ்	144
இரட்டைக் குழந்தை	201	கரானரி ஆர்ட்டரிஸ்	144
ஆண்-பெண் மாற்றம்	152	மையோகார்டியம்	144
வோக்கல் கார்ட்ஸ்	134	யூரோக்ரோம்	145
நகத்தில் பூ விழுதல்	134	பாலியூரியா	145
குழந்தை உருவாவது	125	ஸ்பெஸிஃபிக் கிராவிட்டி	145
விந்து	124,127,252	செவிட்டு ஊமை	145
செர்விக்ஸ்	135,210	விரல் எழுத்துகள்	145
ஸ்பெர்ம்கள்	137,138,147,219,220,252	ஹியரிங் எய்டு	146
பெல்விஸ்	135	எஸ்ட்ரோஜென்	146
கர்ப்பப்பை (யூட்ரஸ்)	138	அட்ரினலின்	129
அக்ரோஸம்	137	தொப்பை	147,148
ட்ரோஃபோப்ளாஸ்ட்	138	ட்ரைகிளிஸ்ரைட்ஸ்	147
ப்ளஸெண்ட்டா	138	அடிபோசைட்ஸ்	148
ஸ்பைனல் காலம்	140	ரிக்கவரி இண்டெக்ஸ்	148
Optic nerve	140	எதிர்ப்பு சக்தி	149
சிவப்பணு	140	வாக்ஸினேஷன்	149
மாலிக்யூல்கள்	141	இனாக்குலேஷன்	149
க்ளைகோஜென்	141	மயிர்க் கூச்செறிவது	150
வெள்ளை அணு	140,157	அர்ரெக்டேஸ் பைலோரம்	150
ப்ளஸெண்டால் எக்ஸ்ட்ராக்ட்	141	மெனோபாஸ்	150
கான்ஷியஸ் / சப்-கான்ஷியஸ் மைண்ட்	141	ரத்த அழுத்தம்	151
'இட்', ஈகோ, ஸூப்பர்-ஈகோ	142	ஆர்ட்டரி	144

ஸிஸ்டாலிக்	151	ஸ்ட்ராபிஸ்மஸ் (ஒன்றரைக் கண்)	188
டயஸ்டாலிக்	151	சிரிப்பு	195
செக்ஸ் ஓய்வு	151	போதை	203
பெண்	153	எக்ஸிபிஷனிஸம்	202
எண்டாக்ரின் சுரப்பி	153	மூக்கு	207,208
ஹெமோக்ளோபின்	153	அலி	205,206
தைராய்ட் சுரப்பி	153	வழுக்கை	206
மூன்று மார்பகங்கள்	153	மையலின்	206
ஜெனடிக்ஸ்	153	நாக்கு	201
கால் கை வலிப்பு	156	ஆத்மா	213,216
ஆரா	156	உயரம் - குள்ளம்	209
சீழ் (Pus)	157	தலைமுடி	219,243
இன்ஃபெக்‌ஷன்	139	ஃபிமோஸிஸ்	210
ஆன்டிபயாடிக்ஸ்	157	வியர்வைச் சுரப்பிகள்	211
கருமுட்டை	136,137	உதடு	211
ஆஸ்மாஸிஸ்	158	புகை பிடித்தல்	224
ஸாப்ரோஃபிட்டிக் பாக்டீரியா	158	புற்றுநோய்	224
ஜெனட்டிக் இன்ஜினீயரிங்	161	மூச்சுவிடுதல்	223
கண்ணீர்	166,168,228	கால் சுண்டுவிரல்	226
லாக்ரிமல் கிளாண்ட்	166	செவி	226
ஆல்கஹால்	164	செல்கள்	223
வெஸ்டிப்யூலர் சிஸ்டம்	167	ஹோமியோபதி	229
ரோமஸெல்	166	பிரம்மச்சரியம்	231
காஸ்ட்ரின்	167	முடிஉதிர்தல்	232
க்ளூகோஸ்	167	மனநிலை பாதிப்பு	235,236
டீஹைட்ரேஷன்	167	ஆணுறுப்பு	210
காட்டராக்ட்	167	முடிவளர்தல்	244
கன்ஜன்க்ட்டிவா	168	கோமா	239
சிறுநீரகக்கல், சிறுநீரகம்	168	கன்சாங்வினிட்டி	246
மனித உடல்	170		

மேலும் தெரிந்துகொள்ள சில புத்தகங்கள்...

சுஜாதா இந்தப் புத்தகத்தில் நூற்றுக்கணக்கான விஷயங்களைச் சுவையாகத் தொட்டிருந்தாலும், அந்த ஒவ்வொரு சப்ஜெக்ட் பற்றியும் மேலும் பல விஷயங்களைத் தெரிந்துகொள்ள வாசகர்களுக்கு ஆர்வம் ஏற்படலாம். அதற்காகச் சில முக்கியப் புத்தகங்களின் லிஸ்ட் கீழே தரப்பட்டிருக்கிறது.

மேலும், வியப்பூட்டும் விஷயங்களும் அருமையான படங்களும் அனுபவிக்க விரும்புகிறவர்கள் தேவைக்கேற்ப கீழே உள்ள புத்தகங்களைத் தேர்ந்தெடுத்துப் படிக்கலாம்.

Animlas of the world Reptiles and Amphibians.
Directors The All-time Greats.
Usborne வெளியீடுகளான Films and Special Effects, All about Monsters, Deserts.
Limca-வின் Book of Records.
The Primates (LIFE).
Dutton-ன் Catching the Moment.
Golden வெளியீடுகளான Birds, Spiders.
Bantam Books-ன் வெளியீடான Dangerous Animals of the Sea.
Sackett and Marshall-ன் The Body Machine, Dinosaurs.
மீரா பப்ளிகேஷனின் The 100.
Dorling Kindersley வெளியீடான Amazing Snakes.
Movement.
Evolution.
The Natural World.
Desmond Morris எழுதிய Manwatching, Bodywatching.
Belitha Press-ன் வெளியீடான Animal Hunters.
Piccolo-ன் வெளியீடுகளான Secrets of Space, Astronomy,
50 FACTS about our Planet.
Life in the Oceans (Heather Angel)
National Geographic Society-ன் Our Violent Earth,
Computers Those Amazing Machines, Far-out Facts.
Robin Kerrod-ன் The Big Book of Stars & Planets.
Techniques of Colour Photography (Roger Hicks).
Charles Walker-ன் Wonders of the Ancient World.
Christiaan Barnard எழுதிய The Body Machine.
The Best of life (Collector's Edition).